அக்காவின் குடை

(Akkavin Kudai)

(19 சிறுகதைகள் 3 குறுநாவல்கள் அடங்கிய தொகுப்பு)

(19 Sirukathaikal 3 kurunavalkal adangiya thokuppu)

சாந்தீபிகா

(Sandeepika)

Title: அக்காவின் குடை

Akkavin Kudai

Subtitle: (19 சிறுகதைகள் 3 குறுநாவல்கள் அடங்கிய தொகுப்பு)

(19 Sirukathaikal 3 kurunavalkal adangiya thokuppu)

Author: சாந்தீபிகா

(Sandeepika)

Language: Tamil (தமிழ்)

Edition: First Edition 2025

Imprint: Independently published

-=()=-

உள்ளடக்கம்

உள்ளடக்கம்

-=()=-

வாசகர் கவனத்திற்கு

அன்புள்ள வாசகர்களுக்கு வணக்கம்.

நான் 1975 ஆம் ஆண்டிலிருந்து எழுதி, தமிழ்ப் பத்திரிகைகளில் பிரசுரமானவையும், பிற்காலத்தில் மின் புத்தகங்களாயும், ஒலி நூல்களாயும் வெளிவந்தவையுமாகிய எனது எல்லாக் கதைகளின் ஒட்டு மொத்த தொகுப்பு இந்த நூல்.

இதில் 19 சிறுகதைகளும் 3 குறு நாவல்களும் இடம் பெற்றுள்ளன.

அந்த 19 சிறுகதைகளின் தொகுப்பு, அமேஸானில் மின் நூலாக '*துணிவைத் தேடி*' என்கிற தலைப்பில் ஏற்கனவே பிரசுரமாகியிருக்கிறது. அவ்வாறே, '*நீ வேண்டும் அது வேண்டாமே*'எனும் குறு நாவல், தனி மின் நூலாக அமேஸானில் பிரசுரிக்கப் பட்டது. மற்ற குறுநாவல்களான '*அக்காவின் குடை*', '*புத்தம் புது கனவுகள்*' இரண்டும் '*புத்தம் புது கனவுகள்*' எனும் தலைப்பில் மின்நூலாக ஏற்கனவே அமேஸானில் வெளிவந்திருக்கிறது.

அச்சடித்த புத்தகமாகவும், எனது புனைவுக் கதைகளின் மொத்தத் தொகுப்பாகவும் ஒரு நூல் இருக்கட்டுமே என்கிற எண்ணத்தில் இப்போது இந்த நூல் வெளிவந்திருக்கிறது.

ஒரு எழுத்தாளனாய் எனது ஐம்பது ஆண்டுகாலப் பயணத்தில், எனது எழுத்தின் பரிணாம வளர்ச்சியை நீங்கள் இந்த நூலின் வழி ஓரளவு படித்து ரசிக்க இயலும். அதற்காக, ஒவ்வொரு கதையும் பிரசுரமான அல்லது எழுதப்பட்ட ஆண்டையும் இவற்றில் குறிப்பிட்டிருக்கிறேன்.

சமீப காலத்தில் எழுதி நிறைவு செய்த சில கதைக் களங்கள் பல ஆண்டுகளுக்கு முன் நிகழ்ந்ததாக இருக்கும். அதனால் அக்கதையின் காலகட்டத்தையும் குறிப்பிட்டிருக்கிறேன்.

பெரும்பான்மையான சிறுகதைகள் 1976-2000 கால கட்டத்தில் பிரபல தமிழ் பத்திரிகைகளான ஆனந்தவிகடன், கல்கி, கலைமகள், மங்கையர் மலர், சாவி இவற்றில் பிரசுரமானவை. அப்படிப் பத்திரிகைகளில் பிரசுரமானபோது வந்திருந்த படங்களையும் ஆங்காங்கே சேர்த்திருக்கிறேன்.

வாசகர் கவனத்திற்கு

இதிலுள்ள பெரும்பான்மையான கதைகளும் நடுத்தர வர்க்கத்தின் வாழ்வியல், ஒழுக்க, தார்மிக நெறிகள், கட்டுப்பாடுகள், சுகதுக்கங்கள், பலங்கள், பலவீனங்கள், சபலங்கள் இவற்றைச் சுற்றியே பின்னப்பட்டுள்ளன.

எனது ஆதரிச எழுத்தாளரான லா.ச.ராவின் தாக்கம் இந்தக் கதைகளில் ஓரளவு காணக்கிடைக்கும் -- லா ச ராவின் எழுத்தின் பாணியும், வீரியமும், வார்த்தை ஜாலங்களும் வேறுவிதம் என்றாலும்.

இத்தொகுப்பில் உள்ள கதைகளில் ...

கிராமத்து வைதிக சாஸ்திரிகளின் கதை முதல், கம்பியூட்டர் ஸாஃப்ட்வேர் நிறுவனம் நடத்தும் இளைஞன் கதை வரை உண்டு. உலகைத் துறந்த சன்னியாசியின் கதை முதல், தீவிரமான காதல் கதை வரை உண்டு. கணவனின் உறவுக்காக ஏங்கும் பெண்ணின் கதையிலிருந்து, காலம் கடந்து கணவனை நேசிக்கத் தொடங்கிய பெண்ணின் கதை வரை உண்டு.

நக்கலும் நகைச்சுவையும் கொண்ட கதைகளிலிருந்து, ஆழமாய் ஆன்மிகத்தைத் தொடும் கதைகள் வரை இந்தத் தொகுப்பில் உண்டு. உளவியல் கதையும் உண்டு.

இக் கதைகளைப் பற்றிய உங்கள் மேலான கருத்துகளை ஆவலுடன் எதிர்பார்க்கிறேன். என்னை மின்னஞ்சல் மூலம் தொடர்பு கொண்டாலும் மகிழ்வேன்.

அன்புடன்

‘சாந்தீபிகா’ (சி.வி. ராஜன்)

rajan.chakra@gmail.com

-=()=-

சிறுகதைகள்

சிறுகதைகள்

1. சந்துரு ரொம்ப 'ஸென்ஸிடிவ்'

['ஸ்ரீராம்' எனும் புனைப்பெயரில் எழுதி, 1978 ஆம் ஆண்டு கல்கி வார இதழில் 'அமரர் கல்கி நினைவு சிறுகதைப் போட்டியில் 3 ஆம் பரிசு பெற்ற கதை]

1. சந்துரு ரொம்ப 'ஸென்ஸிடிவ்'

"**வொ**ண்டர்ஃபுல், 'கிளாசிக்'," என்று முணுமுணுத்தவாறே ஒவ்வொரு படத்தின் முன்பும் கால் மணி நின்று ரசித்து கொண்டிருந்தாள் மாலினி. அந்திச் செவ்வானப் பின்னணியில், ஆற்றில் இடுப்பளவு ஆழத்தில் நின்று இறை வணக்கம் செய்யும் துறவி, கன்றுக்குட்டியை அணைத்துக் கொஞ்சி மகிழும் கிராமியப் பெண், மெழுகுவர்த்தி ஒளியில், சிலேட்டில் பாடம் எழுதும் சிறுமி என்று ஒவ்வொரு படத்திலும் இயற்கையையும், உயிரையும் குழைத்து வரைந்திருந்தார் ஓவியர்.

மாலினிக்கு அவ்வளவாக படம் போட வராது; இருந்தாலும், சித்திரக் கலையில் அவளுக்கு அபாரமான ஈடுபாடு உண்டு.

"டீ சுமி! நீ என்னிக்காவது உருப்படியாய் ஒரு காரியம் செஞ்சாய்ன்னு சொல்லணுமானா, அதை இன்னிக்குத் தான் செஞ்சிருக்கடீ," என்று சொன்னாள் மாலினி. "என்னை இந்த ஓவியக் கண்காட்சிக்கு அழைச்சிண்டு வந்தே பாரு, அதுக்கு ரொம்ப ரொம்ப தேங்க்ஸ். அது சரி, இதையெல்லாம் போட்ட 'ஆர்ட்டிஸ்ட்' எங்கேடி இருக்காரு?"

"அவசியம் பார்த்தாகணுமா? இங்கேதான் மாடியிலே 'ரூம்' எடுத்து தங்கியிருக்கான். போய் கூட்டிக்கிட்டு வறேன், இரு," என்று மாடி ஏறி ஓடினாள் சுமித்ரா. அது கோவை ஆர் எஸ் புரத்திலிருந்த ஒரு பழைய கல்யாண மண்டபம். இப்படி ஓவியக் கண்காட்சி, புடவைகள் விற்பனை, ரெடிமேட் விற்பனை என்று வாடகைக்கு விடுவார்கள்.

ஆர்ட்டிஸ்ட் சந்துரு, சுமித்ராவின் பெரியப்பா மகன். சுமித்ராவுக்கு நினைவு தெரிந்த நாட்களாக இருவர் குடும்பங்களும் ஒரே ஊரில் இருந்ததால், அண்ணன் இல்லாத சுமித்ராவுக்கும் சந்துருவுக்கும் பாசப்பிணைப்பு அதிகம்.

இரண்டு வருடங்களுக்கு முன்பு சந்துருவின் பெற்றோர்கள் இருவரும் ஒரு ரயில் விபத்தில் காலமாகி விட்டார்கள். தங்களுடனேயே வந்து தங்கிவிடும்படி வற்புறுத்தியும், மென்மையான இதயம் படைத்த சந்துரு, சுமித்ராவின் பெற்றோருக்கு பாரமாய் இருக்க விரும்பாமல் தனியே ஒற்றை அறை எடுத்து தங்கிக் கொண்டான்.

வேலையில்லாப் பட்டதாரியான அவன் காலம், அவனுடைய சித்திரங்கள் மூலமாகவும் அவன் பெற்றோரது வீட்டை வாடகைக்கு விட்டதன் மூலமும் ஓடிக்கொண்டிருந்தது.

இதெல்லாம் சுமித்ரா, மாலினியை இங்கே கூட்டிக்கொண்டு வருவதற்கு முன்னே சொன்ன விஷயங்கள்.

ஓவியன் என்றால் குறுந்தாடியும் நீள் முடியும் பெயிண்ட் சிந்திய உடையுமாக ஒரு உருவத்தை எதிர்பார்த்திருந்த மாலினிக்கு சுமித்ராவுடன் இறங்கி வந்த இளைஞனைக் கண்டதும் ஆச்சரியமாகப் போய்விட்டது.

நல்ல உயரம், அளவான நிறம், சுத்தமாய் ஷேவ் செய்திருந்த வனப்பான முகம், அளவான முடி, தூய வெண்ணிறத்தில் வேஷ்டி, முழுக்கை சட்டை, முகத்தில் ஒரு வசீகர புன்னகை; ஆனால் கண்களைச் சுற்றி இரு கருவளையங்கள். அந்தக் கண்களிலே ஒரு சோகம் கலந்த பார்வை இருப்பதாக பட்டது மாலினிக்கு.

"சந்துரு! இவ மாலினி; என் உயிர் தோழி. மாலினி! இவர் தாண்டி என் அண்ணா சந்திரசேகர்; இந்த படமெல்லாம் போட்டவர்!" என்று அறிமுகம் செய்து வைத்தாள் சுமித்ரா.

“ஓ கிளாட் டு மீட் யூ!” என்று கையை நீட்டினாள் மாலினி. சந்துரு ஒரு கணம் திகைத்தான். பிறகு கை குவித்து வணக்கம் தெரிவித்தான். மாலினிக்கு அவன் செய்கை என்னவோ போல் இருந்தது. இருந்தாலும் சுதாரித்துக் கொண்டாள். “படம் எல்லாம் ரொம்ப பிரமாதமா, இயற்கையாய் இருக்கு; இவ்வளவு அழகான படங்கள் போல நான் இதுவரையில் வேறே எங்கேயும் பார்த்ததே இல்லை,” மனதாரப் புகழ்ந்தாள் மாலினி.

“ஓ தேங்க் யூ!” சந்துருவின் மென்மையான குரல் மாலினியின் இதயத்தின் ஒரு மூலையில் வருடிற்று.

“நீங்கள் ஓவியம் வரையறதை ‘ஹாபி’யாக வெச்சுக்கிட்டிருக்கீங்களா?” என்று கேட்டாள் மாலினி.

“முதலில் ஹாபியாத்தான் ஆரம்பிச்சேன்; ஆனால் தற்சமயம் இதுதான் சோறு போட்டுக்க்கிட்டிருக்குது!” என்று சொல்லிப் புன்னகை செய்தான் சந்துரு.

அவனுடைய வெளிப்படையான பேச்சு மாலினிக்கு பிடித்திருந்தது.

ஒரு வாரம் போயிருக்கும்.

சுமித்ராவின் வீட்டுத் தோட்டத்தில் அமர்ந்து கொண்டு தேனீரை சுவைத்தவாறே பேச்சோடு பேச்சாய் சந்துரு,

1. சந்துரு ரொம்ப 'ஸென்ஸிடிவ்'

“அன்னிக்கி எக்ஸிபிஷனுக்கு வந்திருந்த அந்தப் பெண், மாலினியோ என்னவோ பேர் சொன்னியே. ரொம்ப ‘மாடர்ன்' ஆகவும் வாயாடியாகவும் இருப்பா போலிருக்குதே?” என்று கேட்டான்.

சுமித்ரா கண்கள் விரிய சந்துருவை ஒரு கணம் பார்த்தாள். பின் உதட்டை சுழித்துக் கொண்டு குறும்பாக சிரித்தவாறே “மாலினி எப்படி இருந்தால் உனக்கு என்ன?” என்று கேட்டாள்.

“சும்மா, தெரிஞ்சுக்கலாமேன்னு தான்...” என்று பின்வாங்கினான் சந்துரு.

“அப்போ எங்களோடு கூட வந்த மல்லிகா, கல்பனா, சீதா, சுதா இவர்களைப் பத்தியெல்லாம் நீ ஏன் கேட்கலை?”

“அது வந்து...,” நாற்காலியில் சங்கடத்துடன் நெளிந்தான் சந்துரு.

சுமித்ரா பெரிதாய் சிரித்தாள். “சரிதான்; நான் ஊகித்தது சரிதான். 'நல்ல காரியம் சீக்கிரம் நடக்கட்டும்..,” என்று பாடி சிரித்தவாறே தன் குண்டு உடம்பை தூக்கி கொண்டு உள்ளே ஓடினாள். தன் உள்ளத்து அந்தரங்கத்தை இவ்வளவு எளிதாக சுமித்ரா புரிந்து கொண்டு விட்டதை அறிந்து திகைத்து நின்றான் சந்துரு.

இந்த ஒரு வார காலத்தில், தன் மனத்தில் ஏதோ ஒரு இனம் புரியாத சந்தோஷம். ஒரு மாறுதல் ஏற்பட்டு இருப்பதை மாலினி உணர்ந்தாள். அந்த மாறுதலை சுமித்ரா கவனிக்க தவறவில்லை!

“உன் அண்ணா, அதான், அந்த ‘ஆர்ட்டிஸ்ட்' ரொம்ப சங்கோஜப் பிராணியாய் இருப்பார் போலிருக்கே?” என்று இண்டெர்வெலின் போது தனியாய் அகப்பட்ட சுமியிடம் மெல்ல கேட்டாள் மாலினி.

“எவன் எப்படி இருந்தால் உனக்கென்ன?” சந்துருவிடம் பிரயோகித்த அதே பாணத்தை இங்கேயும் பிரயோகித்தாள் சுமித்ரா.

"சும்மா தெரிஞ்சுக்கலாமேன்னு தான்...” அதேபோல அசடு வழிந்தாள் மாலினி.

சுமித்ரா சிரித்தாள். மாலினியின் தொடையில் அழுந்த கிள்ளியவாறே," சித்திரம் பேசுதடி; என் சிந்தை மயங்குதடி..." என்று பாடினாள். மாலினியின் கன்னம் சிவந்தது.

"**டி**ரைவர்! காரை நிறுத்து; சீக்கிரம்!" என்று கத்தினாள் மாலினி. கோவை ஒப்பணக்கார வீதியில் இருந்த அந்த ஓவியப் பொருள்கள் விற்கும் கடை வாசலில் சந்துரு நிற்பதைப் பார்த்துவிட்டுத்தான் டிரைவரிடம் அப்படிக் கத்தினாள் மாலினி.

கார் நின்றதும் அவசர அவசரமாய் இறங்கினாள், "டிரைவர், நீ போ. நான் பின்னால் பஸ்ஸில் வறேன்னு வீட்டிலே சொல்லிடு," டிரைவரின் பதிலுக்கு காத்திராமல் அந்தக் கடையை நோக்கி முன்னேறினாள் மாலினி.

'இந்தப்பா எனக்கு ஒரு 'பாக்ஸ்' பெயிண்ட்; ரெண்டு பிரஷ் கொடு."

மாலினியின் குரல் கேட்டு ஏதோ வாங்கிக் கொண்டு இருந்த சந்துரு சடக்கென்று திரும்பிப் பார்த்தான். "ஹலோ! நீங்களா?" மென்மையாய் ஒலித்த சந்துருவின் குரலில் மகிழ்ச்சி பொங்குவதை மாலினி கவனித்தாள்; முகம் மலர்ந்து புன்னகை செய்தாள்.

"இப்படி மொட்டையாய்ச் சொன்னால் எப்படிங்க? என்னா பெயிண்ட், வாட்டர் பெயிண்ட்டா, ஆயில் பெயிண்டா, என்ன சைசு பிரஷுன்னு சொன்னால்லே தேவலாம்...," என்று முணுமுணுத்தான் கடைப் பையன்.

"மிஸ்டர் சந்துரு! ப்ளீஸ்..ஒரு பிகினருக்குத் தேவையான பெயிண்டிங் இன்ஸ்ட்ரூமெண்ட்ஸ் வாங்கி தாங்களேன்!"

சந்துரு, தேவையானதைத் தேர்ந்தெடுத்து வாங்கி கொடுத்ததோடு, அவளை முந்திக் கொண்டு போய் பில்லுக்கு பணமும் எடுத்துக் கொடுத்தான். இரண்டு பேரும் பேசிக்கொண்டே கடைக்கு வெளியே வந்தார்கள். சந்துரு அவளுக்கு அருகில் இரண்டு அடி இடைவெளி விட்டே நடந்து வந்தான். "நீங்கள் ரொம்பவே கூச்சப்படுகிறீங்க," என்றாள் மாலினி.

1. சந்துரு ரொம்ப 'ஸென்ஸிடிவ்'

“இல்லை, நாம் ரெண்டு பேரும் சேர்ந்து போவதைப் பார்த்தால் யாராவது தப்பா எடுத்துக்கலாமில்லையா?” என்றான் சந்துரு.

இரண்டு பேரும் கடைத் தெருவை தாண்டி சந்தடி அதிகம் இல்லாமல் இருக்கும் அடுத்த பஸ் ஸ்டாப்பை நோக்கி நடக்கத் தொடங்கினார்கள்.

“உங்களுக்கு பெயிண்டிங்கில் ‘இன்ட்ரஸ்ட்’ உண்டா? படம் போட வருமா?” என்று தயக்கத்துடன் கேட்டான் சந்துரு.

“ஓ போடுவேனே, காக்காய், மயில் படமெல்லாம் போட்டு, பிறகு அடையாளம் தெரிவதற்காக கீழே பெயரை எழுதி விடுவேன்” குழந்தை போல் சொல்லி சிரித்தவள், “உங்கள் எக்ஸிபிஷனைப் பார்த்ததும் எனக்கும் கற்றுத்துக்கிடணும்னு ரொம்ப இன்ட்ரஸ்ட் வந்துடுச்சு. நீங்க எனக்கு கற்றுத் தருவீங்களா?” என்றாள்.

“நான் எப்படிங்க...உங்களுக்கு?”

“ஏன்? தினம் சாயந்திரம் காலேஜ் விட்டதும் நானே உங்க ரூமுக்கு வருகிறேன்; ஒரு அரைமணி சொல்லி தாங்களேன்?”

“அது... வந்து, இந்த ஓவியம் வறையறதெல்லாம் இயற்கையாகவே வரணும்; சொல்லித் தருவதால பிரமாதமாய் ஒண்ணும் வந்துடாது....” இழுத்தான் சந்துரு.

பொய்க்கோபத்துடன் சட்டென்று நின்றாள் மாலினி.

“சொல்லித் தர விருப்பமில்லைன்னா பளிச்சுனு சொல்லிடுங்களேன்; ஏன் சுத்தி வளைக்கிறீங்க?”

“நோ. நோ. அப்படி இல்லை. நீங்கள் என் அறைக்கு வந்தால் சத்திரத்துக்கு சொந்தக்காரர் அப்புறம் அக்கம் ரூமில் தங்கியிருப்பவங்கள்ளாம் என்னை பத்தித் தப்பாய் நினைப்பாங்க.”

“ஏன்? என்னைப் பாத்தா எப்படி தெரியுது? நான் என்ன, அத்தனை கேவலமான பெண்ணா?”

சந்துரு பதில் சொல்ல தெரியாமல் திண்டாடினான். அவனுடைய சங்கடத்தை பார்க்க மாலினிக்கு சிரிப்பாய் வந்தது. அவனை மேலும் சீண்ட மனம் இடம் தரவில்லை.

தன் ஒரு கடைக்கண் பார்வைக்காகவும், புன் சிரிப்புக்காகவும் தவம் கிடந்து பின்னால் சுற்றும் ஆண்கள்

நிரம்பிய இந்த உலகத்தில் இப்படியும் ஒரு ஆண்மகனா? தான் மேலும் சந்துருவால் ஈர்க்கப்படுவதை மாலினி உணர்ந்தாள்.

சந்திப்புகள் தொடர்ந்தன. இருவருக்குமே தாங்கள் காதல் வலையில் சிக்கிக்கொண்டாயிற்று என்று நன்றாகவே தெரிந்தது.

அன்று கல்லூரி முடிந்து வெளியே வந்தபோது, தன் காருக்கு சற்று தள்ளி சந்துரு நின்று கொண்டிருப்பதைப் பார்த்து மாலினிக்கு ஆச்சரியம் தாளவில்லை. கூட வந்த சுமித்ராவும் சந்துருவை கவனித்துவிட்டாள்.

“அட! இவனுக்கு இவ்வளவு தூரம் துணிச்சல் வந்துடுச்சா? மாலினி, நீ பெரிய்ய ஆள் தாண்டி! சரி,சரி; நடத்துங்க! நான் போறேன்,” என்று சொல்லி, சந்துருவுக்கும் சேர்த்து கையை ஆட்டிவிட்,டு சுமித்ரா நழுவி விட்டாள்.

“மாலினி! இந்தா, இந்த ஸ்வீட்டை பிடி; எனக்கு ஸ்டேட் பேங்கிலிருந்து வேலைக்கு ஆர்டர் வந்துடுச்சு! ஆரம்ப சம்பளம் நானூத்தி முப்பது; போகப்போக ஏறும்,” முகத்தில் மகிழ்ச்சி மிளிர ஒரே மூச்சில் பேசி முடித்தான் சந்துரு.

“அப்படியா ஹௌ நைஸ்! கங்கிராட்ஸ்!” சந்துருவின் கையை பிடித்து குலுக்க வேண்டும் போல் இருந்தது மாலினிக்கு. ஆனால் அவன் கையை நீட்ட மாட்டானே!

கல்லூரி விட்டு செல்லும் பெண்களின் பார்வைகள் இவர்கள் பக்கம் விழ ஆரம்பித்தன.

“சரி வேறு எங்கேயாவது போவோமே? எல்லாரும் ஒரு மாதிரி பார்க்கிறாங்க...,” சந்துரு சங்கடப்பட ஆரம்பித்தான். காரை அனுப்பி விட்டு சந்துருவுடன் நடந்தாள் மாலினி.

"பெரிய பிரச்சினை தீர்ந்துடுச்சு மாலினி! இனிமே உன் அப்பா அம்மாவை பார்த்து நம் கல்யாணத்தைப் பற்றி பேசணும்; உனக்கும் இந்த வருஷத்தோடு ‘கோர்ஸ்’ முடியிதுல்லே?” படு சீரியஸாகப் பேச ஆரம்பித்தான் சந்துரு.

மாலினி சிரித்தாள்; “அப்படி என்ன அவசரமாம்? வாழ்க்கையிலே எப்போவோ ஒரு தடவைதான் காதலிக்கிறோம்; இன்னும் கொஞ்ச நாட்கள் இப்படி ஜாலியாய் காதலர்களாகவே இருக்கலாமே?” தலையை சாய்த்துக்கொண்டு கொஞ்சலாய் கேட்டாள் மாலினி.

“ஊகூம்; அப்புறம் நாலு பேர் என்னை பத்தி தப்பாய் பேசுவாங்க. ஒரு பொண்ணு பின்னாடி அலைஞ்சுகிட்டிருக்கான்னு சொல்லுவாங்க. எனக்கு அதெல்லாம் கேக்கப் பிடிக்காது. சரி, என்னிக்கு உன் வீட்டுக்கு வரட்டும்? சொல்லு.”

மாலினி யோசித்தாள். கல்யாண விஷயத்தின் கனம் இப்போதுதான் அவளுக்கு உறைக்க ஆரம்பித்தது. அவள் முன்பே மாலினியிடம் நைஸாக விசாரித்தில், நல்ல காலமாய் இருவரும் ஒரே ஜாதி என்று தெரிந்துவிட்டது. ஆனால் அந்தஸ்து? அம்மாவைக் கூட எப்படியாவது சரிகட்டி விடலாம். ஆனால், பெரிய பிஸினஸ் புள்ளியான கண்டிப்புக்கார அப்பாவை?

“ஓகே சந்துரு; முதலில் நான் நம் விவகாரத்தை வீட்டில் லேசாக கொஞ்சம் சொல்லி வைக்கிறேன்; அப்பா கண்டிப்பாத் தைதைன்னு குதிப்பார்; கொஞ்சம் சூடு அடங்கியதும் நான் உங்களை அழைத்துப் போறேன். என்ன?”

சந்துருவிடம் அப்படிச் சொல்லிவிட்டாலும் மாலினிக்கு இந்த விஷயத்தை வீட்டில் பேசவே பயமாக இருந்தது. கோவையில் மூன்று தொழில் நிறுவனங்களுக்கு சொந்தக்காரர், ஈரோட்டில் இரண்டு மில்கள் வைத்திருப்பவர், லயன்ஸ் கிளப்பிலும், கோவை வர்த்தக சபையிலும் பெரிய புள்ளியாக இருக்கும் பெரும் கோடீசுவரரான அப்பாவின் மாப்பிள்ளையாக ஸ்டேட் பாங்கில் வேலை பார்க்கும் ஒரு கிளார்க்கு; பகுதி நேர ஓவியன்! இது எப்படி எடுபடும்? தனக்கு ஏன் இதெல்லாம் இப்போதுதான் பூதாகாரமான பிரச்சனைகளாகத் தெரிகிறது?

மாலினிக்கு தனக்கு சந்துருவின் மீது இருக்கும் காதலில் எள்ளளவும் சந்தேகமில்லை. அவசியமானால், சந்துருவுக்காக வீட்டை விட்டு வெளியே வந்து அவனுடன் ஒரு சிறிய வாடகை வீட்டில் குடித்தனம் செய்யவும் அவள் தயாராய் இருந்தாள். ஆனால், அது கடைசி பட்சமாக இருக்கவேண்டும். வேறு வழியில்லை என்றால் அதற்கும் அவள் தயார்.

ஆனால், அவளுக்கு எதையும் எளிதில் விட்டுக்கொடுக்கும் குணம் கிடையாது. முதலில் அம்மாவிடம் பேசத் தீர்மானித்தாள்.

விபரம் தெரிய வந்ததும் பார்வதி அம்மாளுக்கு, வியப்பு, அதிர்ச்சி, கோபம், இரக்கம் என்று பல எண்ணங்களும் மாறிமாறி எழுந்தன. என்ன சொல்வது என்றே தெரியவில்லை. மகளின் பிடிவாத குணம் அவளுக்கு நன்கு தெரிந்தது தான். அதோடு தன் மகளின் புத்திசாலித்தனம் பற்றி அவளுக்கு நம்பிக்கையும் உண்டு. அவள் ஒருவனைத் தேர்ந்தெடுத்தால் அவளது தெரிவு அப்படி ஒன்றும் மோசமாக இருக்காது என்றும் மனதில் பட்டது. நீண்ட மௌனத்திற்கு பிறகு பார்வதி அம்மாள் சொன்னாள்:

"இதோபார் மாலினி; எனக்கு இதெல்லாம் ஒண்ணும் பிடிக்கவில்லை; எப்படியானாலும் கடைசி முடிவு எடுக்கப் போவது உங்க அப்பாதான்; நானே ஒருவேளை ஒத்துக்கிடாலும் அவரு ஒத்துக்கிறதுக்கு சான்ஸே இல்லே; அதனாலே, நீயே அவரிடம் சொல்லிக்கோ.,"

"அம்மா, அம்மா; ப்ளீஸ் எனக்காக நீ தான் அப்பாவிடம் பேச வரணும். உன் ஒரே மகள் சந்தோஷமாய் இருக்கணும்னு உனக்கு அக்கறை இல்லையா?" கெஞ்சினாள் மாலினி.

மாலினிக்கு தன் அப்பாவிடம் தனியே போய் இதைப்பற்றிப் பேசுவது என்பதை நினைத்தாலே மலைப்பாக இருந்தது. அவள் அப்பா பிரபாகரனிடம் அவளுக்கு அப்பா என்ற 'சலுகையோ', ஒட்டுதலான பாசமோ நினைவு தெரிந்த நாட்களாய் இருந்ததே இல்லை.

அவருக்கு தெரிந்ததெல்லாம் இருபத்து நாலு மணி நேரமும் 'பிஸினஸ்- பணம் -பிஸினஸ்' மட்டும்தான். குடும்பத்தினரோடு பாசத்தோடும் அக்கறையோடும் அவர் பேசிய நாட்களை விரல் விட்டு எண்ணிவிடலாம். மாலினிக்கு வீட்டிலும் வெளியிலும் எல்லா சுதந்திரமும் இருந்தது -- அவள் அப்பாவிடம் மனம் விட்டு பேசுவதை தவிர, ஒரு வேலைக்காரனுக்கு தன் எஜமானரிடம் எத்தகைய பயபக்தி இருக்குமோ கிட்டத்தட்ட அத்தகைய ஒரு உணர்வு தான் இருந்தது மாலினிக்கு பிரபாகரனிடம்.

தொலைபேசியில் பேசிக் கொண்டிருந்த பிரபாகரன் நிமிர்ந்து பார்த்தார். ஒருநாளும் இல்லாத திருநாளாய் தன் மனைவியும் மகளும் சேர்ந்து தன் அலுவலக அறைக்கு வருவதை கண்டு அவர் கண்கள் வியப்பால் விரிந்தன. சற்று

இருக்குமாறு அவர்களுக்கு கை காட்டிவிட்டு போனில் பேச வேண்டியதை முழுவதும் பேசிவிட்டு தலை நிமிர்ந்தார்.

"என்ன விஷயம்?"

மாலினிக்கு இதயம் படபடத்தது. பேச நா எழவில்லை. உதவிக்காக தாயின் முகத்தைப் பார்த்தாள்.

"சுற்றி வளைக்காமல் நேரே சொல்லிடலாமே மாலினி?" என்றாள் தாயார். பின் தன் கணவனைப் பார்த்து, "வேறொண்ணுமில்லை; அவள் யாரோ ஒரு ஆர்டிஸ்ட்டைக் காதலிக்கிறாளாம்; அவனைத்தான் கல்யாணம் பண்ணிப்பாளாம்...," என்றாள்.

குறுக்கே பேசாமல் பிரபாகரன் விவரங்களை கேட்டுக் கொண்டார். பிறகு கர்ஜிப்பதை போன்ற குரலில் கேள்விக்கணைகள் தொடுத்தார்

"அவனுக்கு என்ன வருமானம்?"

"மாதம் நானூறு, ஐனூறு வரும்ன்னு சொன்னார் அப்பா..."

"வேற சொத்து கித்து? மில்லு கில்லு?"

நல்ல ஆர்ட்டிஸ்ட் அப்பா; அவர் படமெல்லாம் பல ஆயிரம் பெறக்கூடியது அப்பா...."

"ஆர்ட்டிஸ்டை தூக்கி உடைப்பில் போடு. இதோ பார் இந்த கலை, கிலைன்னு அலையறவனெல்லாம் கிறுக்கனாய் இருப்பான். அடுத்த வேளை கஞ்சிக்குத் திண்டாடுவான். நான் சொல்வதைக் கேள், இவனெல்லாம் நம் அந்தஸ்துக்குச் சரிப்பட மாட்டான். உனக்கு என்ன அத்தனை அவசரம்? நல்ல 'மில்லியனராய்' ராஜாவாட்டம் ஒருத்தனை நானே பார்த்து உனக்கு முடிக்கிறேன்; இவனை நைசாக கழற்றிவிட்டுடு," கொடூரமாய்ப் புன்னகை செய்தார் பிரபாகரன்.

"அதெப்படி அப்பா..." பேசத்தொடங்கிய மகளை இடைவெட்டினார் பிரபாகரன்.

"ஸ்ஸ்...வெட்டியாய் ஏதாவது பேசாதே. சொன்னதைச் செய். எனக்கு நிறைய வேலை கிடக்குது...," போனை எடுத்து டயல் செய்ய தொடங்கினார் பிரபாகரன்.

அறையைவிட்டு வெளியே வந்தபோது, மாலினிக்கு அழுகையும் கோபமும் பொங்கிப் பொங்கி வந்தன. ஏதோ

சமாதானம் செய்ய முயன்ற பார்வதி அம்மாளை ஒதுக்கிவிட்டு மாலினி தன் படுக்கையில் வந்து விழுந்தாள்.

சந்துருவை மறப்பதா? அவளால் கற்பனை செய்து கூடப் பார்க்க முடியவில்லை. எப்படியும் அவரை மணந்தாக வேண்டும்; அதுவும் அப்பாவின் சம்மதத்துடன். அதற்கு என்ன வழி? மாலினி தீவிரமாய் யோசித்தாள்.

"ஜெயிக்கணும்னா போராடித்தான் ஆகணும்; ரிஸ்க் எடுத்துத் தான் ஆகணும்; எதைப் பண்ணினா எதிராளி மடங்குவான்னு பார்த்து அதைப் பண்ணணும்; அங்கே இது நியாயமா, தர்மமான்னு ரொம்ப யோசிச்சா வேலைக்காவாது," -- இது அவளுடைய அப்பா தம் தொழில் வெற்றியின் ரகசியமாக சற்றே கர்வத்துடன் அடிக்கடி சொல்லும் ஒரு வாக்கியம்.

துணிந்து இறங்க முடிவெடுத்தாள் மாலினி.

தன் காதலை ஜெயிக்கவைக்கப் பல மாற்று வழிகளையும் வெறியாய் யோசித்தாள். கடைசியில் ஒரு வழி புலப்பட்டது. சந்துருவுக்கும் தனக்கும் கல்யாணத்துக்கு முன்பே தகாத தொடர்பு ஏற்பட்டு விட்டதாகப் பொய் சொன்னால்? ஆம்; அப்பாவின் முரட்டுப் பிடிவாதத்தைக் கரைத்து அவரைச் சம்மதிக்க வைக்க அதுதான் ஒரே வழி.

ஆனால் ஆனால்.... அவள் மனசாட்சி அவளை இடித்தது. 'அடி மாலினி, இதுவரை உன்னை ஒருமுறை கூட ஸ்பரிசித்து அறியாத அந்த உத்தமமான ஆண்மகனைப் பற்றி இப்படி அபாண்டமாகப் பொய் சொல்லலாமா?' மாலினிக்கு அதை நினைத்தால் வருத்தமாகத்தான் இருந்தது; ஆனாலும் பரவாயில்லை. 'ஆயிரம் பொய் சொல்லியாவது ஒரு கல்யாணத்தை பண்ணு என்று பெரியவர்கள் சொல்லியிருக்கிறார்கள்.' மாலினி தீர்மானித்துவிட்டாள்.

அவள், தன் கல்லூரி நாடகங்களில் காட்டும் நடிப்புத்திறன் முழுவதையும் இப்போது காட்ட வேண்டும். அவள் எதிர்காலம் அவள் தன் பெற்றோர் முன்னால் காட்டப்போகும் நடிப்பில் தான் இருக்கிறது.

அன்று சந்துருவுக்கு அலுவலகம் அரை நாள் விடுமுறை. தன் அறையில் உட்கார்ந்து அவன் புதிதாய்ப் போட

ஆரம்பித்திருந்த ஆயில் பெயிண்ட்டிங்கை உற்சாகத்துடன் தொடற ஆரம்பித்தான். பரதநாட்டிய உடை, அலங்காரத்துடன் மாலினி நடனமாடுவது போன்ற ஓவியம் அது.

ஒருவாரமாக மாலினி கண்ணிலேயே படவில்லை; ஒருக்கால் அவள் வீட்டில், தன்னைச் சந்திக்க கூடாது என்று கண்டித்திருப்பார்களோ? அவன் மனம் கலங்க ஆரம்பித்தது. இப்போதே மாலினி வீட்டுக்குச் சென்று முடிந்தால் அவள் பெற்றோரைப் பார்த்து பேசினால் என்ன? கடிகாரத்தைப் பார்த்தான். மணி மாலை நாலரை ஆகியிருந்தது. உடனே பளிச்சென்று உடை அணிந்து கொண்டு கிளம்பிவிட்டான் சந்துரு.

“**யா**ராயிருந்தாலும் இன்னும் அரை மணி கழிச்சு தான் பார்க்கமுடியுமாம்; பெரிய அம்மா சொன்னாங்க; உட்காரச் சொன்னாங்க,” என்றான் வேலைக்காரன்.

“மாலினியம்மாவிடம் என் பெயரைச் சொல்லி, நான் வந்திருப்பதாகச் சொன்னாயா?” கேட்டான் சந்துரு.

“மாலினியம்மாவும் பெரியம்மாவும் பெரிய ஐயா ஆப்பீஸ் ரூமிலே ஏதோ பேசிக்கிட்டு இருக்காங்க. சின்னம்மாவிடம் சொல்லப்போனேனுங்க; அதுக்குள்ளே ஐய்யா 'வள்'ளுனு விழுந்து விரட்டிப் புட்டாருங்க,” என்று எரிச்சலுடன் சொன்னான் வேலைக்காரன்.

பக்கத்து அறையில் காரசாரமாக பேச்சுக்குரல் ஏதோ கேட்டுக் கொண்டிருந்தது. ஒருக்கால் மாலினி அவனைப் பற்றித்தான் தன் அப்பாவுடன் பேசிக்கொண்டிருக்கிறாளோ? பக்கத்து அறைக்கும் வரவேற்பறைக்கும் இடையே ஒரு ஜன்னல் கதவு லேசாக ஒருக்களித்துத் திறந்திருந்தது. சந்துரு மெதுவாக அதன் அருகில் போய் நின்று கொண்டான். உள்ளே பேசுவது இப்போது தெளிவாக கேட்டது.

தம் அறைக்குள் வந்த மனைவியையும் மகளையும் நிமிர்ந்து பார்த்தார் பிரபாகரன். மாலினி தலையை குனிந்து கொண்டு நின்றிருந்தாள். அவள் மூக்கும் கண்ணும் சிவந்திருந்தன. பார்வதி அம்மாளின் முகமோ பேயறைந்தது போலிருந்தது. பிரபாகரனுக்கு ஒன்றும் புரியவில்லை.

"என்ன விஷயம்?"

"இவ திடீர்னு தலையிலே கல்லைத் தூக்கிப் போடறாங்க. நேத்து ராத்திரி காலேஜ் விட்டு ரொம்ப லேட்டாக வந்தா. சாப்பிடக் கூட இல்லை. என்கிட்ட எதுவும் பேசாம படுக்கைக்கு போயிட்டா. இன்னைக்கும் ஒரு மாதிரி இருக்காளேன்னு துருவித்துருவி கேட்டா இந்த அநியாயத்தை சொல்லறா..." பார்வதி அம்மாள் புலம்ப ஆரம்பித்தாள். "வாட் நான்சென்ஸ்? மாலினி, என்ன ஆச்சு?" என்று அதட்டினார் பிரபாகரன்.

மாலினி தன் நடிப்புத் திறமை முழுவதையும் காண்பிக்க தொடங்கினாள்.

நடிப்பு முடிந்ததும்....

"அயோக்கிய ராஸ்கல்!" நாற்காலியை தள்ளி விட்டு எழுந்தார் பிரபாகரன்.

"இப்படிப்பட்ட ஒரு அயோக்கியனை பத்தி அன்னிக்கி நீ பிரமாதமாய் 'ஆகா ஓஹோ 'ஆர்ட்டிஸ்டு' அது இதுன்னு பெருமை பேசினியே, இப்போ தன் அசல் நாய் புத்தியைக் காட்டிட்டான் பார்த்தியா? இதற்கு முன்னால் எத்தனை பொண்ணுங்களை இப்படி கெடுத்தானோ, யார் கண்டது?..,"

கோபத்தில் குதித்த பிரபாகரனைச் சமாதானப்படுத்த முயன்றாள் பார்வதியம்மாள்.

"சரி, சரி... நடந்தது என்னவோ நடந்து போச்சு; நாம பெத்த சனியனுக்கு புத்தியும் தைரியமும் எங்க போச்சு? இனி நடக்க வேண்டியதைப் பத்தி யோசியுங்க...,"

பிரபாகரன் நாற்காலியில் மீண்டும் உட்கார்ந்தார். ஐந்து நிமிடங்கள் மௌனத்தில் கரைந்தன. பிறகு அவர் பேசத் தொடங்கியபோது குரலில் கோபம் தணிந்து இருந்தது.

"அப்படிப்பட்ட ராஸ்கல் தான் எனக்கு மாப்பிளையாய் வரணும்னு விதி இருந்தால் என்ன செய்ய? விஷயம் வெளியே தெரிஞ்சு சந்தி சிரிப்பதற்கு முன்னால் கல்யாணத்தை பண்ணித் தொலைக்க வேண்டியதுதான்.,"

பிறகு மாலினியை பார்த்து கடுகடுப்புடன் சொன்னார்;

"நாளைக்கு அந்த அயோக்கியனை அழைச்சுக்கிட்டு வா. எனக்கு மாப்பிள்ளையாய் வரும் பாவத்துக்காக என்

மில்லிலேயே அவனுக்கு பெரிய்ய வேலையாய் ஒண்ணு போட்டு தர்றேன்.,"

அப்பாவின் அறையை விட்டு வெளியே வரும்போது மாலினி மனம் மகிழ்ச்சியால் துள்ளியது. அப்பாவை தாக்க வேண்டிய விதத்தில் தாக்கி வென்றாகி விட்டது!

"சின்னம்மா, சின்னம்மா!" என்று கூப்பிட்டுக் கொண்டே வேலைக்காரன் ஓடி வந்தான். "உங்களை தேடிட்டு ஒல்லியா, உசரமா சந்திரசேகரனோ என்னமோ சொல்லிகிட்டு ஒருத்தர் வந்தாருங்க. உங்களுக்காக பத்து நிமிஷம் காத்திருந்து பார்த்துபுட்டு திடீரென்று கிளம்பி போய்ட்டாருங்க," என்றான்.

என்னது? தன்னைத் தேடிக் கொண்டு சந்துரு வந்தாரா? முக்கியமா ஏதாவது இருக்குமோ? உடனே உடைமாற்றிக்கொண்டு சந்துருவின் அறைக்குப் கிளம்பினாள் மாலினி.

"**ச**ந்துரு, சந்துரு," என்று கூப்பிட்டுக் கொண்டு சந்துருவின் மாடி அறைக்குள் நுழைந்தாள். அங்கே ஜன்னலோரத்தில் வானத்தை வெறித்து பார்த்தவாறே ஈஸி சேரில் படுத்திருந்தான் சந்துரு.

"சந்துரு! நீங்கள் வீட்டுக்கு வந்திருந்தீர்களாமே? ஏன் சொல்லாமல் திரும்பி வந்துட்டீங்க? உங்களுக்கு ஒரு 'ஸ்வீட் நியூஸ்'! என் அப்பா நம் கல்யாணத்துக்கு சம்மதிச்சிட்டாரு!" உற்சாகத்தோடு பேசியவாறே அவன் அருகில் ஓடிவந்தாள்.

சந்துரு படுத்துத்திருந்த நிலையை பார்த்து சட்டென்று விக்கித்து நின்றாள். "வாட் சந்துரு, வாட் ஹேப்பன்ட் டு யு?" குனிந்து அவன் நெற்றியில் கை வைக்க போனாள் மாலினி.

"டோன்ட் டச் மீ!"

சந்துருவின் குரல் ஆக்ரோஷமாய் அவளை தடுத்தது. நாற்காலியில் எழுந்து உட்கார்ந்தான்; அவன் கண்கள் அவளையே வெறித்தன. மாலினிக்கு ஒன்றும் புரியவில்லை.

"நம்ம கல்யாணத்துக்கு உங்கப்பா சுலபத்திலே சம்மதிக்கவே மாட்டார்ன்னு அன்னிக்கு சொன்னியே, அதற்குள்ள எப்படி சம்மதித்தார்ன்னு நான் தெரிஞ்சுக்கலாமா?" சந்துருவின் குரலில் இருந்த வேகம் மாலினி இதுவரையில் கேட்டிராதது..

"இது என்ன சந்துரு, நான் ரொம்பவும் வற்புறுத்தினேன்; அழுது ஆர்ப்பாட்டம் பண்ணினேன்...."

"அதுக்கு இப்படிப்பட்ட அபாண்டமான பொய்யா கிடைச்சுது உனக்கு, மாலினி?"

"சந்துரு, நீங்க.... நாங்கள் பேசியதை...?"

"எல்லாத்தையும் கேட்டேன். என்னைப்பத்தி இத்தனை கேவலமாப் பேச உனக்கு எப்படிம்மா மனசு வந்துது? நான் இதுவரை என்னோட ஒரு சுண்டு விரல் நகத்தாலாவது உன்னைத் தொட்டிருக்கேனா மாலினி? நம்ம இருவர் பேரும் கெட்டுடக் கூடாதுன்னு என்று எத்தனை ஜாக்கிரதையாக இருந்திருக்கேன்; என்னை பத்தி, இப்பிடிப்போய்...." சந்துருவின் குரல் தழுதழுத்தது.

"அயம் சாரி சந்துரு, எங்கப்பா சம்மதத்தோட நம்ம கல்யாணம் நடக்கணும்னா எனக்கு இதை விட்டா வேறு வழி எதுவும் தெரியல்லையே சந்துரு...," என்று தொடர்ந்த மாலினியை இடை வெட்டினான் சந்துரு.

"அந்த பொய்யின் பரிமாணத்தை யோசிச்சியா நீ? நாளைக்கு உன் குடும்பத்தார் முன்னாடி நான் எப்படி தலை நிமிர்ந்து நடக்க முடியும்? அவங்க என்னை எத்தனை கேவலமாப் பார்ப்பாங்க? 'இதுக்கு முன்னாடி எத்தனை பெண்களைக் கெடுத்தானோ'ன்னு தானே என்னைப் பார்க்கும் போதெல்லாம் தோணும்? இந்த பொய் வெளியே நாலு பேருக்கு தெரிஞ்சு போச்சுன்னா எத்தனை கேவலம்?"

"நம் கல்யாணம் நடக்க வேண்டாமா சந்துரு? இதைப் போய் நீங்க இத்தனை பெரிதாய்...,"

"கல்யாணம் கிடக்கிறது கல்யாணம். மனுஷனுக்கு மானம் மரியாதை முக்கியம். இந்த மாதிரி விஷயங்கள்லே நான் ரொம்பவே 'சென்சிட்டிவ்'. பெண்களோட கற்பை பத்தியும், ஒரு யோக்கியமான பெண்ணோட நடத்தையைப் பத்தியும் யாராவது தப்பா பேசினா நீங்கள்ளாம் பொங்கி எழுந்து சண்டைக்கு வருவீங்க; ஆனா ஆண்களுக்கும் கூட அத்தகைய உணர்ச்சி இருக்கும்னு என்று ஒரு கணமாவது யோசிச்சுப் பார்ப்பீங்களா? வேண்டாம். என்னை விட்டுடு மாலினி. ப்ளீஸ் லீவ் மீ அலோன்," சந்துரு ஈஸி சேரில் சாய்ந்து கொண்டான்.

1. சந்துரு ரொம்ப 'ஸென்ஸிடிவ்'

"என் மனப்புண் ஆற ரொம்ப நாள் ஆகும்; தயவு செஞ்சு என்னை தனியாய் விடு...,"

மாலினிக்கு தலை சுற்றியது. அவள் கண்ணீரினூடே, சந்துரு பாதி வரைந்திருந்த அவள் படம் மங்கிப் புகை படிந்து கலைந்து அழிவது போல்...

(கல்கி 1978)

-=()=-

2. கம்பியூட்டரில் ஒரு குக்கூ பாட்டு!

[கல்கி வார இதழில் டிசம்பர் 1992 இல் வெளிவந்தது]

2. கம்பியூட்டரில் ஒரு குக்கூ பாட்டு!

"**த**ம்பி, நீ இந்த கம்பியூட்டர் சமாச்சாரத்திலேயெல்லாம் பெரிய ஆளுன்னு கேள்விப்பட்டேன்; நம்ம தொழிலுக்கு உன்னாலே உதவ முடியுமா தெரிஞ்சுக்கத்தான் கூப்பிட்டு அனுப்பிச்சேன்," என்றார் கவிஞர் வைகை வளவன்.

"நீங்க சினிமாவுக்குப் பாட்டு எழுதறவங்க; நானோ கம்பியூட்டரில் சாஃப்ட்வேர் எழுதறவன்; என்னங்க மொட்டைத்தலைக்கும் முழங்காலுக்கும் முடிச்சு போடுறீங்க?" என்றேன்.

"என்ன தம்பி; இந்த காலத்தில் கம்ப்யூட்டர் நொழையாத இடமே இல்லைங்கிறாங்க! இப்போ கம்ப்யூட்டர் ஒண்ணை வெச்சுக்கிட்டு சினிமாவுக்கு கவிதை தயார் பண்ணித் தர முடியாதா?"

எனக்கு சுவாரஸ்யம் தட்டியது. வைகை வளவன் எனக்கு சிற்றப்பன் முறை. அதனால் ஓரளவு பழக்கம் உண்டு.

"ஏன் சித்தப்பு, உங்களுக்கு சவேராவிலே ரூம் போட்டு, தாக சாந்திக்கு ஏற்பாடு பண்ணிட்டா, சும்மா கவிதையா வந்து கொட்டும்னு கேள்விப் பட்டிருக்கேன்; கம்பியூட்டருக்கு என்ன அவசியம்?" என்று கேட்டேன்.

"தம்பி, இன்னிக்கி ஃபீல்டிலே சக்கபோடு போட்டுக்கிட்டிருக்கிற கவிஞர் யாருன்னு கேட்டா பச்சக்கொழந்தை கூட என் பேரைத்தான் சொல்லும். அங்கதான் பிரச்சனை. ஒரு நாளைக்கு இருக்கிற இருபத்து நாலு மணி நேரம் போதலே. எனக்கு டிமாண்டோ எக்கச்சக்கம்; எல்லா சமயத்திலும் கவிதை எழுத மூடு வந்திடுமா என்ன? வர்ற வாய்ப்பை உடவும் கூடாது. காத்துள்ள போதே தூத்திக்கணும்; உனக்குத் தெரியாதா? அப்போத்தான் இந்த கம்பியூட்டரை வெச்சுக்கிட்டு சட்டுப்புட்டுன்னு கவிதை உண்டாக்க முடியாதான்னு ஒரு நெனப்பு வந்திச்சு; கூடவே உன் நெனப்பும் வந்திச்சு," என்றார் வைகை வளவன்.

விஷயத்தை ஆழமாகப் புரிந்து கொள்ளக் கவிஞரை பல கேள்விகள் கேட்டேன். எனக்கு அடிப்படைத் தேவையாக 'டேட்டாபேஸ்' வேண்டிய அவசியத்தை விளக்கினேன். கவிஞர் தாம் எழுதிய சினிமா பாட்டுகள் அடங்கிய நோட்டுப் புத்தகங்கள் சிலவற்றையும், பழுப்பு கலரில் அச்சடித்த

சினிமாப் பாட்டுப் புத்தகங்கள் சிலவற்றையும் கொண்டு வந்து போட்டார்.

"இதில் எல்லாம் நான் எழுதின பாட்டுக்கள் இருக்கு; இன்னிக்கு ஃபீல்டிலெ இருக்குற மத்த சினிமா கவிஞர்கள் எழுதின பாட்டுகள் சிலதும் இருக்கு; இதையெல்லாம் படிச்சு பாரு; ஒரு ஐடியா கிடைக்கும்," என்று சொல்லி வழியனுப்பி வைத்தார்.

கவிஞர் தந்த நோட்டுகளையும் பாட்டு புத்தகங்களையும் ஒரு வரி விடாமல் படித்து குறிப்புகள் எடுத்துக் கொள்ள சில பல இரவுகளை தியாகம் செய்தேன். அவ்வப்போது கவிஞருக்கு ஃபோன் செய்து சந்தேகங்களை நிவர்த்தி செய்து கொண்டேன்.

ஒரே வாரத்தில் சினிமாக் கவிதைகள் எழுதுவதன் லாஜிக் பிடிபட்டுப்போயிற்று!

அடுத்து, கவிதை உருவாக்க அவசியமான தமிழ் வார்த்தைகளின் டேட்டாபேஸ். தமிழில் எத்தனையோ ஆயிரக்கணக்கில் வார்த்தைகள் இருந்தாலும் தமிழ் சினிமாப்பாட்டு எழுத மொத்தமாய் ஒரு சில நூறு வார்த்தைகள் இருந்தாலே போதும் என்பதை நான் கண்டு பிடித்தபோது எனக்கு ஒரே குஷியாகி விட்டது! அது என் வேலையை ரொம்பவே சுளுவாக்கி விட்டது,

அடிப்படையாய் டேட்டாபேஸ் தயாரானதும் மளமளவென்று ஒரே மாதத்தில் ப்ரோக்ராம் கோடு எழுதி 'டீ-பக்' செய்து, கம்பைல் செய்து முடித்து கவிஞரை சோதனைக்கு கூப்பிட்டேன்.

கவிஞர் வைகை வளவன் கம்ப்யூட்டரின் மானிட்டர் முன்பு வந்து உட்கார்ந்து கொண்டார். கூடவே வந்திருந்த தம் மனைவியைக் கூப்பிட்டு, கம்ப்யூட்டருக்கு குங்குமப் பொட்டிட்டு சூடம் காட்டச் சொல்லித் தொட்டு கும்பிட்டார்.

நான் கம்ப்யூட்டரில் சுவிட்சை போட்டு, 'டாஸ் பிராம்ப்டில்' 'சினிசாங்-டாட்-எக்ஸி' என்று அடித்து, 'எண்டர்'ஐத் தட்ட, அரை நிமிடக் காத்திருப்புக்குப் பின் 'மெயின் மெனு' திரையில் வந்தது.

"1. *டூயட் பாட்டு*, 2. *டப்பாங்கூத்து*, 3. *டிஸ்கோ*, 4. *நாயகி வர்ணனை*, 5. *நாயகியை கேலி செய்யும் பாட்டு*, 6. *குடிகாரன்*

பாட்டு, 7. *தத்துவ பாட்டு*, 8. *பக்தி பாட்டு* -- எது வேண்டும்? கர்ஸர் பதிலுக்காக மினுக்கியபடி காத்திருந்தது.

கவிஞர் 'டூயட்' என்று தெரிவு செய்ய, மானிட்டரில் அடுத்த உப மெனு வந்தது:

1. கிராமத்துப் பாட்டு 2. நகரத்து பாட்டு. -- எது வேண்டும்?

கவிஞர் 'கிராமத்து பாட்டு' என்று தெரிவு செய்ய, அடுத்த உப மெனு திரையில் வந்தது:

1) தகிட தகிட 2. தரிகிட தரிகிட 3. தக தரிகிட 4. தகிட தரிகிட -- என்ன சந்தம் வேண்டும்?

கவிஞர் 'தகிட தகிட' என்று தேர்ந்தெடுக்க, திரையில் "பாடல் உருவாகிறது சற்று பொறுங்கள்...," என்று மின்னி மின்னி வர, கவிஞர் டென்ஷனோடு நகத்தை கடித்தவாறு திரையையே வெறித்து பார்த்துக்கொண்டிருந்தார்.

ஒரு நிமிட மௌனத்திற்குப் பிறகு பளிச்சென்று மானிட்டர் திரையில் பாட்டு வந்து விட்டது:

"கூக்கூ கூக்கூ கூக்கூ,
சின்னக் குயிலு பாடுது
சின்னப் பூவு விரியுது,
என் அத்தை மகளே உன்னை கட்டி அணைக்க
சித்திரை மாதம் வந்ததடி

மாராப்புக்குள்ளே எந்தன் மனசு
மாமனெ எண்ணி மயங்குதய்யா
உன் மீசை என் உதட்டில் குத்துதுய்யா
மன்மதன் பாணம் பட்டுடுச்சு
சந்தன காத்தும் சுட்டுடுச்சு
கூக்கூ கூக்கூ கூக்கூ..."

கவிஞர் சந்தோஷத்தில் நாற்காலியிலிருந்து எம்பிக் குதித்தார் "அற்புதம், அற்புதம்!" என்று கத்தினார்! "என் கவிதை பாணியை அப்பிடியே கொண்டுவந்து அசத்திட்ட தம்பி!!" என்று என் கையைப் பிடித்து குலுக்கினார்.

"வேற காம்பினேஷன் போட்டு ட்ரை பண்ணி பாருங்க," என்றேன்.

கவிஞர் மீண்டும் மெயின் மெனுவுக்குப் போய், "பக்திப் பாட்டு," என்று செலக்ட் செய்ய, "என்ன சாமி?" என்று மானிட்டரில் வந்த கேள்விக்கு, மெனுவிலிருந்த "மாரியாத்தா"வை கவிஞர் தெரிவு செய்ய, அரை நிமிஷத்தில் திரையில் பாட்டுவந்தது.

"ஊ லு லு லு லு லு லு...."

ஆத்தா ஆத்தா எங்க மாரியாத்தா

நீதான் நீதான் எங்க தெய்வம் ஆத்தா

மஞ்சள் குளிச்சு குங்குமம் சூடி

மனசாரத் துதிச்சோம் மாரியாத்தா

வேப்பிலையை சூடி வேண்டும் வரம் தேடி

உன்னை நாடி ஓடி வந்தோம் சூலியாத்தா

ஊ லு லு லு லு லு லு...."

கவிஞருக்கு பக்திப் பரவசத்தில் ஆனந்தக் கண்ணீரே வந்துவிட்டது! வெவ்வேறு காம்பினேஷன்களைப் போட்டுப் போட்டுப் பார்த்தார். கம்ப்யூட்டர் தந்த கவிதைகளை பிரிண்டரில் அடித்து வாங்கிக் கொண்டார்.

"கடைசியாக ஒரு டிஸ்கோ பாட்டு போட்டு பார்த்துடலாம்"

என்றவாறே கவிஞர் மெனுவில் 'டிஸ்கோ பாட்டு' - 'பெண்கள் கோரஸ்' என்று செலக்ட் செய்தார்.

திடீரென்று மானிட்டர் திரையில் ஏதோ பளிச்,பளிச்சென்று வெளிச்சமும், புள்ளிகளும் தெரிந்தன.

"என்ன தம்பி! சும்மா டிஸ்கோ எஃபக்டும் பாட்டு கூட வரும் போலிருக்கு!" என்று அதிசயித்தார்!

நான் குழம்பிப் போனேன் அப்படி ஒன்றும் நான் ப்ரோக்ராம் செய்யவில்லையே?

சற்று கவலையுடன் நான் பார்த்துக்கொண்டிருக்கையில் மானிட்டரில் பாட்டு ஒன்று கந்தரகோளமாக வெளிவந்தது.

2. கம்பியூட்டரில் ஒரு குக்கூ பாட்டு!

"ரோசாப்பூவே டிஸ்கோ
ஆத்தா ஆளு ஜொள்ளு
சமஞ்ச மச்சான் மாராப்பு
மயிலுப் பாட்டு குக்கூ
மன்மத ஆத்தா மாமோய்
மல்லு வேட்டி ராசாத்தி
ஜாங்கு ஜக்குக் கோவிலிலே
வேலவா முருகா லல்லல்லலா..."

நானும் கவிஞரும் அதிர்ந்து போய் நின்றோம்!

நான் கவிஞரை சற்று நகரச் சொல்லிவிட்டு சாப்ட்வேரில் கோளாறு ஏதேனும் உள்ளதா என்று ஆராய ஆரம்பித்தேன்.

"ஏன் இப்படி ஆச்சுன்னு தெரியல்லியே? நான் எல்லாத்தையும் சரி பண்ணி நாளைக்கு கொடுத்துடறேன்," என்றேன் கவிஞரிடம்.

"அதனால என்ன? ரெண்டு நாள் கூட ஆனாலும் பரவாயில்லை; வீட்டில கொண்டு வந்து கொடுத்துடு; என்ன?" சொல்லி விட்டு கிளம்பினார் வைகை வளவன்.

வாசல் வரை போனவர் திரும்பி வந்து, "ஏன் தம்பி, கடைசியா வந்துதே அந்த டிஸ்கோ பாட்டு, அதை ஒரு பிரிண்டு போட்டுத் தர முடியுமா? எனக்கு என்னமோ அதை அப்படியே எடுத்து வுட்டா, 'சூப்பர் ஹிட்' ஆயிடும்னு தோணுது!" என்றார்.

நான் வாயைப் பிளந்துகொண்டு நின்றேன்!

(*ஆண்டு* 2001)

-=()=-

3. துணிவைத் தேடி

['ஸ்ரீராம்' எனும் புனைப்பெயரில் ஜனவரி 1978 ஆம் ஆண்டு கலைமகள் மாத இதழில் 'அட்டைப்படக் கதை'யாக சிறப்பு தேர்வு செய்யப்பட்டு பிரசுரமான கதை]

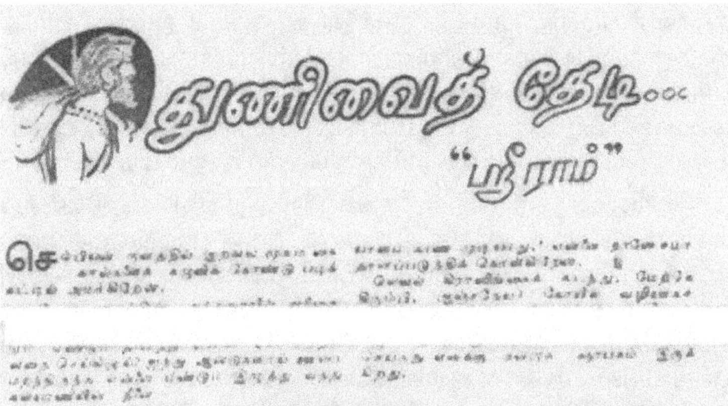
துணிவைத் தேடி...
"ஸ்ரீராம்"

3. துணிவைத் தேடி

செம்பியன் குளத்தில் இறங்கி முகம் கைகால்களை கழுவிக்கொண்டு படிக்கட்டில் அமர்கிறேன்.

அதோ, குளத்தின் அக்கரையில் வரிசையாய் நெடிதுயர்ந்து நிற்கும் நாலு தென்னை மரங்களுக்குப் பின்னே, செக்கச்செவேல் என்று சூரியன் மறையும் கண்கொள்ளாக் காட்சி!

இதே இடத்தில், இதே காட்சியை நானும் கல்யாணியும் எத்தனை முறை பார்த்து ரசித்திருக்கிறோம்! ஜானகி பாட்டி கூட முட்டிக்கொள்வாளே, "அஸ்தமன சூரியனைப் பார்க்காதேடா; ஆகாது," என்று; அப்போதெல்லாம் நானும் கல்யாணியும் 'நமுட்டு'ச் சிரிப்புச் சிரித்து கொள்வோமே, 'பாட்டி இயற்கை அழகை ரசிக்கத் தெரியாத ஜன்மம்' என்று.

அஸ்தமன சூரியனின் தங்க நிற அழகைப் பிரதிபலித்து அலைக்கழிக்கும் இந்தக் குளத்து நீரின் சிற்றலைகளைப் போன்று என் மனமும் எப்படி அலை மோதுகிறது! எல்லாவற்றையும் மறந்து விட்டோம் என்று நான் கட்டிய மனக்கோட்டையெல்லாம் பொய்யா? மனப்பாறையில் செதுக்கிய நினைவெழுத்துக்கள் அழியவே இல்லையா? அழியவே மாட்டாவா? என் மனம் பெருமூச்செறிகிறது.

ஐந்து வருஷங்கள்! ஆம், ஐந்து வருஷங்களாய் மெய்ஞ்ஞானத்தைத் தேடி அலையும் இந்தக் 'கட்டை' சாதித்தது என்ன? பற்றை ஒழிக்க முடிந்ததா? ஒழித்ததாக நான் எண்ணியது உண்மையானால் இத்தனை ஆண்டுகள் கழித்து, நான் பிறந்த ஊருக்கு என்னை இழுத்து வந்தது எந்த சக்தி? என் மனக்கேள்விகள் என்னைத் துளைக்கின்றன.

அதோ குளத்தங்கரையைக் கடந்து 'லெவல் கிராஸிங்'கை தாண்டி, ஒரு இருநூறு கஜம் நடந்து வலது புறம் திரும்பினால், நான் பிறந்து வளர்ந்த தெரு. *'இப்போதும் தாமதமாக வில்லை: இப்படியே திரும்பிவிடு. தெருவில் நுழைந்து மீண்டும் வரும் மனப் பக்குவம் உனக்கு வரவில்லை'* என்று என் உள்மனம் கண்டிக்கிறது. ஆனால், கால்கள் மறுக்கின்றனவே! முழு மனசும் இடம் தரவில்லையே!

பற்று விடவில்லை; ஆசையே வெல்கிறது. பக்கத்தில் கிடக்கும் என் ஒரே சொத்தான துணி மூட்டையை எடுத்து மாட்டிக்கொள்கிறேன். அதில் ஒரு ஜோடி மாற்றுக்

காவியுடைகள்: இரவு உணவுக்காக இரண்டு வாழைப்பழம்; ஒரு பழைய சால்வை. இடுப்பில் சுருட்டி வைத்திருக்கும் ஒரு சில ரூபாய் நோட்டுகள். இவைதாம இநத 'கடடை' யின் சொத்து.

'உன்னை யாரேனும் அடையாளம் கண்டு விட்டால்?' -- உள் மனம் கேட்கிறது.

'முடியாது; இந்த ஒரு சாண் தாடியிலும், பட்டை விபூதியிலும், காவி வேட்டி, துண்டிலும் இந்தக் கட்டையை, பூர்வாசிரம ரங்கராஜனை, யாரும் அடையாளம் காண முடியாது'. என்னை நானே சமாதானம் படுத்திக் கொள்கிறேன்.

லெவல் கிராஸ்ஸிங்கைக் கடந்து, குட்டி ஆஞ்சநேயர் கோவிலைத் தாண்டி மேற்கே திரும்புகிறேன். இதோ தெருவின் வாசலையும் மிதித்துவிட்டேன். உடம்பு ஒருமுறை சிலிர்த்து ஓய்கிறது. ஓ, இதுதான் பிறந்த மண்ணின் மகிமையா?

ஐந்து வருஷங்களாய்க் காண விழையாத தெருவின் அழகை ஒரே மூச்சில் கண்டு கண்ணை நிறைத்து கொள்வது போல் வெறித்துப் பார்க்கிறேன். இரண்டு பக்கமும் சாரிசாரியாய் வீடுகள். அகன்ற தெரு; தெருவின் நடுவே வரிசையாய் நிற்கும் தென்னை மரங்கள்; தெருக்கோடியில் உயர்ந்து நிற்கும் ஆதிகேசவ பெருமாள் கோயிலின் கோபுரம்; அதில் நுழைந்து புறப்படும் மாடப்புறாக்கள். ஆகா, இந்த அழகிய என் பிறந்த ஊரைக் காணாமல் என்னால் எப்படி ஐந்து வருஷம் தள்ள முடிந்தது?

தெருவில் பல மாறுதல்கள் தெரிகின்றன. அதோ 'ஆட்டோ மொபைல்' ஆராவமுதனின் ஓட்டு வீடு மாடி வீடாய் மாறியிருக்கிறது. 'ரைஸ் மில்' ரங்கராமனின் வீட்டின் முன்புறம் இருந்த பெரிய பந்தல் இப்போது இல்லை. இப்படி எத்தனை எத்தனையோ சின்ன மாறுதல்கள்! ஒன்று விடாமல் 'பளிச் பளிச்' சென்று எனக்கு புலனாகிறது. என் பழைய வாழ்க்கையை நான் மறந்தது இவ்வளவுதானா?

இதோ, தெற்கு பார்த்த சாரியில் நான்காவது வீடு. என் மனசு படபடக்க, மனம் வேதனையில் அழுந்த நிமிர்ந்து பார்க்கிறேன். முன்புறம் இரண்டு பக்கமும் திண்ணை, வாசல் சுவரில் எழுதியிருந்த ராமர் படம். அதன் கீழே ' ஶ்ரீராமா' என்று எழுதியிருந்ததில், 'மா' வின் கால் காரை பெயர்ந்து

விழுந்திருந்தது. ஓ, என் பூர்வாசிரம வீட்டில் மட்டும் எந்தவித மாறுதலும் இல்லை.

கால்கள் பின்ன, மனம் உந்த, வீட்டை நோக்கி நடக்கிறேன்.

தெருவில் ஒரு மாறுதல் பளிச்சென்று கண்ணில் படுகிறது. ஆம், தெருவின் குறுக்கும் நெடுக்கும் தோரணங்கள் தொங்குகின்றன. ஒவ்வொரு வீட்டு வாசல் முன்னும் பெரிய பெரிய கோலங்கள். தெருவின் குறுக்கும் நெடுக்கும் ஜன நடமாட்டம் அதிகமாக இருக்கிறது. என்ன காரணமாயிருக்கும்?

நிமிர்ந்து பார்க்கிறேன். பெருமாள் கோயிலின் வாசலில் 'பெட்ரோமாக்ஸ்' விளக்குகள் நாலைந்து நின்று கொண்டிருக்கின்றன. உள்ளே பிரகாசமாய்த் தீபங்கள் எரிகின்றன. கூட்டமும் அதிகமாயிருக்கிறது. ஓகோ, இன்று கோயிலில் உற்சவம் போலும்! ஆதிகேசவப் பெருமாள் குதிரையில் உலா வரும் காட்சி என் மனத்திரையில் விரிகிறது.

இதோ, வீட்டு வாசல் முன்னே வந்துவிட்டேன். இதயமோ விண்டு விழுந்து விடுவது போல் துடிக்கிறது. *'தாண்டிச் சென்றுவிடு, தாண்டிச் சென்றுவிடு'* என்று உள்மனம் கண்டிக்கிறது. ஆனால், முடியவில்லையே! தயங்கிய கால்கள் வீட்டின் முன்னே நின்றே விட்டன; *'முட்டாளே, அடுத்து என்ன செய்யப் போகிறாய்.....?'*

வாசலில் மண்ணில் நின்று உள்ளே பார்வையை ஓட்டுகிறேன். கண்ணில் முதலில் படுகிறது, ரேழியில் உள்ள திண்ணை. என் கல்யாணியை, கடைசியாய் அங்கேதானே கிடத்தியிருந்தார்கள்? பூவும், பொட்டும், மஞ்சளுமாக, சந்தோசமாய்த் தூங்குவது போல; *"பாழும் மனமே அதை மற; மறந்துவிடு'*. என் உடம்பு தள்ளாடுகிறது.

மெதுவாய்ப் வீட்டின் வாசல் திண்ணையில் உட்காருகிறேன். மனக்குதிரை கட்டு மீறி ஓடத் துடிக்கிறது; மெதுவாய்த் தூணில் சாய்ந்து கொள்கிறேன். மாலை வேளைகளில் இந்தத் தூணை அணைத்துப் பிடித்தவாறு நின்று கொண்டு தானே, 'நான் வருகிறேனா?' என்று கல்யாணி பார்த்துக் கொண்டிருப்பாள்?

வாசலை அடைத்து அவள் போடும் கோலத்தின் நேர்த்தி; சாயங்கால வேளையில் கீழத் தெரு சிவன் கோயில் அம்பாள் சன்னிதி முன் நின்று அவள் ராகமாலிகையாய்ப் பாடும்

'சௌந்தர்ய லஹரி' யின் இனிமை! இரவில் அவள் மடியில் நான் படுத்திருக்க, அவள் இசைக்கும் கல்யாணி ராக ஆலாபனை....

'பாழும் மனமே, ஒன்றையும் மறக்காமல் மீண்டும் மீண்டும் நினைந்து என்னை ஏன் சித்திரவதை செய்கிறாய்? ஐந்து ஆண்டுகளாய் ஊரை மறந்திருந்த என்னை மீண்டும் இழுத்து வந்து கல்யாணியின் நினைவில் முழுக வைத்து ஏன் கொல்லாமல் கொல்லுகிறாய்?

என் கண்கள் பொங்குகின்றன; கண்ணை இறுக மூடிக்கொண்டு தூணில் சாய்கிறேன்; மூடிய கண்களுக்குள் என் கல்யாணி; அதே நாணம் கலந்த புன்னகை, பாசம் ததும்பும் கண்கள்; நெற்றியிலும், நேரெடுத்த வகிட்டின் தொடக்கத்திலும் இலங்கும் குங்குமப் பொட்டு.

அமைதியாயிருந்த வீட்டின் உள்ளிருந்து இப்போது குரல் கேட்கிறது; விஷ்ணு சஹஸ்ரநாமம் அலையாய் வருகிறது. ஆம், என் தாயின் குரல்; அன்பு ததும்பும் என் தாயின் குரல். எனக்கு புல்லரிக்கிறது. அந்தக் குரலில் முன்பிருந்த கம்பீரம் இல்லை; ஒரு தொய்வு, ஒரு சோர்வு! அட, உடன் கேட்பது ஒரு சிறு பெண் குழந்தையின் குரல் அல்லவா? அது யார்? என்னுடைய குழந்தையா? ஆண்டவனே, என் செல்வி ரஞ்சனி முகத்தைப் பார்க்க வேண்டும்போல் இருக்கிறதே!

'ஹூம், தாயாவது, மகளாவது, பிறகு உன் காவி உடைக்கு அர்த்தம் என்னடா? முட்டாளே!'

'ஆண்டவனே, எனக்கு ஏன் இந்தச் சஞ்சலப் புத்தியைக் கொடுத்தாய்?

"யாரது, வாசலிலே?", நிமிர்கிறேன். அங்கே நிலப்படியில் கையில் ஒரு விளக்குடன் அம்மா நிற்கிறாள். அடடா, எப்படி உருமாறி விட்டாள்! முதுமையும் தளர்ச்சியும் முகத்தில் தாண்டவமாடுகின்றனவே! எனக்கு "அம்மா," என்று கதற வேண்டும் போல் இருக்கிறது. அடக்கிக் கொண்டு தூணின் இருட்டில் முகத்தை மறைத்து கொள்கிறேன்.

"யாரதுன்னு கேட்டேன்.,"

"ஆரும் இல்லையம்மா, தேசாந்திரி."

"அப்போ கோவிலைப் பார்க்க போகலாமே. இன்னிக்கு வினியோகமெல்லாம் தடபுடலாயிருக்குமே!" என்று

சொல்லிக்கொண்டே விளக்கைப் பிறையில் வைத்துவிட்டு அம்மா உள்ளே போய்விடுகிறாள்.

நல்ல வேளை! அவள் என்னை அடையாளம் கண்டு கொள்ளவில்லை. மெதுவாய் எழுந்து கோவில் பக்கம் நடக்கிறேன்.

கோவிலில் வழங்கும் பிரசாதத்தை வாங்கிச் சாப்பிடுவது எனக்குச் சிறு வயது முதலே பிடிக்காத ஒன்று. அம்மாவிடம் நான் வாதம் செய்தது எனக்கு நன்றாக ஞாபகம் இருக்கிறது.

"சுவாமி பிரசாதத்தை வேண்டாம் என்று ஒதுக்காதேடா. பிற்காலத்தில் சோத்துக்கு இல்லாமல் திண்டாடுவாய்," என்பாள் அம்மா.

"போம்மா. கோவிலுக்குப் போனால் உண்மையான பக்தியோடு போகணும்; ஆனால் பாதிப்பேர் இந்த 'உண்டைக் கட்டி'யை எதிர்பார்த்துத்தானே வராங்க? எனக்கு இந்த வழக்கமே பிடிக்கலைன்னா என்னை விடேன்."

பழைய நினைவுகளை அசை போட்டவாறே கோவில் முன் மண்டபத்துக்குள் நுழைகிறேன். அங்கே விநியோகம் மும்முரமாய் நடந்து கொண்டிருக்கிறது. நானும் போய் ஓர் ஓரமாய் நின்றுகொண்டு அங்கிருப்பவர்களை நோட்டம் விடுகிறேன். ஓ, எத்தனை தெரிந்த முகங்கள்! என் வயது ஒத்த என் பழைய நண்பர்கள், உள்ளூரிலும், வெளியூர்களிலும் பெரிய வேலைகளில் இருக்கும் ஊர்க்காரர்கள், எல்லாரும் அங்கே உட்கார்ந்து கொண்டு கையேந்துவதைப் பார்க்க எனக்கு வேடிக்கையாக இருக்கிறது.

பக்கத்தில் பேச்சுக் குரல் கேட்கிறது; திரும்பிப் பார்க்கிறேன். சென்னையில் எல்.ஐ.சி யில் பெரிய உத்தியோகத்தில் இருந்த என் பூர்வாசிரம நண்பர் ராமபத்திரன் அல்லவா அது? பேச்சைக் கேட்கிறேன்.

"அது என்னவோ போங்க ஸார்; வருஷா வருஷம் இந்த உற்சவத்துக்கு வந்து, இந்த திவ்யமான பிரசாதத்தையும் சாப்டுட்டு, பெருமாளையும் தரிசிச்சுட்டுப் போகாட்டா எனக்கு இருப்பே கொள்றதில்லை.,"

எனக்குச் சிரிப்பாய் வருகிறது. இவருக்கும் இப்படி ஒரு பக்தியா?

விநியோகம் வழங்குபவர் என்னிடம் வருகிறார்.

"இருக்கட்டும்; மத்தவங்களுக்குக் கொடுங்க.,"

அவர் என்னை அதிசயத்தோடு பார்த்து விட்டு அப்பால் போகிறார். 'இது என்னடா பைத்தியக்காரச் சாமியார்?' என்று நினைத்தார் போலும்!

விநியோகம் முடிந்தபின் எல்லாரும் எழுந்து போனார்கள்; நான் மட்டும் மண்டபத்தில் தனியாய் நிற்கிறேன். மண்டபத்தைச் சுற்றி ஒரு நோட்டம் விடுகிறேன். தரை முழுவதும் இறைந்து கிடக்கும் பருக்கைகள், கறிவேப்பிலை, மிளகாய் துண்டுகள் - ஹூம் , இதுவா பக்தி?

மெதுவாய்ச் சந்நிதியை நோக்கி நகர்கிறேன். அங்கே சந்நிதியின் முன்னால் ஆதிகேசவப் பெருமாள் குதிரை வாகனத்தில் கம்பீரமாய் அமர்ந்திருக்க, இருபுறமும் ஊர் ஜனங்கள் கூப்பிய கரங்களுடன் நின்று கொண்டிருக்கிறார்கள்.

"உம், புறப்பாடு ஆரம்பிக்கலாமே!" தலைமைப் பட்டர் குரல் கொடுக்கிறார். அடடா, என்ன கண்கொள்ளாக் காட்சி இது! உண்டக் கட்டி வாங்கும் பக்திஹீனர்கள் என்று நான் நினைத்த ஆபீசர்களும், பெரிய உத்தியோகஸ்தர்களும், 'நான், நீ' என்று போட்டி போட்டுக்கொண்டு முன்வந்து வாகனத்துக்கு தோள் கொடுக்கிறார்கள்!

"கேசவா, கோவிந்தா!" என்று அவர்கள் எழுப்பும் நாம கோஷம் கோயில் முழுவதும் எதிரொலித்து என் தேகத்தை சிலிர்க்க வைக்கிறது. ஆகா, இதுவல்லவா பக்தி?

எல்லாரும் தோள் கொடுக்கும் போது நான் மரம்போல் நிற்கிறேன். *'உனக்கு பக்தியும் இல்லை, அந்த பக்தியை எடைபோடும் தகுதியும் இல்லை'* என்று உள் மனம் குத்திக் காட்டுகிறது. குற்றம் செய்த உணர்வுடன் தலை குனிந்தவாறே பிரகாரத்தில் நடக்கிறேன்.

இதுவரை என்னை விட்டு தாற்காலிகமாய்ப் பிரிந்திருந்த கல்யாணியின் நினைவுகள் மீண்டும் வந்து என் நெஞ்சை ஆக்கிரமித்து கொள்கின்றன.

முப்பத்தெட்டு வயசு வரை பிரம்மச்சாரியாய் வாழ்ந்த என்னை அவள் தன் கடைக்கண் பார்வையால் எப்படி இல்லறத்துக்கு இழுத்து வந்து விட்டாள்! தன்னை விட பதிநான்கு வயது கூடுதலானவன் ஆயிற்றே என்று தயங்காமல் அவள் எப்படி எனக்கு மாலையிட்டாள்? அவளுடன் நான்

வாழ்ந்த அந்த மூன்று ஆண்டுகள்; அடடா, வாழ்க்கையின் ஒவ்வொரு மணித்துளியையும், தேன் துளியாய்ச் சுவைத்த அந்த நாட்கள்!

ஆனால் கல்நெஞ்சகார இறைவன் அதனைப் பாதியில் ஏன் தட்டிப் பறிக்க வேண்டும்? பத்தே நாட்கள் 'டைபாய்ட்' காய்ச்சலில் படுத்து, கடைசியில் என் மடியில் தலைவைத்துக் கொண்டு, என்றும் மாறாத அதே புன்சிரிப்புடன் பூவும் பொட்டுமாய் அவள் போய் சேர்ந்தபோது....

'கல்யாணி, உன் பிரிவை தாங்க முடியாமல், வீட்டை விட்டு ஓடிவந்து, இந்த காவி உடை தரித்து, உன் நினைவை மறக்க முடியாமல், ஒரு போலி துறவியாக நான் அலைவதைக் காண உனக்கென்ன இன்பம்?

கவிந்த நினைவுகளை நெட்டித் தள்ளியவாறே பிரகாரத்தில் பிரதட்சிணம் வருகிறேன். இன்னும் இருள் பூரணமாக கவியவில்லை.

வானத்தின் செம்மை இன்னும் மங்கவில்லை.

பின்னால் காலடியோசை கேட்டுத் திரும்பி பார்க்கிறேன். சுமார் ஆறு வயசிருக்கும் பெண் குழந்தை ஒன்று கைகளைக் கூப்பியவாறு, மூச்சிரைக்கச் சுலோகம் ஒன்றை முணுமுணுத்தவாறு பிரதட்சணம் வருகிறது. அருகே வந்ததும் குழந்தையை உற்றுப் பார்க்கிறேன். அட, இது என்ன அதிசயம்? அப்படியே என் கல்யாணியை உரித்து வைத்தது போன்ற முகச்சாயல்! அப்படியானால் இது என்னுடைய குழந்தையா? ஆர்வத்தோடு குழந்தையை கேட்கிறேன்.

"குழந்தை, உன் பேர் என்னம்மா?"

குழந்தை என்னை மிரண்டு நோக்கினாள்; பிறகு மெதுவாய்ச் சொல்கிறாள் - ," ரஞ்சனி"

ஆம், சந்தேகமே இல்லை; இது என் குழந்தைதான். ஆதுரத்தோடு அவள் முதுகை தடவிக் கொடுத்து பேச்சுக் கொடுக்கிறேன்.

"நீ மட்டும் ஏம்மா தனியா சுத்தி வந்திண்டிருக்கே?"

"வந்து, என் தாத்தாவுக்கு ரொம்பவும் உடம்பு சரியில்லே; தாத்தாவுக்கு சீக்கிரம் குணமாகணும்னு தினமும் பத்து தடவை பிரதட்சணம் செய்யறதா வேண்டிண்டிருகேன்.,"

குழந்தையின் தெய்வ நம்பிக்கையைக் கண்டு நான் பிரமிக்கிறேன். அதில் பத்தில் ஒரு பங்காவது என்னிடம் இருக்கிறதா?

“தாத்தாவுக்கு என்னம்மா உடம்பு?”

“என்னமோ தெரியல்லே; தாத்தாவுக்கு பென்ஷனும் இப்போ ஒழுங்கா வரதில்லையாம்; மருந்து வாங்கக்கூட பணமில்லைன்னு பாட்டி சொல்லிண்டிருக்கா.,”

என் மனம் துடிக்கிறது; வயசான காலத்தில் பெற்றோர்களைத் தூண் போல் தாங்க வேண்டியவன் இங்கே துறவியாய் அலைகிறேன். இதைவிடப் பாபம் என்ன வேண்டும்? இந்த காவியுடை எனக்கு எந்த விதத்தில் புண்ணியம் தேடி தரப்போகிறது?

“நீ பெருமாளை நம்பிக்கையுடன் வேண்டிக்கொண்டாய் இல்லையா? அதனால உன் தாத்தாவுக்குச் சீக்கிரம் குணமாகும்.”

குழந்தைக்கு ஏதாவது தரவேண்டும்போல் இருக்கிறது.

“ஏம்மா, நீ ஏதாவது சாப்பிட்டாயா?”

“இப்போ இல்லை மாமா, மத்தியான்னம் சாப்பிட்டதுதான்.”

“நீ சுவாமி பிரசாதம் வாங்கிக் கொள்ளவில்லையா?”

“இல்லே. பிரசாதம் வாங்கிக்கிறது எங்க அப்பாவுக்குப் பிடிக்காது என்று பாட்டி சொல்லியிருக்கா. அதனாலே நானும் வாங்கிக்கிறதில்லே.ஆனா அது தப்புன்னு பாட்டி திட்டுவா”

நான் அப்படியே திகைத்து நிற்கிறேன். என்ன பேச முடியும்? என் குழந்தையை அப்படியே கட்டியணைத்து கொஞ்ச வேண்டும் என்று மனம் துடிக்கிறது; அடக்கிக் கொள்கிறேன். பிறகு தயங்கி கேட்கிறேன்.

“உன் அப்பா எங்கேயம்மா?”

"எங்க அம்மா செத்துப்போன போது அப்பா வீட்டைவிட்டே ஓடிப்போய்விட்டாராம். அவர் திரும்பி வரணும்னு நான் சாமியை தினம் வேண்டிக்கிறேன் மாமா...,” குழந்தை வெகுளியாய்ச் சொல்கிறாள். அவளுடைய அந்த நம்பிக்கை பலிக்குமா? நான் என் மூட்டையை பிரித்து அதில் வைத்திருந்த இரு வாழைப்பழங்களை குழந்தையின் கையில் திணிக்கிறேன். பிறகு இடுப்பில் முடிந்து வைத்திருந்த - என்

துறவு வாழ்விலும் நியாயமான வழியில் நான் சேர்த்திருந்த கொஞ்சம் பணத்தை கையில் எடுத்துக்கொள்கிறேன்.

"குழந்தை, இந்தப் பணத்தை வாங்கிக்கோ; உன் தாத்தாவுக்கு மருந்து வாங்கறத்துக்காகக் கொண்டு போய் கொடு."

குழந்தை மிரட்சியுடன் பின்னால் நகர்ந்து கொள்கிறாள்.

"ஊகூம், மாட்டேன்; பாட்டி அடிப்பாள்; யார் கொடுத்தார்னு கேட்பாள்.,"

"பெருமாள் கொடுத்தார் என்று சொல்லு. இப்போதைக்கு மருந்து வாங்கிக்கொண்டு, பின்னால் பணம் கிடைக்கும்போது பெருமாள் உண்டியலில் போட்டுவிடச் சொல்லு."

குழந்தை தயக்கத்துடன் வாங்கிக் கொள்கிறாள்.

"மாமா, நீங்க யாருன்னு சொல்லவேயில்லையே?"

நான் என்னத்தைச் சொல்ல? 'நான் தான் உன் ஓடிப்போன அப்பன்' என்று சொல்வதா?

"நான் வந்து, உன் தாத்தாவுக்கு ரொம்ப வேண்டியவன் அம்மா."

"அப்போ நீங்களே வந்து பணத்தை கொடுத்துடலாமே, மாமா?"

நான் திகைத்து நிற்கிறேன்; குழந்தையோடு போய்விடலாமா? இந்த ஐந்து வயதுக் காவியுடையைத் துறந்துவிடலாமா? ஆனால் துணிவு இல்லையே?

"இல்லையம்மா, நான் அப்புறமா இன்னோரு நாள் வறேன். இருட்டிவிட்டதே; நீ வீட்டுக்கு போம்மா."

குழந்தை என்னை திரும்பித் திரும்பி பார்த்தவாறே போகிறாள்.

என் நெஞ்சு பாசத்தாலும், குழப்பத்தாலும் துடிக்கிறது. சே, என்ன கோழைத்தனமான வாழ்க்கை இது?

முப்பத்தெட்டு வயதுவரை மணம் செய்துகொள்ளத் துணிவில்லை; கல்யாணியைக் கண்ட பின்போ அவள் கடைக்கண் பார்வையில் இருந்து தப்பத் துணிவில்லை; வாழ்க்கையை பொன்மயமாக்கிய அவள் என்னை விட்டு பிரிந்தபோது, அந்தப் பிரிவை தாங்கிக் கொள்ள துணிவில்லை;

கடைசியாய் இப்போது பாசமும், கடமையும் அழைக்கும்போது, இந்த காவியுடையை துறக்கவும் துணிவில்லை;

நான் எதை நாடி இங்கு வந்தேன்? இனிமேல் எங்கே போகப் போகிறேன்?

வெளியே நாதஸ்வரத்தில் மல்லாரி முழங்க, பெருமாள் குதிரை வாகனத்தில் ஏறி, பக்தர்கள் தோளில் கம்பீரமாய் பவனி வருகிறார். நான் மனச் சுமையுடன் தோள்கள் தொய்ய தனியனாய் நடக்கிறேன்.

(கலைமகள் - 1978)

-=()=-

3. துணிவைத் தேடி

4. தூங்கிய புலி

['ஸ்ரீராம்' எனும் புனைப்பெயரில் ஜூன் 1976 ஆம் ஆண்டு கலைமகள் மாத இதழில் பிரசுரமான கதை. சாந்தீபிகாவின் முதல் கதையும் இதுவே.]

கையில் பஞ்சாங்கத்துடன் திண்ணையில் வந்து அமர்ந்தார் கிருஷ்ணையர். தை மாதத் குளிருக்குக் காலை வெயில் இதமாக இருந்தது. தூணில் வசதியாகச் சாய்ந்துகொண்டு, பஞ்சாங்கத்தைப் பிரித்துக் கண்ணை இடுக்கிக்கொண்டு நாள் பார்க்க ஆரம்பித்தார்.

4. தூங்கிய புலி

ஆயிற்று; அவர் மகள் காயத்ரியின் கல்யாணத்துக்கு இன்னும் இரண்டு வார காலம் தான் இருக்கிறது.

'அடுத்த வெள்ளிக்கிழமை நாள் நன்னா இருக்கு; அன்னிக்குப் பந்தக்கால் முகூர்த்தம் வச்சுடலாம்' என்று எண்ணமிட்டது அவர் மனம். ஒரே மகளுக்குக் கல்யாணம் செய்யப் போகிறோம் என்று மனம் ஒரு பக்கம் மகிழ்ச்சியால் விம்மினாலும், மறுபக்கம் அத்தனை கல்யாணச் செலவுகளையும் எண்ணிப்பார்த்து, பணத்துக்கு எங்கே போவது என்கிற மலைப்பால் கனக்கத்தான் செய்தது.

"உள்ளே வந்து காபியைச் சாப்டுட்டுப் போறேளா?" என்று கல்யாணி அம்மாள் உள்ளேயிருந்து கூப்பிட்டாள்.

"தோ வந்துட்டேன்..."

கிருஷ்ணையர் திண்ணையிலிருந்து எழுந்து உள்ளே வந்து ஊஞ்சலில் உட்கார்ந்து கொண்டார். காபியை ஊதி ஒரு வாய் சாப்பிட்டவர், மீண்டும் யோசனையில் ஆழ்ந்தார்.

"எந்தக் கோட்டையைப் பிடிக்க இந்த யோசனை? காப்பி ஆறிப் போறதே?"

"ம்...! குழந்தை காயத்ரி எங்கே?"

"ஏன்? கொல்லையில துணி தோச்சிண்டிருக்கா; நீங்க சொல்ல வந்ததை சொல்லுங்கோளேன்."

"ஒண்ணுமில்ல; பந்தல்காரன், பால்காரன், சமையல்காரன் எல்லாருக்கும் 'அட்வான்ஸ்' கொடுக்கணும். கையில ஆயிரம் ரூபாய் தான் இருக்கு. இன்னிக்கு குழந்தை கணேசன் வந்து சேர்ந்திடறதா எழுதியிருக்கான்; அவனிடம் ஏதாவது தேறியிருக்குமோ என்னமோ? எப்படியும் இன்னும் ஒரு ஆயிரம் ரூபாய் இருந்தால் நல்லது," என்றார் கிருஷ்ணர் கவலையுடன்.

"உங்களுக்கே தெரியறதா இல்லையா பின்னே? நானும் பல தடவை உங்க கிட்டே முட்டிண்டாச்சு. அந்த சிவராம சாஸ்திரிகளுக்கு ஒரு கடுதாசு போட்டுக் கொடுத்த பணத்தை திருப்பி கேளுங்கோன்னு; ஆனா நீங்க ஆயிரம் யோஜனை பண்றேள்..." மோவாயைத் தோளில் இடித்துக்கொண்டாள் கல்யாணி அம்மாள்.

"அதில்லே கல்யாணி; எனக்கும் சிவராமனுக்கும் எத்தனை வருஷத்துச் சிநேகிதம்? 'பொசுக்' குன்னு" நான் கொடுத்த

பணத்தை திருப்பிக் கொடுடா'ன்னு எப்படிக் கேட்கிறது? கடன் வாங்கின அவரே தாமாத் திருப்பித் தரணும். ஆனாலும் உன் நச்சரிப்புக்காக, பதினைந்து நாள் முன்னாடித்தான் 'சௌக்கியமா, ஏது சமாச்சாரம், இங்கே காயத்ரிக்கு கல்யாணம் நிச்சயமாயிருக்கு'ன்னெல்லாம் சொல்லி ஒரு லெட்டர் போட்டேன். பதிலே காணோமே! பழையபடி எப்படி போடறதுன்னு..."

"ஆக, நீங்க நேரடியா ஒண்ணும் கடனைப் பத்திக் கேக்கலை..."

"பொண்ணு கல்யாணம் வறதுன்னா தானே புரிஞ்சுக்க மாட்டாரான்னுதான்..." என்று இழுத்தார் கிருஷ்ணையர்.

"சரிதான், சொரணை உள்ளவாளா இருந்தா புரியும். குதிரை, கொள்ளுன்னா வாயைத் திறக்குமாம், கடிவாளம்னா மூடிக்குமாம். அன்னிக்குக் கடன் வாங்க வரச்சே, எப்படி வந்து என்ன சொல்லிட்டு வாங்கிண்டு போனார்ன்னு யோசிச்சுப் பாருங்கோ."

கிருஷ்ணையரும் நினைத்துப் பார்க்காமல் இல்லை.

முந்தின வருஷம் தை மாதத்தில் தான் அது நடந்தது. வெள்ளிக்கிழமை. மாலை ஐந்தரை மணி இருக்கும்.

"கிருஷ்ணா!" என்று கூப்பிட்டுக்கொண்டே உள்ளே நுழைந்தார் சிவராம சாஸ்திரிகள். "வாங்கோ, வாங்கோ. ஏது இத்தனை தூரம்? சொல்லி அனுப்பிசிருந்தா நானே வந்திருப்பேனே!" என்று கூறி நண்பரை வரவேற்றார் கிருஷ்ணையர்.

கிருஷ்ணையரும் சிவராம சாஸ்திரிகளும் சிறுவயது முதலே நண்பர்கள். இரண்டு பேரும் ஒரே பாடசாலையில் படித்தவர்கள். சிவராம சாஸ்திரிகள் கிருஷ்ணையரை விட மூன்று வயது மூத்தவர். இருந்தாலும் கிருஷ்ணையர் சாஸ்திரிகளை மரியாதையாகவே அழைப்பார். சாஸ்திரிகளின் புத்திக்கூர்மையிலும் வித்வத்திலும் அவருக்கு அத்தனை மதிப்பு. பிற்காலத்தில் கிருஷ்ணையர் தங்கள் கிராமமான வழுத்தூரில் பாடசாலையில் ஆசிரியராகச் சேர்ந்தார். சிவராம சாஸ்திரிகள் உள்ளூரில் வைதிகத்தில் இறங்கினார்.

4. தூங்கிய புலி

கிருஷ்ணையர் தமக்கு ஒரு கஷ்டம் என்றால் சிவராம சாஸ்திரிகளிடம் தான் யோசனை கேட்க வருவார். அவர்களுடைய நட்பு பொன் விழாவெல்லாம் கொண்டாடிவிட்டாயிற்று.. அவர்களது அன்னியோன்யம் ஊரில் பலருக்கும் நன்கு தெரிந்ததே.

"ம்..,என்ன விசேஷம்? உங்க பொண்ணு பானுவின் கல்யாண காரியமெல்லாம் எந்த மட்டில் வந்திருக்கு? கல்யாணி, அண்ணாவுக்கு காப்பி கொண்டா!" என்று பேச்சை ஆரம்பித்தார் கிருஷ்ணையர்.

"கல்யாண ஏற்பாடெல்லாம் நடந்துண்டிருக்கு, கிருஷ்ணா, ஆனால் இப்போது ஒரு சின்ன சிக்கல் முளைச்சிருக்கு; அது சம்பந்தமாத்தான் உன்னிடம் உதவி கேட்கலாமோன்னு வந்தேன். கேட்கிறதுக்கும் மனசுக்கு கஷ்டமா இருக்கு. இருந்தாலும் வேற வழியில்லை," என்று இழுத்தார் சிவராம சாஸ்திரிகள்.

"என்கிட்ட என்ன தயக்கம்? வெளிப்படையாச் சொல்லுங்கோ," என்று ஊக்குவித்தார் கிருஷ்ணையர்.

"ஒண்ணுமில்லே: கல்யாண ஏற்பாடெல்லாம் முக்கால்வாசி செஞ்சாச்சு. இப்ப வந்து பிள்ளை வீட்டுக்காரா சீர்வரிசையில் மேலும் ஒரு ஆயிரத்துக்கு செய்யணும்னு கட்டாயப்படுத்தறா. கையிலோ பணம் இல்லை. இது ரொம்ப நல்ல இடம், நம்ம பொண்ணு போற எடத்திலே வசதியா இருப்பா; ஆயிரம் ரூபாய்க்காக முரண்டு பிடிக்காதீங்கோன்னு என் ஆத்துக்காரி சொல்றா... அது, வந்து, நீ ஒரு ஆயிரம் ரூபாய் கடனாய்க் கொடுத்தால்..."

மென்று விழுங்கினார் சாஸ்திரிகள். "இப்போ நீ உதவி செஞ்சா அடுத்த இரண்டு மூன்று மாசத்துக்குள்ளே திருப்பித் தந்துடுறேன்"

"இதுக்கா இத்தனை தயக்கம்? ஏதோ இப்பிடி அப்படீன்னு கொஞ்சம் சேர்த்து வெச்சிருக்கேன்; அதை இப்போ தந்துடறேன். கல்யாணத்தை ஜாம் ஜாம்னு நடத்துங்கோ," என்றார் கிருஷ்ணையர்.

"கொஞ்சம் உள்ளே வாங்கோ," என்று கதவிடுக்கிலிருந்து கல்யாணி அம்மாளின் குரல் கேட்டது. உள்ளே எழுந்து போனார்

கிருஷ்ணையர். கல்யாணி அம்மாள் 'மொலு மொலு'வென்று பிடித்துக் கொண்டாள்;

"உங்களுக்கு மூளை ஏதாவது இருக்கா? குதிர் ஆட்டமா நம்ம பொண்ணு காயத்ரி வளந்து கல்யாணத்துக்கு நிக்கிறா. நம்ம கையில இருக்கிற சொற்பத்தையும் கொடுத்துட்டா நாம என்ன செய்றது? நம்ம பையன் கணேசனையும் தான் உங்க வழியில் ஸ்கூல் வாத்தியார் வேலையிலே விட்டாச்சு. அவன் கைலேயும் பிரமாதமா என்ன சேர்ந்துடப் போகிறது? பேசாமல் நம்ம நிலைமையை சொல்லி கொடுக்கறது ரொம்பவே கஷ்டம்னு சொல்லி அனுப்புங்கோ.,"

"ஐயோ கல்யாணி, மெதுவாப் பேசு. நம்ம பொண்ணுக்கு இந்த வருஷம் ஒரு வரனும் குதிரும்ன்னு எனக்கு தோணலை. அடுத்த தைக்கு பார்த்துக்கலாம். நானும் சாஸ்திரிகளும் எத்தனை வருஷமாக நெருங்கிப் பழகறோம்? இதுநாள் வரை அவர் ஒரு தடவையாவது கடன், கைமாத்துன்னு கைநீட்டி வந்திருக்காரா? அதோட அவர் பொண்ணுக்கு கல்யாணம் நல்லபடியா நடக்க வேண்டாமா? ஒரு கன்னிகா தானத்துக்கு உதவறதுங்கிறது ரொம்பவே புண்யமான காரியம். யோசிச்சுப்பாரு; எப்படியும் உதவித் தான் ஆகணும்."

"என்னவோ நான் சொல்றதை சொல்லிட்டேன். இன்னைக்கு வெள்ளிக்கிழமை, மகாலட்சுமி வர நேரம்; இப்போ பணத்தை தர வேண்டாம் நாளைக்கு தரலாம்"

"அவரே சாஸ்திரம் தெரிஞ்ச மனிதர். அவரே இப்போது வந்து கேட்டால் எத்தனை அவசரமாய் இருக்கணும்? ஆபத்துக்கு பாவம் இல்ல; பீரோ சாவிய எடுத்துண்டு வா," மனைவியை சமாதானப்படுத்தினார் கிருஷ்ணையர்.

பணத்தை வாங்கிக் கொள்ளும் போது சாஸ்திரிகளுக்கு கண்ணீரே வந்துவிட்டது. "கிருஷ்ணா, இந்த உதவியை என்னைக்கும் மறக்க மாட்டேண்டா. தொகை பெரிசா இருக்கிறதனாலே ஒரு கடன் பத்திரம் எழுதிடலாம். உனக்கு சவுகரியமான வட்டியை போட்டுக்கோ. என் பிள்ளை ராமுவுக்கு எப்படியும் இன்னும் ரெண்டு மூணு மாசத்தில் வேலை கிடைச்சுடும்ன்னு தோணறது. எப்பிடியும் இன்னும் அஞ்சாறு மாசத்திலே பணத்தைத் திருப்பிக் கொடுத்துடறேன். எதுக்கும் பத்திரம் எழுதிடலாம்."

'கடன் பத்திரம் எல்லாம் வேண்டாம்; வெறும் கைமாத்தாக இருக்கட்டும்' என்று ஆன மட்டும் சொல்லிப் பார்த்தார் கிருஷ்ணையர். ஆனால் சிவராம சாஸ்திரிகள் விடவில்லை. கடன் பத்திரம் எழுதிக் கொடுத்து விட்டே பணத்தை வாங்கி கொண்டார்.

"பாரு, எவ்வளவு யோக்கியமாய் கடன் பத்திரம் எழுதிக் கொடுத்துட்டுத்தான் பணம் வாங்கிண்டு போவேன்னு பிடிவாதமாய் இருந்தார்! இவருக்குப் போயி உதவி பண்ண வேண்டாம்னு குறுக்கப் பூந்து தடுத்தியே!" -- நண்பரைப் பற்றி மனைவியிடம் பெருமை அடித்துக்கொண்டார் கிருஷ்ணையர்.

"அதே யோக்கியமா திருப்பிக் கொடுத்தா சந்தோஷம்தான்," என்றாள் கல்யாணி அம்மாள்.

சிவராம சாஸ்திரிகளுடைய பெண்ணின் கல்யாணம் ஜாம் ஜாம் என்று நடந்தது. அடுத்த மாதமே சாஸ்திரிகளின் மூத்த பையன் ராமுவுக்கு பெங்களூரில் நல்ல சம்பளத்தில் வேலை கிடைத்துவிட்டது. நான்கைந்து மாதங்கள் போனதும் வயதான தந்தையை வைதிகத்தை விட்டு விட்டுவிட்டு குடும்பத்துடன் பெங்களூருக்கு வந்து விடும்படி நச்சரிக்க ஆரம்பித்தான் ராமு.

சாஸ்திரிகளுக்கும் அவ்வப்போது உடம்பு படுத்தியதால், கிராமத்து வீட்டை வாடகைக்கு விட்டு விட்டு பெங்களூருக்கு போய் விடத் தீர்மானித்தார். புறப்படும் நாள் கிருஷ்ணையரும் சாஸ்திரிகளும் பிரிய மனமில்லாமல் வெகு நேரம் பேசிக்கொண்டு இருந்தார்கள். ஆனால் பேச்சின் நடுவே சாஸ்திரிகள் கடனைப் பற்றி மூச்சே விடவில்லை.

'பணத்தைப் பற்றி ஞாபகப் படுத்துங்கள்,' என்று கதவோரமாக நின்று ஜாடை செய்தாள் கல்யாணி அம்மாள். அவளைப் பார்வையாலேயே அடக்கினார் கிருஷ்ணையர். சாஸ்திரிகள் பெங்களூர் போய் சேர்ந்து சில மாதங்களுக்கு இருவருக்கும் இடையே கடிதப் போக்குவரத்து அடிக்கடி இருந்தது. நாளடைவில் அதுவும் கொஞ்சம் கொஞ்சமாக ஓய்ந்து போயிற்று.

"**யோ**சிச்சுப் பாருங்கோ, வாங்கிய கடனை திருப்பிக் கொடுக்கணும்னா எப்பேர்ப்பட்ட பெரிய மனுஷனுக்கும்

சுணக்கம் வந்ததுடறது. அதுக்காக கொடுத்தவா சும்மா இருக்க முடியுமோ? இப்போ அவர் தம் பிள்ளையோட நன்னா வசதியாக தானே இருக்கார்? திரும்பவும் கடிதம் எழுதுங்கோ," என்று கடுகடுத்தாள் கல்யாணி அம்மாள்.

"என்னம்மா? விடிந்தவுடனேயே அப்பாவோட குஸ்தி?" என்று கேட்டுக்கொண்டே உள்ளே நுழைந்தான் கணேசன். கணேசன் கிருஷ்ணையரின் பிள்ளை. குடும்ப கட்டுப்பாடு இல்லாத அந்தக் காலத்திலேயே ஆசைக்கு ஒன்றும் 'இல்லாத' ஆஸ்திக்கு ஒன்றுமாக கணக்காக பெற்றிருந்தார்கள் கிருஷ்ணையர் தம்பதியினர்.

தந்தையின் ஆசிரியர் தொழிலில் தேற்றிய சொற்ப பணத்தில் கஷ்டப்பட்டு பி.எஸ்.சி படித்து முடித்தான் கணேசன். பிறகு பி .டி யும் முடித்துவிட்டு தந்தை வழியில் தானும் மாயவரத்தில் ஆசிரியராக வேலை பார்த்து வந்தான்.

"வாடா குழந்தே, காலையிலிருந்து உன்னைத் தான் எதிர்பார்த்திண்டிருக்கேன். பஸ் பிரயாணம் எல்லாம் சௌகரியமா இருந்துதா? சரி, கால், கை அலம்பிண்டு வா, காபி தறேன்," என்று கூறியபடி சமயற்கட்டுக்குள் நுழைந்தாள் கல்யாணி அம்மாள்.

மகனுடன் கல்யாண ஏற்பாட்டை பற்றி சற்று நேரம் பேசிக் கொண்டிருந்து விட்டு வாசலுக்கு வந்து திண்ணையில் சாய்ந்து கொண்டார் கிருஷ்ணையர். உள்ளே இருந்து சிறிது நேரத்துக்கு அண்ணன் கணேசனின் கேலியும், சிரிப்பும், தங்கை காயத்ரியின் சந்தோஷம் கலந்த பொய் சிணுங்கலும் கேட்டுக் கொண்டிருந்தன. தமக்குள் சிரித்துக் கொண்டார் கிருஷ்ணையர்.

சற்று நேரத்தில் சமையற்கட்டில் கல்யாணி அம்மாளின் குரல் கனமாய் சூடாய் ஒலிக்க ஆரம்பித்தது.

'சரிதான் என் கையாலாகாத்தனத்தை மகனிடம் விளக்குகிறாள் போலும்,' என்று நினைத்துக் கொண்டார் கிருஷ்ணையர். சற்று நேரத்தில் கையில் பேப்பருடன் வாசலுக்கு வந்தான் கணேசன். கொஞ்ச நேரம் பேப்பர் படிப்பது போல் பாவனை செய்து விட்டு மெதுவாக ஆரம்பித்தான். "அப்பா!"

"ம்? என்னப்பா?"

"அங்கே இங்கே கடன் வாங்கி என்னால ஆயிரத்தி ஐநூறு தான் தேத்த முடிஞ்சுது. எப்படியும் இன்னும் ஒரு 1000 ரூபாய் இருந்தால்தான் சவுகரியமாக இருக்கும்.. அம்மா எல்லா விவரமும் சொன்னாள்..."

மௌனம் சாதித்தார் கிருஷ்ணையர்.

"எனக்கும் இன்னும் ஒரு தடவை கேட்டுப் பார்த்துடலாம்ன்னு தான் தோணறது..."

மௌனம்.

"உங்க தர்ம சங்கடம் எனக்கு புரியறதுப்பா. ஒரு வேளை சாஸ்திரிகளுக்கு பணத்தைத் திருப்பித் தர உத்தேசமே இல்லேன்னா நீங்க என்ன செய்வேள்?"

கஷ்டப்பட்டு மௌனத்தை கலைத்தார் கிருஷ்ணையர்.

"கணேசா, எங்க சினேகிதம் எப்படிப்பட்டதுன்னு உனக்கு தெரியும். அம்பது வருஷத்துக்கு மேலே பழக்கம். பணமா அவர் எனக்கு ஒண்ணும் எப்போதும் உதவி பண்ணினதில்லே; ஆனா அவர் எனக்கு மனசாலேயும், சரீரமாயும், சிபாரிசாயும் எத்தனையோ உதவி பண்ணியிருக்கார். அந்தக் காலத்திலே நான் படிப்பிலே பெரிசா புத்திசாலியொண்ணும் கிடையாது. எப்படியோ கஷ்டப்பட்டு அன்னிக்கி எஸ் எஸ் எல் ஸி பாஸ் பண்ணேன்னா அதுக்கு அவர் என் கூட புடிவாதமா ஒக்கார்ந்து, என் தலேல குட்டிப் பாடம் சொல்லித்தந்தது தான் காரணம். அத மட்டும் நான் முடிக்கலேன்னா இந்த வாத்யார் வேலை கூடக் கெடச்சிருக்காது. அவருக்கு நான் நன்றிக்கடன் பட்டிருக்கேன். அதனால, அவருக்கா வாங்கின கடனைத் திருப்தி தரத் தோணாத போது, நாமும் ஒண்ணும் நடக்காதது போல் பேசாமல் இருந்துடறது தான் எங்களோட நட்புக்கு அழகுன்னு தான் எனக்கு படறது".

"நானும் யோசித்துப் பார்த்ததில் எனக்கும் அப்படித்தான் பட்டுதுப்பா. இருந்தாலும் நமக்கு இப்போ நெருக்கடியாக இருக்கிறதனால, ஒரு தடவை கேட்டுப் பார்க்கலாம்னு தான் தோணறது. நான் ஒரு முயற்சி பண்ணிப் பார்த்துடறேனே? சரிப்படலைன்னா ஒரு வழியா இது இல்லைன்னு தலை முழுகிடுவோம்..."

“சரி உன் இஷ்டம். ஆனா ஒண்ணுடா. அவர் மனசு புண்பட்டுடறமாதிரி ஒண்ணும் வன்மமா எழுதிப்பிடாதே,” என்றார் கிருஷ்ணையர்.

"அம்மா! அந்த கடன் பத்திரத்தை எங்கே வெச்சிருக்கே? அதையும் காயத்ரியின் கல்யாண பத்திரிக்கை ஒண்ணையும் கொண்டுவா . சட்டையில் பேனாவும் பேப்பரும் இருக்கு பாரு; அதையும் எடு,” என்று கூறிக் கொண்டே உள்ளே போனான் கணேசன்.

ஒரு வாரம் போயிருக்கும். அன்று கிருஷ்ணையர் பேருக்கு ஒரு ரிஜிஸ்டர் தபால் வந்தது. குழப்பத்துடன் வாங்கிப் பிரித்துப் பார்த்தார் கிருஷ்ணையர். அதில் ஆயிரத்து இருநூறு ரூபாய்க்கு ஒரு செக்கும், உடன் ஒரு கடிதமும் இருந்தன. பரபரப்புடன் கடிதத்தைப் பிரித்துப் பார்த்தார்.

"*சிரஞ்சீவி கிருஷ்ணனுக்கு சிவராமன் அநேக ஆசிர்வாதம். சௌகரியத்துக்கு எழுதவும். உன் கடிதமும் கடன் பத்திரமும் கிடைக்கப் பெற்றேன். கடிதத்தைப் படித்ததும் நான் எவ்வளவு கீழ்த்தரமானவன் என்பதை உணர்ந்தேன். கிருஷ்ணா! உன் பெருந்தன்மைக்கு முன்னால் என் சின்னப் புத்தி சுக்கு நூறாய் உடைந்து விட்டது.*

என்னை மன்னித்துவிடு. இத்துடன் நான் வாங்கிய கடனைத் திருப்பி அனுப்பி இருக்கிறேன். ஆனால் ஆயுள் முழுவதும் உனக்கு கடன் பட்டு இருக்கிறேன். என் குருட்டுக் கண்ணை திறந்து விட்டாய். சௌபாக்கியவதி காயத்ரியின் கல்யாணத்துக்கு அவசியம் வருகிறேன். வந்து உன் காலில் விழுந்து மன்னிப்பு கேட்க வேண்டும்.

உன் அன்புள்ள

சிவராமன்"

திகைத்து நின்றார் கிருஷ்ணையர்.

“என்ன இது? ஒண்ணுமே புரியவில்லையே!” என்று கூறி வாயை பிளந்தாள் கல்யாணி.

“என்னப்பா பணம் வந்துடுத்தா? நான் எதிர்பார்த்தது தான்...” என்று தலையை துவட்டியவாரே கிணற்றடியிலிருந்து வந்தான் கணேசன்.

4. தூங்கிய புலி

"ஏண்டா கணேசா, என்ன மாயம்டா செய்தே? நீ லெட்டர் போட்ட ஒரே வாரத்திலே மனுஷன் புலி மாதிரி பாஞ்சு பணத்தை அனுப்பிட்டாரே!" என்று கூறி வியந்தாள் கல்யாணி அம்மாள்.

"ஆமாம் அம்மா! தூங்கின புலியை இடறினேன்; அது முழிச்சிண்டு பாய்ஞ்சுடுத்து. வேற ஒண்ணுமில்லை," என்றான் கணேசன்.

"என்ன சொல்றேன்னு புரியலையேடா?" என்றார் கிருஷ்ணையர்.

"எல்லாம் புரிய வைக்கிறேன்; நீங்க எழுதற மாதிரி எழுதி நான் சாஸ்திரிகளுக்கு போட்ட கடிதத்தின் நகல் இதோ இருக்கு. முதலில் இதைப் படிச்சுப் பாருங்கோ," என்றான் கணேசன்.

பிரித்து படித்தார் கிருஷ்ணையர்.

"தேவரீர் சிவராம சாஸ்திரிகளுக்கு அடியேன் கிருஷ்ணன் நமஸ்காரம். அங்கு தாங்களும் குடும்பத்தாரும் நலமாக இருப்பீர்கள் என்று நம்புகிறேன் .

"இப்பவும் எத்தனையோ சிரமங்களுக்கு நடுவே என் பெண் காயத்ரியின் கல்யாணத் தேதி நிச்சயமாகிவிட்டது. இதோடு கல்யாணப் பத்திரிக்கையும் வைத்துள்ளேன்.

தாங்கள் குடும்பத்தோடு வந்திருந்து, முன்னால் இருந்து கல்யாணத்தை நடத்தி வைத்து, தம்பதிகளை ஆசீர்வதிக்கவேணும்.

நிற்க.

நான் தங்களுக்கு முன்பு ஒரு முறை சொற்பப் பணம் கடனாகக் கொடுத்தது நினைவிருக்கலாம். அதை திருப்பிக் கொடுக்க கூடிய வசதியில் தாங்கள் இப்போது இல்லை என்று நினைக்கிறேன். இந்த நிலையில் அந்த பணத்தை திருப்பி கேட்பது அழகல்ல என்று எனக்கு தோன்றுகிறது. நான் எத்தனையோ மறுத்தும் தாங்கள் தான் பத்திரம் எழுதித்தந்தீர்கள்.

நம் நட்புக்கு அந்த கடன் என்கிற விவகாரம் களங்கத்தை கற்பித்து விடுமோ என்று அஞ்சுகிறேன். எனவே அந்த பத்திரத்தை இத்துடன் திருப்பி அனுப்பி உள்ளேன். அதனை கிழித்துப் போட்டு விடவும். இன்னும் தங்களுக்கு ஏதாவது உதவி

தேவையானாலும் செய்ய காத்திருக்கிறேன். கல்யாணத்துக்கு அவசியம் குடும்பத்துடன் வரவேண்டும்.

என்றும் தங்கள் அன்புள்ள

கிருஷ்ணையர்"

"அதான்ப்பா, சாஸ்த்திரிகளோட தன்மானங்கற புலி, பணத்தாசை, அலட்சியம் என்கிற தூக்க மயக்கத்திலேயே கிடந்துது; அதை இப்போ மெதுவா இடறி விட்டேன்; அது முழிச்சுண்டு ஒரே பாய்ச்சலா பாஞ்சுடுத்து. வேற ஒண்ணும் இல்லை!" என்று சிரித்தவாறே விளக்கினான் கணேசன்.

(கலைமகள் - 1976)

-=()=-

4. தூங்கிய புலி

5. தாத்தா ஓடிப் போய்விட்டார்!

[1989 ஆம் ஆண்டு ஆனந்தவிகடன் வார இதழில் பிரசுரமான கதை]

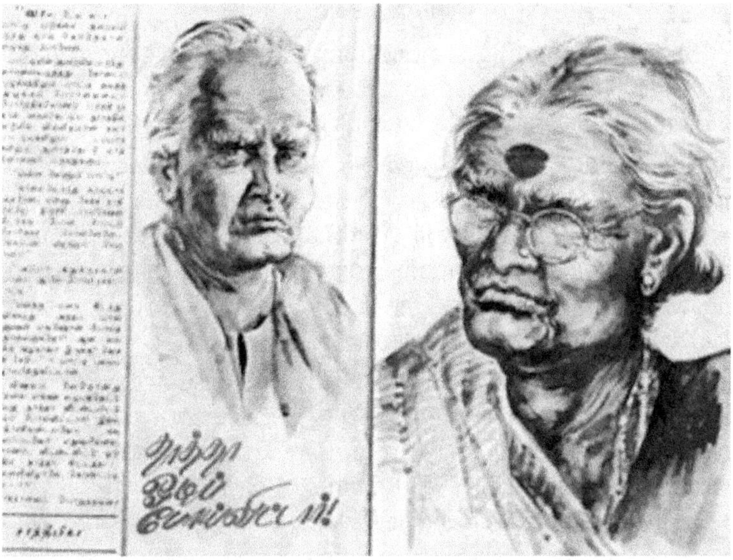

"**வா**சு... டேய் வாசு!" -- பாட்டி படுக்கை அறையிலிருந்து குரல் கொடுத்தாள், எழுந்து போனேன்.

பாட்டியின் அறையில் மருந்து நெடி அடித்தது. கோடைப் புழக்கத்திலும் பாட்டி அழுக்குப் போர்வையை போர்த்திக்கொண்டு படுத்திருந்தாள். கைக்கெட்டிய தூரத்தில் ஸ்டூலில் விதவிதமான கலர் பாட்டில்களிலும் டப்பாக்களிலும் நூத்தியெட்டு மாத்திரைகளும் மருந்துகளும்.

"என்ன வேணும் பாட்டி?"

"காலையிலிருந்து கரடியாக கத்தறேன். ஏன்னு கேட்க நாதியில்லை. திருச்சி ராமசேஷன் வீட்டுக்கு போன் போட்டு விசாரிக்க சொன்னேனே..... உங்க அப்பன் ஏதானும் செஞ்சானா...?"

5. தாத்தா ஓடிப் போய்விட்டார்!

"அப்பா அதுக்குத்தான் போஸ்ட் ஆபிஸ் போய் இருக்கார் பாட்டி..."

"எனக்கு மனசு கிடந்து தவிக்கிறது பாவி மனுசன் எங்கேதான் போய் தொலைஞ்சுதோ? ஆன வயசுக்கு அழகா இருக்கு? வெக்கக் கேடு...," பாட்டி புலம்ப ஆரம்பித்துவிட்டாள்.

விஷயம் வேறொன்றுமில்லை. எங்கள் எழுபத்தெட்டு வயது தாத்தா வீட்டைவிட்டு ஓடிப் போய்விட்டார்!

இதில் அதிர்ச்சி அடையவோ கவலைப்படவோ, எதுவும் இல்லை . காரணம், வீட்டைவிட்டு ஓடுவதில் தாத்தா கிட்டத்தட்ட வெள்ளி விழாவே கொண்டாடி விட்டார்!

தாத்தாவைப் பொறுத்தவரை விருந்தும் ஓட்டமும் மூன்று நாள் தான். மூன்றாவது நாள் 'டாணென்று' திரும்பிவிடுவார். காலையில் சுடச் சுட நுரை பொங்க ஃபில்டரில் போட்ட முதல் டிகாக்ஷன் காபி குடிக்காமல் அவரால் வெளியே தாக்கு பிடிக்க முடியாது! இந்த முறை ஐந்து நாட்கள் ஆகிவிட்டது தான் பாட்டியின் புலம்பலுக்குக் காரணம்.

தாத்தா பாட்டிக்கு போட்ட முதல் முடிச்சே கோளாறாக இருக்கவேண்டும். தம்பதிக்கு இடையே எத்தனை முரண்பாடுகள்? தாத்தா ஒல்லியாய், உயரமாய், வெகு சிவப்பு. பாட்டியோ கருப்பாய், குள்ளமாய், வெகு பருமன். மனசுப் பொருத்தமோ கேட்க வேண்டியதில்லை!

படிப்பு ஏறாத தாத்தாவுக்கு மிராசு குணம் நிறையவே இருந்ததாம். வாய் நிறைய வெற்றிலையைக் குதப்பிக்கொண்டு திண்ணையில் சீட்டு ஆடுவதும், சொம்பு சொம்பாய் காபி குடிப்பதும் தான் பிடித்ததாம். நில புலன் விவகாரங்கள் ஒன்றும் தெரியாது. தாத்தாவின் உடன் பிறந்தவர்கள்தான் அதையெல்லாம் பார்த்துக்கொண்டார்கள்.

கிராமத்தில் இருந்தவரை தட்டில் சோறு விழுந்தது. மனசு ஒட்டா விட்டாலும் கவலை இல்லை. இரண்டு பிள்ளைகளையும் ஒரு பெண்ணையும் பெற்றுப் போட்டாயிற்று. ஆனால் சோம்பல் சௌக்கியம் நிலைக்கவில்லை. தாத்தாவின் குடும்பத்தில் பாகப்பிரிவினை வர, தாத்தாவுக்கு சொற்ப நிலம்தான் தங்கிற்று. வயல் வரப்புக்கு போய் அறியாத தாத்தாவுக்கு குத்தகைக்காரர் நன்றாகக் குழைத்துப் போட்டு விடவே,

கிராமத்தை விட்டு சட்டி தூக்க வேண்டியதாகிவிட்டது. அதில் ஆரம்பமாயிற்று பாட்டியின் கஷ்ட ஜீவனம்.

கும்பகோணத்தில் வந்து ஒரு ஒன்றுக் குடித்தனத்தை ஆரம்பித்தார்கள் . தெரிந்தவர்கள் மூலம் ஒரு கடையில் கணக்கு எழுதும் வேலை கிடைத்தது தாத்தாவுக்கு. ஆனால் நாக்கில் எப்போதும் சனி. எந்த ஒரு வேலையிலும் நிரந்தரமாய் அவரால் தாக்குப் பிடிக்க முடியவில்லை.

இனி தாத்தாவை நம்புவதில் பயனில்லை என்று புரிந்துவிட்டது பாட்டிக்கு. கரண்டி கை கொடுத்தது. கையிலிருந்த கலைநயம் முறுக்கு சுற்றுவதில் வெளிப்பட்டது. ராப்பகலாய் உழைத்தாள் பாட்டி. இரண்டு பிள்ளைகளின் படிப்பும், பெண்ணின் கல்யாணமுமே பாட்டியின் லட்சியங்களாக ஆயின

வாசலில் அப்பாவின் குரல் கேட்கவே பரபரப்பானாள் பாட்டி.

"திருச்சிக்கு போன் பண்ணியா? அங்கே வந்திருக்காராமா?" அப்பாவைத் துளைக்க ஆரம்பித்தாள்.

"இல்லையேம்மா .... திருச்சிக்கு வரவில்லையாம் ..."

அப்பாவின் முகத்தில் கூட இப்போது கவலையின் ரேகைகள் தெரிந்தன. அப்படி எங்குதான் போயிருப்பார் தாத்தா?

தாத்தாவால் ஒரு புண்ணியமும் இல்லை என்று பாட்டி மாடாய் உழைத்த காலங்களில், அவளுக்கு சண்டை போடக் கூட நேரமும் சக்தியும் இருந்ததில்லை. ஆனால், பிள்ளைகள் தலை எடுத்து, பெண்ணுக்குக் கல்யாணம் ஆனதும் தான் பாட்டிக்கு ஆங்காரம் பொங்கி வந்து இருக்க வேண்டும். மாட்டுப் பெண்கள் வந்ததில் பாட்டிக்கு ஓய்வு கிடைத்தது. பட்ட கஷ்டங்களை எல்லாம் மனசு நினைத்து நினைத்து மருகி இருக்க வேண்டும்.

அது முதல் வாய்ப்பு கிடைத்த போதெல்லாம் தாத்தாவைச் சாட ஆரம்பித்தாள் பாட்டி. தாத்தாவின் தான்தோன்றித்தனம், பொறுப்பின்மை, ஊதாரித்தனம், வாய்க்கொழுப்பு என்று

பட்டியல் போட்டு குத்தித் குத்தி காட்டி ரணமாக்குவது பாட்டிக்கு முழு நேர பொழுதுபோக்கு ஆயிற்று.

தாத்தா சில நாட்கள் பேசாது கேட்டுக்கொள்வார்; சில நாட்கள் திரும்பக் கத்துவார். ரொம்பவே வெறுத்துப் போனால், வீட்டைவிட்டு ஓடிப்போய்விடுவார்!

தாத்தாவுக்குகோ நாக்கு நீளம். சாப்பிடுவது ஒரு சில கவளங்கள் தான் என்றாலும், உப்பும் புளிப்பும் வக்கணையாக இருக்க வேண்டும். அப்படிப்பட்டவர் வீட்டைவிட்டு ஓடிப்போய் என்ன செய்ய முடியும்? இரண்டு மூன்று நாட்கள் அக்கம்பக்கத்து உறவினர் வீட்டுக்கு போய்த் தங்கி, அவர்களிடம் பாட்டியைப் பற்றி ஆசை தீர வசைபாடி விட்டு, நான்காவது நாள் டாணென்று வீட்டில் ஆஜராகி விடுவார்!

இந்த தடவை சண்டை கொஞ்சம் கடுமைதான். சாமியாராக போய் விடுவதாக பயமுறுத்திக் கொண்டிருந்த தாத்தாவின் எண்ணம், கொஞ்ச நாட்களாகவே தீவிரமாகி விட்டது. மாடி ரூமில் தனியாய் ஒதுங்க ஆரம்பித்தார்; தாடி வளர்க்க ஆரம்பித்தார்; காவி வேட்டி வாங்கி வந்தார். ஆடம்பரத்தை ஒழிக்கும் வகையில் நசுங்கிய அலுமினிய தட்டு ஒன்றில் தான் சாப்பாடு! ரசம், சாம்பார் ஊற்றி வைத்துக் கொள்ள கொட்டாங்குச்சிகளை தேய்த்து அலம்பி வைத்துக்கொண்டார்!

ஒரு வெள்ளிக்கிழமை. அன்று பாட்டி ஆடம்பரமாய் செய்து வந்த ஐந்து வாரக் குத்து விளக்கு பூஜையின் நிறைவு நாள். பட்டுப்புடவையை கட்டிக்கொண்டு நகையெல்லாம் மாட்டிக்கொண்டு குஷியாய் இருந்தாள் பாட்டி. தன் வயதில் இருக்கும் ஐந்தாறு சுமங்கலிகளுக்கு வீட்டில் விருந்து.

தாத்தாவின் சுபாவம் தெரிந்திருந்ததால், பாட்டி ஏற்கனவே மூச்சிரைக்க ஒரு தரம் மாடிக்குப் போய் 'பூஜை முடிந்து எல்லோரும் போகும் வரை கீழே தலையை காட்ட வேண்டாம்' என்று தாத்தாவிடம் கறாராய் சொல்லிவிட்டு வந்திருந்தாள்.

பூஜை எல்லாம் முடிந்து சுமங்கலிப் பெண்கள் சாப்பிட உட்கார்ந்தார்கள். தாத்தாவுக்கு எப்படித்தான் மூக்கில் வேர்த்ததோ! தன்னுடைய அலுமினிய தட்டு, கொட்டாங்கச்சிகள் சகிதம் கீழே வந்தவர், வரண்டாவில்

அவற்றைப் பரப்பி தரையில் குந்தி உட்கார்ந்து கொண்டு, "அன்னபூரணி..." என்று குரல் கொடுத்தார்.

விஷயம் தெரியாத பாட்டியின் தோழி ஒருவர், "வாசலில் யாரோ பரதேசி போல் இருக்கிறதே?" என்று சொல்ல, அவ்வளவுதான்! பாட்டியின் முகம் பேயறைந்தது போல் ஆகிவிட்டது!

சடங்குகள் முடிந்து எல்லோரும் போனதும் பாட்டிக்கு சாமி வந்தது போல் ஆகிவிட்டது. அவள் அன்று தாத்தாவை சாடிய சாடலில் அன்றே அவர் தூக்குப் போட்டுக் கொண்டிருக்க வேண்டும். ஆனால் வெறுமனே ஓடித்தான் போனார்!

"**மா**மா உங்களுக்கு போன்!" என்று மூன்றாவது வீட்டு பொடியன் வந்து கூப்பிட்டான். அப்பா விழுந்தடித்துக் கொண்டு ஓடினார். படுக்கையில் எழுந்து உட்கார்ந்து கொண்டாள் பாட்டி. அப்பா மகிழ்ச்சியுடன் திரும்பி வந்தார்...

"அம்மா கவலைப்படாதே! அப்பா வந்து சேர்ந்தாச்சு; இப்போ அரைமணி முன்னாடிதான் மாம்பலத்தில் உன் பொண்ணு வீட்டுக்கு வந்து சேர்ந்துட்டாராம்," என்றார்.

"கிழம் வந்துடுத்தா? இந்த வயசுல என்ன இத்தனை ரோஷம்? டேய் வாசு, ஒரு ஆட்டோ கூட்டிண்டு வாடா; போய் பார்த்துட்டு ரெண்டு வார்த்தை சுட சுடக் கேட்டுட்டு வந்துடறேன்," -- பாட்டி கிளம்பிவிட்டாள். நாங்கள் யார் தடுத்தும் கேட்கவில்லை.

பாட்டி சாயந்திரமே திரும்பி வந்து விட்டாள். ரொம்பவே கோபமாயும் சோகமாயும் இருந்தாள். நேரே போய் தன் படுக்கையில் படுத்துக்கொண்டு விட்டாள். போன இடத்தில் என்ன நடந்தது என்று தெரியவில்லை. அப்பா மூன்றாம் வீட்டுக்கு போய்த் தன் தங்கை வீட்டுக்கு போன் செய்தார்.

பாட்டி வழக்கம்போல் தாத்தாவை வாங்கு வாங்கு என்று வாங்கினாளாம். 'நீ என்ன வேணும்னாலும் கத்திக்கோ; இனி மீதி ஆயுசுக்கும் உன் கூட எனக்கு பேச்சு வார்த்தை கிடையாது," என்று அலட்சியப்படுத்தி விட்டாராம் தாத்தா. தன் பேச்சுக்கு எதிர்ப்பேச்சு இல்லாதபோது சண்டையில் என்ன சுவாரசியம் இருக்கிறது? அதான் பாட்டி வெறுத்துப்போய் திரும்பி இருக்க வேண்டும்!

5. தாத்தா ஓடிப் போய்விட்டார்!

ராத்திரியில் பாட்டிக்கு ஜுரம் வந்துவிட்டது கைவசம் மருந்து இருந்ததால், பாட்டி தானே இரண்டு மாத்திரைகளை முழுங்கினாள்.

மறுநாள் காலை பாட்டியால் படுக்கையிலிருந்து எழுந்து கொள்ள முடியவில்லை டாக்டரை கூட்டிவர ஓடினோம்...

வழக்கமாய் வரும் டாக்டர் தான். இந்த தடவை அவரே கொஞ்சம் பயந்தது போலிருந்தது. "பிளட் பிரஷர் ரொம்ப ஏறி இருக்கு; ஹார்ட் கொஞ்சம் தாறுமாறா அடிக்குது; பராலிடிக் அட்டாக் வந்திடுமோன்னு தோணுது; ஜாக்கிரதையா பார்த்துக்கங்க; ஒருநாள் பார்த்துட்டு வேணுமானா ஆஸ்பத்திரியில் அட்மிட் பண்ணிடுங்க," என்று பயமுறுத்தி விட்டு போனார்...

பாட்டி அரை மயக்கத்திலேயே இருந்தாள் வாய் வேறு ஏதோ புலம்ப ஆரம்பித்தது அப்பாவுக்கு பயம் தட்ட ஆரம்பித்துவிட்டது நோய் வந்து வந்து நலிந்து போன உடம்பு; வயதுவேறு ஆகிவிட்டது ஒருவேளை... ஒருவேளை... தாத்தாவுக்கு செய்தி சொல்லி கூட்டிக்கொண்டு வர நான் மாம்பலம் போனேன்,

அங்கே தாத்தா ஈசி சேரில் உட்கார்ந்துகொண்டு வெங்காய பக்கோடா சாப்பிட்டுக் கொண்டிருந்தார். நான் கொண்டு போன செய்தி அவரை ஒன்றும் அசைக்கவே இல்லை. "போடா போடா, உன் பாட்டியைப் பத்தி எனக்கு தெரியாதா? அவளுக்கு நித்திய கண்டம் பூர்ணாயுசு; நான் ஒண்ணும் அவளைப் பார்க்க வரதாயிலை," என்று சொல்லித் துரத்திவிட்டார்

மறுநாள் காலை பாட்டிக்கு ஜுரம் விட்டுவிட்டது ஆனாலும் படுக்கையிலிருந்து எழ முடியவில்லை வாசலில் யாரோ கூப்பிடவே எட்டிப்பார்த்தேன் அத்தை பிள்ளை பாலு வேகமாக உள்ளே வந்து அப்பாவிடம் ஏதோ கிசுகிசுத்தான்...

அப்பா பரபரப்புடன் வந்து பாட்டியை உலுக்கி எழுப்பினார்; "அம்மா மனசை தைரியம் பண்ணிக்கோ, அப்பா விடியக் கார்த்தாலே காலமாய் விட்டாராம்; தூக்கத்திலேயே மூச்சு நின்னு இருக்கு... கல்யாண சாவு," அப்பா தயங்கி தயங்கி விஷயத்தைச் சொன்னார். அவருக்குத் தொண்டை அடைத்தது. தானாவிட்டாலும் தன் தசை ஆடும்.

பாட்டி விருட்டென்று படுக்கையிலிருந்து உட்கார்ந்தாள்; "நெஜமாவாடா?" -- பாட்டியால் நம்பத்தான் முடியவில்லை.

"நான் பாவி.... மகாபாவி.... படாத கஷ்டமெல்லாம் பட்டாச்சு; ஆனால் இன்னும் நான் மட்டும் வியாதியிலும் வெக்கையிலும் விழுந்து பொழச்சுண்டு சாசுவதமாய் இருக்கணும்; இந்த மனுஷன்? பண்ணின கொடுமையெல்லாம் பண்ணியாச்சு; ஆனாலும் ஒரு நோவு இல்லை; உடம்பில ஒரு ஊசி குத்தினது கிடையாது; ராஜபோகமா, ஒரு முக்கல், ஒரு முனகல் இல்லாமல் கஷ்டமில்லாமல் தூக்கத்திலேயே போய் சேர்ந்துட்டார்; ஈஸ்வரா! இது என்ன நியாயம்? இது என்ன தர்மம்?" பாட்டி ஓவென்று புலம்பினாள்.

அடுத்த சில நிமிடங்களில் பாட்டி சுதாரித்துக்கொண்டு படுக்கையிலிருந்து எழுந்துவிட்டாள்.

"சரி சரி எல்லாரும் கிளம்புங்கோ! அடுத்து ஆக வேண்டிய காரியத்தை கவனிக்கணும்..."

பாட்டி உடம்பில் புது தெம்பு வந்துவிட்டது .

(ஆனந்த விகடன் - 1989)

-=()=-

5. தாத்தா ஓடிப் போய்விட்டார்!

6. ஒப்பீடுகள்

(கதையின் ஆண்டு 1990)

"சனிக்கிழமை கல்யாணத்துக்கு வந்துருவ இல்லயா?" அண்ணி கிளம்பும்போது கேட்டாள்,

"நான் கண்டிப்பா வரவேண்டிய கல்யாணம்தான் இது அண்ணி: எங்க பக்கத்து உறவுக்காரங்க, உங்க பக்கத்து உறவுக்காரங்க எல்லாரையும் ஒட்டுக்கப் பார்த்துடலாம்; உங்க அப்பா, அம்மா, தம்பி திவாகர் எல்லாரும் இப்போ கோவையிலே தானே இருக்காங்க? எல்லாரும் கல்யாணத்துக்கு வருவாங்க இல்லயா?" கேட்டாள் கவிதா.

"வருவாங்க; திவாகர் இப்போ உள்ளூரிலேதானே இருக்கான்: அவனும் கட்டாயம் வருவான்.,"

திவாகரைப் பார்ப்பதற்காகவாவது அந்தக் கல்யாணத்துக்குப் போக வேண்டும், அவன் பெண்டாட்டி என்ன அழகில் இருக்கிறாள் என்று தெரிந்துகொண்டே ஆகவேண்டும். அதற்காகவாவது சனிக்கிழமைக்குள் இந்த வீட்டை ஒரு வழிக்குக் கொண்டு வருவது அவசியம் என்று தீர்மானித்தாள் கவிதா.

மூன்று வருட சிங்கப்பூர் வாசத்துக்குப்பிறகு அவள் சென்னை வந்து குடித்தனம் ஆரம்பித்து மூன்று நாட்களே ஆகின்றன. வீடு முழுவதும் சாமான்கள் பிரித்தும் பிரிக்காமலும் இறைந்து கிடக்கின்றன.

கைகள் சாமான்களை எடுத்து வைப்பதில் ஈடுபட்டாலும் மனம் என்னவோ திவாகரையே சுற்றிக்கொண்டிருந்தது. திவாகர் அவளையும் அவள் அழகையும் ஒருங்கே புறக்கணித்தது அவள் மனதில் ஆறாத ஒரு ஊமைக்காயமாய் இருந்துகொண்டுதான் இருந்தது.

அண்ணனுக்கும் அண்ணிக்கும் கல்யாணம் நடந்த போது கவிதாவுக்கு வயது பதினாறு. அண்ணியின் தம்பி திவாகருக்கு சுமார் இருபது வயது இருக்கும். வேதியியல் பட்ட மேற்படிப்பு படித்துக்கொண்டிருந்தான் என்று ஞாபகம்.

6. ஒப்பீடுகள்

பட்டுப்பாவாடை தாவணியில் தேவதையாய் வலம் வந்து கொண்டிருந்த கவிதாவை அவன் தன் வயதுக்கே உரிய ஈர்ப்பில் நோட்டம் விட்டான் என்றாலும் பேச்சுக்கொடுக்கவோ சீண்டவோ முயன்றதில்லை.

கவிதாவுக்கு அவன் மேல் ஒரு கவர்ச்சி அந்த வயதில் ஏற்பட்டது இயற்கையே. அவனது சுருட்டை முடியிலும், சற்றே பெரிய கண்களிலும், முக்கோண வடிவ முகவாட்டிலும் அவளுக்கு ஒரு ஈர்ப்பு உண்டானது. ஆயினும் அந்த வயதில், அதைக் காதல் என்ற பெரிய வட்டத்துக்குள் கொண்டுவர முடியாது.

அவளது இருபது வயதில் அவள் அழகு பூரணமாய் வளர்ச்சி பெற்று சுடர் விட்டு ஒளிர்ந்தது. அது குறித்த சந்தேகமற்ற கர்வமும் அவள் உள்ளத்தில் குடியேறி இருந்தது. கல்லூரியில் படிக்கையில் அவளது தரிசனத்துக்காகவே காத்திருக்கும் பஸ் ஸ்டாண்டு, வீதியோர இளைஞர் படை ; பஸ்ஸில் இடிக்கும், இடுப்பில் கிள்ளும், கழுத்தை முகரும் மூன்றாம் தர ஆடவரின் அத்து மீறல்கள் -- இவையெல்லாம் உண்மையில் கவிதாவின் கர்வத்துக்கு உரமிட்டன என்றுதான் சொல்லவேண்டும்.

அவளது அழகுக்குக் கிடைத்த அங்கீகாரமாக அவளுக்கு வந்த மூன்று நான்கு காதல் கடிதங்களை கவிதா வெகு நாட்கள் பெட்டிக்கடியில் பதுக்கி வைத்ததுண்டு. அழகு தந்த கர்வமே, கடிதம் தந்த இளைஞர்களைக் கொசுக்களைப்போல் பார்க்கும் குணத்தையும் கொடுத்தது.

அழகான பெண்ணைப் பெற்றவர்களின் பெருமை கூட ஒரு பெண்ணின் திமிருக்கு உரம் ஏற்றுவது உண்டு. அண்ணனோடு கூட்டுக் குடும்பமாய் இருந்த காலத்தில் அது குறித்த புகைச்சல்களும் வந்ததுண்டு.

"கவிதா! நீ இத்தினி சோம்பேறியாய் இருப்பது நல்லதில்லே. காலேஜ் முடிச்சாச்சுங்கிறதுக்காக இப்படி காலைல எட்டு மணிக்கு எழுந்துக்கிறது கொஞ்சம் கூட நல்லா இல்லை. எப்படியானாலும் பொண்ணாய்ப் பொறந்தவ கரண்டி பிடிக்காமல் தப்பிக்க முடியாது; கொஞ்சம் சமையல்கட்டுக்குள்ளே வந்து ஏதாவது சமைக்கக் கத்துக்க...” அண்ணி உரிமையுடன் சொல்லும்போது கவிதாவின் அம்மா பெண்ணுக்குப் பரிந்துகொண்டு வந்துவிடுவாள்.

"அவளை நீ ஏன் எடுப்பெடுக்கற? அவ அழகுக்கும் நிறத்துக்கும் ராஜா மாதிரி யாராவது வந்து கொத்திக்கிட்டு போயி கண்ணுக்கு கண்ணாக வெச்சுப்பான். கல்யாணம் ஆனாத்தான் இருக்கவே இருக்கு வீட்டு வேலையும் சமையல்கட்டும்; புகுந்த வீட்டுக்குப் போய் நாலு நாள் செய்தாளானா தானா வந்துட்டுப்போகுது, படிப்பு, காலேஜ்ன்னுதான் இத்தனை நாளு அல்லாடியாச்சு, கொஞ்ச நாளு தான் அவள் இஷ்டப்படி இருந்துட்டு போகட்டுமே...," என்பாள். .

கவிதாவுக்கு சோம்பேறித்தனம் பிடித்துப்போயிற்று; வேலைக்குப் போய் பஸ்ஸில் இடிபட்டுக் கசங்கிப் போவதில் அவளுக்கு நாட்டம் இல்லை. அதற்கான பொருளாதாரத் தேவையும் இல்லை. அவள் அப்பாவின் பணவீச்சுக்குக் கிடைக்கும் மாப்பிள்ளை அவள் சம்பாதியத்தை எதிர்பார்த்து இருக்கும் வாய்ப்பும் குறைவே.

அன்று அண்ணியை பார்ப்பதற்கென்று எதிர்பாராத விதமாய் திவாகர் அவர்கள் வீட்டுக்கு வந்திருந்தான். அவன் வரும்போது கவிதா மத்தியானத் தூக்கத்தில் ஆழ்திருந்தாள் . அவளை பகல் தூக்கத்தில் எழுப்பினால் தலைவலி வந்துவிட்டதென்று முழுநாளும் படுத்துவிடுவாள் என்ற அனுபவ அறிவினால் அவளை பொதுவாக வீட்டில் பாதித் தூக்கத்தில் எழுப்புவது இல்லை.

முன் அறையில் பேச்சுக்குரல் கேட்டு அவளுக்கு விழிப்பு வந்தது.

எழுந்து மெதுவாய் எட்டிப்பார்க்கையில் திவாகரின் முகம் தெரிந்தது; அவளுக்குள் ஒரு இன்ப அதிர்ச்சி. திவாகர், கம்பீரமான, களையான ஆண்மகனாக வளர்ந்திருந்தான். கன்னத்தில் சதை பிடித்து, விரிந்த மார்பும், கண்ணியமான தோற்றமுமாக அவளை சலனப் படுத்தினான்.

கவிதா அவசர அவசரமாய் பின்கட்டுக்குச் சென்று முகம் கழுவி பொட்டிட்டு, வேறு புடவை மாற்றலாமா ஒன்று யோசிக்கையில் அண்ணி உள்ளே வந்தாள். "அட கவிதா! நீ எழுந்துட்டியா? என் தம்பி திவாகர் வந்திருக்கான்; இதோ கிளம்பிட்டான்; நீ தூங்கிக்கிட்டு இருக்கேன் இப்பதான் அவன் கிட்ட சொன்னேன். வரியா?"

6. ஒப்பீடுகள்

அண்ணி வாசலுக்கு விறைய, கவிதா பின்தொடர்ந்தாள். திவாகர் ஷூவை மாட்டி நிமிர்கையில் கவிதாவை கவனித்தான். அவன் கண்கள் அவளை கண்டு ஒரு கணம் விரிந்து மலர்ந்ததை கவிதா கவனித்தாள். "ஹலோ எப்படி இருக்கீங்க?" என்று விஜாரித்துவிட்டு, அவள் பதிலுக்கு காத்திருக்காமல் எல்லாருக்கும் வணக்கம் சொல்லிவிட்டு ஆட்டோவில் ஏறிக்கொண்டான்.

திவாகர் வந்து போன சில நாட்களுக்குள் அவள் பெற்றோர்கள் திவாகரைப் பற்றி அண்ணியிடம் விசாரிக்க ஆரம்பித்தார்கள். அவன் ஒரு பன்னாட்டு கம்பனியில் சீஃப் கெமிஸ்ட்டாக உத்தியோகம் பார்க்கிறானாம். நல்ல சம்பளம். பெற்றோரின் எண்ணம் புரிந்த போது, கவிதாவின் உள் மனதில் ஒரு பட்டாம்பூச்சி சிறக்கடித்தது. "கவிதா- திவாகர்," என்று பெயர் பொருத்தத்தையும் கூட அவள் மனதில் நினைத்துப்பார்த்து சற்றே மகிழ்ந்ததும் உண்மை. ஆனால் அதையும் காதல் என்ற உணர்வில் சேர்க்க முடியாது என்பதும் அவளுக்கே தெரியத்தான் செய்தது.

"திவாகருக்கு கவிதாவை கொடுக்க நாங்க பிரியபடுறோம்கிறதைப் பத்தி உங்க வீட்டில பேசினியா?" பத்து நாட்கள் பிறந்த வீட்டுக்குப் போய்த் திரும்பி வந்திருந்த அண்ணியிடம் அம்மா விசாரித்தாள்.

"பேசினேன் அத்தை; யோசிச்சு சொல்றேன்னு சொல்றாங்க..." அண்ணி இழுத்தாற்போல் சொன்னாள். எதையோ மறைப்பதைப் போல் இருந்தது.

"இதுல பெருசா யோசிக்க என்ன இருக்குது? உறவுக்குள்ள உறவு; ஜாதகம் வேற பொருந்தி இருக்குது. நம்ம கவிதாவைக் கட்டிக்க உன் தம்பிக்கு கசக்குமா என்ன?"

"இதையெல்லாம் சட்டுபுட்டுன்னு தீர்மானிக்க முடியுமா அத்தே? திவாகரோட அபிப்பிராயம் என்னன்னு தெரியணும்; எங்க அப்பாவுக்கு நம்ம வீடு கொஞ்சம் பெரிய இடம்னு அபிப்ராயம். பெண்ணை எடுக்கும்போது கொஞ்சம் தாழ எடுக்கிறது நல்லதுனு அவங்க சொல்லுவாங்க...."

"உன் தம்பி போன மாசம் இங்க வந்தப்போ கவிதாவைப் பார்த்தானில்லே? பின்ன என்ன?" அம்மாவின் குரலில் நம்பிக்கை தெறித்தது. பார்த்தால் மயங்காமல்

போயிருப்பானா என்ற தைரியம். கவிதாவின் அழகை வேண்டாம் என்று சொல்லும் அளவுக்கு முட்டாளாக அவன் இருக்கமாட்டான் என்ற நம்பிக்கை.

ஆனால் அடுத்த மாதமே திவாகருக்குக் கல்யாணம் நிச்சயம் ஆன சேதி வந்தது. சுமாரான வசதியுள்ள குடும்பம் தானாம். திவாகர் ஒரு பைசா வரதட்சணை வாங்கக்கூடாது என்று சொல்லிவிட்டானாம். பெண் பார்க்கக் 'குடும்பப்பாங்காய்' இருப்பதாகக் கேள்வி என்று அண்ணி சொன்னாள்.

கேள்விப்பட்டதுமே கவிதாவுக்குள் எழுந்த முதல் உணர்ச்சியே தான் அவமானப்படுத்தப் பட்டுவிட்டதாகத் தோன்றியதுதான். அவளது அழகை உதாசீனப்படுத்திய முதல் ஆண் திவாகர் தான். திவாகரோடு தன்னை இணைத்துப் பார்த்த தன் எண்ணத்தைக் குறித்து அவளுக்குத் தன் மீதே கோபம் வந்தது.

"எல்லாம் உங்க அண்ணி சண்டாளி வேணுமின்னே கலைச்சு உட்டுட்டா. மூஞ்சி தேவாங்கு மாதிரி இருக்கிற அவளுக்கு என்னிக்குமே உன் அழகைக் கண்டு ஆங்காரம்; உன்னைப்பத்தி இல்லாததும் பொல்லாததுமமாய் சொல்லி அவங்க சம்மந்தம் வெச்சுக்க ஒட்டாம கெடுத்திட்டா..." என்று அம்மாதான் இரண்டு நாட்கள் புலம்பிக்கொண்டு இருந்தாள்.

அம்மாவுக்கும் அப்பாவுக்கும் இது ஒரு கவுரவப் பிரச்சினை ஆயிற்று. அடுத்த ஒரே மாதத்தில் கவிதாவுக்கு புளியங்கொம்பாய் ஒரு வரனைப் பிடித்துக் கொண்டு வந்தார்கள். ராஜேந்திரன் கருப்பாய், வாட்ட சாட்டமாய் முன்நெற்றியில் லேசான வழுக்கையோடிருந்தான். மூக்குகண்ணாடிக்குப் பின்னே தெரிந்த கண்களில் சாமர்த்தியம் தெரிந்தது. எம்.பி.ஏ படித்துவிட்டு மருந்து கம்பெனி ஒன்றில் ஏரியா மேனேஜர். கவிதாவின் அழகும் அவள் அப்பாவின் பணமுமாக அவனுக்கு ஜாக்பாட் அடித்தது.

கல்யாணமான ஒரு வருடத்தில் அவனை குடும்பத்தோடு சிங்கப்பூருக்கு வேலை மாற்றம் செய்தார்கள். ராஜேந்திரனுக்கு வாழ்க்கையில் முன்னேற துடிக்கும் வேகம் இருந்தது. ஒரு நாளைக்குப் பன்னிரண்டு மணி நேரம் கம்பெனிக்காக உழைக்கும் ஆர்வம் இருந்தது. கணவனைப் பற்றி எந்த உயர் மதிப்பீடும் இல்லாமல், கணவன் மீது காதல் என்ற உணர்வே

வெளிக் கிளம்பாமல் வாழ்க்கையை ஓட்ட பழகிக்கொண்டாள் கவிதா.

"அதோ அதுவா திவாகர் அண்ணி? எனக்கு சட்டுனு அடையாளம் தெரியல! அவருக்கு உடம்புக்கு ஏதாவது....?" தூரத்தில் உட்கார்ந்து இருந்தவனைக் காட்டி கேட்டாள் கவிதா. கல்யாணச் சந்தடிக் கூட்டத்தில் இன்னும் அவனிடம் நெருங்கிப் போய் பேச முடியவில்லை.

திவாகரின் முன் நெற்றியில் லேசாய் நரை தெரிந்தது. நன்றாக இளைத்திருந்தான். அணிந்திருந்த ஆடையில் சாதாரணம் தெரிந்தது. கம்பீரம் குறைவாய் இருந்தது.

"உடம்புக்கெல்லாம் ஒண்ணும் இல்லே. ரெண்டு வருஷமா சொந்த பிஸினெஸ்லே இறங்கினதிலே ஆளு ரொம்ப டல்லுதான்..." என்றாள் அண்ணி.

"ஏன் அண்ணி? நல்ல உத்தியோகத்தில் தானே இருந்தாரு?"

"அவன் தான் கொஞ்சம் கோணல் பேர்விழி ஆச்சே! கம்பெனியில நடந்த தில்லு முல்லுகள் இவனுக்கு பிடிக்கல; மேலதிகாரிகள் நேர்மையாய் இல்லேன்னு 'பிரின்சிபிள்' பேச ஆரம்பிச்சான்; வெளியில வரும்படி ஆயிப்போச்சு. வேற எங்க போனாலும் இதே தொல்லைதான்னு சொந்தமா கெமிக்கல் ஏஜென்சி ஆரம்பிச்சான்; 'லஞ்சம் கொடுத்தெல்லாம் பிஸினெஸ் பண்ணமாட்டேன்'னு சொல்லிக்கிட்டு என்னவோ பண்ணிக்கிட்டு இருக்கான்; அவன் அப்படித்தான். வா, அவன் கிட்ட போய்ப் பார்த்துப் பேசிவிட்டு வரலாம். 'கவிதா எப்படி இருக்காள்னு' கொஞ்ச நேரம் முன்னாடிதான் விசாரிச்சான். அவன் பொண்டாட்டியை நீ பார்த்தில்லை இல்லே?" அண்ணி கூட்டத்துக்கிடையே கவிதாவைக் கைபிடித்து அழைத்துப் போனாள்.

திவாகர் இவளைப் பார்த்ததும் பளிச்சென்று சிரித்தான். "ஏய், விஜயா, இவங்கதான் கவிதா; எங்க அத்தானோட தங்கை..." என்று தன் மனைவிக்கு அறிமுகப்படுத்தினான். பொதுவாகவே கல்யாணம் ஆகிவிட்டால் ஆண்களுக்கும் பெண்களுக்கும் முன்பு இருந்த சங்கோஜங்கள் போய்த் தயக்கமில்லாமல் பேச முடிகிறது.

திவாகரின் மனைவி இளைப்பாய் இருந்தாள்; தோள்பட்டை எலும்பு தெரிந்தது. முன்பற்கள் சற்றே தூக்கி இருக்க, பார்க்க

சராசரியாய் இருந்தாள். கழுத்தில், காதில், கைகளில் சொல்லிக்கொள்ளும்படியாய் ஏதும் அணியவில்லை. திவாகரின மனைவியும, பெணகளுககே உள்ள இயற்கையாய்த் தன் பளீர் தோற்றத்தையும், தன் கழுத்திலும் காதிலும் மின்னும் தூக்கலான நகைகளையும் எடைபோடுவதை கவிதா கவனிக்காமல் இல்லை.

திவாகரின் மடியில் அவன் இரண்டு வயது மகன் அழுதுகொண்டிருந்தான்; திவாகரின் ஜாடையிலேயே, புஷ்டியற்று நோஞ்சானாய்.

"ஓங்க ஹஸ்பெண்டு வரல்லியா, கவிதா? குழந்தை எங்கே?"

"அவருக்கு இன்னைக்கி முக்கியமான ஒரு மீட்டிங்; வர முடியல்லே. என் பெண்ணை எங்க அம்மா பொறுப்பிலே விட்டுருக்கேன்; கல்யாணத்துக்கெல்லாம் வந்தா நொச்சு நொச்சுனு புடுங்குவா; நாம ஜாலியா சொந்தக்காரங்க கிட்ட பேசிச் சிரிக்கக் கூட முடியாது..."

கவிதா தேங்காய் பையுடன் காரில் ஏறும்போது திவாகர் குழந்தையைத் தூக்கிக்கொண்டு மனைவியுடன் சத்திரத்திலிருந்து வெளியே வந்தான்.

"என்ன, கிளம்பியாச்சா, உங்க காரை எங்கே பார்க் பண்ணி இருக்கீங்க?" கவிதா வேண்டுமென்றே தான் கேட்டாள்.

"காராவது ஒண்ணாவது, நமக்கு ஏது அந்த வசதியெல்லாம்?" திவாகர் எந்தத் தயக்கமும் இல்லாது எதார்த்தமாய்ச் சொன்னான்.

"வாங்களேன் எங்க கார்லே? எங்க வேணுமோ அங்க டிரைவரை டிராப் பண்ணச் சொல்றேன்?"

"ஐயோ, உங்களுக்கு ஏன் சிரமம்; டூ வீலர்லேதான் வந்திருக்கோம். வரட்டுமா?" திவாகர் கிளம்ப, அவன் மனைவி சற்றே தாழ்வுணர்ச்சி வெளிப்படப் புன்னகைத்து கவிதாவிடம் விடை பெற்றுக்கொண்டாள்.

கவிதா காரில் ஏறிக்கொண்ட பின் டிரைவர் வண்டியை பின்னால் எடுத்துத் திருப்ப எடுத்துக்கொண்ட நேரத்தில், திவாகர், மனைவி, குழந்தையுடன் தன் டிவிஎஸ்-சாம்ப் மொப்பெட்-ஐ ஓட்டிக்கொண்டு போவதைக் கண்ட கவிதாவிவுக்கு உள்ளூர ஒரு சந்தோஷம் முகிழ்த்தது.

கவிதா படுக்கை அறையில் கணவனின் வருகைக்காகக் காத்திருந்தாள். ராஜேந்திரன் தன்கீழ் வேலை பார்க்கும் வெளியூர் கிளை மேலாளர்களுடன் தொலைபேசியில் அன்றைய விற்பனை நிலையை தெரிந்துகொண்டு வந்து படுக்கும் போது மணி பதினொன்று ஆகிவிடும்.

ராஜேந்திரன் வந்து படுத்தவுடன் கவிதா அவனை நெருங்கி அணைத்துக்கொண்டாள். கழுத்தில் முத்தமிட்டு "ஐ லவ் யூ," என்றாள். ராஜேந்திரன் தான் இது நாள் வரை அனுபவித்திராத அந்த அன்புத் தாக்குதல் ஏனென்று புரியாமல் குழம்பி விழித்தான்.

(ஆண்டு: 1990)

-=()=-

7. பின்னால் ஒரு பெண்

[1989 ஏப்ரலில் மங்கையர் மலர் இதழில் வெளிவந்தது.]

7. பின்னால் ஒரு பெண்

"பாட்டீ... என்று வாசலில் இருந்தே குரல் கொடுத்தேன். ஒரு பதிலும் இல்லை. கதவை இரண்டொரு முறை தட்டி பார்த்தேன். பலன் இல்லை. வாசல் கதவு வெறுமனே சார்த்தித்தான் இருந்தது. 'ஆவது ஆகட்டும்' என்று தைரியமாய் கதவை தள்ளிக்கொண்டு உள்ளே போனேன்.

வழக்கமான கிராமத்து வீடு தான். கதவைத் தாண்டியதும் ஓர் ரேழி. தாண்டினால் நேரே முற்றம். முற்றத்தை ஒட்டி, பக்கவாட்டில் ஒரு வராண்டாவும், கூடமும்.

கூடத்தில் ஊஞ்சலின் மீது அந்தப் பாட்டி உட்கார்ந்து கொண்டு மெதுவாக ஆடிக்கொண்டிருந்தாள். எண்ணெயைக் கண்டே இராததால், அலுப்பான கதியில் ஊஞ்சலின் கொக்கி கிரீச்சிட்டுக் கொண்டிருந்தது.

பாட்டி நான் வந்ததை கவனித்ததாகவே தெரியவில்லை. முகவாயை தடவியபடி மோட்டுவளையைப் பார்த்தவாரே என்னவோ தனக்குத் தானே பேசிக்கொண்டிருந்தாள். பட்டென்று கையை தட்டி கன்னத்தில் வைத்துக்கொண்டு ஒரு சிரிப்பு வேறு சிரித்தாள்...

எனக்கு இப்பொழுது தான் சற்று பயம் வந்தது. "அந்த கிழவி கொஞ்சம் ஒரு மாதிரி; நீ அவகிட்ட போய் கேட்கிறது எனக்கு சரியா படலை; பிறகு உன் இஷ்டம்," என்று என் மாமா சொல்லித்தான் அனுப்பினார். என் ஆசை என்னை விடவில்லை. ஓர் அசட்டு தைரியத்தில் வந்துவிட்டேன்...

விஷயம் ஒன்றும் பெரிதில்லை. எனக்கு டிசம்பர் பூக்கள் என்றால் பைத்தியமாய் ஓர் ஆசை .நேற்று மாலை மாமாவின் வீட்டு கொல்லையில் இருந்து, அடுத்த வீடான இந்த பாட்டியின் வீட்டுக் கொல்லையை நோட்டம் விட்ட போது, இங்கு கொள்ளை கொள்ளையாய் டிசம்பர் பூக்கள் பூத்து குலுங்குவதைப் பார்த்து மயங்கி விட்டேன் . யாரும் பறிக்காமல் வீணாகிப் போகும் பூக்களை நான் போய் பறித்து தலைக்கு வைத்துக் கொண்டால் என்ன?

பெண் குழந்தை இல்லாத மாமாவுக்கு நான் ரொம்ப செல்லமான மருமாள். வருஷா வருஷம் லீவுக்கு மாமா வீட்டுக்கு போகாமல் நான் இருந்ததே இல்லை. ரயில்வேயில் ஸ்டேஷன் மாஸ்டராய் இருக்கும் மாமாவுக்கு அடிக்கடி ஊர் மாற்றம். இந்த வருஷம் இந்த கிராமத்தில் குடி வந்த உடனேயே

எனக்கு லீவு வந்ததால் ஓடி வந்துவிட்டேன். கிராமத்து இயற்கைச் சூழலும். அமைதியும் எனக்கு ரொம்பவே பிடித்தமான விஷயங்கள்.

எவ்வளவு நேரம் தான் 'திருட்டு முழி' முழித்துக் கொண்டு கூடத்தில் நிற்பது? கொஞ்சம் தைரியத்தை வரவழைத்துக் கொண்டு சற்றே இரைந்து ," பாட்டி!" என்று குரல் கொடுத்தேன்.

பாட்டி சாவகாசமாய் திரும்பி என்னை பார்த்தாள். திடீரென்று புது மனுஷி ஒருத்தி உள்ளே வந்து நிற்பதை கண்ட அதிர்ச்சியோ, சலனமோ அவள் முகத்தில் இல்லை.

"யாருடி குட்டி நீ? என்ன வேணும்?" என்று சாவதானமாகக் கேட்டாள் பாட்டி.

எனக்கு பயம் விலகியது. வந்த காரியத்தை சொன்னேன்.

"அதுக்கென்ன? பேஷாய் பறிச்சுக்கோ! வீணாய் தானே போறது?"

நான் சந்தோஷத்தோடு கொல்லையில் பக்கம் ஓடினேன். பூக்களை பறித்து மடியில் கட்டியவாறு இந்தப் பாட்டியை பற்றி யோசித்தேன்...

பாவம்; புருஷன் காலமாகி பல வருஷங்கள் ஆகிவிட்டதாம். பிள்ளை குட்டி கிடையாது . பூர்வீக சொத்தான இந்த வீடும், 'மஞ்சக் காணி' நிலத்தில் குத்தகைக்காரர் மனசு வந்து ஏதோ கொஞ்சம் நெல் படியளப்பதன் மூலம் கிடைக்கும் சாப்பாடும் தான் ஜீவனத்துக்கு ஆதாரம். பாட்டியின் அண்ணா ஒருவர் உள்ளூரில் இருக்கிறார் .அவர் மட்டும் அவ்வப்போது 'இருக்கியா, செத்தியா' என்று எட்டிப் பார்த்துவிட்டு போவாராம்.

கிழவிக்கு வயது எழுபத்தைந்து இருக்கும். யார் செய்த புண்ணியமோ, வெள்ளைப் புடவையும் மொட்டை தலையுமாக நிற்காமல் சாதாரணமாகவே இருந்தாள். தலையெல்லாம் தும்பைப்பூ தான். ஒடிசலான, மாநிற தேகம், உருண்டை விழிகளும், முன்னால் துருத்திய பல்லும், ஒட்டிய கன்னமும், பாட்டி சின்ன வயதில் கூட லட்சணமாய் இருந்திருக்க மாட்டார் என்று பறைசாற்றின.

பாட்டிக்கு யாரோடும் கலந்து பழகும் குணம் கிடையாது போலிருக்கிறது. ஆண்டாண்டுகளாய்த் தனிமையை அனுபவித்து வந்திருக்கும் அவளுக்கு 'ஹிஸ்டீரியா'வின் அறிகுறிகள் இருப்பதில் ஆச்சரியம் ஒன்றும் இல்லை. எனக்கு

7. பின்னால் ஒரு பெண்

அவளை நினைத்தால் பாவமாய் இருந்தது பாட்டியை பற்றி எனக்கு இந்த விஷயங்கள் தெரிந்ததெல்லாம் என் மாமியின் மூலமாகத்தான்.

"யாருடீ குட்டி நீ? கொல்லையிலே என்ன பண்ற? யாரைக் கேட்டு உள்ளே நுழைஞ்சே?"

யோசனையில் மூழ்கி இருந்த நான் திடுக்கிட்டு நிமிர்ந்து பார்த்தேன். பாட்டி இடுப்பில் கையை வைத்துக் கொண்டு கண்ணை உருட்டியவாறே ,என்னை பார்த்துத் தான் இப்படி கேட்டாள்!

நான் அதிர்ந்து போனேன். "என்ன பாட்டி இது? கொஞ்ச நேரம் முன்னாடி உங்க கிட்டே சொல்லிட்டுத் தானே நான் பூ பறிக்க வந்தேன்?"

"இத்தனூண்டா இருந்துண்டு பேசுற பொய்யை பாருடீம்மா? இந்தக் கிழவின்னா எல்லோருக்கும் இளக்காரமான்னா ஆயிப்போச்சு? இருந்தபோது புருஷனும் மதிக்கலை; அவர் செத்தப்புறம் யாருமே மதிக்கலை ..."

பாட்டி ஆகாயத்தைப் பார்த்துக் கொண்டு கையை கையை ஆட்டிக் கொண்டு வாய் மூடாமல் புலம்ப ஆரம்பித்துவிட்டாள்.

எனக்கு என்ன செய்வதென்றே புரியவில்லை. பொங்கிக் கொண்டு அழுகை வர, கட்டுப்படுத்த முயன்று முடியாமல் போகவே, கண்களிலிருந்து கண்ணீர் கரகரவென்று வழிய ஆரம்பித்தது..

கிழவி புலம்பலை நிறுத்திவிட்டு என்னை குழப்பமாய் பார்த்தாள். அழுகையைப் பார்த்ததும் மனசு இளகி இருக்கவேண்டும். "சரி, சரி, பூ தானே வேணும்? பறிச்சிண்டு போ...," என்றாள்.

"எனக்கு வேண்டாம். நான் போறேன்," என்று கிளம்பிய வாரே நான் கொல்லையிலிருந்து மீண்டும் அந்த வீட்டுக்குள் நுழைந்தேன்.

"இருடி குட்டி, இரு", என்றவாறே கிழவி என் பின்னாலேயே வந்தாள்.

"இப்படி சித்த உட்காரு. பூவைக் கொண்டா! நான் தொடுத்து தரேன்!"

முற்றத்துக்கு நடுவே பாட்டி உட்கார்ந்துகொண்டாள். எனக்கு இப்போது சிரிப்புத்தான் வந்தது. கிழவியின் மன நிலையை நினைத்து பரிதாபமாகவும் இருந்தது. பேசாமல் உட்கார்ந்துகொண்டேன்.

பாட்டி என்னிடம் பேச்சுக் கொடுத்தாள். கிராமத்துக்காரர்களின் வழக்கப்படியே என் பூர்வீகம், அப்பா, அம்மா, உடன்பிறந்தோர் ,எல்லோரைப் பற்றியும் கேட்டாள்.

பேச்சுவாக்கில் என் அண்ணா ஒருவன் அமெரிக்காவில் இருப்பதைப் பற்றியும் சொன்னேன்.

“அமெரிக்காவா? என் ஆத்துக்காரர் கூட அங்கேதான் போய் ஆராய்ச்சி பண்ணினார்; அங்கேயே மண்டையை போட்டார்,” என்று சொன்னாள் பாட்டி..

எனக்கு சிரிப்பாய் வந்தது சரியான பைத்தியம்தான் இந்த பாட்டி என்று நினைத்துக்கொண்டேன்.

சாயந்திரம் மாமா வந்ததும் நான் பக்கத்து வீட்டுப் பாட்டியின் வீட்டுக்குப்போய் பூ பறித்து வந்த கதையை சிரிக்க சிரிக்க சொன்னேன்.

“இதில் ரொம்ப வேடிக்கை என்ன தெரியுமோ? என் ராமு அண்ணா அமெரிக்காவில், வேலை பார்ப்பதாக சொன்னதும் அந்தப் பாட்டி, தன் ஆத்துக்காரரும் அமெரிக்காவில் போய் இருந்ததாக சொன்னாளே பார்க்கணும்!” நான் விழுந்து விழுந்து சிரித்தேன்.

“சிரிக்காதே; பாட்டி நிஜம்தான் சொல்லி இருக்கிறாள். அந்த காலத்திலேயே 'அஸ்டி ரானமியில்' ஆராய்ச்சி பண்ணுவதற்காக பாட்டியின் புருஷன் அமெரிக்கா போனாராம். பாட்டியின் அண்ணா கிச்சா மாமா என்னிடம் ஏற்கனவே சொல்லியிருக்கார், ,” என்றார் மாமா.

நான் மூக்கின் மேல் விரலை வைத்தேன். எனக்கு பாட்டில் மீது சுவாரஸ்யம் அதிகமாயிற்று.

கடந்த மூன்று நாலு நாட்களாக நான் விடாமல் பாட்டியின் வீட்டுக்கு பூப்பறிக்க போனேன். பாட்டி இப்போது என்னோடு சினேகம் ஆகிவிட்டாள். நடுநடுவே ‘ஹிஸ்டீரியா’ போல வந்து சம்மந்தா சம்மந்தமில்லாமல் உளறுவதோ, திட்டுவதோ உண்டு என்றாலும் பாட்டியின் மீது எனக்கு வந்துவிட்ட ஓர் அபிமானத்தால் அது எனக்கு பெரியதாய்ப் படவில்லை.

7. பின்னால் ஒரு பெண்

ஒருநாள் சாய்ந்தரம் பாட்டியின் வீட்டு முற்றத்தில் பூ தொடுத்துக் கொண்டே கேட்டேன், "ஏன் பாட்டி, உங்க ஆத்துக்காரர் எப்படி அமெரிக்கா போனார்?" என்று.

"அவருக்கு அசாத்திய மூளைடி. ராத்திரியெல்லாம் சதா ஆகாயத்திலே இருக்கிற நட்சத்திரங்களை எல்லாம் வெறிச்சு பார்த்திண்டிருப்பார். இல்லையானால் சிம்னி விளக்கை ஏத்தி வெச்சுண்டு நோட்டுப் புஸ்தகத்திலே மாயமாய் கணக்குப் போட்டுண்டு இருப்பார் .நம்மூர்காரர்களுக்கு இவர் மூளை புரியலை.

"பட்டணத்திலே காலேஜிலே சேர்ந்து படிசப்போ, வெள்ளைக்கார ப்ரொஃபஸர் இவரைப் பத்தி தெரிஞ்சுண்டான். 'எங்க ஊருக்கு வந்து ஆராய்ச்சி பண்ணுடா'ன்னு சீமைக்கு கூட்டிட்டு போனான். என்னவோ எரிநட்சத்திரம் பத்தி ஆராய்ச்சி பண்ணினாருன்னு சொல்லிக் கேள்வி. எனக்கென்ன, நாலு எழுத்தா படிச்சிருக்கேன்? என் மரமண்டைக்கு ஒண்ணும் புரியாது...," -- பாட்டியின் பேச்சு புலம்பலாய் மாறலாயிற்று.

"அவர் பேர் என்ன பாட்டி?"

"அவர் காலம்தான் முடிஞ்சாச்சே? பேரைச் சொன்னா என்ன ஆயிடப்போறது? ராமசேஷன்னு பேரு. அவர் கையெழுத்து எல்லாம் முத்து முத்தாய் இருக்கும். தலையெழுத்து தான் சரி இல்லை. குப்பை குப்பையாய் எத்தனை நோட்டில் எழுதி இருக்கார்! இன்னும் எல்லாம் பரண் மேல கெடக்கு...."

பிஎஸ்ஸி, பௌதிக மாணவியான எனக்கு சுவாரஸ்யம் அதிகமாயிற்று. ஐம்பது வருடங்களுக்கு முன்னால் இந்த கிராமத்து விஞ்ஞானி என்னதான் ஆராய்ச்சி பண்ணி இருப்பார்? பாட்டியின் அனுமதியோடு, ஏணி வைத்துக்கொண்டு பரண் மீது ஏறினேன். பழுப்பேறியும், ஆங்காங்கே செல்லரித்தும் போயிருந்த நோட்டுப் புத்தகங்களை ஜாக்கிரதையாய் கீழிறக்கி தூசி தட்டினேன். ஒன்றிரண்டை பிரித்து பார்த்தேன், சூரிய மண்டல கிரக அமைப்புகளைப் பற்றிய படங்கள், அடித்தும் திருத்தியும் எழுதிய கணித பார்முலாக்கள் போன்றவை கண்ணில் பட்டன. ஏதேதோ 'டெரிவேஷன்'கள் பக்கம் பக்கமாய் ஓடின.

பாட்டியின் அனுமதியோடு ஒரு நோட்டை மட்டும் எடுத்துக் கொண்டு மற்றவற்றை மீண்டும் பரண்மீது ஏற்றினேன்..

லீவு முடிந்து காலேஜ் வந்ததும் முதல் காரியமாய் எங்கள் புரொஃபசர் ராமமூர்த்தியை பார்த்தேன்..

“பேரு என்ன சொன்னே? ராமசேஷனா?” எங்கோ காதில் விழுந்த பேரா இருக்கேம்மா! அஸ்டிரோஃபிசிக்ஸில் விஷயம் தெரிந்த யாரையாவது கேட்டால் மேலும் விவரம் கிடைக்கும்; இரண்டு நாள் டைம் கொடு,” என்றார் அவர்...

ரெண்டு நாட்கள் கழித்து, ப்ரொஃபசர் கூப்பிடுவதாக சொல்லி பியூன் என் வகுப்புக்கு வந்து கூப்பிட்டான். போனேன்.

“வாம்மா! ஐ ஹேவ் சம்திங் இன்ட்ரஸ்டிங் பார் யூ. ஐ .ஐ.டி.யில் டாக்டர் பஞ்சாபகேசன் என்று ஒரு புரொபஸர் இருக்கிறார் .இந்த சுற்று வட்டாரத்திலேயே அஸ்ட்ரோ ஃபிஸிக்ஸில் அவர்தான் அதாரிட்டி. அவருக்கு போன் பேசிக் கேட்டேன். பூமியில் வந்து விழும் விண்கற்களின் பௌதீக குணங்களைப் பற்றி “ராமசேஷன் ஹிப்பாதீஸீஸ்’ என்று ஒரு தனி தியரியே இருக்கிறதாம் .அந்த தியரி முழுமை அடைவதற்கு முன்னாலேயே ராமசேஷன் காலமாகி விட்டார் போலிருக்கிறது. அதிலிருக்கும் பல கணித மாடல்களுக்கு பிற்பாடு வந்த ஆராய்ச்சியாளர்களால் முழு உருவம் கொடுக்க முடியலியாம் . நீ கொண்டு வந்த நோட்டை பத்தி சொன்னேன். டாக்டர் பஞ்சாபகேசன் ரொம்பவே "திரில்," ஆயிட்டார்! ராமசேஷனின் நோட்டோடு உன்னையும் கையோடு அனுப்பி வைக்குமாறு என்கிட்டே சொன்னார்...,” என்றார் புரொபஸர்.

ஐம்பது வயதிலும் டாக்டர் பஞ்சாபகேசனின் சுறுசுறுப்பு என்னை வியக்க வைத்தது. ராமசேஷனின் நோட்டை என்னிடமிருந்து வாங்கி ஒரு நாள் படித்து பார்த்து விட்டு, என்னையும் அழைத்துக் கொண்டு நேரே பாட்டியின் இந்த கிராமத்துக்கே வந்துவிட்டார்.

“விஞ்ஞான உலகத்திற்கு உன் உபயத்தில் ஒரு பெரிய பொக்கிஷம் கிடைக்கப்போகிறது, பார்,” என்று ரயிலில் வரும்போது என்னிடம் சொல்லிக் கொண்டே வந்தார் அவர். ஆனாலும் பாட்டி நோட்டுகளை எல்லாம் கொடுப்பாளோ என்று அவருக்கு ஒரே கவலை; எனக்கும் உள்ளூர உதறல் தான்! பாட்டியின் ‘மூடை’ பற்றி யாரால் சொல்ல முடியும்?

இருவரும் காலையில் மாமாவின் வீட்டுக்கு வந்து, சாப்பாடானதும் பாட்டியின் வீட்டுக்கு வந்துவிட்டோம்.

7. பின்னால் ஒரு பெண்

“காசா பணமா?. வெறும் காகிதம் தானே? என்னை பொறுத்தவரைக்கும் அது வேண்டாத குப்பைதான்; .அள்ளிண்டு போங்கோ; பரணாவது சுத்தம் ஆயிடும்,” என்றாள் பாட்டி!

பாட்டி போட்டுக்கொடுத்த ஓலை புகை வாசனை அடித்த காப்பி குடித்துவிட்டு, டாக்டர் பஞ்சாபகேசன் பரண் மேல் ஏறி, அங்கிருந்த நோட்டுக்களை அத்தனையும் அள்ளிக் கொண்டு பக்கத்து வீட்டுக்குப் போய்விட்டார்.

நான் மட்டும் பாட்டியோடு ஊஞ்சலில் உட்கார்ந்து இருந்தேன். எனக்கு இப்போது பாட்டியை பார்த்தால் ஏதோ ஒரு பழம்பெரும் ஹீரோயினோடு பரிச்சயம் ஏற்பட்டாற்போல் பெருமையாய் இருந்தது! ஒரு பெரிய விஞ்ஞானியின் மனைவி எனக்குத் தெரிந்த இந்தப் பாட்டி என்றாள் சும்மாவா?

ஊஞ்சலில் ஆடியபடி பாட்டியை கவனித்தேன். சாதாரண மூடில் தான் இருந்தாள். ஒரு பெரிய விஞ்ஞானியுடன் அவரது மண வாழ்க்கை எப்படி இருந்திருக்கும் என்று எனக்கு அறிந்து கொள்ள ஒரே ஆவல்!

“பாட்டி உங்களுக்கு அவரோட எத்தனை வயதில் கல்யாணம் ஆச்சு”?

“சரியா ஞாபகமில்லடி ..பத்து பன்னிரண்டு வயது இருக்கும். அப்போது அவருக்கு பதினாறு,பதினேழு வயசு இருக்கும்..”

“அவர் பார்க்க எப்படி இருப்பார்?”

“மூஞ்சிய நிமிர்ந்து பார்த்து பேசினதாவே ஞாபகம் இல்லடி. எத்தனை மாமாங்கம் முடிஞ்சு போச்சு? அதோ பிறையிலே ஒரு போட்டோ இருக்கு, பாரு..”

எடுத்துப் பார்த்தேன் .பழுப்பேறிய அந்தப்படத்தில் உச்சி குடுமியுடன் வட்ட முகமாய் கோபமாய் விழித்துக் கொண்டிருந்தார் அந்த விஞ்ஞானி..

“பார்த்தால் கோபக்காரராய்த் தெரியறாரே?"

“அதை ஏன் கேட்கிற? சரியான முசுடு; துர்வாச மகரிஷி தான்!"

“ஏன் பாட்டி? அவரோட விஞ்ஞான ஆராய்ச்சி பத்தியெல்லாம் உங்ககிட்ட சொல்வாரா? உங்க ஹெல்ப் ஏதாவது கேட்பாரா?” ரேடியோ, டிவியில் பேட்டி

காண்பவர்களை போல் நானும் கேள்விகளைத் தொடுத்தேன். 'வெற்றி பெற்ற ஒவ்வொரு பெரிய மனிதனுக்கும் பின்னால் ஒரு பெண் இருப்பாள்' என்று சொல்வார்களே, பாட்டி விஷயத்திலும் அது உண்மையா. என்று தெரிந்து கொள்ள ஒரு ஆவல்..

“என்கிட்டேயா? என்னத்த சொல்லறது? நானோ படிப்பறிவில்லாத முண்டம்; எங்கிட்ட சொன்னாலும் எனக்கென்ன புரியும்?”

“அவர் மெட்ராஸிலேல காலேஜ்லே படிச்சார்னு சொன்னேள். அப்புறம் அங்கிருந்து நேரே அமெரிக்கா போயிட்டாரா? நீங்க ரெண்டு பேரும் சேர்ந்து எப்போ குடித்தனம் நடத்தினீங்க?”

பாட்டி பெருமூச்சு விட்டாள். பிறகு மோட்டுவளையை பார்த்தவாரே பழங்கதையை சொல்ல ஆரம்பித்தாள்.

“நான் பெரியவளானதும் புக்கத்திலே கொண்டு வந்து விட்டாங்க. எனக்கு மாமனார் கிடையாது .உடம்பு முடியாத மாமியார் கிழவி ஒருத்திதான். சதா ரேழியில் படுத்துண்டு அதிகாரம் மட்டும் பண்ணிட்டு இருப்பா. வருமானமும் சொல்லிக்கிற மாதிரி ஒழுங்கா ஒண்ணும் கிடையாது. ரொம்ப கஷ்ட ஜீவனம்...

“இவருக்கு படிப்பிலே ஒரே ஆசை. கும்பகோணத்திற்கு தினமும் வண்டி கட்டிட்டு போய் ஹை ஸ்கூல் படிச்சார். அம்மாகிட்ட ஒரே பயம். என்னை மதிச்சு அனுசரணையா நாலு வார்த்தை பேச தெரியாது. சாப்பாடு ஏதோ கொஞ்சம் அணில் மாதிரி கொறிப்பார். ஆனாலும் நாக்குக்கு வக்கணையா இருக்கணும். உப்பு புளிப்பு கொஞ்சம் மாறினாலும் தட்டை விட்டெறிந்து ஆர்பாட்டம் பண்ணுவார்...,”

பாட்டி தடங்கலின்றி பேசிக்கொண்டே இருந்தாள். நான் குறுக்கே இடை மறிக்காமல் கேட்டுக்கொண்டே இருந்தேன்...

“அவருக்குப் பசி எப்போது எடுக்கும், எப்போது எடுக்காதுன்னு யாருக்கும் தெரியாது. பசிச்சபோது சோறு இருக்கணும் .அவ்வளவுதான். அந்த காலத்திலேயே புருஷன் சாப்பிடாம பொண்டாட்டி சாப்பிடலாமோ? மாமியார்காரி கொன்னுட மாட்டாளோ? எத்தனை நாள் நான் பசியும் பட்டினியுமாக காத்துக்கொண்டு இருந்திருக்கேன்! தூங்காம முழிச்சிண்டிருந்திருக்கேன்!” பாட்டி கொஞ்சம் நிறுத்தினாள்...

7. பின்னால் ஒரு பெண்

"ஏன் பாட்டி அவர் எப்போது நட்சத்திர ஆராய்ச்சி எல்லாம் பண்ணினார்?"

"பள்ளிக்கூடத்திலேயே படிக்கிறப்பவே ராத்திரி எல்லாம் ஊர்க்கோடி களத்துமேட்டில நின்னுண்டு மாயமா ஆகாயத்தைப் பார்த்துண்டு நின்னுண்டிருப்பார். பாதி நாட்கள் நடுராத்திரியில் மாமியார் பக்கத்துவீட்டுக் காரரோட மாட்டுக்காரனை அனுப்பி அவரை இழுத்து வரச் சொல்லுவார். ஸ்காலர்ஷிப் கிடைச்சதுனாலே, பட்டணம் போய் காலேஜ்ல சேர்ந்தார். அங்கே போய் போய் தான் இந்த ஆராய்ச்சிகள் எல்லாம் ரொம்பவே பைத்தியம் ஆயிடுச்சு. லீவுக்கு இங்கே வந்தாலும் சதா புத்தகமும் நோட்டுமாகவே இருப்பார். விடிய விடியக் கணக்குப் போட்டுண்டு இருப்பார்..."

"ஏன் பாட்டி, லீவுக்கு வரும்போது தன் ஆராய்ச்சி பற்றி உங்ககிட்ட ஏதாவது கொஞ்சத்துக்குக் கொஞ்சமாவது சொல்லுவாரா?" என்று மறுபடியும் கேட்டேன்..

"என்கிட்டேயா? என்னை ஒரு மனுஷியா மதிச்சி மொதல்ல நாலு வார்த்தை அனுச்ரணையா பேசுவாரா என்ன? நானோ படிப்பறிவில்லாத முண்டம், எனக்கு என்ன தெரியும்? இருந்தாலும் .அவருக்கு பிடித்த விஷயம் ஒண்ணைப் பத்திப் பேசினால் கொஞ்சம் நெருங்கி வருவார் என்கிற நப்பாசையில் நானே போய் பேச்சு கொடுப்பேன். ஏதோ கொசுவைப் பார்க்கிற மாதிரி பார்ப்பார். 'ஜடம், உனக்கு சொன்னாலும் ஒரு எழவும் புரியாது, சும்மா இரு; வந்து தொந்தரவு பண்ணாதே' ன்னு திட்டி துரத்துவார்..."

பாட்டிக்கு குரல் கம்மிற்று .கண்கள் பனித்தன..

"நானும் தான் கேக்கறேன், இந்த மனுஷன் எதுக்கு கல்யாணம் பண்ணிக்கணும்? சம்சார சந்தோஷங்களில் நாட்டம் கிடையாது; .குழந்தை குட்டி வேணும்னு நினைச்சது கிடையாது, தன் மூளை, தன் ஆராய்ச்சி, தன் சுயநலம்..."

நான் பாட்டியை இடைமறித்தேன். "அவர் மாதிரி பெரிசா மூளை உள்ளவா இப்படித்தான் வித்தியாசமா இருப்பா பாட்டி," என்று சமாதானம் சொன்னேன்.

"என்னடி பெரிய மூளை? மனுஷத் தன்மை இல்லாத ஜென்மம்? அவர் விஷயம் அவருக்குப் பெருசா இருக்கலாம்;

அதுக்காக, அப்படி என்ன ஒரு அகங்காரம்? தெரியுமாடி உனக்கு? அந்தக் காலத்திலேயே நான் பாட்டு பாடினா தேனா இருக்குன்னு என் அம்மா உருகுவார்; முறைப்படி ஆதரிச்சிருந்தான்னா ஒரு எம் எஸ் மாதிரி வந்து இருப்பேன். விதவிதமாய் கோலம் போடறதில் என்னை மிஞ்ச அக்கம் பக்கம் ஊர்ப்பெண்டுகள் எவளும் கிடையாது. என்னோட இந்த சாமர்த்தியத்தை எல்லாம் இவர் ஒரு பொருட்டா மதிச்சதுண்டா? வாய்க்குள்ளே நான் பாட்டு முணுமுணுத்தாலே திட்டு விழும்! எனக்கு தான் இந்த சாமர்த்தியம் எல்லாம் இருக்கேன்னு நான் சோறு வடிக்காமல் பாட்டு பாடிட்டு, கோலம் போட்டுட்டு உட்கார முடியுமா என்ன?

"இந்த மனுஷன் தன் ஆராய்ச்சிதான் முக்கியம்னு என்னை அனாதையாய் விட்டுட்டு சீமைக்கு போனானே, அவனுக்கு ஹ்ருதயம்ன்னு ஒண்ணு உண்டாடி? இங்கே நான் அரை வயத்து சோத்துக்குத் திண்டாடிண்டு, தனியா மாமியார் கிழவியோடு மாரடிச்ச பாவம் சும்மா விடுமாடி அவனை?"

அவ்வளவுதான். பார்ட்டிக்கு ஹிஸ்டீரியா வந்து ஓவென்று புலம்ப ஆரம்பித்துவிட்டாள். நான் நைசாக அங்கிருந்து கிளம்புவதைத் தவிர வேறு வழியில்லை.

அடுத்த ஆறு மாதங்களில் நடந்த விஷயங்கள் பிரமிப்பானவை. டாக்டர் பஞ்சாபகேசன் லேசுப்பட்டவர் இல்லை. பாட்டி வீட்டிலிருந்து கொண்டுபோன காகிதங்களுக்குள் புகுந்து முத்துத் குளித்தார். அமெரிக்கா ஒஹையோ ஸ்டேட் யுனிவர்சிட்டிக்கு ஒரு அவசர பயணம் போனார். "ராமசேஷின்'ஸ் ஹிப்பாதீஸீஸை' பூரணமாக ஆக்குவதற்கான விஞ்ஞான கணக்குகளுக்கான தீர்வுகள் ராமசேஷன் வீட்டிலிருந்து கொண்டு போன காகிதங்களில் குறிப்புகளாய்க் கிடைத்தன. கம்ப்யூட்டர்களின் உதவியோடு கணக்குகள் முடிக்கப்பட்டு அதிசயத்தக்க விஞ்ஞான முடிவுகள் வெளிவந்தன!

விஞ்ஞான உலகமே ராமசேஷனைப் பற்றி பேசலாயிற்று. பத்திரிகைகளில் பத்தி பத்தியாய் செய்திகள் வந்தன. கிராமத்து மூலையில் சோற்றுக்கும் கஷ்டப்பட்டு கொண்டிருக்கும் விசாலாட்சி பாட்டிக்கு யோகம் அடித்தது. அமெரிக்க யூனிவர்சிட்டி, பாட்டியின் நிலை பற்றிக் கேள்விப்பட்டு, பாட்டிக்கென பத்தாயிரம் டாலர் பணமுடிப்பை

அறிவித்தது. இந்திய அரசாங்கம் தன் பெருமைக்காக மாதம் ஆயிரம் ரூபாய் கிழவிக்கு பென்ஷன் அறிவித்தது.

தமிழக அரசின் சார்பில் ஒரு மாபெரும் விழா நடத்தி விஞ்ஞானியின் மனைவியை கௌரவிக்க ஏற்பாடாயிற்று. விஞ்ஞானியின் மனைவியையும், அவரது பொக்கிஷமான நோட்டுப் புத்தகங்களையும் வெளிச்சத்துக்கு கொண்டுவர நானும் ஒரு கருவியாய் இருந்தாலும், பாட்டிக்கு நான் ரொம்ப நெருங்கியவளாய் ஆகிவிட்டதாலும் விழாவின் அமைப்புக் குழுவில் எனக்கு முக்கிய பங்கு கொடுக்கப்பட்டது.

கசங்கிய பட்டுப் புடவையுடன் விழா மேடையில் மிரட்சியுடன் முழித்தவாறு உட்கார்ந்தாள் பாட்டி. தைரியத்துக்கு நான் பக்கத்திலேயே இருந்தேன். அமெரிக்க யூனிவர்சிட்டியில் இருந்து ஒரு பிரதிநிதி விசேஷமாக இந்த விழாவிற்கு வந்திருந்தார். மாநில கல்வி அமைச்சர் ஒரு மணி நேரமாய் பேசிக்கொண்டிருந்தார் அவரும் அவருக்கு முன்னால் பேசியவர்களும் "வெற்றி பெற்ற மனிதனுக்கு பின்னால் ஒரு பெண்ணாக," பாட்டி இருந்ததைத் தவறாமல் சொன்னார்கள்.

பாட்டி நாற்காலியில் நெளிய ஆரம்பித்தாள் .அவள் கைகளில் ஒரு நடுக்கம். விரல்கள் புடவையை நுனியைப் பரபரவென்று திருக ஆரம்பித்தன. பாட்டியின் மூச்சு பெரியதாய், வேகமாய் வந்தது. எனக்கு பயம்வந்தது. பாட்டிக்கு கோபம் வந்து கத்த ஆரம்பிப்பதற்கு முன்னால் இப்படித்தான் செய்வாள்.

பாட்டி என் காதருகே குனிந்து, "எனக்கு ரெண்டு வார்த்தை பேசணும்னு ஆசையா இருக்குடி," என்றாள். நான் பயத்தில் வியர்த்தேன். பாட்டியைத் தடுத்துப் பார்த்தேன் பாட்டியோ பிடிவாதமாய் இருந்தாள்.

வேறுவழியின்றி நான் விஷயத்தை விழாத் தலைவரின் காதில் போட, உடனே அவர் "இப்போது மாண்புமிகு விஞ்ஞானியின் துணைவியார் ஓரிரு வார்த்தைகள் பேசுவார்," என்று அறிவிக்க, கரகோஷம் கிளம்பிற்று.

மைக் ஒன்று பாட்டியின் முன்னால் வைக்கப்பட்டது..

பாட்டியின் கைகள் நடுங்கின; குரல் குழறிற்று.

"எனக்கு... எனக்கு... இப்பிடியெல்லாம் பேசி பழக்கமில்லே. எனக்குக் கோர்வையாய் பேச வரலே; தப்பா இருந்தா,

பெரியவா மன்னிக்கணும். நான் என்ன சொல்ல வந்தேன்னா ... நீங்க கொடுக்கப் போற இந்தப் பணங்காசையும், உதவியையும் வாங்கிக்குற தகுதியோ மனசோ எனக்கில்லே. ஆமா... எனக்கோ எழுபத்தஞ்சு வயசாச்சு. சந்ததி எதுவும் கிடையாது . இந்த பணங்காசை வெச்சிண்டு இந்த வயசிலே நான் என்ன ரெண்டாம் கல்யாணமா பண்ணிக்கப் போறேன்?

"உங்களுக்கெல்லாம் ராமசேஷன் மகாப் பெரிய மனுஷனாய் இருக்கலாம். ஆனா என்னை பொறுத்தவரை அவர் ஹ்ருதயமே இல்லாத ஜென்மம். அவருக்கு வாழ்க்கைப்பட்டு நான் ஒரு சுகமும் அனுபவிச்சது இல்லே. அவர் உசிரோட இருந்த போதும் சரி, செத்தப்புறமும் சரி. நாப்பது, அம்பது வருஷமா நடைப்பிணமா நான் அரை வயித்துச் சோத்தோட தனிமைலே கஷ்டப்பட்டதெல்லாம் பட்டாச்சு. இன்னும் எத்தனை நாள்? இப்பவோ அப்பவோ, போய்ச் சேர வேண்டியது தானே?

"இந்த பணங்காசெல்லாம் நீங்களே வெச்சுக்கோங்கோ. இந்த மாதிரி மகாப் பெரிய விஞ்ஞானியைக் கல்யாணம் பண்ணிண்டு சித்ரவதைப் படற பொண் குழந்தைகளைப் பார்த்து கண்டு பிடிச்சு, அவாளுக்கு ஒரு புனர் ஜென்மம் கொடுக்கறதுக்கு இந்தக் காசை வெச்சுக்குங்கோ, போங்கோ...."

பாட்டி பட்டென்று நாற்காலியில் உட்கார்ந்தாள்.

கூட்டமே ஸ்தம்பித்துப் போய் உட்கார்ந்திருந்தது.

(மங்கையர் மலர் - 1989)

-=()=-

7. பின்னால் ஒரு பெண்

8. இரவில்... தனியே...

[ஆண்டு 1988]

செல்வராசுவுக்கு அன்று நேரம் சரியில்லைதான்.

இப்போத்தான் சைக்கிள் டயரில் முள் தைத்து பஞ்சர் ஆனது; ராத்திரி ஒரு மணிக்குத் தன் தலைவிதியை நொந்து கொண்டு சைக்கிளைத் தள்ளிக்கொண்டு வருகையில் இப்போது கரண்டும் கட்டாகி விட்டது. எங்கும் கும்மிருட்டு. கிராமத்து வீட்டுக்குப் போய்ச் சேர இன்னும் குறைந்தது இருபது நிமிடம் நடந்தாக வேண்டும். நட்சத்திரங்கள் ஆகாயத்தில் மினுக்கின. கட்டியான ஓர் மேகத்தின் பின்னே ஒளிந்துகொண்டு மிகவும் சிறிதே வெளிச்சம் தந்த பிறைநிலாவில் சாலையே அரைகுறையாகத் தான் பிடிபட்டது.

ஜன நடமாட்டமே தென்படவில்லை. ஆங்காங்கே சில குடிசைகள் இருளில். ஒரு குடிசையில் மட்டும் தூரத்தில் ஒரு சிம்னி விளக்கின் வெளிச்சம்.

இதயம் படக் படக்கென்று அடித்துக்கொண்டிருந்தது செல்வராசுக்கு. 'என்ன முட்டாள்தனம் செய்தேன்! எவனோ "இந்த டூரிங் டாக்கீஸிலே ராத்திரி இரண்டாம் ஆட்டம் ஷோவிலே மலையாள 'பிட்டுப் பட ரீல்' சேர்த்துக் காண்பிப்பான் என்று சொன்னதை நம்பி இந்த தெலுங்கு டப்பிங் படத்தைப் பார்க்க வந்தது எத்தனை மடத்தனம்!'

இப்படிப் பேய்ப் படமாக இருக்கும் என்று அவன் கண்டானா? படம் முழுவதும் வெள்ளைப் புடவையும், சலங்கை ஒலியும், தலையில் மல்லிப் பூவும், கோறைப்பல் சிரிப்புமாக ஓர் பெண் பேய் வந்து படம் பார்த்த எல்லாரையும் கதி கலங்க அடித்தது. இடைவேள்ளையில் ஒன்றுக்குப் போகக் கூட எழுந்து போக பயமாக இருந்தது! இரண்டாம் பகுதியில் கூட ஒரு 'பிட்'டும் வரவில்லை. ஏமாற்றம் ஒரு புறம்; படம் கிளப்பிவிட்ட பயம் ஒரு புறம். எப்போடா படம் முடியும் என்று ஆகிவிட்டது.

இப்போ, இப்போ, அது என்ன பின்னாலே சத்தம்?

"ஜலக், ஜலக்....."

8. இரவில்... தனியே...

செல்வராசுவுக்கு உடம்பெல்லாம் பயத்தில் சிலிர்த்தது. திரும்பிப் பார்க்கலாமா? ஐயோ வேண்டாம். மூக்கில் மல்லிகையின் மணம் வந்து அடித்தது. ஐயையோ!

ஆனாலும் ஒரு அசட்டுத் துணிச்சலில் தலையை அரை குறையாகத் திருப்பி ஓரக்கண்ணால் பார்த்தான். ஐயோ! பெண் உருவம் தான்; அவனை நோக்கிக் கையை அசைத்து அசைத்து வந்து கொண்டிருந்தது! ஜலக், ஜலக்...

செல்வராசு வண்டியைத் தள்ளிக்கொண்டு விறுவிறுவென்று ஓட்டமும் நடையுமாக சாலையில் விரைந்தான். ஜலக் ஜலக் சத்தமும் துரத்துவதும், அந்த ஒலி இன்னும் வேகமாக இவனை நெருங்குவதும் தெரிந்தது. செத்தேன்!

தன் சைக்கிளைப் பின்னாலிலிருந்து பிடித்து இழுத்து நிறுத்துவதை உணர்ந்தான். சைக்கிளை விட்டு விட்டு ஓடிவிடலாமா? ஐயோ, பயத்தில் கால்கள் பின்னுகின்றனவே? திரும்பிப்பார்க்கத் துணிவில்லையே?

இப்போது அந்தப் பெண் உருவம் அவன் முகத்துக்கு நேரே வந்துவிட்டது.

"ராவுக்கு பத்து ரூபாத்தான்; வர்ரீயா? அதா லைட்டு தெரியுது பாரு குடிசை; அங்கேதான்..."

(ஆண்டு 1998)

-=()=-

9. முக முழி

[ஆண்டு 1988]

டாக்டர் பூங்குழலியார் எம்.எல்.ஏ., தை மாதக் குளிருக்கு இதமாக காலோடு தலை போர்த்திக்கொண்டு ஆழ்ந்த நித்திரையில் இருந்த பொழுது வாசல் மணி ஒலித்து, அவரை உலுக்கி எழுப்பி விட்டது.

சலித்துக் கொண்டே எழுந்த பூங்குழலியார் மேஜையைத் தடவி, தன் மூக்குக் கண்ணாடியை கண்டெடுத்து மாட்டிக்கொண்டு தம் பருத்த சரீரத்தை சிரமத்தோடு தூக்கிக்கொண்டு போய் வாசல் கதவை திறந்தார்.

வேலைக்காரி முத்தம்மாதான். அவள் முகம் கலவரமாய் இருந்தது.

"இன்னம்மா இது? இப்பதான் எந்திரிக்கிறியா? உனக்கு விஷயமே தெரியாதா? நம்ம தானைத்தலைவர் பெரியண்ணன் பரலோகம் பூட்டாருமா! எங்க குப்பமே ஆடிப்போய் கெடக்குதும்மா. நீ “லேடியோ,” கேட்கலை?"

டாக்டர் பூங்குழலியார் ஒருகணம் அதிர்ந்து போனார். "என்ன முத்தம்மா உளர்றே? நம்ம முதல்வரா காலமாயிட்டாருங்க்கிறே?! நேத்து சாயந்திரம் கூட கல்லு குண்டாட்டம் இருந்தாரே!"

"முதல்ல டீவியப் போடுமா நீயி!"

முத்தம்மா, அம்மையாரைத் தள்ளாத குறையாக உள்ளே நுழைந்தாள். தொலைக்காட்சியில் போட்டதில், சந்தேகத்திற்கிடமின்றி சோககீதம் ஒலிக்க ஆரம்பித்தது. தொடர்ந்து முதல்வர், தானைத்தலைவர், 'பெரியண்ணே' என்று மக்களால் அன்புடன் அழைக்கப்பட்ட தலைவர் நள்ளிரவு இரண்டு மணிக்கு மாரடைப்பால் காலமான செய்தி.

பூங்குழலியார் ஆடிப் போய்விட்டார். சோகத்தை விட குழப்பமே மேலோங்கியது. தலைவருக்கு வயதோ ஆகிவிட்டது. கொஞ்ச நாட்களாக உடல்நிலைக் குறைவு இருந்துவந்தது. ஆனாலும் இப்படி திடீர் மரணம் சம்பவிக்கும் என்று யாருமே எதிர்பார்த்திருக்க வில்லையே? அவர் தம் அரசியல் வாரிசு

என்று யாரையுமே உருவாக்கியோ, அடையாளம் காட்டியோ வைக்கவில்லையே? யாராலும் அசைக்க முடியாத தலைவராய் அவரது தனிப்பெரும் ஆட்சியே நடந்து வருகிறது -- மாநிலத்திலும் சரி, கட்சியிலும் சரி.

இப்பொழுது திடீரென்று தலைவர் போய்விட்ட நிலையில் ஆட்சியும் கட்சியும் என்ன கதியாகும்? குழப்பத்துடனே பூங்குழலியாருக்கு ஒரு ஆர்வ குறுகுறுப்பும் ஓடியது. தலைவரின் தயவில் அவர் எம்.எல்.ஏ ஆகி விட்டாரே ஒழிய மந்திரி பதவி மட்டும் அவருக்கு கானல் நீராகவே இருந்து வந்திருக்கிறது. இப்பொழுது தானைத்தலைவர் போய்விட்ட நிலையில் ஏற்பட்டிருக்கும் புதிய சூழலில், அவரது நெடுநாளைய கனவு நனவாக ஒரு வாய்ப்பு கிடைக்குமோ?

இருக்கும் படபடப்பில் பூங்குழலியாருக்கு என்ன செய்வது என்று தோன்றவில்லை. முதலில் அவரது செயலாளர் முத்துசாமியை வரவழைக்க வேண்டும். அவன் வந்தால் தான் கன கச்சிதமாக செய்ய வேண்டியவைகளை அடியெடுத்துக் கொடுப்பான்.

"அம்மா, மவராசன் போய் சேர்ந்துட்டாரு அவரு உடம்பையாவது கடைசியாய் பார்த்து கும்பிட வேண்டாமா? எங்க குப்பத்து பொம்பளைங்க எல்லாரும் போறாங்க நானும் போறேம்மா. சாயந்தரம் வந்து பாத்திரம் தேய்க்கிறேன்," என்றாள் முத்தம்மா. பூங்குழலியாரால் தட்ட முடியவில்லை.

"சரி, சரி போ; ஆனால் ஒண்ணு செய். போற வழியில நம்ம முத்துச்சாமி வீட்டிலே நுழைஞ்சு அவரை உடனே கையோட வரச் சொல்லிட்டு போ. பெரியண்ணன் நம்மளை எல்லாம் இப்படி மோசம் பண்ணிட்டு போயிட்டாரே..."

முத்தம்மாவுக்கு தன் வருத்தத்தை விளம்பரப்படுத்தும் வகையில் ஒரு புலம்பு புலம்பி விட்டு உள்ளே போனார் பூங்குழலியார்.

வீட்டிலேயே இருக்கும் உறவுக்காரக் கிழவி கொண்டு வந்த காபியை குடித்த உடன், கொஞ்சம் மூளை சுறுசுறுப்பாயிற்று. "நாம் செய்ய வேண்டியது என்ன?"

கட்சிக்குள் இருக்கும் இரு பெரும் கோஷ்டிகளில் பூங்குழலியார் சார்ந்திருப்பது கல்வி அமைச்சர் செஞ்சொல் செல்லப்பனின் கோஷ்டியில் தான். செஞ்சொல்லாரின்

தயவில்தான் பூங்குழலியாரின் பெயருக்கு முன்னால் இருக்கும் இந்த டாக்டர் பட்டமே கிடைத்தது. அவர் ஒரு வார்த்தை சொல்லா விட்டால் நெல்லைப் பல்கலைக்கழகம், பூங்குழலியார் செய்த 'சங்க இலக்கியத்தில் ஒப்பாரி' என்ற ஆராய்ச்சிக் கட்டுரைக்காக டாக்டர் பட்டம் கொடுத்திருக்குமா என்ன?

முதலில் செஞ்சொல்லாரை பிடித்து அடுத்து ஆக வேண்டிய விஷயங்களை பார்க்க வேண்டும். தானைத்தலைவரின் உடம்புக்கு மரியாதை செலுத்திவிட்டு பக்கத்திலேயே இடம் பிடித்து உட்கார்ந்து விட வேண்டியதுதான். தலைவருக்கு நான் எவ்வளவு நெருக்கமானவள் என்று எவ்வளவுக்கெவ்வளவு விளம்பரம் செய்ய முடிகிறதோ அவ்வளவுக்கு அவ்வளவு ஆதாயம். முத்துச்சாமி வந்து சேர்வதற்குள் அவசர குளியலை முடித்து விட்டு கருப்பு நூலாடை அணிந்து தலையை கலைத்து வாரிக்கொண்டு சோகமே உருவாக ரெடியானார் பூங்குழலியார்.

முத்துச்சாமி வந்து சேர்ந்தான். அவன் முகத்திலும் அதிர்ச்சியின் சாயல் தெரிந்தது.

"முத்துசாமி, தானைத்தலைவர் வீட்டுக்கு உடனடியாய் போகணும். செஞ்சொல் செல்லப்பர் ஏற்கனவே கிளம்பி விட்டாரா என்று கொஞ்சம் டெலிபோனில் விசாரி."

"என்னம்மா இது? மறந்துட்டீங்களா? செஞ்சொல்லார் முந்தாநேத்து கிளம்பி துர்காபூர் போய் இருக்கிறாரே? அவர் மாப்பிள்ளைக்கு உடம்பு சரியில்லை பார்க்கணும்னு. அவருக்கு எப்போ தகவல் போயி, அவர் எப்போ வந்து சேர்றது?"

பூங்குழலியாருக்கு இது பெரும் அதிர்ச்சியாக இருந்தது. செஞ்சொல்லார் ஊரில் இல்லாத நிலையில் அந்த ஆண்டிப்பட்டி கோவிந்தசாமி கோஷ்டியினர் எக்கச்சக்கமாய் உள்ளே நுழைந்து விடுவார்களே? தலைவரின் சாவில் கிடைக்கும் விளம்பரத்தில் அவர்கள் பக்கம் ஆதாயம் அதிகரித்துவிட்டால் நம் மந்திரிப் பதவி கனவுகள் வெறும் புஸ்வாணம் தானா?

முத்துசாமியோடு மந்திராலோசனை நடத்தினார் பூங்குழலியார். செஞ்சொல்லார் இல்லாத நிலையில் அவரது கோஷ்டிக்கு பூங்குழலியார் தம்மைத் தாமே

முன்னிறுத்திக்கொண்டு விளம்பரம் தேடியே ஆகவேண்டும் என்று தீர்மானித்தார்கள்.

முத்துசாமி வழிமுறைகளை எடுத்துச் சொன்னான். பூங்குழலியார் பெரிய பூமாலை ஒன்றை எடுத்துக் கொண்டு உடனே தலைவர் வீட்டுக்கு போக வேண்டியது. டி.வி கேமராவின் கண்ணில் விழுவதை நிச்சயம் செய்துகொண்டு தலைவரின் உடல்மீது விழுந்து கதற வேண்டியது. டி.வி தயாரிப்பாளரை கையில் போட்டுக்கொண்டு ஒரு விசேஷ இரங்கல் செய்தியை அம்மையார் உணர்ச்சிகரமாக வெளியிட வேண்டியது. தலைவரின் உடம்புக்கு அருகே இடம் பிடித்துக் கொண்டு அங்கே இங்கே நகராமல் உட்கார்ந்து விடுவது.

அதை செய்து விட்டால் டெலிவிஷனில் மட்டுமின்றி பத்திரிகைகளிலும் வரும் எல்லா போட்டோக்களிலும் அம்மையார் இருப்பது நிச்சயம் ஆகிவிடும்.

காலம் தாழ்த்தாமல் பூங்குழலியாரும், முத்துசாமியும் காரை எடுத்துக்கொண்டு வேளச்சேரியில் இருக்கும் தலைவர் வீட்டுக்கு விரைந்தார்கள். தலைவரின் வீட்டுக்கு வெகுதூரம் முன்பிருந்தே கூட்டம் அலைமோதிக் கொண்டிருந்தது.

‘பெரியண்ணே! போயிட்டியே!” என்று ஜனங்கள் அழுது புலம்பிய வண்ணம் அங்கும் இங்கும் அலை பாய்ந்து கொண்டிருந்தார்கள். பூங்குழலியாரின் கார் நகர்வதற்கு இடமில்லாமல் போய்விட்டது. முத்துச்சாமி இறங்கிப் போய் போலீஸ்காரர்களை தாஜா செய்து அழைத்து வந்து தலைவர் வீட்டுக்கு அருகே கொண்டு காரை நிறுத்த ஏற்பாடு செய்தான்.

வீட்டுக்கு வெளியே டி.வி காரர்களின் வேன் கிளம்பிக் கொண்டிருந்தது. அதற்குள் டி.வி காரர்கள் படம் எடுத்து விட்டுக் கிளம்பி விட்டார்களா என்ன? பூங்குழலியாருக்கு ஒரே ஏமாற்றம். முத்துசாமி ஒரு போலீஸ்காரரிடம் விசாரித்து விட்டு வந்தான்.

"இல்லீங்கம்மா, டிவி காரங்களையே உள்ளே உடலையாம். 'வீட்டுக்குள்ளே எதுவும் எடுக்க வேண்டாம்; தலைவர் உடம்பை ராஜாஜி மண்டபத்திற்கு எடுத்துப்போய் பொதுமக்கள் அஞ்சலிக்காக வைக்கும்போது படம் பிடிச்சுக்குங்க'ன்னு சொல்லிட்டாங்களாம்! பத்திரிக்கைகாரங்க யாரையும் கூட உள்ள உடலையாம்.,"

முதல்வரின் வீட்டுக்குள்ளே எள்ளுப் போட்டால் எண்ணெய் ஆகிவிடும் கூட்டம். எம்.எல்.ஏக்களின் கூட்டமும், உறவினர் நண்பர்களின் கூட்டமும் இடித்துக் கசங்கிக் கொண்டிருந்தது. "பெரியண்ணே, பெரியண்ணே! எங்களை எல்லாம் நிற்கதியா விட்டுட்டு போயிட்டீர்களே," என்று அழுகையும் கூக்குரலும் காதைப் பிளந்தது.

தானைத் தலைவரின் உடல் வீட்டிற்குள் எங்கே இருக்கிறது என்றே தெரியவில்லை. "தானைத் தலைவருக்கு அஞ்சலி செலுத்த வர்றவங்கயெல்லாம் தயவுசெய்து வரிசையாக நில்லுங்க," என்று ஒரு கட்சி எம்.பி எல்லோரையும் ஒழுங்குபடுத்திக் கொண்டிருந்தார்.

கையில் கசங்கும் மாலையுடன் வேறு வழியின்றி தாமும் வரிசையில் நின்றார் பூங்குழலியார்.

தலைவரின் உடம்பு படுக்கை அறையில் இருக்கிறது போலிருக்கிறது. படுக்கை அறை வாசலில் துவாரபாலகர் போல நின்று உள்ளே போகிறவர்களை ஒழுங்குபடுத்திக் கொண்டிருந்தார் ஆண்டிப்பட்டி கோவிந்தசாமி. 'அடப்பாவி! அதற்குள்ளேயே உள்ளே இடம்பிடித்து தன் நாட்டாமை காண்பிக்க ஆரம்பித்து விட்டானே?'

இந்த உணர்ச்சி எதையும் வெளிக்காட்டிக் கொள்ளாமல் பக்கத்தில் இருந்தவர்களோடு சேர்ந்தும் தாமும் விசித்தவாறே கியூவில் ஊர்ந்தார் பூங்குழலியார்.

ஆண்டிப்பட்டி கோவிந்தசாமிக்கு பதிலடி கொடுக்கும் வகையில் செஞ்சொல்லாரின் முக்கிய சகாக்கள் யாருமே அக்கம் பக்கம் கண்ணில் படவில்லை. இது பூங்குழலியாரின் 'தார்மீகப் பொறுப்பை' இரட்டிப்பாகி விட்டது. மனதுக்குள் தாம் அடுத்து செய்ய வேண்டியவைகளை அசை போட்டுக் கொண்டிருந்தார் அவர்.

திடீரென்று கூச்சலும் குழப்பமும் அதிகமாகவே எம்பி எட்டிப்பார்த்தார் பூங்குழலியார். என்ன இது அநியாயம்! க்யூவில் நின்று இருந்தவர்கள் கூக்குரல் இடுவதை கண்டுகொள்ளாமல் படுக்கையறை கதவை சார்த்திக் கொண்டிருந்தார் ஆண்டிப்பட்டி கோவிந்தசாமி.

பிறகு ஒரு ஸ்டூலை இழுத்து போட்டு அதன் மீது ஏறி நின்று, "உயிர் தோழர்களே, தலைவருக்கு உங்கள் கண்ணீர்

அஞ்சலியைச் செலுத்த நீங்கள் ஒவ்வொருவரும் துடித்துக் கொண்டிருப்பது எனக்கும் தெரிகிறது. ஆனாலும் நேரம் கடந்து கொண்டிருக்கிறது. வெளியே தலைவரின் உடலுக்கு இறுதி அஞ்சலி செலுத்த மக்கள் காத்துக் கொண்டிருக்கிறார்கள். அதனால் நேரம் கடத்தாமல் தலைவரின் உடலை ராஜாஜி மண்டபத்தில் மக்களின் அஞ்சலிக்காக எடுத்துப் போக வேண்டியிருக்கிறது. தயவு செய்து நீங்கள் இப்பொழுது இங்கிருந்து கிளம்பி ராஜாஜி மண்டபம் போங்கள். அங்கே உங்களுக்கு தலைவரை அருகில் கண்டு மரியாதை செய்ய போலீஸ் தரப்பிலிருந்து விசேஷ பாஸ் தரப்படும்," என்று அறிவித்தார்.

பூங்குழலியாருக்கு ரத்தம் கொதித்தது. மேலும் எதுவும் செய்யக் கையாலாகாத நிலைமை. முண்டியடித்து வெளியே வரும் கூட்டத்தோடு அவரும் கோவிந்தசாமியை திட்டியவாறே வந்து சேர்ந்தார்.

மீண்டும் ஒருவாறு போலீஸ்காரர்களின் உதவியுடன் கூட்டத்தை விலக்கிக்கொண்டு காரைக் கிளப்பிக்கொண்டு வந்தார்கள். போகும் வழியில் முத்துச்சாமி, 'அம்மா, இப்போ நேரே மண்டபத்துக்கு போனோம்னா அப்புறம் அங்கே இங்கே நகரமுடியாது. சோறு தண்ணி கிடைக்காது. நேரே வீட்டுக்கு போயி இரண்டு வாய் அள்ளிப் போட்டுக்கிட்டு போறதுதான் நல்லது. என்ன சொல்றீங்க?" பூங்குழலி யார் யோசித்தார். எப்படியும் தலைவரின் உடல் மண்டபத்துக்கு வந்து சேர ஒரு மணி நேரமாவது பிடிக்கும். முத்துச்சாமி சொல்வதே சரி என்று பட்டது.

கையில் அனேகமாக வாடி உதிர்ந்துவிட்ட மாலையுடன் மண்டபத்தில் வி.ஐ.பிக்களின் நீண்ட கியூவில் நின்றபோது பூங்குழலியாருக்கு தான் எத்தனை மடத்தனம் செய்துவிட்டோம் என்று தலைத் தலையாய் அடித்துக் கொள்ளலாம் போலிருந்தது. வயிற்றுப் பாட்டை முதலில் முடித்துக் கொள்ளலாம் என்று தீர்மானித்தது எத்தனை நஷ்டமாகி விட்டது!

தலைவரின் வேளச்சேரி வீட்டிலிருந்து தம் வீட்டுக்கு வரும் வழியில் சாலைகளில் ரவுடிகளின் கல்லெறியிலிருந்து தப்பித்து வருவதற்குள் போதும் போதும் என்றாகிவிட்டது., மீண்டும் சாப்பிட்டு விட்டுக் கிளம்பிய பின் ஆங்கங்கே நேர்ந்த போலீஸ்

கெடுபிடிகளினால் கார் ராஜாஜி மண்டபத்தை அடைவதற்குள் பட்ட பாடும் அவருக்கு கசப்பாய் நினைவுக்கு வந்தது. எத்தனை நேர விரயம்! அதற்குள் கொள்ளை போயிருக்கும் அரசியல் ஆதாயங்கள்!

தலைவரின் உடல் இருக்கும் இடத்துக்கு சுமார் முப்பது அடி தூரத்தில் பூங்குழலியார் இப்பொழுது வந்து சேர்ந்திருந்தார். அங்கிருந்து பார்த்தால் தலைவரின் உடலே தென்படவில்லை. எங்கும் ஒரே தலைகள். டி.வி கேமரா எங்கு இருக்கிறது என்று நோட்டம் விட்டார். நல்லவேளை கேமராவின் நேர் பார்வையில் படுமாறு தான் தலைவரின் உடலுக்கு அருகே முக்கியஸ்தர்களின் வரிசை நகர்ந்துகொண்டிருந்தது.

பூங்குழலியார் தலைவரின் உடலுக்கு சுமார் பதினைந்து அடி தூரத்தில் வந்து சேர்ந்தபோது திடீரென்று ஒரே சலசலப்பு. பத்து பதினைந்து காக்கிச்சட்டைக்காரர்கள் கடகடவென்று வரிசையில் நிற்பவரை ஓரம்கட்ட "ஜனாதிபதி வர்ராரு! ஜனாதிபதி வர்ராரு!" என்று அக்கம் பக்கம் குரல்கள் கேட்டன.

வழியை உருவாக்கும் அவசரத்தில் வி.ஐ.பிக்களின் வரிசை கலைந்து போயிற்று. ஓரிரு போலீஸ்காரர்கள் வந்து "நீங்களெல்லாம், தலைவர் உடம்புக்கு அந்தப் பக்கமா நகர்ந்து போய் மரியாதை செஞ்சுட்டு போங்கம்மா, இந்தப் பக்கமா ஜனாதிபதி வரணும் டி.வி கேமராவை நகர்த்த இடம் கிடையாது, ஜனாதிபதி வந்து கும்பிடுறது டி.வி எடுக்கணும் இல்லே?"

பூங்குழலியாரின் கனவுகள் எல்லாம் தரைமட்டமாயின. வரிசையில் உள்ளோர் எல்லாம் ஆளாளுக்கு முந்தித்தள்ள அவர் இயந்திரகதியில் நகர்ந்து டி.வியின் பார்வையில் விழாத பக்கமாகப் போய் தலைவரின் உடலுக்கு ஐந்து ஆறு அடியில் வந்து சேர்ந்தார். உடலைச் சுற்றி நின்றவர்களில் யாரும் நகர மறுத்தார்கள்.

எம்பி எம்பிப் பார்த்ததில் தானைத் தலைவரின் கால்கள் மேல் சரிந்திருந்த மலர் வளையங்களின் தரிசனம் மட்டுமே கிடைத்தது. "பெரியண்ணே! பெரியண்ணே!" என்று பூங்குழலியார் இயந்திர கதியில் புலம்புகையில், அவர் கையில் இருந்த பூமாலையை யாரோ பிடுங்கி தலைவரின் கால் மாட்டுக்கு அனுப்பினார்கள். அடுத்த சில நொடிகளில் கூட்டத்தினால் நெட்டித்தள்ளப்பட்டு முக்கியஸ்தர்கள் திரும்பிச் செல்லும் வெளி வாசலுக்கு வந்து சேர்ந்தார் பூங்குழலியார்.

9. முக முழி

வீட்டில் தொலைக்காட்சிப் பெட்டியின் முன்பு சோகமாய் உட்கார்ந்திருந்தார் பூங்குழலியார். திரையில் ஜனாதிபதி, தலைவரின் உடலுக்கு மலர் மாலை அணிவிக்கிறார்; குலுங்கிக் குலுங்கி அழும் கோவிந்தசாமியின் கரம் பிடித்து, ஆறுதல் சொல்லுகிறார்.

அம்மையார் ஆங்காரத்துடன் எழுந்து டி.வியை அனைப்பதற்கும் வாசல் அழைப்பு மணி ஒலிப்பதற்கும் சரியாய் இருந்தது.

சோர்வார்வுடன் எழுந்து போய்க் கதவை திறக்க, பளிச்சென்று உள்ளே நுழைந்தாள் முத்தம்மா. "என்னம்மா இது வீட்டிலேயே குந்திக்கினு கீறீங்க. மண்டபத்துக்கு போகலை?"

"போய் மரியாதை பண்ணிட்டு வந்துட்டேன் முத்தம்மா. அங்கே நின்னிருந்தால் மனசு ரொம்ப வேதனைப் படுது," தொண்டைக்கம்ம சொல்லிவிட்டு உள்ளே வந்தார் பூங்குழலியார்.

"நானும் போயி ராசாசி மண்டபத்திலே தலைவரு உடலை பார்த்து கும்பிட்டுட்டு வந்துட்டேன்ம்மா. யம்மா டீ.வி போடலியா? போடும்மா. அல்லோரும் வந்து கும்பிட்டு போறதை காட்டுறாங்க. நான் போனபோது கூட டீ.வி காரங்க போட்டோ புடிச்சுகினு இருந்தாங்க..."

உரிமையுடன் உள்ளே நுழைந்து தானே டி.வியை போட்டுவிட்டு தரையில் குந்திக் கொண்டாள் முத்தம்மா. வேண்டாவெறுப்பாக சோபாவில் அமர்ந்து கொண்டார் பூங்குழலியார். மத்திய அமைச்சர்கள் சிலர் வந்து மரியாதை செய்வதை காட்டிய டி.வி கேமரா சற்றே திரும்பி நெருக்கியடித்துக் கொண்டு தலைவரை கும்பிட வரும் மக்கள் வெள்ளத்தை காட்டியது.

"யம்மா யம்மா அந்தா பாரும்மா, நானு! நானு!" முத்தம்மா சந்தோஷமாய் கூவ, கவனித்துப் பார்த்தார் பூங்குழலியார்.

திரையில், டி.வி கேமிராவின் "குளோசப்," பார்வையில் முத்தம்மா, கண்களில் கண்ணீர் பெருக "படேர் படேர்," என்று மார்பிலும் தலையிலும் அடித்துக் கொண்டு முந்தானை சரிவதையும் பொருட்படுத்தாமல் "பெரியண்ணே தலைவரே, பூட்டியே!" என்று ஒப்பாரி வைப்பதை காட்டிக் கொண்டிருந்தார்கள்!

"சரி சரி நீ தான்; பார்த்துட்டே இல்ல? உள்ளே போய் கூட்டி கழுவற வேலையை கவனி," எரிச்சலாய் சொல்லி விட்டு படுக்கை அறையில் நுழைந்து கதவை அடைத்துக் கொண்டார் பூங்குழலியார். கண்ணீரும் கதறலும் அவருக்கு பொங்கிப் பொங்கி வந்தது.

கேவலம் வேலைக்காரி முத்தம்மாவுக்கு கிடைத்த டி.வி கேமராவின் 'முகமுழி' அவருக்குக் கிடைக்காமல் போயிற்றே!

(ஆண்டு 1988)

-=()=-

9. முக முழி

10. மாயமான்

[டிசம்பர் 1989 சாவி வார இதழில் பிரசுரமான கதை]

அருணா இந்த விஷயத்தை எப்படி எதிர்கொள்வாள்? சந்தோஷமாகக் குதித்து 'கங்கிராட்ஸ்' என்பாளா? குழப்பமான ஒரு நிலையில் சிணுங்குவாளா? குமாருக்கு இரண்டாவது தான் நடக்கும் என்று தோன்றியது.

பிரான்ச் மேனேஜர் மதியம் அவனை கூப்பிட்டு தலைமை அலுவலகத்திலிருந்து வந்த 'டெலக்ஸ்' ஐக் கையில் கொடுத்து,

"கங்கிராட்ஸ்; நீ ரொம்ப நாளா எதிர் பார்த்துக் கொண்டிருந்தியே!" என்று கைகுலுக்கினார். படித்துப் பார்த்த இவனுக்கு அங்கேயே துள்ளிக் குதிக்கலாம் போலிருந்தது.

அவனுடைய கம்பெனியிலிருந்து ஃபிரான்சுக்கு அவனை ஆறு வாரம் தொழில் நுட்பப் பயிற்சிக்கு அனுப்புகிறார்கள்.

கிட்டத்தட்ட எட்டு வருஷம் சர்வீஸ் என்ஜினியராகக் குப்பை கொட்டியாயிற்று. எத்தனையோ விதம் விதமான எந்திரங்களில் வரும் பிரச்சனைகளை திறமையாகக் கண்டுபிடித்து சரி செய்வதில் கெட்டிக்காரன் என்று பெயர் எடுத்தாயிற்று. ஆனாலும் என்ன?

நேற்று, முந்தாநாள் புதிதாக சேர்ந்த பயல்கள் எல்லாம் பெரிய ஆட்களை சிபாரிசு பிடித்து அமெரிக்கா, இத்தாலி என்று ட்ரெய்னிங் போய் வரும்போது, இவனுக்கு மட்டும் ஒரு வாய்ப்பும் கிடைக்காததால் இரண்டு வருடங்களாகவே பொருமிக் கொண்டிருந்தான். பல சமயம் பிராஞ்ச் மேனேஜரிடம் புலம்பியிருக்கிறான். இரண்டு வருஷமாய் வேலையிலும் சுறுசுறுப்பு குறைந்து விட்டது.

இப்படிப்பட்ட நிலையில் இன்று டெலக்ஸில் வந்த செய்தி இவனை தலைகால் புரியாமல் ஆட்டி வைத்தது.

மாமனார் வீட்டிற்கு போகும் வழியில் ஸ்கூட்டரை நிறுத்தி ஒரு கிலோ பாம்பே அல்வா வாங்கி கொண்டான் .அருணாவுக்கு ரொம்ப பிடித்தமானது..

"அ....ய் ! நெஜம்மாகவா சொல்றீங்க? எப்போ?"

"இன்னும் ஒரு மாசத்தில் கிளம்ப வேண்டி இருக்கும்; ஆறு வாரம் ட்ரெய்னிங்."

"என்னது? ஒரு மாசத்திலேயா? என்னங்க இது? நீங்க சரின்னு சொல்லிட்டீங்களா?" அருணாவின் முகம் தொங்கிப் போய்விட்டது. சரிதான் இவன் எதிர்பார்த்தது நடந்தே விட்டது.

"சரின்னு சொல்லாம எப்படி டார்லிங்? எப்பேர்பட்ட சான்ஸ் இது!"

"அப்போ நீங்க எனக்கு கொடுத்த பிராமிஸ்?"அருணா ஏக்கமாய் அவன் முகத்தை பார்த்தாள்.

ஒரு ஒன்பது மாசம் முன்பு நடந்தது இது.

"ஏங்க, சாமி புண்ணியத்துல நான் கருத்தரிச்சா என்கிட்ட நீங்க எப்படி நடந்துப்பீங்க?"

"எப்படீன்னா என்ன? இப்ப போலத்தான் அப்பவும்!"

"அதெல்லாம் முடியாது. உங்க முரட்டு புத்தியை, முன்கோபத்தையெல்லாம் விட்டுடணும். எங்கிட்ட அன்பா ஆசையாய் இருக்கணும். இருப்பீங்களா? நீங்க அப்படி இருந்தா தான் நான் சந்தோசமா நிம்மதியா இருப்பேன். என் வயத்திலே வளரற கொழந்தையும் சந்தோஷமான குழந்தையாப் பொறக்கும்..."

"சரி சரி, தொண தொணன்னு பேசாதே!" அவளை முரட்டுத்தனமாய் அணைத்தான். அன்று அவன் நல்ல மூடில் இருந்தான்.

"நான் சொல்றபடி இருப்பீங்களா? ப்ராமிஸ் பண்ணுங்க."

"சரி, ப்ராமிஸ், ப்ராமிஸ்!" அவளை மேலும் பேச விடாமல் செய்தான்.

அவள் உண்டானதிலிருந்தே அவன் மீது அவளது ஆதிக்கம் அதிகமாகிவிட்டது. அவனை சதா தன் பக்கத்தில் உட்கார்ந்து பேசிக் கொண்டிருக்கச் சொன்னாள். வயிற்றில் கையை வைக்கச் சொல்லி குழந்தையின் அசைவை காண்பித்து குதூகலித்தாள்.

அவன் வேலை முடிந்து தாமதமாய் வந்தால் ஊடினாள். அவன் கோபித்தால் "மாசமா இருக்கிற பொண்ணுகிட்ட கோவிச்சுக்க மாட்டேன்னு ப்ராமிஸ் பண்ணிட்டு இப்படி திட்டலாமா?" என்று அழுதாள்.

அவனுக்கு ஒரொரு சமயம் ஏண்டா கல்யாணம் பண்ணிக் கொண்டோம் என்று வெறுப்பாய் இருப்பதும் உண்டு. ஒரு பெண்ணால் புருஷன் மீது தனது அன்பை, நெருக்கத்தை ஒரு அதிகாரமாக வெளிப்படுத்தியே அடிமை படுத்த முடியும் என்பது அவனுக்கு ஏதோ ஒரு கோணத்தில் கசப்பான அனுபவமாய்த் தோன்றியது. ஆண்பிள்ளைப் புத்தி!

"**அ**ருணா டார்லிங், உனக்கு குழந்தை பொறக்கிறப்போ உன் பக்கத்திலேயே நான் இருக்கணும்னு எனக்கு மட்டும் ஆசை இல்லையா என்ன? எனக்கு வந்திருக்கிற வாய்ப்பை பத்தியும்

நினைச்சுப் பாரு! போனாப் போட்டும்னு விடக்கூடிய வாய்ப்பா இது?"

"எப்படிங்க! உங்களுக்கு தொழில்ல இருக்கற திறமைக்கும் அறிவுக்கும் இன்னைக்கு விட்டாலும் என்னைக்காவது ஒரு நாள் நீங்க ஃபாரின் போகாம இருக்க மாட்டீங்க. ஆனா என் தலைப்பிரசவம் மறுபடியும் நடக்குமா? நான் பெத்துப் பொழச்சு உசுரோட இருப்பேனான்னு யார் சொல்ல முடியும்? எனக்கு எதுனா ஒண்ணு ஆச்சுன்னா நீங்க என்ன பண்ணுவீங்க?"

"சீச்சி. அபத்தமாய் பேசாதே. டெலிவரியில் ரிஸ்க் எல்லாம் இப்போ ரொம்ப கம்மி. விஞ்ஞானம் எவ்வளவோ முன்னேறி ஆச்சு. ட்ரெய்னிங்கை நிமிஷமா முடிச்சுட்டு உன்னையும் குழந்தையையும் பார்க்க ஓடி வந்துருவேன்"

"ஊஹூம்; எனக்கு பயமாக இருக்கு. என் பக்கத்திலேயே நீங்க இருக்கணும். ஆமாம்," அவன் கையைப் பிடித்து இறுக்கிக் கொண்டாள் அருணா.

"என்ன நீ பைத்தியம் மாதிரி சொன்னதையே திரும்ப திரும்ப சொல்லிக்கிட்டு இருக்கே? என்னவோ உலகத்திலேயே நீ தான் முதல் முதலாய் புள்ள பெத்துக்கற பொம்பளை போல"..........இவன் குரல் சற்றே தடித்து விட்டது.

"என்னைப் பொறுத்தவரை எனக்கு இதுதான் முதல் தடவை," என்று சீறினாள் அருணா. பிறகு கேவிக் கேவி அழுதாள்.

விடியற்காலையில் இவன் திடுக்கிட்டு விழித்துக் கொண்டான்.

என்ன பயங்கர கனவு! இவன் பாரீஸில் குடித்துக் கொண்டு ஒரு வெள்ளைக்காரப் பெண்ணின் இடையை அணைத்துக் கொண்டிருக்கையில் நம் ஊர் காக்கிச் சட்டை போட்ட தபால் தந்திகாரன் உள்ளே சைக்கிளோடு வந்து, ஸ்டாண்ட் போட்டு நிறுத்திவிட்டு இவனிடம் தந்தி ஒன்றை நீட்டுகிறான். அதில் 'அருணா பிரசவத்தின் போது இறந்து விட்டாள்; உடனே புறப்பட்டு வரவும்' என்று எழுதி இருக்கிறது. இவன் அலறிப் புடைத்துக் கொண்டு வெளியே வந்து ஊருக்கு திரும்புவதற்கு ஒரு மாட்டு வண்டியை பிடிக்கிறான்!

கனவின் அபத்தங்களை ஒதுக்கிய பின்பும் அதில் வந்த தந்தியின் வாசகங்கள் அவன் அடிவயிற்றைக் கலக்கின. விடியற்காலையில் கண்ட கனவு பலிக்கும் என்று அவனையும் அறியாமல் அவன் ரத்தத்தில் ஊறி விட்டிருந்த மூடநம்பிக்கை அவன் மனதை ரொம்பவும் அலைக்கழித்தது.

அன்று அவன் அலுவலகத்தை விட்டு கிளம்பும் முன் தலைமை அலுவலகத்தில் இருந்து போன் வந்தது. தலைமை சர்வீஸ் மேனேஜர் பேசினார்.

"என்ன மிஸ்டர் குமார், என்ன இது? உங்க முடிவு அபத்தமாய் இருக்கே? எப்பேர்பட்ட சான்ஸை உங்களுக்கு நான் வாங்கிக் கொடுத்திருக்கேன்? நீங்க என்னடான்னா போக மாட்டேன்னு சொல்றீங்களாமே? இந்தக் காலத்தில் பிரசவம்கிறது சும்மா ஜலதோஷம் மாதிரி அல்பமான விஷயம். இதற்காகவா பாரிஸ் போகற சான்ஸை கோட்டை விடறேங்கறீங்க? மறுபடி யோசிச்சு நல்ல முடிவை சொல்லுங்க. என்ன?" என்றார்.

"இல்லை சார். சாரி; நான் முடிவை எடுத்தது எடுத்ததுதான். எனக்கு பதிலா நீங்க வேற ஆளை சூஸ் பண்ணிடுங்க," என்று இவன் தீர்மானமாகச் சொல்லி விட்டான்.

தலைக்குத் தலை அலுவலகத்தில் துக்கம் விசாரித்தார்கள். சிலர் இவன் சரியான பொண்டாட்டி தாசன் போலும் என உதட்டோரத்தில் கேலி காட்டினார்கள். இவனுக்கு வெறுப்பாய் இருந்தது.

அன்று வீட்டுக்கு கிளம்புகையில் அக்கவுண்ட்ஸ் டிபார்ட்மெண்ட் ஸ்டெனோ மார்கரெட் எதிரில் வந்தாள். ஆங்கிலோ இந்தியன். நாற்பது வயதுக்காரி. கணவன் நடத்தை சரியில்லை என்று டைவர்ஸ் வாங்கியவள்.

"வாட் மேன்? நான் கேள்விப்பட்டது எல்லாம் நிஜம்தானா? வைஃப் டெலிவரி போது பக்கத்திலேயே இருக்கணும்னு ஃபாரின் போக மாட்டேன்னு சொல்லிட்டியாமே? யூ ஆர் சிம்பிளி கிரேட் மேன்! யுவர் ஒய்ஃப் இஸ் வெரி லக்கி! மை பெஸ்ட் விஷஸ் டு ஹர்!"

பாவம் கணவனின் அனுசரணை ஏங்கியவள் இந்த மார்கரெட். அவளது பாராட்டு அவனுக்கு கேட்பதற்கு சந்தோசமாயும் கர்வமாயும் இருந்தது .

இவன் விஷயம் தெரிந்து ஆஸ்பத்திரிக்கு ஓடியபோது அருணா கட்டிலின் மேல் சப்பளம் கொட்டி உட்கார்ந்து கொண்டிருந்தாள்.

ஸ்டூலில் உட்கார்ந்து கொண்டிருந்த மாமியார் எழுந்து "வாங்க.," என்று சொல்லிவிட்டு நாகரீகமாக அறையை விட்டு வெளியேறி விட்டாள் .

அருணா இவன் கையை பிடித்துக்கொண்டு சிரித்தாள்.

"ரொம்ப வலி வந்துடுச்சா? டாக்டர் பார்த்தாரா? எப்போ ஆகும்னு சொல்லுறாரு?" இவன் ஆர்வமாய் கேட்டான்.

"நாலஞ்சு தடவை விட்டுவிட்டு வலிச்சுது; வந்து அட்மிட் ஆயிட்டோம். இப்போ அரை மணியா வலி இல்லை. நர்ஸுங்கதான் வந்து பார்த்தாங்க. டாக்டர் இன்னும் வரல்லே," என்றாள் அருணா.

சுற்றும் முற்றும் பார்த்தான். அறை ரொம்பவே சிறியதாக இருந்தது. சுவரெல்லாம் பெயிண்ட் கண்டு பல காலம் ஆகியிருந்தது போல் இருந்தது. நடக்கையில் உள்ளங்காலில் மண் நறநறத்தது. மூலையில் கரப்பான் பூச்சி ஒன்று ஓடியது. மருந்துகள் வைக்கும் சிறிய மர அலமாரியின் கதவு உடைந்திருந்தது. துணைக்கு இருப்பவர் படுக்க ஒரு பெஞ்சி போட்டிருந்தது.

"எங்கிருந்து புடிச்சீங்க இந்த நர்சிங் ஹோமை? நீட்டாவே இல்லியே?" என்றான்.

"வசதி கொஞ்சம் முன்னே பின்னே தான்; ஆனா இந்த டாக்டரம்மா ரொம்பவே கைராசி," என்று மாமியார் சமாதானம் சொன்னார்.

ஒரு வயதான நர்ஸ் வந்து எட்டிப் பார்த்தாள்.

"இன்னா? வலி எடுக்குதா?"

"இப்போ இல்ல"

"டாக்டர் எப்போ வந்து பார்ப்பாரு?" இவன் கேட்டான்.

"நல்லா வலி எடுக்கோணும் வலி எடுத்து கத்துற கத்தல் மாடியிலே இருக்கிற டாக்டருக்கு கேக்கோணும். அப்புறம்தான் இறங்கி வந்து பார்ப்பாக," என்று சொல்லிவிட்டு போனாள்.

இரவு மணி பத்து ஆகிவிட்டது. இவனும் அங்கேயே பெஞ்சியில் உட்கார்ந்து கொண்டிருந்தான்.

"என்னடி வலிக்குதா?" என்று கால் மணிக்கொரு தடவை மாமியார் கேட்டுக்கொண்டிருந்தார்.

"மேல் வயிறு வலிக்குதும்மா,"

"அதில்லடி! இடுப்பு வலிக்கணும். விட்டு விட்டு வலிக்கும். பொறுக்க முடியாம வலிக்கும்டி," என்றார் மாமியார்.

குமாருக்கு போரடித்தது. கொட்டாவி விட்டான்.

"சரி, மாப்பிள்ளை, நீங்க வீட்டுக்குப் போங்க. இப்போ வலி எடுக்க ஆரம்பிச்சாலும், புள்ள பொறக்க விடியக்காலை வரை ஆனாலும் ஆயிடும். தலைப் பிரசவம். ஒண்ணும் சொல்றதுக்கில்லே; காலையிலே வந்து தாயையும் புள்ளையையும் பார்த்துக்கிடலாம்," என்றார் மாமியார்.

அருணா, 'போகாதீங்க, போகாதீங்க,' என்று கண் சாடை காட்டினாள்.

குமார் எழுந்து வெளியே வந்தான். போய் ரிசப்ஷனில் இருந்த நாற்காலியில் உட்கார்ந்து கொண்டான். பிறகு எழுந்து வெளியே போய் அங்கே இங்கே சுற்றி, ஒரு பெட்டிக்கடையைக் கண்டுபிடித்து ஒரு சிகரெட்டை ஊதிவிட்டு, பத்தரை மணி வாக்கில் திரும்பி வந்தான். ஆசுபத்திரியில் ரிசப்ஷனில் விளக்கெல்லாம் அணைந்திருந்தது. ஒரு வாட்ச்மேன் உட்கார்ந்தவாறே தூங்கிக்கொண்டிருந்தான்.

குமார் அருணா இருந்த அறையில் எட்டிப் பார்த்தான். பெஞ்சியில் படுத்திருந்த மாமியார் விருட்டென்று எழுந்திருந்தார். "நீங்க வீட்டுக்குக் போகலியா?" என்றார்.

"பிரசவ சமயத்திலே இவ கூட இருக்கணும்னு தானே நான் ஃபாரீனே போகலை? இப்போ வீட்டுக்கு போயி என்ன செய்ய?" என்றான். குரலில் எரிச்சல் தெரிந்தது.

"என்னடி? வலியெடுக்குதா?"

"எடுக்குற மாதிரியும் இருக்கு இல்லே மாதிரியும் இருக்கு," என்றாள் அருணா.

10. மாயமான்

"நர்ஸ் வந்து பார்த்தாளா?"

"'நீ நெசமாவே வலி எடுக்கும் போது கூப்புடு,'ன்னு சொல்லிட்டு போயிட்டா."

குமார் தூக்கம் வரும் வரை இருட்டில் ரிசப்ஷன் நாற்காலியில் உட்கார்ந்து குருட்டு யோசனை செய்து கொண்டிருந்தான். நடுவே உள்ளே எட்டிப் பார்த்தபோது அருணாவும் மாமியாரும் நன்றாகத் தூங்கிக் கொண்டிருந்தார்கள்.

அந்த ஆஸ்பத்திரி, உண்மையில் டாக்டரம்மாவின் பழைய பங்களாதான். அதை பிரசவ ஆஸ்பத்திரியாக மாற்றியிருந்தார்கள். மாடியில் ஒன்றிரண்டு அறைகளில் ஏற்கனவே பிறந்திருந்த குட்டிக் குழந்தைகளின் அழுகை ஒலி கேட்டது. பங்களாவுக்குப் பக்கத்தில் வீட்டுத்தோட்டம் இருந்தது. அதன் நடுவில் ஒரு சிமெண்டு பெஞ்சு இருந்தது. குமார் அதில் தூசி தட்டிவிட்டு, ரிசப்ஷனில் கிடந்த ஒரு பேப்பரை எடுத்து விரித்துப் படுத்துக்கொண்டான். கொசுக்கடி பிடுங்கியெடுத்தது.

அவன் மட்டும் ஃபிரான்ஸ் போயிருந்தால் இன்று ஒரு வாரம் டிரையினிங் தீர்ந்திருக்கும். வாரக்கடைசியை கொண்டாட ஏதாவது ஒரு கேபரேவுக்குப் போயிருக்கலாம். 'மௌலின் ரூஜ்ஜோ என்னவோ பேர் சொன்னானே செல்வராஜ்! போன வருசம் அவன் டிரைனிங்குக்கு பாரீஸ் போய் வந்து, வாயில் ஜொள்ளு வழிய, "எல்லா குட்டிகளும் ஒரே சைஸ்டா! எப்படித்தான் புடிச்சாங்களோ, இடுப்புக்கு மேலே துணி கிடையாது! நாப்பது ஐம்பது பொண்ணுங்க ஒண்ணா ஒரே மாதிரி க்ளாஸ்ஸிக்கா டான்ஸ் ஆடுவாங்க," என்று கதை கதையாய் சொன்னானே?

போச்சு. எல்லாம் போச்சு. பட்டுப் பட்டென்று கொசுக்களை அடித்தவாறே ரொம்பவும் சிரமப்பட்டுத் தூங்கினான்.

காலை ஐந்து மணிக்கெல்லாம் விழிப்பு வந்துவிட்டது.

எழுந்து உள்ளே போய்ப் பார்த்தான். அருணாவும் மாமியாரும் நன்றாகத் தூங்கிக் கொண்டிருந்தார்கள். குமாருக்கு எரிச்சலாய் வந்தது. கொசுக்கள் கடித்த இடங்களை சொரிந்து கொண்டே, வெளியே வந்து தன் மோட்டார் பைக்கை

கோபத்துடன் உதைத்துக் கிளப்பினான். வீட்டை நோக்கி ஓட்டினான். போய்ப் படுக்கையில் விழுந்தான்.

அவன் கண் விழித்தபோது மணி காலை பத்து. ஓட்டலில் போய் காலை உணவு சாப்பிட்டுவிட்டு, நேரே ஆஸ்பத்திக்குப் போன போது, அருணாவும் அவன் மாமியாரும் ஆஸ்பத்திரி வாசலில் ஆட்டோவில் ஏறிக்கொண்டிருந்தனர்.

இவனைப் பார்த்ததும் அருணா, "காலையிலே டாக்டர் வந்து பார்த்துட்டு 'இது பொய் வலிதான்; கொழந்தை தலை இன்னும் இறங்கவே இல்ல'ன்னு சொல்லிக் கிளம்ப சொல்லிட்டாங்க," என்றாள் சங்கடமாய்ப் புன்னகைத்துக் கொண்டு.

இரண்டு வாரங்கள் ஒடிவிட்டன. டாக்டரிடம் செக்கப்புக்கு போகும்போதெல்லாம் "எல்லாம் நார்மலாத் தான் இருக்கு. தலைப்பிரசவம்னா முன்னே பின்னே தான் ஆகும். கரெக்டா அடிச்சு சொல்ல முடியாது," என்று போக்குக் காட்டினார்.

அன்று திருவள்ளூரில் இருந்த தொழிற்சாலை ஒன்றில் இருந்த உயர் தொழில்நுட்ப யந்திரம் ஒன்று பழுதடைந்துவிட்டது. இவனை விட அனுபவம் மிக்கவர்கள் அலுவலகத்தில் யாரும் இல்லாததால் பிரச்சனையைத் தீர்க்க இவனை வலுக்கட்டாயமாக காரில் அனுப்பி வைத்துவிட்டார் மேனேஜர்.

பிரச்சனையில் கை வைக்க அதன் சுவாரஸ்யம் இவனை ஆக்கிரமித்துக் கொண்டு விட்டது கடிகாரத்தை அலட்சியம் செய்துவிட்டு இவன் யந்திரத்தை சரிசெய்துவிட்டு நிமிரும் போது இரவு மணி ஏழு ஆகிவிட்டது.

கம்பெனியை விட்டுப் புறப்படுகையில்,அதன் அலுவலர் ஒருவர் வந்து "சுமார் ஆறு மணிக்கு உங்க கம்பனியிலேர்ந்து உங்களுக்காக ஃபோன் வந்தது, எனக்கு நீங்க இன்னும் இங்குதான் இருக்கீங்கன்னு தெரியாது; உங்க ஒயிஃபை டெலிவரிக்காக ஆஸ்பத்திரியிலே அட்மிட் பண்ணியிருக்காங்களாம். நீங்க ஏற்கனவே போயாச்சுன்னு தெரியாம சொல்லிட்டேன். ஸாரி...." என்றார் அவர்.

இவன் காரிலே சென்னை திரும்புகையில் மனைவியைப் பற்றிய கவலையோ படபடப்போ தனக்குப் பெரிதாய் ஒன்றும்

இல்லை என்பதை எண்ணி அவனுக்கே ஒரு மாதிரி குற்ற உணர்வு போல் தோன்றியது.

நர்சிங் ஹோம் வாசலில் மாமனார் இவனை எதிர்கொண்டார் .

"வாங்க, வாங்க! சுகப்பிரசவம் தான்! பொண் குழந்தை. உள்ளே வந்து பார்க்கலாம் வாங்க!"

இவன் விரக்தியாய் சிரித்தான் தொட்டிலியில் இருந்த குழந்தையை ஒரு வித அசுவாரஸ்யத்துடன் பார்த்தான். அருணா ஆழ்ந்த உறக்கத்தில் இருந்தாள்.

"கடைசிலே பொட்டைப் பிள்ளை தானாக்கும்," என்றான்.

உடன் பேசிக்கொண்டிருந்த மாமனாரைத் தவிர்த்து விட்டு சாலையில் தனியாய் நடந்தான். பையில் கைவிட்டு சிகரெட் ஒன்றை எடுத்துப் பற்ற வைத்துக் கொண்டான். நல்ல உயர்தரமான மேல்நாட்டு சிகரெட். அவனுக்கு பதிலாக அவனுடன் வேலை பார்க்கும் ஜூனியரான ஒரு எஞ்சினியர் பாரிஸில் ட்ரெயினிங் முடித்து விட்டு இரண்டு நாட்கள் முன்புதான் திரும்பி வந்திருந்தான் அவன் கொடுத்த அன்பளிப்பு தான் அந்த மேல்நாட்டு சிகரெட் .

கடைத்தெருவில் நடக்கும் போது ஸ்வீட் வாங்க வேண்டும் என்பது நினைப்புக்கு வந்தது.

"ஸ்வீட் கேட்குதாக்கும் ஸ்வீட். டு ஹெல் வித் இட்," என்று சபித்தான். கண்ணில் தென்பட்ட அந்த கடையில் ஏறி ஆர்டர் கொடுத்தான்.," விஸ்கி ஒரு குவாட்டர், பிராண்டி ஒரு குவாட்டர் கொடுப்பா..."

(சாவி 1989)

-=()=-

11. சில ஆசைகள் சில தகுதிகள்

(கதையின் ஆண்டு 2005)

அப்பா தொலைபேசியின் வாயை கையால் பொத்தியவாறே, "உன் 'பாஸ்'தான்; இன்னிக்கும் ஏன் வேலைக்கு வரலைன்னு கேட்கறான். என்ன சொல்லட்டும்?"

ப்ரீத்திக்கு கண்ணோரத்தில் மீண்டும் அழுகை முட்டியது.

"ஐ'ம் ஜஸ்ட் டயர்ட் டாட். மூளையிலிருந்து எல்லாம் வடிஞ்சு போன மாதிரி இருக்கு. எனக்கு கம்ப்யூட்டர் மானிட்டரை பார்க்கவே பிடிக்கலை; நீங்க என்னவோ சாக்கு சொல்லிக்கோங்க," ப்ரீத்தி மூக்குக் கண்ணாடியை கழட்டி விட்டு சோபாவில் நாய்க்குட்டி போல் சுருண்டு கொண்டாள்.

"ஸாரி மிஸ்டர் பாஸ்கர்; ப்ரீத்திக்கு கடுமையான தலைவலி; ரெண்டு மூணு தடவை வாமிட் வேற..." அப்பாவுக்கு நன்றாகவே பொய் பேச வருகிறது.

அப்பா பக்கத்தில் வந்து உட்கார்ந்து தலையை வருடினார். "என்ன ஆச்சு பிரீத்தி உனக்கு? ஏன் இந்த டிப்ரெஷன்? பாஸ்கர் கூட ஏதாவது தகராறா? ஸாஃப்ட்வேர் கோட் எழுதினதிலே பெரிய தப்பு ஏதாவது ஆயிடுத்தா? அப்பா கிட்ட கூட சொல்ல மாட்டேங்கறியே? இதுக்கு தான் ஒரு அம்மா வேணும் போலிருக்கு...."

"**இ**தையெல்லாம் எப்படி அப்பா கிட்ட 'டிஸ்கஸ்' செய்ய முடியும் மஞ்சு? எனக்குள்ள எனக்குத் தெரியாமலேயே இருக்கும் இந்த 'பொம்பளைத்தனம்' எனக்கே அதிர்ச்சியா இருக்கே?" ப்ரீத்தி கர்ச்சீப்பால் மூக்கை சிந்தித் துடைத்துக் கொண்டாள்.

மஞ்சு தேனீர் கோப்பையை அவளை நோக்கி நகர்த்தினாள். "சூடா டீ சாப்பிடு; உன்னோட நெருங்கிய தோழி நான்தான் பேரு; என்கிட்டயே நீ பாஸ்கரை காதலிக்கிற

விஷயத்தை இதுநாள் வரை சொல்லலை. பாஸ்கர் உன்னை காதலிக்கிறதா எப்பவாவது சொன்னானாடின்னு கேட்டா முழிக்கிற..."

"ஐயோ, நான் எப்படி புரிய வைப்பேன்? நானும் பாஸ்கரும் என்ன ரோமியோ ஜூலியட் மாதிரியா? நாங்க ரெண்டு பேருமே 'கெக்கெபிக்கே'ன்னு பேசுறவங்க கிடையாது. எமோஷனல் கிடையாது; லாஜிக்கல்லா பார்த்தா எங்களுக்குள்ள இருந்த நட்பு, ஒருத்தர்மேல ஒருத்தர்க்கு இருந்த மதிப்பு, ஒருத்தர் நினைக்கிறதை அடுத்தவர் செய்யற அந்த ஒரு 'இது' இதெல்லாம் காதல்தானே, எங்க கல்யாணத்துலே அது தானே போய் முடியும் - வாய் வார்த்தையிலே என்ன இருக்குன்னு தான் நான் நெனச்சிருந்தேன்..."

"ஆமாம், 'லாஜிக்கல்' புண்ணாக்கு! காதலும் நீ எழுதுற ஸாப்ட்வேர் புரோகிராம்னு நெனச்சியா, எப்படி எழுதறமோ அப்படி ரிஸல்ட் வர்றதுக்கு? இந்த விஷயத்துல நீ பாஸ்கரைக் குத்தம் சொல்றது நியாயமாய்ப் படலை எனக்கு."

"நான், நான் பாஸ்கரை எவ்வளவு உயரத்திலே வெச்சியிருந்தேன் தெரியுமா? அட்லாஸ்ட் 'ஆணாதிக்கத் திமிர்' இல்லாத ஒரு ஆம்பள ஒரு பெண்ணின் திறமை எந்த ஆணுக்கும் சளைத்ததில்லைன்னு ஒப்புக்குற, கௌரவிக்கிற குணம் உள்ள ஒரு ஆம்பிளை இதோ இருக்கான்னு மனசார நம்பினேன். கடைசிலே, கடைசிலே... அவனும் ஒரு சராசரி ஆம்பளையாய், போயும் போயும் அந்த கல்யாணியைப் போய்க் கல்யாணம் பண்ணிக்கிறேன்னு..." ப்ரீத்திக்கு மீண்டும் அழுகை வந்தது.

"**ரி**சப்ஷன்ல கோவில் சிலை மாதிரி ஒரு ஃபிகர் மச்சி!"

'டாட் மாட்ரிக்ஸ்' பிரிண்டரின் சத்தத்தில் ப்ரீத்தி காதில் விழாது என்று நம்பி, சுரேஷ், அரவிந்தனிடம் சொல்லிக்கொண்டிருந்தான்.

எழுதின புரோகிராமில் வந்து ஒரு 'பக்'கை சரி செய்த திருப்தியில் சோம்பல் முறித்த ப்ரீத்தியின் காதில் அது விழுந்துவிட்டது

"என்ன, என்ன? ஆரம்பிச்சிட்டீங்களா உங்க ஆம்பளைங்க சமாசாரத்தை?" ப்ரீத்தி குரல் கொடுத்தாள்.

“சரியான பாம்புச் செவியாச்சே ஒனக்கு; நாங்க ஒரு 'பொண்ணப்' பத்தி பேசிக்கிட்டிருக்கோம் தெரியல்லியா?” என்றான் அரவிந்தன்.

“ஏய் அரவ்! என்ன கொழுப்பா? ஆமா, யாரு அந்த பொண்ணு? கூடவே வேஷ்டி கட்டின அப்பா வேற? நம்ம ஜீன்ஸ் கோஷ்டிக்கு திருஷ்டி சுத்திப் போடுற மாதிரி?” என்றாள் ப்ரீத்தி எழுந்து ஜீன்ஸை இடுப்பின் மேல் தூக்கிவிட்டவாறே.

பாஸ்கர் தன் கேபினில் இருந்து அவசர அவசரமாய் வெளியே வந்தான். ரிசப்ஷனுக்கு ஓடினான். வேட்டி கட்டிய பெரியவரிடம் பவ்யமாக பணிந்து பேசியவாறே, அவரையும் உடன் வந்த பெண்ணையும் தன் கேபினுக்குள் கூட்டிச் சென்றான்.

ப்ரீத்திக்கு ஆச்சரியமாய் இருந்தது. பாஸ்கர் யாரிடமும் இத்தனைப் பணிவாய் பேசி அவள் பார்த்ததில்லை. அந்த பெண்ணிடம் ஒரு கிராமிய அழகும் நளினமும் பளிச்சிட்டது. எத்தனை பெரிய கண்கள் அவளுக்கு! அவளது கூந்தலின் அடர்த்தியும் நீளமும் ப்ரீத்தியின் கவனத்தில் இடற, ப்ரீத்தி தன்னையும் அறியாமல் 'பாய் கட்' செய்திருந்த தன் தலையை ஒரு முறை தடவிக் கொண்டாள்.

அரைமணி நேரம் கழித்த பின் பாஸ்கர் மீண்டும் மிக மரியாதையோடு, வேஷ்டி கட்டிய பெரியவரை வாசல் வரை கொண்டு விட்டுவிட்டு அந்தப் பெண்ணை அழைத்துக் கொண்டு உள்ளே வந்தான்.

“எவ்ரிபடி லிஸன்!” என்று கையைத் தட்டினான். எல்லாரும் தத்தம் கம்ப்யூட்டரை விட்டெழுந்து பாஸ்கரைச் சூழ்ந்து கொண்டனர்.

“இவள் கல்யாணி. நம்ம படைக்கு புது வரவு. நேத்திக்கு முளைச்ச ஏதோவொரு காளான் கம்ப்யூட்டர் இன்ஸ்டிடியூட்டில் மூவாயிரம் செலவழித்து ஏதோ கத்துக்கிட்டு வந்திருக்கிறாள். ப்ரீத்தி! நீ இவளுக்கு என்ன தெரியும், இனிமே என்ன கத்துக் கொடுக்கணும்னு பார்; அதைக் கத்துக் கொடுத்து, இவளை உபயோகப்படுத்திக் கொள்ளப்பார். எல்லாருக்கும் அறிமுகப்படுத்தி வை...”

பாஸ்கர் கேபினுக்குள் போய்விட்டான்; அதுதான் பாஸ்கர். எதிலும் மின்னல் வேகம்; சம்பிரதாயங்கள் கிடையாது அங்கே.

11. சில ஆசைகள் சில தகுதிகள்

கல்யாணி நாணத்துடன் எல்லாருக்கும் கும்பிட்டு வணக்கம் சொன்னாள்; ப்ரீத்தியை தன் பெரிய விழிகளால் ஏற இறங்க எடை போட்டாள்.

"நான் எந்த மெஷினில் உட்கார்ந்துக்கணும்?" என்று கேட்டு தெரிந்து கொண்டு அந்த கம்ப்யூட்டரைத் தொட்டுக் கண்களில் ஒற்றிக் கொண்டு கண்மூடி கைகூப்பி தியானித்தாள். 'பயல்கள்' எல்லாரும் ஓரக்கண்ணால் ஒருவரை ஒருவர் பார்க்க, ப்ரீத்திக்கு குபுக்கென்று சிரிப்பு வந்தது.

உணவு இடைவேளையின் போது 'சாண்ட்விச்சைக்' கடித்தவாறே "கல்யாணி எப்படி?" என்று கேட்டான் பாஸ்கர்.

"ப்ச்...," ப்ரீத்தி உதட்டைச் சுழித்தாள். "அடிப்படையே சரியா தெரியலை. 'லாஜிக்கல் திங்கிங்' இல்லை. அவளுக்கு சொல்லி கொடுக்கணும்னா என் வேலை கெடும்போல் இருக்கு. 'ஒரு வாரத்தில் டாட்டா கேஸ்' தான்...

பாஸ்கர் சட்டென்று பதில் சொல்லவில்லை. புதிதாகச் சேர்பவர்கள் ஒரு வாரத்தில் நம்பிக்கை அளிக்கவில்லை என்றால் வேலையை விட்டு அனுப்பி விடுவது அவர்களின் எழுதப்படாத சட்டம்.

ப்ரீத்திக்கு தன் 'முதல் வாரம்' ஞாபகம் வந்தது.

பாஸ்கர் அவனுக்கே உரிய வேகத்தில் தனக்கு என்ன மாதிரி 'புரொக்ராம்' வேண்டும் என்று சுமார் அரை மணி நேரம் விளக்கி, ஒரு கத்தை பேப்பரில் குறிப்புகளைத் தந்து விட்டு மூன்று நாட்கள் வெளியூர் போய் விட்டான். ப்ரீத்தி மண்டையை உடைத்துக் கொண்டு, எழுதி, திருத்தி, இரவெல்லாம் புத்தகங்கள் படித்து, உடன் வேலை பார்ப்பவர்களின் அலட்சியமான அரைகுறை விளக்கங்களைப் புரிந்து கொண்டு, பாஸ்கர் திரும்பி வருகையில் தயார் நிலையில் இருந்தாள்.

பாஸ்கர் வந்து அவள் எழுதியிருந்த கட்டளைத் தொடர்களை ஓட்டிப்பார்த்தான்.

"வாவ்! எக்ஸலண்ட்!" என்றான்.

நடு ஹாலில் கைதட்டல்; எல்லாரும் சூழ்ந்து கொண்டனர்.

"இதோ ஒரு அசாத்திய மூளை உள்ள பெண். இங்கே உள்ள ஆம்பிளைகள் ஜாக்கிரதை. இவள் தொடர்ந்து இங்கேயே

இருந்தால் சாப்ட்வேர் கோடிங்கில் உங்களையெல்லாம் முழுங்கிச் சாப்பிட்டுவிடுவாள்!"

அது உண்மையாயிற்று.

ஒரு வருஷம் கழிந்த பின், சிங்கப்பூரில் நடந்த ஒரு அகில உலக கம்ப்யூட்டர் ஸெமினாருக்கு தன்னுடன் வருவதற்கு பாஸ்கர், தகுதியின் பேரில் ப்ரீத்தியை தேர்ந்தெடுத்தான். உடன் வேலைப்பார்க்கும் ஓரிரு ஆண்கள் தன்னையும் பாஸ்கரையும் அதுகுறித்து ரசக்குறைவாய்ப் பேசியது அவள் காதில் விழுந்தது. அது அவளுக்குப் பிடிக்கவில்லை.

அப்பாவின் உடம்பு சரியில்லை என்று காரணம் காட்டி ப்ரீத்தி கழண்டு கொண்டாள். அதனால் மற்றொரு நண்பன் சிங்கப்பூர் செல்ல முடிந்தது. உடன் வேலை பார்ப்பவர்களிடம் காய்ச்சலும் குறைந்தது.

அடுத்த மூன்று ஆண்டுகளில் ப்ரீத்திதான் பாஸ்கரின் ஸாஃப்ட்வேர் தொழிலகத்தில் பாஸ்கருக்கு அடுத்தவள் என்பது எல்லாருக்கும் புரிந்தது. எந்த ஆணுக்கும் சளைக்காமல் தன் திறமைகளைக் காட்டுவது, மாலை, இரவு என்று நேரம் பார்க்காமல் வேலை செய்வது, எதையும் "முடியாது, சாத்தியமில்லை," என்று ஒப்புக்கொள்ளாமல் கடும் முயற்சி செய்து முடியவைக்கப் பார்ப்பது என்று ப்ரீத்தி தன்னை சந்தேகத்திற்கு இடமின்றி நிரூபித்தாள்.

ஒருநாள் இல்லை ஒருநாள் பாஸ்கர் ப்ரீத்தியை மணப்பான் என்பது அங்கு வேலைப் பார்ப்பவர்களிடையே ரகசியமாய் எதிர்பார்க்கப்படும் ஊகம்.

கடந்த ஒரு வாரத்தில் உடன் வேலை பார்க்கும் அரவிந்த், சுரேஷ், ஜனா இவர்களின் போக்கு ப்ரீத்திக்கு ஆச்சரியம் கலந்த எரிச்சலைத் தந்தது. வாய்ப்புக் கிடைக்கும் போதெல்லாம் கல்யாணியிடம் குழைந்து குழைந்து பேசினார்கள். ஒழுங்காக ஷேவ் செய்துக்கொண்டு, பளிச்சென்று உடுத்திக் கொண்டு வந்தார்கள். ப்ரீத்தியிடம் இரைந்த குரலில் அறுவை ஜோக் அடித்து விட்டு கல்யாணி சிரிக்கிறாளா என்று ஓரக் கண்ணால் நோட்டம் விட்டார்கள். கல்யாணிக்கு 'பசு' என்று பட்டப் பெயர் வைத்திருந்ததும் காதில் விழுந்தது.

11. சில ஆசைகள் சில தகுதிகள்

“ஒரு வாரம் ஆகிவிட்டது. கல்யாணிக்கு டாட்டா சொல்லிவிடட்டுமா?” ப்ரீத்தி உணவு இடைவேளையின் போது பாஸ்கரிடம் கேட்டாள்.

“வேண்டாம்; அவசரப்படாதே. அவளுக்கு எது வருகிறதோ அதில் போடு. கடிதம் எழுத; மேனுவல் எழுத, காகிதங்களை ஒழுங்காக ஃபைல்களில் போட, எதில் வேணுமானாலும்; அவளை வீட்டுக்கு மட்டும் அனுப்பிவிடக் கூடாது.”

ப்ரீத்திக்கு சற்றே பொறாமை கலந்த ஆச்சரியம். “என்ன பாஸ்? கல்யாணி ரொம்ப ஸ்பெஷல் போலிருக்கே?”

பாஸ்கர் நிமிர்ந்து அவள் கண்களை நேராகப் பார்த்தான். “ஆமாம். கல்யாணிக்கு வேலை தந்து சம்பளம் கொடுப்பதில் எனக்கு ஒரு தார்மீக கடமை இருக்கு. அவள் அப்பா மாயவரத்தில் எனக்கு எட்டாம் கிளாஸ் வாத்தியார்; நான் இன்னைக்கு இவ்வளவு தூரம் வளர்ந்திருக்கேனா அதுக்கு அவர் அன்னிக்குப் போட்ட அடிப்படையும் ஒரு முக்கிய காரணம். படிப்பு மட்டுமில்ல; நேர்மை, ஒழுக்கம், உழைப்பு... எல்லாமே அவர் தந்த இன்ஸ்பிரேஷன்தான். இப்போ ரிட்டயர் ஆயிட்டார். முதல் ரெண்டு பெண்ணுக்கு கல்யாணம் பண்ணினதிலே பாவம் எல்லா சேமிப்பும் போயாச்சு; கஷ்ட ஜீவனம். கல்யாணி வேலை பார்த்தாகணும் அப்படிங்கற நிர்பந்தம்.”

பாஸ்கர் முதல் முறையாக உணர்ச்சி வசப்பட்டுப் பேசியதை அன்று பார்த்தாள் ப்ரீத்தி.

அடுத்த இரண்டு மாதங்களில் கல்யாணி பாஸ்கரின் கேபினுக்குள் போய்வருவது அதிகமாயிற்று.

அவனுடைய பேப்பர்களை ஃபைல் செய்வது, தொலைபேசியில் வரும் ‘கால்’களை கவனிப்பது என்று மூளைக்கு சிரமம் இல்லாத சின்ன சின்ன வேலைகள்.

உணவு இடைவேளையில் கல்யாணியின் டப்பாவில் பாஸ்கருக்கான விசேஷ தயாரிப்புகள் வர ஆரம்பித்தன.

“வாவ்... பிரமாதம் கல்யாணி. இதே மாதிரி ‘அடை’ எங்கம்மா சின்ன வயசில் பண்ணி சாப்பிட்டது!” என்று பாஸ்கர் சப்புக் கொட்டுவது வழக்கமாயிற்று.

அன்று ஆயுத பூஜை. கல்யாணி வெகு காலையிலேயே அலுவலகம் வந்திருக்க வேண்டும். அவள் உபயத்தில் அன்று

அலுவலகமே புதுக்களையோடிருந்தது. கம்ப்யூட்டர்கள் பூமாலைகளோடும், குங்குமப் பொட்டடோடும் காட்சியளித்தன! "என்ன 'நான்சென்ஸ்' இது கல்யாணி? குங்குமம் உதிர்ந்து 'கீ போர்டிலோ', டிஸ்க் டிரைவுக்குள்ளோ' போச்சுன்னா என்ன ஆகும்? உனக்கு யார் இப்படியெல்லாம் பண்ண பர்மிஷன் கொடுத்தது?" ப்ரீத்தி இரைந்தாள். இந்தப் பத்தாம்பசலிப் பெண்ணின் அபத்தச் செயல்களுக்கு பாஸ்கரிடம் சொல்லி முடிவு கட்டியாக வேண்டும்.

ஒன்பதரை மணிக்கு அலுவலகத்திற்குள் நுழைந்த பாஸ்கர் ரிசப்ஷன் தரையில் ஆச்சரியத்துடன் நின்றான். "கல்யாணி!" என்று இரைந்து கூப்பிட்டான்.

எல்லாரும் முன்னறைக்கு வந்து விட்டனர்.

"கல்யாணி! உன் கைவண்ணம்தானே இது? ஒண்டர்ஃபுல்; இது என்ன கோலம்னு நான் சொல்றேன் இரு. வெயிட்.. வெயிட்...," நெற்றியில் தட்டிக் கொண்டான்.

"ஆ.... இது தாமரைக்குளம். 33 புள்ளி 33 வரிசை கரெக்டா?"

"ஐய்யோ! இதெல்லாம் கூட உங்களுக்கு எப்படி தெரியுது?" கல்யாணி தன் பெரிய விழிகளை மலர்த்தி பாஸ்கரை ஆச்சரியத்தோடு பார்த்தாள்.

"மாயவரத்தில் மார்கழி மாசம் வந்ததுன்னா எங்க அம்மா, விடியற்காலை நாலரை மணிக்கே எழுந்துடுவாள். புடவைத் தலைப்பை பிடிச்சுகிட்டே நானும் கூடவே எழுந்திடுவேன். 'பனி ஒத்துக்காது தூங்குடா'ன்னா கேட்கமாட்டேன்; அம்மா வாசல் தெளிச்சு, பெருக்கி தெருவை அடைச்சு கோலம் போடுவாள். நான் தலையைச் சுத்தி மப்ளரைக் கட்டிண்டு அவளுக்கும் பக்கத்திலே 'லாந்தர்' விளக்கை பிடிச்சுண்டு நிப்பேன். அப்புறம் குளிச்சிட்டு கோவிலுக்கு ஓடுவோம்; சுட சுடச் பொங்கல்...," பாஸ்கர் கண்கள் கனவில் மிதப்பது போல் மின்னின. "ஓ எத்தனை இனிமையான நாட்கள்..."

அன்று ப்ரீத்திக்கு உள் மனதில் கல்யாணியின் மீது பெரிய அலை போல் ஒரு பொறாமை உணர்வு அடித்தது. எங்கோ ஓர் அபாய சங்கு ஒலித்தது.

அடுத்தவாரம் முதல் கல்யாணி வேலைக்கு வரவில்லை. ஏன்? ஆஃபீஸில் 'பயல்'களுக்குள்ளே கசமுசாவென்று பேச்சு. எல்லார் முகத்திலும் ஏதோ சுரத்து குறைந்தது போல் இருந்தது.

'கல்யாணிக்குக் கல்யாணம்' என்று எவனோ நிஜமாயோ, பொய்யாயோ கிளப்பிவிட்டது தான் காரணம்.

ப்ரீத்தி பாஸ்கரிடம் விசாரித்தாள்.

“அவள் வர மாட்டாள்; அவள் தகுதிக்கு ஏத்த, அவளுக்குப் பிடிச்ச வேற வேலைக்கு அவள் போகப் போகிறாள்!” என்றான் பாஸ்கர். அவன் அதற்குமேல் ஒன்றும் விளக்கவில்லை. அப்போது ப்ரீத்திக்கு அதை புரிந்து கொள்ள முடியவில்லை.

ஆனால் அதற்கு அடுத்த வாரம் நடு அலுவலகத்தில் கைதட்டி பாஸ்கர் தன் கல்யாணத்தைப் பற்றி அறிவித்தபோது தான் அவளுக்கு சாட்டையால் அடிப்பது போல் உறைத்தது.

“**ப்**ரீத்தி; நீ உன் முடிவை மாத்திண்டுதான் ஆகணும். உன்ன மாதிரி திறமையும் உழைப்பும் உள்ள ஒருத்தியை என் கம்பெனியிலிருந்து ஒரு நாளும் நான் இழக்க முடியாது. உன்கிட்ட நான் ஏற்கனவே ஹிண்ட் பண்ணியிருக்கேன். உன்னை நான் கம்பெனியின் ஒரு பார்ட்னராக ஆக்க ஐடியா வெச்சிருக்கறதைப் பத்தி...”

ப்ரீத்தி வேறு எங்கோ பார்த்துக் கொண்டு உட்கார்ந்திருந்தாள். வீடு தேடி வந்து விட்ட பாஸ்கரிடம் ப்ரீத்தி மனம் விட்டு பேசட்டும் என்பதற்காக அப்பா ஏதோ சாக்கு சொல்லிவிட்டு வெளியே போயிருந்தார்.

பாஸ்கர் காபியை உறிஞ்சி குடித்துவிட்டு, ப்ரீத்தியின் பதிலுக்காகக் காத்திருந்தான்.

“ப்ளீஸ்; ப்ரீத்தி! உன்னை நான் ரொம்ப உசந்த இடத்தில் வெச்சிருக்கேன். ஆனா நீ நினைக்கிற மாதிரி ‘ஆங்கிள்’ளே எண்ணம் என் மனசில ஒருநாளும் வந்ததில்லே; ஆனா உன் மனசுல அப்படி எண்ணம் வர மாதிரி நான் எப்பவாவது நடந்துகிட்டேனான்னு எனக்கு தெரியல.”

பிரீத்தியால் மேலும் தன் வாயைக் கட்டிக் கொண்டு இருக்க முடியவில்லை.

“பாஸ், நான்தான் உங்களை சரியா புரிஞ்சுக்கலை. நீங்கள் பெண்களை அடிமையா நினைக்காத ஒரு லட்சியவாதியான ஆண் அப்படின்னு நினைச்சிருந்தேன். ஆனா நீங்களும் வீட்டோடு அடங்கி, உங்களுக்கு சேவை பண்ணிக்கிட்டு,

சமைச்சுப்போட்டு, அலங்காரம் பண்ணிக் கொண்டு பல்லை இளிச்சுகிட்டு நிக்குற ஒரு பெண்ணை கல்யாணம் பண்ணிக்க நினைக்கிற சராசரி ஆண்தான்னு இப்போ தெரிஞ்சு போச்சு...,” ப்ரீத்தியின் வாக்கில் சூடு தெரிந்தது.

பாஸ்கருக்கு அடி வாங்கியது போல் ஒரு கணம் முகத்தில் அதிர்ச்சி. மறுகணம் அவன் கண்களிலும் வாயிலும் ஓர் இறுக்கம்.

“ஸாரி பிரீத்தி; என் தனிப்பட்ட ரசனைகளையும் விருப்புகளையும் நீ வரம்பு மீறி விமர்சிக்கிறேன்னு தோணறது....”

ப்ரீத்தி அலட்சியமாய், ‘அதைப்பற்றி எனக்கு பயமில்லை’ என்பதுபோல் உதட்டைக் கோணி புன்னகைத்தாள். ஜாண் போனாலென்ன, முழம் போனாலென்ன?

“நீ என்னைப் பத்தி இப்படி ஒரு விமர்சனத்தை பண்ணினதுனாலே, என்னாலயும் பதில் சொல்லாம இருக்க முடியல. ப்ரீத்தி, உனக்கு எப்பவுமே ஒரு ஆணின் குணம்தான் ஆதர்சனம்; ஒரு ஆணைப் போல புத்திசாலித்தனம்; தோற்றம்; உழைப்பு எல்லாமே. அதனால எனக்கு உன்னைப் பாக்கும்போது ஒரு பெண்ணை பார்க்கிற உணர்வோ, மனச்சலனமோ வந்ததே இல்லை. ஸாரி...”

ப்ரீத்திக்கு அவன் வாயை மூடிக் கொண்டு விட்டால் நன்றாயிருக்குமே என்று தோன்றியது. ஆனால் பாஸ்கர் தொடர்ந்தான்.

“ஒரு பெண், ஒரு மனைவி எப்படி இருக்கணும்னு எனக்குன்னு ஒரு கற்பனை, ரசனை இருக்கு; அவ என்னை, எனக்காகவே விரும்பணும், என்னுடைய எல்லாத் தேவைகளையும் அவளே கவனிக்கணும். என் அம்மாகிட்டே நான் பார்த்த நல்ல குணங்கள், ரசனைகள், அன்பு எல்லாம் அவள்கிட்டே இருக்கணும் அப்பிடீன்னெல்லாம்.

"எங்கம்மா என் பதினஞ்சு வயசுல செத்துப்போயிட்டா. ஆனாலும் என் சின்ன வயசுல 24 மணி நேரமும் கூடவே இருந்து, அவள் எனக்கு கொடுத்த அன்பும் அரவணைப்பும் மாதிரியே என் குழந்தைகளுக்கும் என் மனைவி மூலமா முழுசாய் கிடைக்கனும்கிறது என் ஆசை; கல்யாணிக்கு அடிப்படையிலேயே இந்த குணம் இருக்கு; நான் கொடுத்த

வேலையோ சம்பளமோ அவளுக்கு சந்தோஷத்தை தராது. "நீ வேலைக்கு வர வேண்டாம்; நான் உன்னைக் கல்யாணம் பண்ணிக்கட்டுமா?" ன்னு அவளை நான் கேட்ட போது, அவள் முகத்தில் தெரிஞ்ச சந்தோஷம் இருக்கே; வாவ்...," பாஸ்கர் ஒரு கணம் நிறுத்தி, கல்யாணியின் முகத்தை நினைவிற்குக் கொண்டு வந்து ரசிப்பது போல் இருந்தான்.

"சராசரி ஆம்பளை புத்தி அப்படின்னு சொன்னாய். நீ மனசுக்குள்ளே எதிர்பார்த்த மாதிரி நான் உன்னைக் கல்யாணம் பண்ணிக்கொண்டு, பிறகு எனக்கு பிடித்த மாதிரி குடும்ப பெண்ணா மாத்த உன்னைக் கட்டாயப் படுத்தியிருந்தால் அது வேண்டுமானால் 'மேல் ஷாவனிசம்'ன்னு சொல்லலாம்.

"எந்த வேலைக்கு யார் தகுதியோ அந்த வேலையை அவர்கள் செய்வதுதான் சரி. உனக்கு உன் மூளையும் வேலையும் தான் பலம். என் எதிர்பார்ப்புகளுக்குக்கு ஏத்த சந்தோஷமான, நிறைவான குடும்ப வாழ்க்கையை தருவது உனக்கு ரொம்ப கஷ்டம். ஆனால் கல்யாணிக்கோ வீடும், குடும்பமும் குழந்தைகளும்தான் பலம். வேலை பார்ப்பதால் அவளுக்கோ, எனக்கோ பெரிய பலன் எதுவும் இல்லை. எனக்கு பிடிச்ச மாதிரியே வாழப் பிடிக்கும் ஒரு பெண் எனக்கு கிடைக்கும்போது அவளைக் கல்யாணம் பண்ணிக்கிறது எப்படி ஆணாதிக்கத் திமிர் ஆகும்?"

பாஸ்கரின் வாதங்கள் ப்ரீத்தியின் வாயை அடைத்தன. ஆனாலும், காயம் பட்டுவிட்ட அவளின் 'பெண் மனது'க்கு பாஸ்கரின் பேச்சு என்னவோ சுயநலவாத ஆண் வர்கத்தின் மிகச் சாதுர்யமான வார்த்தை ஜாலம்தான் என்று தீர்மானமாய் நினைத்துக் கொள்வதில்தான் இதம் கிடைத்தது.

(ஆண்டு 2005)

-=()=-

12. பெற்றோருக்காக

[ஜனவரி 1990 கல்கி வார இதழில் பிரசுரமான கதை]

அவசரம் அவசரமாய் டிபன் பாக்ஸை மூடித் துடைத்து ஸ்கூட்டரின் பெட்டியில் வைப்பதற்காக வந்த சாந்தாவிடம் எரிந்து விழுந்தேன்.

"ஒரு நாளைக்காவது நேரத்தோடு சமைச்சுப் போட்டு, புருஷனைக் காலாகாலத்துக்கு ஆபீஸுக்கு அனுப்புவோம்னு ஒரு பொறுப்பு இருக்குதா? என்னிக்குப் பார்த்தாலும் லேட்டுத்தான்...."

ஆ..மா ...... ஆபீஸுக்கு ஒழுங்காய்ப் போய்க் கிழிச்சு என்ன வாழ்ந்தீங்க? ஒரு பிரமோஷன், ஒரு நல்ல வீடு, வசதின்னு உண்டா? சும்மா புலம்பிக்கிட்டே போகாதீங்க," என்று பதிலடி கொடுத்துவிட்டு உள்ளே போய்விட்டாள் சாந்தா.

நான் ஸ்கூட்டரை ஐந்தாறு உதைவிட்டுப் பார்த்துவிட்டு, 'ஸ்பார்க் பிளக்'கைக் கழற்றலாமா என்று யோசிக்கையில் பக்கத்தில் நிழலாடியது; அம்மா புடைவைத் தலைப்பைத் திருகியவாறே நின்றிருந்தாள்.

"ஒனக்கு என்னவாம்?" என்று சிடுசிடுத்தேன்.

''ஒண்ணுமில்லே ...'' அம்மா இழுத்தாள்.

"உங்கப்பாவுக்கு ஆஸ்துமா மருந்து தீர்ந்து போயி ஒரு வாரமாச்சு; எனக்கு மூட்டுவலி தாளலே, 'அயோடக்ஸ்' வேணும், உன் பொண்டாட்டிக்கிட்டே நாலு தடவை சொல்லிட்டேன்; காதிலேயே போட்டுக்க மாட்டேங்கிறா; உங்கப்பாவோ வாயைத் திறந்தாலே பொல்லாப்பு வந்திரும்னு பயந்துக்கிட்டு 'கம்'னு இருக்காரு; எனக்குத்தான் மனசு கேட்கலை; உங்கிட்டே ஒரு வார்த்தை சொல்லிடலாம்னு ...''

''அடாடா...டா; பொழுது விடிஞ்சு பொழுது போனா உங்க வியாதிப் பாட்டுத் தானா? உங்களுக்கு மருந்து மாத்திரை வாங்கிக் கொடுத்தே நான் போண்டியாயிருவேன் போலிருக்குது," 'நான் எரிந்து விழுந்தபடி ஸ்கூட்டரை உதைக்க, அது கிளம்பி விட்டது!

12. பெற்றோருக்காக

"சரி, சரி; வழிவிடு; மருந்து மாத்திரைப் பிரச்னையெல்லாம் சாயந்திரம் நான் வந்ததும் சொல்லித் தொலை,'' நான் கிளம்பி வேகம் பிடித்தேன்.

"**சா**ர், உங்களை ஜெனரல் மானேஜர் கூப்பிடறாரு,'' என்று பியூன் வந்து கூப்பிட்டான். சரிதான்; இப்போதெல்லாம் நான் கொஞ்சம் அடிக்கடி நேரம் கழித்து வருவது ஜி.எம் காது வரை போயிருக்கிறது போலும்; கூப்பிட்டுக் கத்துவாரோ? நான் பயந்து கொண்டே அவர் அறைக்குப் போனேன்.

"வாங்க மிஸ்டர் பாலு; டேக் யுவர் ஸீட். உங்களுக்கு ஒரு நல்ல நியூஸ் சொல்லப் போறேன்; நீங்க ரொம்ப நாளா எதிர் பார்த்துக்கிட்டிருக்கிற 'மேனேஜர்' பிரமோஷன் இப்போ உங்களுக்குக் கிடைக்க ஒரு 'சான்ஸ்' வந்திருக்கு...'' என்றார் ஜி. எம்.

நான் ஸீட்டிலே எம்பிக் குதிக்காத குறை தான்! "அப்படியா சார்? தாங்க்யூ சார்,'' என்று படபடத்தேன்.

"கொஞ்சம் இருங்க; அதிலே ஒரு சின்ன விஷயம்; 'வேகன்ஸி' இங்கே இல்லை; மகாராஷ்டிராவிலே 'பண்டாரா'ங்கிற ஊரிலே நம்ம புது பிராஜக்ட் ஆரம்பிச்சிருக்கோம் இல்லே? அங்கே 'கன்ஸ்ட்ரக்ஷன் ஸைட்'டிலே 'பிராஜக்ட் மானேஜர்' போஸ்ட் இப்போ காலியாய் இருக்கு. உங்களுக்கு சம்மதம்னா உங்க பேரை உடனே ரெக்கமண்ட் பண்ணிடறேன்; என்ன சொல்றீங்க?'' என்றார்.

என் உற்சாகமெல்லாம் ஒரு கணத்தில் வடிந்து போயிற்று. உள்ளூரில் பிரமோஷன் கிடையாதா?

"சார்... வந்து... எனக்குச் சட்டுன்னு பதில் சொல்லத் தெரியலே...'' என்று இழுத்தேன்.

"அப்படியா? அப்போ, நல்லா யோசிச்சிட்டு வந்து நாளைக்கு உங்க முடிவைச் சொல்லுங்க. அதிலே ஒண்ணு மட்டும் ஞாபகம் வெச்சுக்குங்க; நம்ம கம்பெனி பிரைவேட் கம்பனியானதாலே இங்கே உங்க உழைப்புக்கும் விசுவாசத்துக்கும் பலன் உண்டு; பண்டாராவிலே போய் 'பிராஜக்டை' நல்லா 'ஹாண்டில்' பண்ணினீங்கன்னா உங்களுக்குக் கம்பெனியிலே பிரகாசமான எதிர்காலம் உண்டு; பிராஜக்ட் ஸைட்டிலே உங்களுக்குக் கம்பெனி வீடும், காரும் உண்டு, அதுக்கு டிரைவரும் உண்டு ...."

"**எ**ன்னங்க, காப்பி ஆறிப் போகுது; வந்ததிலேயிருந்து அப்படி என்ன ஒரே யோசனையிலே மூழ்கியிருக்கீங்க?'' சாந்தா கேட்டாள்.

"இன்னைக்கு ஆஃபீஸிலே ஜி, எம். கூப்பிட்டு ஒரு விஷயம் சொன்னாரு சாந்தா; அது நல்ல நியூஸா கெட்ட நியூஸான்னு தீர்மானிக்க முடியலை. அதான் குழம்பிகிட்டுக் கிடக்கறேன்...'' என்று சொல்லிவிட்டுச் சமாசாரத்தைச் சொன்னேன்.

"என்னது? எங்கேயோ பண்டாராவிலேயா? அது எங்கே இருக்குது?''

''மகாராஷ்டிராவிலே நாக்பூர் தாண்டி; சரியான பொட்டல் காடு. வெயில் கொளுத்தி எடுக்குமாம்...' என்றேன்.

"என்னங்க இது? இங்கே எங்க பொறந்த வீடு, சொந்த பந்தம், ஜனங்களை விட்டுட்டு அவ்வளவு தொலைவு தள்ளிப் போகணுமா? கேட்கவே பிடிக்கலையே? இங்கேயே பிரமோஷன் வராதா?'

"ஊகூம்... இப்போதைக்கு சான்ஸே இல்லை. ஆனா அங்கே போனா தனி பங்களா, கார், டிரைவர் எல்லாம் உண்டு...''

"அப்போ பிரமோஷனை ஒத்துக்கிட்டுப் போய்த்தான் ஆகணுமா?" சாந்தா கேட்டாள்.

"அதான் யோசிச்சுக் குழம்பிக்கிட்டிருக்கேன்; பிராஜக்ட் ஸைட்டிலே வேலைன்னா நாய்ப் பொழப்புத்தான். கொளுத்தற வெயில்லே நேரம் காலம் இல்லாம 'லோல்' படணும்; ஏகப்பட்ட பொறுப்பு என் தலையிலே வந்து விடியும். ஹெட் ஆபீஸிலேயிருந்து சதா விரட்டிக்கிட்டே இருப்பாங்க. ஆனா ஒண்ணு. நீ ரொம்ப நாளா துளைச்சு எடுத்தியே... ஒரு கம்பெனி வீடு, காரு, வசதின்னு உண்டான்னு? அதெல்லாம் கிடைக்கும். வீட்டோட ஒரு பியூன் இருப்பான்...'' என்றேன்.

"அடப்போங்க. தொலை தூரம் போயி இத்தனை கஷ்டம் படணும்னு இருக்கும்போது வீடு, காரு, வசதின்னு சிலது கிடைக்கும்னு ஆசைப்பட்டுக்கிட்டு அத்துவானத்திலே போய் திண்டாடணுமா என்ன? நாம பங்களா, காருன்னு வசதியா இருக்கிறதைப் பார்த்து வயிறெரியக் கூடத் தெரிஞ்ச மூஞ்சின்னு ரெண்டு பேரு இல்லாத ஊரு என்ன ஊரு? பேசாம உள்ளூரிலேயே 'உள்ளது போதும்'னு நிம்மதியா குப்பை

கொட்டலாம். பிரமோஷனும் வேணாம், ஒண்ணும் வேணாம். அது சரி, 'வேணாம்னு' சொன்னா விட்டுடுவாங்க இல்லே?"

"அப்படி மூஞ்சியிலே அடிச்ச மாதிரி 'வேண்டாம்'னு சொல்றதும் தர்மசங்கடம்தான். மேனேஜ்மெண்ட்டிலே தப்பா எடுத்தாலும் எடுத்துப்பாங்க. அதான் எப்படிச் சொல்லிப் பிரச்னையைச் சமாளிக்கிறதுன்னு யோசிக்கிறேன் ...."

ராத்திரி சாப்பாட்டு சமயத்தின் போது அப்பா, அம்மாவிடமும் விஷயத்தைச் சொன்னேன். கிழங்கள் என்ன அபிப்பிராயம் சொல்கிறார்கள் என்று ஆழம் பார்க்கத்தான்.

"என்னைக் கேட்டா நீ சரின்னு சொல்லிடறதுதான் நல்லதுன்னு படுது. இதுதான் பாடுபட்டு உழைச்சு முன்னுக்கு வர வேண்டிய வயசு. இப்பவே வெயிலுக்கும், கஷ்டத்துக்கும் பயந்தா ஆகுமா?" என்றார் அப்பா.

''அப்போ உங்களை என்ன பண்றது? என் கூடவே வருவீங்களா? அங்கே உங்களுக்குத் தமிழிலே நாலு வார்த்தை பேசிப் பழகக் கூட அக்கம் பக்கம் ஆள் இருக்காது. நீ என்னம்மா சொல்றே?" அம்மாவைக் கேட்டேன்.

அம்மாவின் முகத்தில் பயம் அப்பிக் கொண்டது.

"இதோ பாருப்பா, கஷ்டமோ நஷ்டமோ, கடைசிக் காலம் வரை உன் நிழலிலேதான் நாங்க இருக்கணும். எங்களுக்கு வேற நாதி என்ன சொல்லு? உன் எதிர்காலத்துக்கு எது நல்லதோ அதைச் செய் ... ஆனா நீ எங்கே போறியோ அங்கே எங்களையும் கூட்டிக்கிட்டுப் போயிடு. அனாதையா விட்டுடறேன்னு மட்டும் சொல்லிடாதப்பா...''

அம்மா வழக்கம் போல் ஓர் அழுகை அழுது மூக்கை உறிஞ்சி விட்டுத் தொடர்ந்தாள் : "எங்களுக்கு என்ன வெளி, வாசல்னு போய் ஊர் சுத்தற வயசா? நாலு சுவத்துக்குள்ளே அடங்கி 'அக்கடா'ன்னு இருக்கப் போறோம். அது இந்த ஊரா இருந்தா என்ன? எந்த ஊரா இருந்தா என்ன? நாங்க எப்படியும் அனுசரிச்சுப்போம்.''

இப்போது சாந்தா இடைவெட்டினாள். "இவங்களுக்கென்ன? வேறே போக்கிடம் கிடையாது. எனக்கு அப்படியா? எனக்கு சினிமா, நாடகம், பீச்சுன்னு போகணும். உள்ளூர்லே இருக்கிற பொறந்த வீட்டு மனுசங்களை மாசம் ரெண்டு முறையாவது போய்ப் பார்க்கணும். இதையெல்லாம் விட்டுட்டு எங்கேயோ

'இடி விழுந்தான் மூலையிலே' போய் ஜெயில் வாசம் வாழணுமா? எனக்கு வேணாம். ஆமாம். சொல்லிட்டேன்'' என்றாள் தீர்மானமாக.

இந்தக் குழப்பத்திலிருந்து தப்பிப்பது எப்படி? நான் தீவிரமாக யோசித்தேன்.

''ஐயாம் வெரி ஸாரி சார்! இந்தப் பிரமோஷன் சான்ஸை ஒத்துக்க முடியாத நிலையிலே இருக்கேன்,'' காலையில் முதல் காரியமாக ஜெனரல் மானேஜரைச் சந்தித்துச் சொன்னேன்

"வொய், வொய்? வாட் ஈஸ் த பிராப்ளம்?" அவர் குரலில் ஆச்சரியமும், சற்றே கோபமும் ஒலித்தன.

நான் ராத்திரியே பலமுறை ஒத்திகை பார்த்து வைத்திருந்த வசனங்களை விட ஆரம்பித்தேன்.

"என்னைப் பொறுத்தவரை தனிப்பட்ட முறையிலே எந்தப் பிரச்னையும் இல்லே சார்; எனக்கு இன்னும் குழந்தை குட்டி இல்லை; என் ஒய்ஃப்புக்கும் 'ஓக்கே' சார். இன்ஃபாக்ட், பிராஜக்ட் ஸைட்டிலே வேலை ரொம்ப சுவாரசியமாவும், என் திறமைக்குச் சவாலாவும் இருக்கும்; ஆனா ... "

"ஆனா?"

"எனக்கு வயசான பேரண்ட்ஸ் இருக்காங்க சார்; அவங்களுக்கு நான் ஒரே பிள்ளை. என்னை வளர்த்து ஆளாக்க அவங்க ரொம்பக் கஷ்டப் பட்டிருக்காங்க; இன்னைக்கு அவங்க என்னையே நம்பி என் நிழலிலே இருக்காங்க ; அவங்களுக்கு இந்தடிரான்ஸ்ஃபரிலே இஷ்டம் இல்லே சார்..."

"என்ன காரணம்?"

''பாஷை தெரியாத ஊரு; சொந்த பந்தத்தையெல்லாம் விட்டுட்டு ரொம்பத் தொலைவு போகணும்; போற இடத்திலே அவங்களுக்குக் கிட்டத்தட்ட ஜெயில் வாசம் மாதிரிதான்; தெரிஞ்சவங்க, பழகின மூஞ்சின்னு நாலு பேருகிட்ட தமிழிலே பேசிப் பழகக் கூட வழியில்லை; அதோட வெயில் ரொம்பக் கடுமைன்னா அவங்க உடம்புக்கு ஒத்துக்காது ...''

"ம்..ம்...'' ஜி. எம். புரிந்து கொள்பவராய்த் தலையாட்டினார்.

நான் தொடர்ந்தேன்:

"நான் வற்புறுத்தினா வேற வழியில்லாம எங்கூட வந்திருவாங்கதான்; ஆனாலும் என் சுயநலத்துக்காக அவங்களைக் கஷ்டப் படுத்தறது தப்பில்லையா சார்? வயசான பேரண்ட்ஸுக்காக, அவங்க நிம்மதி, சௌகர்யத்துக்காக நான் எனக்கு வர இந்த வாய்ப்பை விட்டுக் கொடுத்துடறது தான் தர்மம்னு மனசுக்குப் பட்டுடிச்சு சார்; என்னை நீங்க மன்னிக்கணும்..."

"ஓக்கே, மிஸ்டர் பாலு. நீங்க சொல்ற 'ரீஸன்' ரொம்ப நியாயமாத்தான் படுது; நான் ஹெட் ஆபீஸுக்கு எழுதிப் போட்டுடறேன்," என்று சொல்லிவிட்டார் ஜி. எம்.

கஷ்டப்பட்டு என் நிம்மதியையும் சந்தோஷத்தையும் முகத்தில் காட்டி விடாமல் "தேங்க் யூ சார்," என்று சொல்லி எழுந்தேன்!

(*கல்கி* 1990)

-=()=-

13. இதோ ஒரு சாவித்திரி!

[1999 *ஆம் ஆண்டு*]

"**அ**ம்மாடி சீதா, உனக்கு போன்..."

என்னைக் கூப்பிட்ட எதிர் வீட்டு மாமியின் குரலில் தன் மத்தியான தூக்கம் கெட்ட எரிச்சல் தெரிந்தது ..

"தோ வந்துட்டேன் மாமி "...

நான் குரல் கொடுத்தவுடன், அப்பொழுதுதான் கண்ணயர ஆரம்பித்திருந்த வித்யா விழித்துக் கொண்டு அழ ஆரம்பித்தது.

"அழக்கூடாது; அம்மா போய் போன் பேசிட்டு ஓடி வந்துடறேன், நீ சமத்தா படுத்திண்டிரு..." சமாதானம் சொல்லி பார்த்தேன்..

"நானும் வயேன், ஊக்கிண்டு போ..." இன்னும் பெரிய குரலில் அழ ஆரம்பித்து விட்டாள். நேற்று மதியத்திலிருந்து பாழாப்போன ஜுரம் வந்து படுத்தும் பாட்டில் ஓயாத அழுகை. மூன்று வேளை குரோசின் சிரப் கொடுத்தும் ஜுரம் தனியாததால் அடுத்து டாக்டரிடம் தூக்கிக் கொண்டு ஓடியாக வேண்டும் ...

வித்யாவை தோளில் தூக்கிப் போட்டுக் கொண்டு எதிர் பிளாட்டுக்கு ஓடினேன்..

"யாரு? சீனிவாசனோட சம்சாரமா? நமஸ்காரம்மா; நான்தான் சீனிவாசனோட மேனேஜர் பேசறேன்; உங்க வீட்டுக்காரு இல்லையாம்மா?"

"அவர் இல்லையே? வெளியே போயிருக்கார்; ஏதாவது சொல்லணுமா?"

"எப்ப வருவாரு?"

நான் என்ன பதிலைச் சொல்ல? நேற்று காலை கிளம்பி மடத்துக்கு போனவர் இதுவரை வீட்டுக்கு வரவில்லை என்பதையா? எப்போது வருவேன் என்று சொல்லி விட்டுப் போகும் வழக்கம் எல்லாம் சீனிவாசனுக்கு கிடையாது என்பதையா?

13. இதோ ஒரு சாவித்திரி!

“சரியா சொல்லிட்டு போகல; வந்தா ஏதாவது தகவல் சொல்லணுமா?"

“என்னம்மா இது? சுத்த பொறுப்பில்லாத மனுசனா இருக்காறே? அவர் பாட்டுக்கு ஒரு லீவு லெட்டர் எழுதி நான் இல்லாதபோது என் டேபிளில் வெச்சிட்டு போயிட்டாரு; இப்போ முக்கியமா ஒரு டெண்டருக்கு ரெக்கமெண்டேஷன் அனுப்பி ஆகணும்; அதுக்கான ஃபைல் எல்லாம் எங்க வெச்சுட்டு போனார்ன்னு தெரியலை. அவர் டேபிள் ட்ராயர் வேற பூட்டி இருக்கு எங்கதான் போயிட்டாரு? வெளியூருக்கா?"

மேனேஜர் குரலில் தடித்தது. வித்யா மீண்டும் சிணுங்க ஆரம்பித்தது. எனக்கு மேனேஜர் பேசியவிதம் எரிச்சலை கிளப்ப, “சும்மாயிரு சனியனே!” என்று போனில் வாயை மூடாமலேயே குழந்தை அதட்டினேன்.

“வெளியூர் எங்கும் போகல; மயிலாப்பூரில் மடத்துக்கு போயிருக்கார் திருக்கடையூர் மடத்து பெரிய சுவாமிகள் அங்கே வந்து இப்போ யாகம் பண்ணிண்டிருக்காரோல்லியோ, அங்கே ஒத்தாசைக்கு போயிருக்கார்…”

“என்ன மடமோ, சாமியாரோ, எளவோ எனக்கென்னம்மா தெரியும்? இதோ பாருங்கம்மா, நாளைக்குள்ள நாங்க ஃபைலை ரெடி பண்ணி அனுப்பலைனா என் தலை போயிடும், நீங்க உடனே ஒண்ணு பண்ணுங்க, யாரையாவது மடத்துக்கு அனுப்பி அவரைக் கையோட கூட்டிட்டு வந்து எங்க கூட பேச சொல்லுங்க …"

மேனேஜர் என்றால் பெரிய கொம்பனா? ஒரு அரசாங்க அலுவலகத்தில் என்ன கிழித்து விட முடியும்? என்னிடம் என்ன அதிகாரம் வேண்டிக்கிடக்கிறது?

"இதோ பாருங்க சார், எனக்கு ஒத்தாசைக்கெல்லாம் ஆள் யாரும் கிடையாது. என் குழந்தைக்கு வேற உடம்பு சரியில்ல; என்னால அவரை தேடிண்டு மயிலாப்பூருக்கு எல்லாம் ஓடிண்டு இருக்க முடியாது; ஆபீஸ் வேலையை ஆபீஸ்ஸோட வைச்சுக்கோங்க …"

நான் எந்த தைரியத்துல அப்படி அதிரடியாய் பேசினேன் என்று எனக்கே ஆச்சர்யம்!

மேனேஜருக்கு சற்று உறைத்து இருக்க வேண்டும். குரல் தணிந்து விட்டது!

“அட தப்பா எடுத்துக்காதீங்கம்மா, உங்க கஷ்டம் உங்களுக்கு, எங்க கஷ்டம் எங்களுக்கு. கொஞ்சம் பார்த்து ஹெல்ப் பண்ண முடியுமான்னு பாருங்க... ப்ளீஸ்....”

எதிர் ஃப்ளாட் மாமியின் சிரமத்திற்கு நன்றி சொல்லிவிட்டு வித்யாவை தூக்கிக்கொண்டு கிளம்பினேன்.

“ஏண்டிம்மா, ராத்திரி கூடவா ஆத்துக்கு திரும்பி வரலை? உனக்கு கவலையாய் இல்லையோ?” நான் போனில் பேசியதையெல்லாம் கவனித்துக்கொண்டிருந்த மாமி, என் வாயைப் பிடுங்கி வம்பு பேசும் ஆவலில் கேட்டது புரிந்தது.

“எல்லாம் என் தலையெழுத்து மாமி...” என்று சுருக்காய் ஒரு பெருமூச்சு விட்டுவிட்டு திரும்பி வந்து விட்டேன்.

பார்க்கப்போனால் என் தலையெழுத்து இப்படித்தான் என்று எனக்கு கழுத்தில் தாலி ஏறிய போதே தெரிந்து விட்டது என்று தான் சொல்ல வேண்டும் ...

கல்யாணத்துக்கு முன்பே அவர்களது குடும்ப குருஜியின் முன்னிலையில் தான் தாலி கட்ட வேண்டும் என்றும், குருஜி கல்யாணத்துக்கு நேரில் வந்து ஆசீர்வதிப்பார் என்றும் சொல்லி இருந்தார்கள் அந்த குருஜி ஊருக்கு வெளியே சிட்லப்பாக்கத்தில் எங்கோ இருந்தார்.

முகூர்த்த மந்திரங்கள் எல்லாம் ஏறக்குறைய முடிந்து தாலி கட்ட வேண்டியதுதான் பாக்கி. முகூர்த்த நேரம் முடிவடையும் சமயமும் ஆகிவிட்டது. ஆனால் குருஜியைத்தான் காணோம். கல்யாணத்துக்கு வந்த மொத்த கும்பலும் வாசலுக்கு வந்து குருஜி வருகிறாரா என்று ரோட்டையே பார்த்துக்கொண்டிருக்க, உறவினர் சிலர் ஸ்கூட்டரையும், காரையும் எடுத்துக்கொண்டு சிட்லபாக்கத்தை நோக்கிக் கிளம்பினர்.

எங்கள் குடும்பத்தினருக்கெல்லாம் ஏகக் கவலை, அம்மாவுக்கு முகூர்த்த நேரம் தப்பி விடப்போகிறது என்று அழுகை; இவரோ, 'குருஜி வராமல் தாலி கட்ட மாட்டேன்' என்று மார்பில் கைகளை கட்டிக்கொண்டு வாசல் படியில் உட்கார்ந்து கொண்டு இருந்தார்.

நல்லவேளையாக இவரது வயதான மாமா ஒருத்தர் இறைந்த குரலில் முகூர்த்தம் தப்பிப் போவதைப் பற்றி ஏகத்திற்கு சத்தம் போட, மாப்பிள்ளையை நாலு பேர் தரதரவென்று இழுத்து வந்து தாலிகட்ட வைத்தனர்.

13. இதோ ஒரு சாவித்திரி!

மாலையில் குருஜியின் ஆசியை நேரில் பெற, தம்பதியராய் காரில் சிட்லபாக்கம் போனோம்.

அப்போது எனக்கு இரண்டாவது அதிர்ச்சி! குருஜி என்பவர் ஏதோ ஆசிரமத்தில் இருப்பார் என்று நினைத்துக் கொண்டிருக்க, போனது என்னமோ ஒரு வீடு. புருவம் மழித்து, நாகரீகமாய்த் தோன்றிய மனைவி, ஜீன்ஸ் அணிந்த ஒரு பையன் சகிதம் குடும்பஸ்தராய் இருந்தார் குருஜி! தாடியையும் நெற்றியில் இருந்த பெரிய குங்குமப் பொட்டையும் தவிர வேறு அடையாளங்கள் எதுவும் இல்லை; தீவிர காயத்ரி உபாசகராம். அம்பாள் நேரில் வந்து அவருடன் பேசுவாளாம்.

சொன்னபடி நேரில் வந்து ஆசீர்வதிக்க அம்பாள் சித்தம் கிடைக்காததால் வரமுடியவில்லை என்று சாக்கு சொன்னார். பழத்தட்டில் வைத்து கொடுத்த ஐநூறு ரூபாய் நோட்டை ஆவலாய் எடுத்து மனைவியிடம் கொடுத்தார்.

இந்த ஏழு வருஷத் தாம்பத்தியத்தில் இப்போதெல்லாம் ஓரளவு பழகிவிட்டது. சாமியார்கள், மடத்துக்காரர்கள், துறவிகள் பின்னால் ஓடுவது இவருக்கு ரத்தத்தில் ஊறிப்போன விஷயம் என்பது.

ஆனால் என்ன?

சட்டையை மாற்றுவது போல் குருமார்களை அவ்வப்போது மாற்றிக்கொண்டே இருப்பார்!

கொஞ்ச நாள் ஷீர்டி, சிறிது காலம் மேல்மருவத்தூர், சில மாதங்கள் திருவண்ணாமலை, ஆறு மாசம் புட்டபர்த்தி; நாலு மாசம் வடக்கே மஹாராஷ்டிராவில் திரயம்பகேஸ்வர். பொங்கல் சமயத்தில் ஒரு மண்டலம் மாலை போட்டுக்கொண்டு ஐயப்ப விரதம். அப்போதெல்லாம் மாலை நேரங்களில் சுட்டுப்போட்டாலும் சங்கீதமே வராத ஒரு கோஷ்டியுடன் கர்ண கடூரமாய் ஐயப்ப பஜனை.

மாதத்தில் பாதி நாட்கள் வீட்டில் இருந்தால் அபூர்வம். எப்போதும் கோவில், குளம், சாமியார் என்ற அலைச்சல்தான்.

முதலிரவன்றே இவரிடமிருந்து நான் பெற்ற 'ஞானோபதேசம்' இதுதான்: "தோ பாரு, என் வீட்டுப் பெரியவங்க சதி செஞ்சு எனக்குக் கால்கட்டு போட்டுட்டாங்க; நீ என்னை என் போக்கில போக விட்டாத் தான்தான் உன்

தாலிக்கு மரியாதை இருக்கும்; இல்லேன்னா ஒரே அடியாக அறுத்துக்கிட்டு போயிடுவேன்"..

ஏதோ பகவான் கண் திறந்தார்; இரண்டு வருஷம் முன்பு இந்த வித்யா குட்டி பிறந்தாள். இல்லாவிட்டால், நான் இந்நேரம் தற்கொலை செய்துகொண்டு ஆவியாக கோவில் குளமென்று இவரைத் தேடி அலைந்து கொண்டிருந்திருபேனாயிருக்கும்!

இவள் பிறப்பதற்கு முன் அதற்கான ஏச்சும் பேச்சும் கூட கேட்டாகிவிட்டது; "டாக்டரை பார்க்க கூடாதோ? தெய்வக் குத்தமோ என்னவோ? ரெண்டு பேரும் சேர்ந்து நாலு கோவில், க்ஷேத்திரம், தீர்த்தாடனம்னு போயிட்டுவரலாமே?" என்று அறிவுரைகள்.

"இவர் சதா கோவில், குளம்னு போறதால்தானே நான் இப்படி மலடியாய் இருக்கேன்?" என்று எனக்கும் முகத்தில் அடித்தார் போல் சொல்ல ஆசைதான்! ஒரு பெண் வாயைத் திறந்து சொல்லிவிட முடியுமா என்ன? சொன்னால் கிழித்து விடமாட்டார்களா?

ஒரு பெண் குழந்தையின் வருகை எப்படிப்பட்ட தகப்பனையும் குடும்பத்துக்குள் வளைத்து விடும் என நான் நம்பியதுண்டு. இவர் விஷயத்தில் அதுவும் ஏமாற்றமே.

"**நீ** டாக்டர் வீட்டுக்கு போன போது உன் புருஷனோட ஆஃபீஸ்லேருந்து பழையபடி போன் வந்தது," நான் கதவை திறந்து கொண்டு நுழைகையில் எதிர் ஃப்ளாட் மாமி சொன்னாள். "டாக்டர் என்ன சொல்றார்? குழந்தைக்கு ஜுரம் எப்படி இருக்கு?" பச்சாதாபத்துடன் கேட்டுக்கொண்டே மாமியும் உள்ளே வந்து விட்டாள்.

எனக்கு மனச்சோர்வும் அழுகையும் முட்டியது.

"ஜுரம் அனலாய் அடிக்கிறது மாமி, குழந்தை ரொம்பவே துவண்டு போய்ட்டாள்; டாக்டர் வேற 'ஒரு நாள் பாருங்கோ, குறையலைன்னா டைஃபாய்டு ஆக இருக்குமோன்னு தோணறது; 'டெஸ்ட்' பண்ணிட்டு கொண்டு வந்து அட்மிட் பண்ணிக்கோங்க'ன்னு பயமுறுத்தரார். நான் தனியா கிடந்து என்ன பண்ணுவேன்?"

13. இதோ ஒரு சாவித்திரி!

"எங்க ஆத்து மாமாவை வேணா மைலாப்பூர் மடத்துக்கு அனுப்பி சீனிவாசனைக் கூட்டிண்டு வர சொல்லலாமா?" மாமி ஒப்புக்காக சொல்வது போல் தோன்றியது.

"உங்களுக்கு எதுக்கு மாமி அனாவசிய சிரமம்?" நான் கண்களைத் துடைத்துக் கொண்டேன்.

எனக்கு தெரிந்து என் புருஷன் கடந்த ரெண்டு வருஷமாய் தொடர்ச்சியாய், ஆள் மாற்றாமல் இந்த திருக்கடையூர் மடத்து சுவாமிகளிடம் தான் நம்பிக்கையுடன் போய்வருகிறார்.

"நீங்க திருக்கடையூர் மடத்து பெரிய சுவாமிகளை பார்த்திருக்கேளோ? அவாளெல்லாம் எப்படி?" நான் கேட்டேன்.

"அவருக்கு ரொம்ப மரியாதை இருக்குடி; அவர் உண்மையிலேயே பெரிய மகான்ன்னு சொல்றவா நிறையப் பேர் இருக்கா; நான் நேரே பார்த்ததில்லே."

நான் ஒரு நிமிஷம் அமைதியாய் யோசித்தேன். மாமி கிளம்பியதும் தூங்கும் குழந்தையை தூக்கிக்கொண்டு வீட்டைப் பூட்டிக் கொண்டு கிளம்பினேன்.

"**அ**டடா! என்னம்மா இப்படி பிடிவாதம் பிடிக்கிறே; பெரிய சுவாமிகள் பொது ஜனங்களுக்கு தரிசனம் தந்து பிரசாதம் தர நேரம் ஆறு மணியோட முடிஞ்சிடுத்து. இப்போ மணி எட்டாறது; அவர் ராத்திரி பூஜைகளை முடிச்சுட்டு படுக்கப்போகணும்..,"

பெரிய தொந்தியுடன் காரியஸ்தர் போல் இருந்தவர் என்னை சுவாமிகள் இருந்த அறைக்குள் விட மறுத்தார். மடத்தைச் சேர்ந்தவர்கள் போல இருந்த பத்து பதினைந்து பேரைத் தவிர மடத்துக்குள் வேறு யாரும் கண்ணில் படவில்லை. சீனிவாசனும் கூட.

"நீங்கதான் எனக்கு தயவு பண்ணணும். என் குழந்தைக்கு உடம்பு ரொம்ப முடியலை. ஸ்வாமிகளோட ஆசிர்வாதமும், பிரசாதமும் வாங்கிண்டு போயே ஆகணும்னு வந்திருக்கேன்..," நான் சொல்லி முடிப்பதற்குள் உள்ளிருந்து ஒரு குரல்..

"சாமிநாதா! என்ன அங்க தகராறு?" யாரு அங்க வந்திருக்கா? உள்ளே வரச்சொல்லு..."

"போங்கோ, போங்கோ.... சுவாமிகளே கூப்புட்டுட்டார்.."

உள்ளே நுழைந்தேன். அறையில் சந்தனம், ஊதுபத்தி, மலர்களின் சுகந்தம் அடித்தது. தரையில் புலித்தோல் இட்டு அதன் மேல் பத்மாசனமிட்டு பெரிய சுவாமிகள் உட்கார்ந்திருந்தார். நன்கு சிவந்த, பூசினார்போல் இருந்த தேகம், பாதி வெளுத்த தாடி, விபூதிப்பட்டை, குங்குமம், ருத்ராட்ச மாலையுடன். காவி உடை; காவி மேலாடை தலையையும் போர்த்தியிருந்தது. கையில் ஒரு தண்டம் வைத்துக்கொண்டிருந்தார். கண்களில் தெரிந்த தீட்சண்யம் மரியாதையைத் தூண்டியது.

நான் குழந்தையை தரையில் படுக்கவிட்டு அவரை நமஸ்கரித்தேன். எழுந்து பவ்யமாய்க் கையைக் கூப்பிக்கொண்டு நின்றேன். அதற்குள் அந்தக் காரியஸ்தர் உள்ளே நுழைந்து, "சீனிவாசன் ஃபோன் பண்ணினார்; ராஜா அண்ணாமலை புரத்திலே நீலகண்ட சாஸ்திரிகளைத் தேடி கண்டு பிடிச்சுட்டாராம்; நாளை யாகத்துக்கு சாஸ்திரிகள் வந்து சேர்ந்துடறதா சொல்லிட்டாராம். வேற ஏதாவது வேலை முடிக்கணுமா, திரும்பி வந்துடலாமான்னு கேட்கிறார்..," என்றார்.

சுவாமிகளின் முகத்தில் மகிழ்ச்சி தெரிந்தது;

"பார்த்தியா? நான் சொன்னேன் இல்லையா? சீனிவாசன் கிட்ட பொறுப்பை ஒப்படைச்சா கச்சிதமா முடிச்சிடுவான்னு? எப்படியோ கஷ்டப்பட்டு நீலகண்ட சாஸ்திரிகளைத் தேடிக் கண்டு புடிச்சுட்டான் பாரு! சீனிவாசன் மாதிரி நம்ம மடத்துக்கு சிரத்தையுடன் கைங்கரியம் பண்ண ஆள் கிடைக்கிறது அபூர்வம்! அவனை உடனே திரும்பி வந்துடச் சொல்லு. கார்லே தானே போயிருக்கான்? நாளை இங்கே யாகத்திற்கு ஏற்பாடு பண்ண வேண்டிய மத்த சில வேலைகளையும் அவன் உடனே வந்து கவனிக்கணும்..," என்றார்.

ஸ்வாமிகள் இப்போது என்னை பார்த்தார்.

"என்னம்மா விஷயம்? குழந்தைக்கு என்ன? ரொம்ப துவண்டு போயிருக்கே?"

எனக்கு முட்டி முட்டி அழுகை வந்தது.

"சுவாமிகள் நீங்கதான் எனக்கு கடாக்ஷம் பண்ணணும்; கல்யாணம் பண்ணிண்டு புருஷன் இருந்தும் துணைக்கு ஆளில்லாம அனாதையாய் இருக்கேன்.."

13. இதோ ஒரு சாவித்திரி!

"ஏன்? உன் புருஷனுக்கு என்ன ஆச்சு?" அக்கறையுடன் கேட்டார்.

நான் என் புருஷன் சாமியார்களின் பின்னால் அலைவதைப் பற்றியும், என் கஷ்டங்களை பற்றியும் விலாவாரியாய் சொல்லி அழுதேன். அப்புறம் தொடர்ந்து,

"சுவாமி, நீங்கள்ளாம் சாஸ்த்ரம் தெரின்சவா; ரொம்பப் பெரியவா! நீங்களே சொல்லுங்கோ! ஆத்மா நல்ல கதிக்கு முன்னேணும்கிறதுக்குத்தான் நல்ல குருவை நாடி போகணும்னு நம்ம சாஸ்திரங்களிலே சொல்லியிருக்கு; ஆனால் கிரகஸ்தாஸ்சிரமம் அப்படிங்கிறதும் ரொம்ப நல்ல தர்மம் இல்லையா? அதை ஒழுங்கா ஒரு ஆம்பளை செய்ய வேண்டாமா?" -- நான் மனதுக்குள் ஒத்திகை பார்த்து வைத்திருந்த அந்தக் கேள்வியை சுவாமிகளிடம் கேட்ட அதே நொடியில் சீனிவாசன் சுவாமிகளின் அறைக்குள் நுழைந்தார்.

அவர் என்னை இங்கு எதிர்பார்த்திருக்க வாய்ப்பே இல்லாததால், மிரட்சியுடன் என்னையும் குழந்தையும் விழித்துப் பார்த்தார்.

"ரொம்ப சரியா சொன்னேம்மா..." என்றார் ஸ்வாமிகள். "ஒரு கிரகஸ்தன் தன் மனைவி மக்களை நல்லபடியா சந்தோஷமாகவும் வெச்சுக்கிறது ரொம்ப அவசியம். கிரகஸ்தன் ஒழுங்கா இருந்தாதான் உலகத்திலே தர்மம் ஒழுங்கா இருக்கும்னு சாஸ்திரங்கள் சொல்றது. தெய்வம், பித்ருக்கள், சன்யாசிகள் எல்லாரையும் கிருஹஸ்தாஸ்ரமிதான் கவனிச்சுக்கிறான். ஆனால் உன் விஷயத்திலே உன் புருஷன் போறது நல்ல பாதை ஆனாலும், தன் வீட்டிலேயும், தன் உத்தியோகத்திலேயும் செய்ய வேண்டிய கடமைகளை அம்போன்னு விட்டுவிட்டுப் போறது நியாயம் இல்லைதான். உனக்கு எல்லாம் நல்லபடி நடக்கணும் நான் பிரார்த்தனை பண்ணிக்கிறேன்..." பூஜை தட்டில்லிருந்து பிரசாதத்தை எடுத்து நீட்டினார்.

நான் பணிவுடன் வாங்கிக்கொண்டு, சீனிவாசனைக் கை காட்டி, "அப்போ இவரை நான் கையோட கூட்டிண்டு போக அனுகிரகம் பண்ணறேளா?" என்றேன்.

சீனிவாசனுடன் எனது உறவும், என் வேண்டுகோளின் தாக்கமும் அந்த நொடியில் சுவாமிகளுக்கு உறைக்க,

அதிர்ச்சியும், வருத்தமும் கலந்த உணர்வில் அவர் முகத்தின் தேஜஸ் சற்றே மங்குவதைப் பார்க்க எனக்கே கஷ்டமாகத்தான் இருந்தது.

[ஆண்டு 1999]

-=()=-

13. இதோ ஒரு சாவித்திரி!

14. இட ஒதுக்கீடு!

[ஆண்டு 2001 இல் குங்குமம் வார இதழில் வெளி வந்தது]

இட ஒதுக்கீடு!

பஸ்ஸில் கூட்டம் நெரிந்தது. சே!
நேரங்காலமில்லாமல் பஸ்ஸில் அலைய
நம் ஜனங்களுக்கு அப்படி என்னதான்
பொல்லாத ஜோலியோ? ஒரு வழியாய்
டிக்கெட் வாங்கிக் கொண்டு பெண்கள்
சீட்டுக்கு அருகே நின்று கொண்டேன்.
கிண்டி வந்ததும், உட்கார்ந்திருந்த
பெண்மணி ஒருவர் எழுந்திருக்க, என்
முன்னே நின்றிருந்த நீலச்சட்டைக்காரர்,
தன் ஆறு வயது மகளை அங்கு
உட்கார்த்தி வைத்தார். அதற்குள் அதே
சீட்டைக் குறிவைத்து உட்கார்ந்துவிட
முயன்ற இரட்டைநாடிப் பெண்மணி
அந்தச் சின்னப் பெண்ணிடம்,
கொஞ்சம் நகர்ந்துக்க, நானும்
உட்கார்ந்துக்கறேன்,'' என்று சொல்லி,
காத்திராமல் உட்கார முயல,
சின்னப்பெண் நெருக்கி வெளிவந்து
நிற்கும்படியாகிவிட்டது.
சட்டைக்காரருக்கு வந்ததே கோபம்!
பார்த்தா படிச்ச பொம்பளையா,
நாகரிகமா தெரியறீங்க... சின்னக்
குழந்தையைக் கிளப்பிவிட்டீங்களே!
நியாயம்? சே!'' என்று சத்தம்
போட்டார். அம்மாளுக்கு முகம்
சிவந்துவிட்டது.

பஸ்ஸில் கூட்டம் நெருக்கியடித்தது. நேரம் காலம் இல்லாமல் பஸ்ஸில் அலைய நம் ஜனங்களுக்கு அப்படி என்னதான் பொல்லாத ஜோலியோ?

ஒரு வழியாய் டிக்கெட் வாங்கிக்கொண்டு பெண்கள் சீட்டுக்கு அருகில் நின்று கொண்டேன். தான் இறங்கும் இடம் வந்ததும் அருகில் உட்கார்ந்து இருந்த பெண்மணி ஒருவர் எழுந்திருக்க, என் முன்னே நின்றிருந்த நீலச்சட்டைக்காரர் தமது ஆறு வயது மகளை அங்கு உட்கார்த்தி வைத்தார்.

14. இட ஒதுக்கீடு!

அதற்குள் அந்த சீட்டை குறிவைத்து உட்கார்ந்து விட முயன்ற ரெட்டை நாடி பெண்மணி ஒருத்தி அந்தச் சின்னப் பெண்ணிடம், "பாப்பா! கொஞ்சம் நடந்துக்க; நான் உட்காந்துக்கிறேன்," என்று சொல்லி பதிலுக்கு காத்திராமல் உட்கார முயல, சின்னப்பெண் பிதுங்கி வெளியே வந்து நிற்கும்படி ஆகிவிட்டது.

நீலச்சட்டை காரருக்கு வந்ததே கோபம் "ஏம்மா! பார்த்தா நாகரீகமா தெரியிறீங்க, சின்ன குழந்தையை இப்பிடி உட்காரவுடாம கிளப்பி விட்டிட்டீங்களே?" என்று சத்தம் போட்டார்.

அந்த அம்மாளுக்கு முகம் சிவந்துவிட்டது. "சின்ன பொண்ணுதானே, என் மடியில உட்காந்துக்கிடட்டும்," என்றார்.

"நீ ஒண்ணும் உன் மடியிலே சீட்டுத் தர வேண்டாம்; அது உட்கார்ந்த சீட்டுலேதான் நீ இப்ப சம்பரமா உட்கார்ந்து இருக்க! என்னா ஒரு சொய நலம்!"

நீல சட்டைக்காரர் எரிந்து விழுந்துவிட்டுத் தன் பெண்ணை பக்கத்தில் நிற்க வைத்துக் கொண்டார்.

அவ்வளவுதான்! அந்த அம்மாளுக்கு ரோஷம் வந்து விட்டது! சட்டென்று எழுந்துவிட்டார். "ஐயோ எனக்கு வேண்டாம் இந்த சீட்டு; ஏதோ எதார்த்தமாக் கேட்கப் போக, உங்கிட்ட இத்தினி பேச்சு கேக்கணுமா எனக்கு; நீயே உன் புள்ளையை உக்காற வெச்சுக்க," என்றார் கடுகடுவென்று.

அவ்வளவுதான்; 'நான் சரி, நீ தப்பு' என்று மாறி மாறி இருவரும் வாய் அடிக்க, எனக்கு பற்றிக்கொண்டு வந்தது.

"நீங்கள் சாவகாசமா உங்க சண்டையை போட்டுகோங்க; இந்த சீட்டு உனக்கும் வேண்டாம் அவங்களுக்கும் வேண்டாம்; இதோ இடுப்பிலே கைக்குழந்தையை வெச்சுக்கிட்டு நிக்கறாங்க பாருங்க; இந்தாம்மா, நீ வந்து இப்படி உக்காந்துக்க!"

என்று தீர்ப்பு சொல்லி அதை அமல் படுத்திவிட்டு, நான் முன்னால் நகர்ந்தேன் -- கூட்டத்தில் இடிபட்டுக் கொண்டிருந்த என் மனைவிக்கும், குழந்தைக்கும் உட்கார இடம் பிடித்துக் கொடுத்த மிதப்பில்!

(*ஆண்டு* 2001)

15. இதோ ஒரு ஆம்பிளை

[1997 *ஆம் ஆண்டு*]

ஐந்து அடிப்பதற்கு 15 நிமிடங்களுக்கு முன்னாலேயே சிவராஜ் தன் வேலைகளை ஏறக்கட்டிவிட்டு பாத்ரூமுக்குள் நுழைந்து விட்டான்.

வாஷ்பேஸினில் முகம் கழுவித் துடைத்துக்கொண்டான். நண்பர்கள் கேலி செய்வதால், கொஞ்ச நாட்களாக பவுடர் கொண்டு வந்து போட்டுக் கொள்வதை நிறுத்தியிருந்தான். தலையைப் படிய வாரிய பின் உடம்பை இப்படி அப்படி திருப்பி அழகு பார்த்துக் கொண்டான்.

சும்மா சொல்லக் கூடாது; பார்த்தால் ஒரு பயலும் தனக்கு முப்பத்தி நாலு வயசு என்று சொல்லவே முடியாது; ஒரு இருபத்தி எட்டு என்று மதிப்பு போட்டாலே அதிகம். தன் வயதொத்தவர்களெல்லாம் இடுப்பைச் சுற்றி டயர் போலச் சதையும், சரியும் தொப்பையுமாக இருக்கையில் தான் மட்டும் ட்ரிம்மாக இருப்பதில் சிவராஜுக்கு சந்தேகமில்லாமல் பெருமைதான். நறுக்கு மீசையும், சுருள் முடியும் சதுர முகமாக சிவராஜ் நிச்சயமாய் ஆணழகன்தான்.

பாத்ரூமை விட்டு வெளியே வந்தவன், அடுத்த மாடியில் அக்கவுண்ட்ஸ் டிபார்ட்மெண்டுக்கு ஒரு நடை போனான்; போன வாரம் அக்கவுண்டண்ட் சுப்பிரமணிக்கு உதவியாக புது டைப்பிஸ்ட் பெண் ஒருத்தி சேர்ந்திருந்தாள்; குள்ளமாய் ஒல்லியாய் இருந்தாலும் துறுதுறுப்பாய் அழகாகவே இருந்தாள்.

மாடிப்படி ஏறுகையில் எதிரே பக்கத்து சீட்டு நண்பன் பாலன் இறங்கி வந்து கொண்டிருந்தான்; இவனைப் பார்த்ததும் உதட்டோரத்தில் கேலிச் சிரிப்பு.

“என்னப்பா, புது டைபிஸ்ட் கனகாவை ‘கணக்கு’ பண்ண ஆரம்பிச்சுட்டியா? உம்.......நடத்து; உன்னைத் திருத்தவே முடியாது...” என்றவாறே இறங்கிப் போனான்.

சிவராஜ் சுப்பிரமணியின் சீட்டை நாடிப் போனான். இவன் ‘டக் டக்’ என்று ஷூ ஒலி எழுப்ப நடந்து வருகையில் புது

டைப்பிஸ்ட் இவனை நிமிர்ந்து, ஓரளவு கண்கள் விரியப் பார்ப்பதை குறித்துக்கொண்டான். 'சரிதான்; வழிக்கு வரும் போலத்தான் தோணுது;'

சுப்பிரமணியிடம் உப்பு சப்பில்லாத ஒரு 'இன்வாய்ஸ்' பிரச்சினையை பற்றி கைகளை ஆட்டியும் தோளைக் குலுக்கியும் 'ஸ்டைலாக'ப் பேசினான்; ஓரக்கண்ணால் கவனிக்கையில் கனகா அவ்வப்போது இவனைப் பார்ப்பதை ரசித்தான். பிறகு 'டக் டக் ' என்று ஷூ சப்திக்க கம்பீரமாய் திரும்பி நடந்து போனான்.

சரியாக ஐந்துக்கு கிளம்பினால்தான் பஸ் ஸ்டாப்புக்குப் போகும் வழியில் 'இந்தியன் பேங்'கில் இருந்து வெளியே வரும் சூரிதார் அழகியை நோட்டம் விட சரியாக இருக்கும்.

சிவராஜ் ஏதோ பெண்களின் பின்னால் சுற்றி, அவர்களை மயக்கி தன் வலையில் வீழ்த்தி அனுபவித்துவிட்டுக் கழன்று கொள்ளும் வில்லன் ரகத்தில் நீங்கள் கற்பனை செய்து கொண்டீர்களானால் ஸாரி, உங்கள் ஊகம் தவறு. சிவராஜ் கேரக்டரே தனி.

அவனுக்கு பெண்களைப் பிடிக்கும் அதைவிட, 'பெண்களுக்கு அவனைப் பிடிக்குமானால் அது ரொம்ப ரொம்பப் பிடிக்கும்; அவனுக்குத் தன் அழகிலும் கம்பீரத்திலும் அளவிலாக் கர்வம் உண்டு. ஒவ்வொருத்தியும் 'இவனோட கடைக்கண் என் மேலே விழாதா, இவன் எனக்கு காதலனாகவும் கணவனாகவும் வாய்க்க மாட்டானா'ன்னு ஏங்க வேண்டும்; மயங்க வேண்டும்; அதுவும் ஒரே சமயத்தில் பல பெண்கள்!

அப்படி நேர்கிற மாதிரி சூழல் ஏற்படும் விதத்தில்தான் சிவராஜின் நடவடிக்கைகள் இருக்கும். இப்படிப் 'பல கோபிகைகளின் கனவில் வரும் கண்ணனாக' இருப்பதில் அவனுக்கு கிடைக்கும் போதை மட்டுமே சுகம்; அதைத் தாண்டி யாரையும் நெருங்க விடுவதில் ஆர்வமுமில்லை, துணிச்சலும் இல்லை அவனுக்கு!

அவனது இந்த வினோதக் குணத்தினால் ஆபீஸ் நண்பர்கள் மத்தியில் சிவராஜ் ஒரு கேலிப் பொருளாய் ஆகியிருந்தான். பாலனுக்கு இவனை குத்திக் கிளறி பார்ப்பதில் அலாதி சுகம். போனவாரம் மதிய உணவு சமயத்தில் இவனோடு அமர்ந்திருந்த பாலன் தான் சீண்ட ஆரம்பித்தான்.

“சிவராஜு; நான் பச்சையாக சொல்லட்டுமா? நீ சரியான கோழை; முதுகெலும்பில்லாத பய; மனசு முழுக்க அல்பமான ஆசை வெச்சுக்கிட்டிருக்க; ஆனா அதை வெளிலே கொண்டாற தைரியமில்லை,”

சிவராஜுக்கு சுருசுருவென்று கோபம் வந்தது.

“நீ என்ன வேணும்னாலும் சொல்லிக்கடா; எனக்கு கவலையில்லை; எனக்கு பர்ஸனாலிட்டி இருக்கு; என்னைப் பார்த்து நாலு பொண்ணுங்க மயங்கத்தான் செய்வாங்க, நானெல்லாம் உன்ன மாதிரி ஒரு பொண்ணு பின்னாடி ஈன்னு இளிச்சுகிட்டும் அசடு வழிஞ்சுக்கிட்டும் போகமாட்டேன்...’ என்று பதிலடி கொடுத்தான் அவன்.

“நீ எப்படி போவே? ஒங்க வீட்ல விஷயம் தெரிஞ்சா நாறிபூடுவேன்னு பயம் உனக்கு; அதை விடு. நீ டாவடிக்கிற பொண்ணு எவளாவது உன்கிட்ட வந்து ‘ஐ லவ் யூ’ என்கூட பீச்சுக்கு வர்றியா?ன்னு கேட்கட்டும்; நீ அலறிப் பொடச்சிக்கிட்டு ஓடுறியா இல்லையானு பாக்குறேன்!” என்றான் பாலன்.

அவன் சொல்வது சிவராஜுக்கு நச்சென உரைக்கத்தான் செய்தது. ஆனால் பாலன் சொல்வது போல ஒரு பொண்ணு வந்து வழிந்தால், ஓடிப்போகிற ரகம் இல்லை இவன். இவன் வழியே தனி.

கல்லூரியில் படிக்கும்போது ஒருமுறை லீவுக்கு மாமாவின் கிராமத்துக்கு போயிருந்தான். பக்கத்து வீட்டில் ஒரு தாவணி போட்ட பெண்; பெரிய அழகில்லை என்றாலும் வயதுக்கேற்ற ஒரு கவர்ச்சி இருந்தது. சிவராஜ் தன் கண்ணாமூச்சித் தனங்களை அந்தப் பெண்ணிடம் காண்பிக்க, அவளுக்கும் சிவராஜ் ஒரு பெரிய ஹீரோவாக பட்டுவிட்டது. அவ்வப்போது புன்னகை பரிமாறல்கள்; கதை புத்தகங்களை கொடுத்து வாங்குவது; தோட்டத்து மாங்காய்ப் பறித்து கொடுப்பது என்று சிவராஜ் செயல்பட, அந்தப் பெண்ணோ அவசரக்குடுக்கையாய் ஒரு லவ் லெட்டரை எடுத்து நீட்டி விட்டது.

ஆடிப்போனாள் சிவராஜ்; லெட்டரை வாங்கிக்கொண்டு யோசித்தவன் சமையற்கட்டில் போய் மாமியிடம் பேச்சுக் கொடுத்தான்.

“என்ன மாமி இது; கிராமத்துப் பொண்ணுங்க இத்தினி மோசமா? இந்த பக்கத்து வீட்டு பொண்ணு கூட யதார்த்தமா ஒரு தங்கச்சி மாதிரி பழகப் போக, அதுபாட்டுக்கு ஒரு லெட்டரை எழுதி கொடுக்குது பாருங்க?” என்று எடுத்துக் கொடுத்தான்.

மாமி விரைந்து செயல்பட்டாள். பக்கத்து வீட்டில் பெண் அடி, உதை வாங்கி அழுது கொண்டிருக்கையில் சிவராஜ் ஊருக்குக் கிளம்பப் பெட்டியில் துணி அடைத்தான்!

அன்று உடன் வேலை பார்க்கும் நண்பன் ஒருவனுக்கு ப்ரமோஷன் வந்ததால் அவன் நண்பர்களுக்கு ஒரு பார்ட்டி கொடுத்தான்; ‘பீர்’ மட்டும் தான் என்றாலும், பாலனுக்கு அன்று ஓரளவு சுருதி ஏறிவிட்டது; சிவராஜை வம்புக்கு இழுத்தான்.

“இதோ பாரு சிவராஜு, இப்படி மனசுக்குள்ள பொம்பளை ஆசை வச்சிக்கினு மருகாதே; தினவு இருக்குதுன்னா வெளியிலே சொல்லு; ‘பலான’ இடத்துக்கு போய் வரலாமா? சொல்லு; நானே டீசண்டான இடமா பார்த்து கூட்டிப் போறேன்!"

“உளறாதே சும்மா இரு,” என்றான் சிவராஜ்.

“அட, டபாய்க்கிறியே? அப்படி வாணாம்னா தைரியமா, ஆம்பளையா போய், உன்ன பார்த்து மயங்கறதா சொல்றியே, அவங்களுக்குள்ள ஒருத்தியை செட்டப் பண்ணு; அனுபவி ; இல்லே, நீ ஒரு பொட்ட பயன்னு ஒத்துக்க.,”

மற்ற நண்பர்கள் கூட ஒத்துப் பாட, அன்று சிவராஜ் அவமானப்பட்டான்; புழுங்கினான், பாதியில் வெளியேறினான்.

சிவராஜூக்கு ரோசம் பொங்கிப் பொங்கி வந்தது; நண்பர்கள் சொல்வதுபோல் தான் வெறும் கோழைதானா? கிருஷ்ணன் வேஷம் போட்ட துர்வாசரா? ‘இல்லை; எனக்கும் தைரியம் உண்டு; இருங்கடா நிரூபிக்கிறேன்’ மனசுக்குள் கறுவினான்.

யாரைப் பிடித்து போடுவது? டைப்பிஸ்ட் கனகாவையா? சூடிதார் காரியையா? லெண்டிங் லைப்ரரி நடத்தும் மீனாவையா? டைப்ரைட்டிங் இன்ஸ்டிடியூட் வாசலில் சைக்கிளை வைத்துக்கொண்டு இவன் தாண்டி போகும் வரை பார்த்துக் கொண்டிருக்கும் ரெட்டை ஜடைப் பெண்ணையா?

குரோம்பேட்டை ஸ்டேஷனில் தினம் பார்க்கும் குதிரைவால் ஜடைப் பெண்ணையா? யாரை?

சிவராஜ் யோசித்தான்; இருப்பதிலேயே குதிரைவால்காரி தான் சரியான தேர்வாகப்பட்டது. தினம் இருவரும் குரோம்பேட்டை ஸ்டேஷனில் தான் மின் வண்டி ஏறுகிறார்கள். கண்ணில் பட தவறியதே இல்லை; எல்லோரையும்விட இவள்தான் இவனை ரொம்ப விழுங்குவதுபோல் பார்க்கிறாள்; கண்கள் சந்திக்கையில் புன்னகைக்க முயல்கிறாள்; விரலைச் சொடுக்கிக் கூப்பிட்டால் ஓடி வந்து கட்டிப் பிடித்துக்கொள்வாள் போல இருந்தாள். ஆளும் படு கவர்ச்சி வேறே. இவள் தான் சரி.

சிவராஜ் தீர்மானித்து விட்டான்; எப்படியும் இவளை வளைத்துப் போடவேண்டும். மறுநாள் ஸ்டேஷனில் அவளை தாண்டும்போது ஸீசன் டிக்கெட்டை நழுவவிட்டான். அவள் எடுத்து நீட்டவே முகம் மலர்ந்து சிரித்து நன்றி சொன்னான். மறுநாள் தைரியமாய் புன்னகைத்தான்; மற்றொரு நாள் ஆபீசுக்கு போகாமல், அவள் இறங்கிய மாம்பலத்திலேயே இறங்கி அவள் பின்னால் போய் அவள் வேலை பார்க்கும் இடத்தை அறிய முயற்சி செய்தான்; அவள் தேனாம்பேட்டை சூப்பர் மார்க்கெட்டில் வேலை பார்ப்பதையும் அறிந்து கொண்டான்.

சூப்பர் மார்கெட்டிற்கு நாலைந்து முறை போய் அவள் கண்களில் அடிக்கடி பட்டான்; "என்ன சௌக்கியமா? எப்படி இருக்கீங்க?" ஓரிரு வார்த்தைகள் குசலம் விசாரித்தான். பெயரைத் தெரிந்து கொண்டான் - ராதா. சிவராஜ் தன் மனசில் புது கிறுகிறுப்பை உணர்ந்தான்; இரவில் தூக்கம் பிடிக்காமல் தவித்தான்.

சிவராஜுக்கு அன்று அலுவலகம் அரை மணி முன்னதாகவே மூடிவிட்டதால் வழக்கமாய் பிடிக்கும் ரயிலுக்கு இரண்டு முன்னதாகவே குரோம்பேட்டையில் இறங்கினான்.

பிளாட்பாரக் கோடிக்கு வந்து மேம்பாலத்தில் ஏறுவதற்கு முன் எதேச்சையாக திரும்பிப் பார்க்கவே முப்பத்தடிக்குப் பின்னால் ராதா வந்து கொண்டிருப்பது தெரிந்தது; சற்றே நின்று அவளோடு சேர்ந்து போகலாமா என்று ஒரு கணம் நினைத்து பிறகு மாற்றிக் கொண்டான்; உள்ளூரில் எதற்கு வம்பு?

15. இதோ ஒரு ஆம்பிளை

நடை பாலத்தில் மேலே ஏறிக் கீழே வருகையில் தான் கவனித்தான்; அங்கே கீழே வழியில் நின்று கொண்டு இடுப்பில் குழந்தையுடன் இவனுக்கு கையாட்டுவது யார்? கனகாவா? அட சனியனே! தலையில் சொருக்குப் போட்டுக் கொண்டு, முகத்தில் எண்ணெய் வழிய, புடவையைக் கோணல்மாணலாக கட்டிக் கொண்டு...

குழந்தை இவனைப் பார்த்ததும் சிரித்துத் துள்ளியது. அதன் மூக்கில் சளி ஒழுகியது. இவன் படி இறங்கி வந்ததும் "அப்பா... அப்பா..," என்று இவனிடம் பாய்ந்தது. சிவராஜ் தலையில் இடி விழுந்தது போல் ஆயிற்று.

"எளவு நீ எதுக்குடீ குழந்தையும் கையுமா இங்கே வந்து நிக்கறே?" என்று பல்லைக் கடித்தான் சிவராஜ்.

"சாயந்தரமானா 'டாட்டா கூட்டிட்டு போ, ரயில் காட்டுனு' புடுங்கி எடுக்குது; நான் என்ன பண்ணட்டும்? 'அப்பா அப்பான்னு' கொஞ்சுது பாருங்க; இந்தா பிடிங்க," என்று குழந்தையை நீட்டினாள் சிவராஜின் மனைவி கனகா.

சிவராஜ் வேறு வழியில்லாமல் குழந்தையை வாங்கிக்கொண்டு, ராதா வருகிறாளா என்று கழுத்தைத் திருப்பினான்.

ராதா அவனை வெறித்துப் பார்த்தவாறு தாண்டி போனவள். 'அடப் அயோக்கியப் பயலே; கல்யாணமானவனாடா நீ' என்று பார்வையாலே எரிப்பது தெரிந்தது.

பொதுவிடம் என்றும் பார்க்காமல் சிவராஜ் குழந்தையின் முதுகில் ஓங்கி அறைந்து "சனியன், சளி எல்லாம் கன்னத்துல தீர்த்துப்பாரு," என்றவாறே குழந்தையை மனைவியின் கையில் திணித்து விட்டுத் தலையை குனிந்தவாறே விடுவிடுவென்று நடந்தான்.

"இவருக்கு என்ன ஆச்சு இப்படி சாமி வந்த மாதிரி?" என்று புரியாமல், அழும் குழந்தையை தேற்ற முயன்றாள் கனகா.

(ஆண்டு: 1997)

-=()=-

16. குவாலிடி கண்ட்ரோல்!

[1993 இல் கல்கியில் பிரசுரமான கதை]

உற்பத்தி மேலாளர் உள்ளே வந்து தலையை சொறிந்து கொண்டு நின்றார்.

"என்னையா? ஏதாவது ப்ராப்ளமா?" கேட்டேன்.

"ஒண்ணுமில்லே சார்; இப்போ கடைசியா போட்ட 'லாட்' முன்னூறு பீஸையும் குவாலிட்டி கண்ட் ரோல் ஆளு ரிஜெக்ட் பண்ணிடுவேன்னு சொல்றான் சார்..."

16. குவாலிடி கண்ட்ரோல்!

"ஏன்யா இப்படி எழவெடுக்கிறீங்க? உற்பத்தியில் என்ன கோளாறு பண்ணித் தொலச்சீங்க?" என்றேன் எரிச்சலாய்.

"ஹீட் டிரீட்மெண்ட் டிபார்ட்மெண்ட்ல ஹார்ட்னெஸ் கம்மி ஆயிடுச்சு சார்; அதைக் கவனிக்காம மீதியுள்ள எல்லா ஆபரேஷனையும் பண்ணி ஃபினிஷ் பண்ணிட்டோம். கடைசி கட்ட இன்ஸ்பெக்ஷன் போது கண்டு பிடிச்சிட்டானுங்க..."

"முன்னே மாதிரி குவாலிட்டி கண்ட்ரோல் ஆசாமியைத் தாஜா பண்ணி பாஸ் பண்ண முடியாதேய்யா! புதுசா வந்திருக்கிற தரக்கட்டுப்பாடு மேனேஜர் சிவ தாண்டவம் ஆடுவாரேய்யா? பார்த்து ஒழுங்கா உற்பத்தி பண்ணித் தொலைக்கக் கூடாதா?"

"இது ஒண்ணும் பெரிய்ய மிஸ்டேக் ஆயிடாது சார்; அசெம்பிளியிலே பிரச்சனையே வராது சார்; நீங்க மட்டும் கொஞ்சம் ராமசேஷன் கிட்டே பேசி, குவாலிட்டி கன்ஸெஷன் ரிப்போர்ரிலே ஒரு கையெழுத்து வாங்கிக் கொடுத்திடீங்கன்னா போறும் சார்..."

"**கு**ட் மார்னிங் சார்! எப்படி இருக்கீங்க? வீடெல்லாம் வசதியா இருக்கா? குடும்பத்தை கூட்டிட்டு வந்துட்டீங்களா?" தரக்கட்டுப்பாடு மேனேஜர் ராமசேஷனின் குளுகுளு அறையில் அவருக்கு சோப்பு போடும் விதத்தில் பேச்சுக் கொடுத்தேன்.

ராமசேஷன் என் கையில் இருந்த ஆரஞ்சுக் கலர் படிவத்தை கவனித்துவிட்டார்; முகம் கடுவன் பூனை போலாகியது.

"ம்..ம்..," என்று எனது விசாரிப்புகளுக்கு அலட்சியமாய் தலையாட்டினார். பிறகு "என்ன விஷயம் சொல்லுங்க," என்றார் அதட்டலாக. தட்டுத்தடுமாறி பிரச்சினையை விளக்கிவிட்டு, குவாலிடி கன்ஸெஷன் படிவத்தை பவ்யமாக அவர் முன் நீட்டினேன்.

"மிஸ்டர் சுவாமிநாதன், தெரியாமல்தான் கேட்கிறேன்; மாசம் எட்டாயிரம் ரூபா சம்பளம் கொடுத்து என்னை கூட்டிக்கொண்டு வந்து இங்கே எதுக்கு உட்கார வச்சிருக்காங்க? நீங்க என்ன மாதிரி குப்பையை உற்பத்திப் பண்ணிக் கொடுத்தாலும் ஓக்கே ஓக்கே ன்னு சொல்லி பாஸ் பண்றதுக்காகவா? இப்படி மட்டமா உற்பத்தி பண்ணி வித்தா, வாங்கி உபயோகிக்கிறவன் நாளைக்கு நம்மைத்

திட்டமாட்டான்? நாளைக்கு நம்ம பொருள்களை எப்படி நம்பி வாங்குவான்? நோ! ஐ காண்ட் கிவ் எனி கன்செஷன் இன் குவாலிடி.,"

நான் கெஞ்சினேன். இந்த சிறிய தவறால் ஒன்றும் குடி முழுகி விடாது என்று டெக்னிக்கலாக வாதாடினேன்; மனிதர் பிடிவாதமாய் இருந்தார்.

"சார், இந்த அல்ப்ப காரணத்துக்காக ரிஜெக்ட் பண்ணாதீங்க; நம்ம சொந்த குழந்தைங்களை ஒவ்வொரு ஸ்டேஜா வளர்த்து ஆளாக்கிற மாதிரி கடைசி ஸ்டேஜ் வரைக்கும் வந்திருக்கோம். இப்போ போய்த் தள்ளிடாதீங்க..." என்று என்று உணர்ச்சிகரமாக பேசினேன். கண்களில் கண்ணீர் வராது தான் குறை.

"அப்படி வாங்க; உங்க பையனிடம் தரக் குறைவான விஷயம் இருந்துதுன்னா, நம்ம பையன் தானே, போனா போகுதுன்னு விட்டுடுவீங்களா? ஸ்கூல்ல படிக்கிற பையன் எல்லா சப்ஜெக்டிலேயும் நல்ல மார்க்கு, ஆனா கணக்குப் பாடத்திலே மட்டும் கோட்டை விட்டுட்டான்னா, 'பறவாயில்லே, பாஸ் போட்டுடுங்கன்'ன்னு வாத்தியார் கிட்டே போயி சொல்ல முடியுமா? சொல்லுங்க மிஸ்டர் சுவாமிநாதன்?" மனிதர் ஏறிக்கொண்டே போனார்.

அடுத்த அரை மணி நேரம் அவரது பழம் புராணம், முன்பு வேலை பார்த்த கம்பெனியில் உற்பத்தி பொறியாளர்களின் கண்களில் விரலை விட்டு ஆட்டிய சாதனைகள், 'தரமே தாரக மந்திரம்' என்று பத்திரிகையில் கட்டுரை எழுதியது இன்னபிற கதைகளை எல்லாம் பொறுமையாக கேட்டுக் கொண்டேன். ஆயினும் அவர் கையெழுத்துப் போடவில்லை!

இப்போதெல்லாம் முன்பை விட ஜாக்கிறதையாகத் தான் உற்பத்தி நடக்கிறது; இருந்தாலும் எப்போதாவது ஓரிரு தரம் சிறு சிறு தவறுகள் நடப்பதும், ராமசேஷனிடம் பல்லிளிப்பதும், பல சமயங்களில் வெறுமனே திரும்பி வருவதும் இருக்கத்தான் செய்தன.

அவ்வப்போது போய்ப் பேச்சுக் கேட்பதால் மனிதர் முன்பை விட கொஞ்சம் நட்பாக மாறி இருந்தார்.

அன்று ராமசேஷன் என்னை தேடி அறைக்கு வந்திருந்தார்.

16. குவாலிடி கண்ட்ரோல்!

"என்ன சார் இது? உலக அதிசயம்! நீங்களே அடியேனை தேடி வரலாமா? கூப்பிட்டிருந்தா நானே வந்திருப்பேனே?" என்றேன்.

"அஃபீஷியலா இருந்தா நான் வரமாட்டேன்தான்; இது பர்சனல் ஆச்சே? என் பொண்ணு, கடைக்குட்டிக்குப் பத்து வயசு ஆகுது; ரெண்டு வருஷமா பரத நாட்டியம் கத்துக்கறா. அரங்கேற்றம் பண்ணிடலாம்னு டான்ஸ் மாஸ்டர் சொல்றார்; என் மனைவியும் ரொம்ப ஆசைப் படுறா. வாணி ஆர்ட்ஸ் அகாடமியோட செக்ரட்டரி உங்க சொந்தக்காரர்ன்னு கேள்விப்பட்டேன். நீங்க ஒரு வார்த்தை சொல்லி ஏற்பாடு பண்ண முடியுமா? வாணி ஆர்ட்ஸ் அகாடமியிலே வெச்சு அரங்கேற்றம் பண்ணினாலே அது ஒரு தகுதி, கௌரவம் மாதிரின்னு என் ஒய்ஃப் சொல்றா..."

"கவலையை விடுங்க! செஞ்சிடுவோம்," என்றேன்.

"தேங்க்யூ, தேங்க்யூ! ஆனா ஒரு விஷயம் சுவாமிநாதன்; இது பியூர்லி பர்ஸனல்; இந்த உதவிய அபிஷியல் ரிலேஷன்ஷிப்போட மிக்ஸ் பண்ண முடியாதுங்கிறதை ஞாபகம் வெச்சுக்கோங்க," என்றார் மிடுக்காக.

'இந்த அல்ப்ப சவடால் தானே வேண்டாங்கிறது' என்று மனதுக்குள் நினைத்துக் கொண்டாலும், "சேச்சே! உங்களைப் பத்தித் தெரியாதா சார்! நீங்க ஒர்ரீ பண்ணிக்காதீங்க; நான் ஏற்பாடு பண்றேன்," என்று கை குலுக்கினேன்.

அரங்கேற்றம் முடிந்து நான் வீட்டுக்கு வரும்போது இரவு பத்தாகி விட்டது.

"எப்படி இருந்துது?" என்று கேட்டாள் என் மனைவி.

"சூப்பரா இருந்துது; சபா கேண்டின்லே நெய் ஒழுக கேசரி; வெங்காய பக்கோடா, மசால் தோசைன்னு எல்லாமே ஓஹோ! வந்தவங்க எல்லாருக்கும் ஃப்ரீயாப் போட்டு அசத்திட்டாரு ராமசேஷன்.. ஒவ்வொரு ஐட்டமும் சூப்பர் குவாலிடி!" என்றேன்.

"அதை யாரு கேட்டா? நான் டான்ஸைக் கேட்டேன்," என்றாள் என் மனைவி.

அடுத்த பத்து நிமிடங்களில், பந்து போல் குதித்தாடிய அந்தக் குண்டுப் பெண்ணின் தாளம் தப்பிய நடனத்தை நான்

'ஆக் ஷனோடு' விவரிக்க, என்னோடு சேர்ந்து என் மனைவியும் விழுந்து விழுந்து சிரித்தாள்.

"ஆனாலும், நான் கிளம்பறச்சே, ராமசேஷன் சார் கையைப் பிடிச்சுக் குலுக்கி, 'எந்த கன்செஷனுக்கும் அவசியமே இல்லாத சூப்பர் குவாலிடி பரதநாட்டியம் சார் இது!'ன்னு சொல்லிட்டுத்தான் வந்தேன்னு வெச்சுக்கோ!" என்றேன்.

உற்பத்தி மேலாளர் உள்ளே வந்து தலையை சொறிந்து கொண்டு நின்றார்.

"என்னையா? ஏதாவது ப்ராப்ளமா?" கேட்டேன்.

"ஒண்ணுமில்லே சார்; இப்போ கடைசியா போட்ட நானூறு பீஸ்லே ஃபினிஷ் சரியால்லன்னு குவாலிட்டி கண்ட் ரோல் இன்ஸ்பெக்டர் ரிஜெக்ட் பண்ணிடுவேன்னு சொல்றான் சார்..."

"கவலைப் படாதீங்க; கன்செஷன் ஃபாரத்தை எடுத்துக்கிட்டுப் போய், நம்ம ராமசேஷன்கிட்டே கொடுத்து நான் சொன்னேன்னு சொல்லுங்க; கையெழுத்துப் போடுவாரு," என்றேன் மிதப்பாக.

நம்ப முடியாமல், தயங்கியவாறே போனவர், வாயெல்லாம் பல்லாகத் திரும்பி வந்தார்! "என்ன மாயம் சார் பண்ணீங்க?" என்று ஆச்சரியமாக வாயைப் பிளந்தார்!

(*கல்கி* 1993)

-=()=-

16. குவாலிடி கண்ட்ரோல்!

17. அக்கரைப் பச்சை

[*ஆண்டு* 2001]

விஸ்வநாதனின் அறை விசாலமாகவே இருந்தது. சுத்தமும் ஒழுங்கும் அவர் கூடப் பிறந்தவை. கட்டிலில் விரிந்திருந்த வெளிர்பச்சை விரிப்பு நிச்சயம் மலிவாக இருக்க முடியாது. குஷன் வைத்த இரண்டு நாற்காலிகள். அழகான மேசை விளக்கு. மேசையிலும் அலமாரியிலும் புத்தகங்கள்.

"அட! பேச்சு சுவாரசியத்திலே நியூஸ் பார்க்க மறந்துட்டேன் பாரு!" என்றவாறே விஸ்வநாதன் ரிமோட்டை இயக்கி தொலைக்காட்சியை உயிர்ப்பித்தார்.

"பரவால்லேப்பா, விசு, முதியோர் இல்லத்திலே உனக்கு இத்தனை வசதி இருக்கும்னு நெனைக்கவே இல்லே..." என்ற வெங்கடேசனின் குரலில் சற்று பொறாமையின் தொனி இருந்தது போலிருந்தது.

"இது, கிளாஸ்-ஏ ரூமப்பா! சுளையா மாசா மாசம் நாலாயிரம் ரூபாய்க்கு செக்கு வெட்டறேன் இல்லே? இங்கே கிளாஸ்-பி, ஸி ரூமெல்லாமும் இருக்கு. அதெல்லாம் எனக்கு சரிப்பட்டு வராது; என் பையன் டெக்ஸாசிலிருந்து டாண்ணு மாசாமாசம் டாலர்லே பணம் அனுப்பும்போது நான் எதுக்கு சிக்கனம் பண்ணணும் சொல்லு..."

எழுபத்து நாலு வயதிலும் விசுவின் குரலில் அதே கணீர்; அதிரடியாய் பேசும் அதே குணம்.

போன திங்கள் கிழமை, எதிர்பாராமல் விசுவநாதனிடமிருந்து வெங்கடேசனுக்கு ஒரு கடிதம் வந்தது. எப்படி விசுவநாதன் இத்தனை காலம் கழித்து, லெட்டர் போடுகிறான்? அதுவும் ஒரு முதியோர் இல்லத்திலிருந்து? நண்பனைக் கடைசியாய் சந்தித்து நான்கு வருடங்களுக்கு மேல் ஆகிவிட்டது. விசுவின் மனைவி காலமானபோது துக்கம் விசாரிக்கப் போகையில் கடைசியாய்ப் பார்த்தது. எத்தனை வருஷங்கள் ஆனால் என்ன? பள்ளிக்கூட நாட்களில் தொடங்கிய அந்த நட்பின் பந்தம் எளிதில் அறுந்துவிடுமா என்ன?

17. அக்கரைப் பச்சை

"நீ அடையார்லே பார்த்துப் பார்த்துக் கட்டினியே, அந்த வீடு என்னாச்சு?" என்று விசாரித்தார் வெங்கடேசன்.

"உனக்குத் தான் தெரியுமே? என் பையன் அமெரிக்காவிலே டெக்ஸாசிலே பிரம்மாண்டமா ஒரு வீடு வாங்கினான்னு; நங்கநல்லூர்லே சும்மா இருந்த பிளாட்டை வித்து, அவன் அங்கே வீடு வாங்க கணிசமா நான்தான் பண உதவி பண்ணினேன். அவனுக்கு இந்தப் பக்கம் வந்து செட்டில் ஆகிற ஐடியாவே இல்லே. அதனால 'உன் அடையார் வீட்டிலே எனக்கு ஒரு இண்ட்ரட்ஸ்டுமே இல்லப்பா'ன்னுட்டான். என் வீட்டுக்காரியும் போய் சேர்ந்தாச்சு. சின்னவ சுமாவுக்குத் தான் அந்த அடையார் வீட்டுமேலே ஒரு ஆசை; சரித்தான்னு அவளுக்கு அடையார் வீட்டை எழுதிக் கொடுத்துட்டேன். என் பெரிய பொண்ணு உமாவுக்குத் தான் நான் பாம்பேயிலே இருந்த என் ஃப்ளாட்டை ஏற்கனவே கொடுத்தாச்சு..."

"இருந்தாலும் உனக்கு ரொம்ப பெரிய மனசப்பா! நீ அந்த அடையார் வீட்டை எத்தனை ஆசையாப் பாத்துப் பாத்துக் கட்டினேன்னு எனக்குத்தான் தெரியும். உன் ஆயுசு முடியறவரைக்குமாவது அங்கே இருந்துட்டு, அப்புறமா பொண்ணுக்கு எழுதி வெச்சிருக்கலாம்," என்றார் வெங்கடேசன்.

விசுவின் முகத்தில் சற்றே இருளடித்ததை வெங்கடேசன் கவனிக்கத் தவறவில்லை.

"நானும் மொதல்ல அப்படித்தான் நெனச்சிருந்தேன். சின்னவ ஆமதாபாத்லேர்ந்து சென்னைக்குத் திரும்பக் குடித்தனம் வந்த போது, அவ புருஷனோட ஸ்டேட்டஸுக்கு ஏத்த மாதிரி வீடு உடனே கெடைக்கல்லே. 'சரி, எங்கூடவே வந்து இருந்துக்கோ'ன்னு சொல்லி அவ கீழேயும், நான் மேலேயுமா இருந்தோம்..."

விசுவநாதனின் குரலில் பிசிரடிக்க ஆரம்பித்தது.

"மாப்பிள்ளைக்கு அவர் வேலை பார்த்த மல்டிநேஷனல் கம்பெனிலே ஒரு பெரிய ஈகோ கிளாஷ் ஆகி, அவர் வெளியே வர மாதிரி ஆயிப்போச்சு; இனிமே இன்னொருத்தன் கீழே வேலை பாக்கறதில்லேன்னு தீர்மானம் பண்ணி சொந்தமா மார்க்கெட்டிங் ஏஜென்சி ஆரம்பிச்சார். வீட்டு மாடியிலேயே ஆஃபீஸ்னா ரொம்ப வசதியாயிருக்கும்னு நெனச்சார். நானும்

'சரி, மேலேயும் எடுத்துக்கோங்க'ன்னு சொல்லிட்டு ஒரு நடை அமெரிக்கா கிளம்பிப் போனேன்..."

"அங்கேயும் சரிப்பட்டு வரலியாக்கும்!" வெங்கடேசனுக்கு அவரையும் மீறி குரலில் ஒரு கேலி தொனித்துவிட்டது. அதைப்பற்றி சிறிது குற்ற உணர்வும் வந்தது.

விசுவின் குரல் சற்று ஓங்கியது. "உனக்குத் தான் என்னைப் பத்தித் தெரியுமே; நம்ம அதிகாரத்திலே, நம்ம சுதந்திரத்துக்கு எந்த பங்கமும் வராம காலத்தை ஓட்டணும்; சும்மா 'காம்பிரமைஸ்' பண்ணிண்டு 'ஓக்கே, ஓக்கே'ன்னு சொல்லிண்டு குனிஞ்சு போகப்படாது; குனிஞ்சா, குனியக் குனியக் குட்டுவானுங்க. சாகற வரை தலை நிமிர்ந்து நிக்கணும்; நடக்கணும். அது அங்கே முடியாதுன்னு தோணித்து; இங்கே தனியா வந்துட்டேன்.,"

விசுவநாதனின் கடைசிப் பெண், மாதம் ஒரு முறையாவது தவறாமல் முதியோர் இல்லத்திற்கு வந்து இவரைப் பார்க்கிறாளாம். இவரும் இரண்டு மாதத்துக்கு ஒருமுறை வாரக்கடைசியில் தன் பெண் வீட்டிற்குப் போய், ஒரு நாள் சாப்பிட்டு விட்டு வந்து விடுவாராம் அமெரிக்காவில் இருக்கும் மகன், மாதாமாதம் பணம் அனுப்புவதோடு, நான்கைந்து மாசத்துக்கு ஒரு முறை தொலைபேசியில் நீண்ட நேரம் உரையாடுவானாம்.

"கூடவே ஈஷிக்கிட்டு இருந்தா கடைசியில கசப்பு தாண்டா மிஞ்சும் வெங்கடேசா! அதுக்கு பதிலா, ஒரு ஆரோக்கியமான தூரத்தை மெயின்டெய்ன் பண்ணினோம்னு வச்சுக்க; அதுதான் எல்லாருக்குமே நல்லதுன்னு நான் நினைக்கிறேன்," விசுவநாதன் காலை ஆட்டிக்கொண்டே சொன்னது, தனக்கு ஒரு உபதேசமாக சொல்கிறாரோ என்று வெங்கடேசனுக்கு தோன்றியது.

"**அ**ப்பா... அப்பா... பால் வாங்கப் போகலையா? டைம் ஆயிடுத்தே?" கணேசனுக்கு எழுப்பியதும் வெங்கடேசன் திடுக்கிட்டு எழுந்துகொண்டார். நன்கு வெளிச்சம் விட்டிருந்தது; பொதுவாகவே ஆவின் பால் பூத்தில் நீண்ட நேரம் வரிசையில் நிற்பதை தவிர்க்க அவர் ஐந்து மணிக்கெல்லாம் எழுந்து போய் விடுவது வழக்கம்.

17. அக்கரைப் பச்சை

ராத்திரி தூக்கம் கெட்டு புரண்டு புரண்டு படுத்ததால், விழிக்க நேரமாகி விட்டிருந்தது. பால் பாத்திரத்தை எடுத்துக்கொண்டு இறங்குகையில், பதட்டமாய் எழுந்த காரணத்தால் வாசற் படியில் கால் தடுக்கியது. சுதாரித்துக் கொண்டு எட்டி நடை போட்டார்.

இரவெல்லாம் ஓடிய எண்ண ஓட்டங்கள் சொல்லி வைத்தாற் போல் தொடர ஆரம்பித்து விட்டன.

இந்தப் பால் வாங்கும் வேலையையே எடுத்துக் கொள்ளலாமே? அப்பா ஏதோ அசதியில் தூங்குகிறார், எழுப்ப வேண்டாம்; நாமே போய் ஒரு நாள் வாங்கிவந்து விடலாம் என்று ஏன் கணேசன் நினைக்கவில்லை? ஏதோ சம்பளத்துக்கு வேலை பார்ப்பவனை விரட்டுவது போல எழுப்பி அல்லவா விரட்டுகிறான்?

உண்மையில் தன்னை விரட்டவில்லை, சாதாரணமாகத்தான் எழுப்பினான் என்ற ஒரு பலவீனக் குரலும் உள்ளிருந்து எழும்பாமல் இல்லை. காய்கறி வாங்குவது, மாதாந்திர மளிகை சாமான்கள் வாங்குவது, குழந்தைகளை பள்ளியில் கொண்டு விட்டு அழைத்து வருவது -- என்றெல்லாம் இத்தனை நாட்கள் சிந்தனையில் குழப்பம் ஏதும் அற்று செய்து வந்த காரியங்கள் எல்லாம் ஒரே நாளில் சுமை போல தோன்றுவது ஏன்? காரணம் விசுவநாதனுடன் ஏற்பட்ட சந்திப்பு தான் என்பது வெங்கடேசனுக்கு தெரியத்தான் செய்தது.

பேரக் குழந்தைகளின் சிரிப்பில், மழலையில், கொஞ்சல்களில் மதிமயங்கி எத்தனை நாட்கள்தான் இப்படி ஒரு வேலைக்காரன் போல வாழ்வது? வேலைக்குப் போகும் மருமகளின் ஒரு வார்த்தை, அரை வார்த்தை பேச்சு, வடக்கத்தி மசாலா வாடை வீசும் சமையல், அவ்வப்போது கணேசன் சொல்லும் அலுப்புத்தட்டும் அரசாங்க அலுவலக செய்திகள்... இந்த வட்டத்துக்குள் எத்தனை நாட்கள்தான் உழல்வது?

நிறைவான குடும்ப வாழ்க்கையின் கடைசி கட்டமாக வயதான காலத்தில் காட்டிற்குப் போய் வானப்பிரஸ்த வாழ்க்கை வாழவேண்டும் என்று பண்டைய சாஸ்திரங்கள் சொல்லுகின்றன.

காட்டில் தனியாக வாழ்வதெல்லாம் இன்றைய காலகட்டத்தில் சாத்தியமேய்ல்லை; ஆனால் முதியோர்

இல்லத்தில் போய் வாழ்வது சாத்தியமே. தன் பென்ஷன், மற்றும் சேமிப்புகளிலிருந்து கிடைக்கும் வட்டி இவற்றை வைத்துக்கொண்டு, விஸ்வநாதனை போல ஏ-கிளாஸ் வசதிகள் சாத்தியமில்லை என்றாலும் ஒரு பி கிளாஸ் வசதி கிடைக்காமலா போகும்?

மாலையில் கறிகாய் வாங்கப் போகும்போது, விஸ்வநாதனின் முதியோர் இல்லத்தில் தொலைபேசி எண்ணை ஒரு துண்டுக் காகிதத்தில் எழுதி எடுத்துக்கொண்டு போனார் வெங்கடேசன். ஒரு பொதுத் தொலை பேசியிலிருந்து விசுவிடம் பேசினார்.

பேச்சு துணைக்கு தன் பால்ய நண்பர் முதியோர் இல்லத்திற்கு வந்து சேர்ந்தால் விஸ்வநாதனுக்கு சந்தோஷம்தானாம். பி, சி, கிளாஸ் வசதிகள் என்ன, கட்டணங்கள் எவ்வளவு இன்னபிற விவரங்களுடன், சேர்வதற்கான விண்ணப்பப் படிவத்தையும் வாங்கிக்கொண்டு வாரக்கடைசியில் விசுவநாதனே நேரில் வருகிறாராம்.

"உன் மகன் கணேசனையும், மருமக, குழந்தைகளையும் எனக்கு ஒரு நடை பார்த்தது போலவும் இருக்கும்," என்று சொன்னார் விசு.

விசு வந்து இரண்டு மணி நேரம் ஓடியதே தெரியவில்லை; பேசிச் சிரிக்க எத்தனையோ பழைய கதைகள். டிபன் சாப்பிட்டுக் காப்பியும் குடித்தாயிற்று. விசு கிளம்பிவிட்டார்.

கணேசனும், மருமகளும் விஸ்வநாதனை வழி அனுப்ப வாசல் வரை வந்தார்கள். குழந்தைகள் இரண்டும் விசு தாத்தாவிற்கு டாட்டா சொல்லின.

விசுவுடன் கூடவே கிளம்பிய வெங்கடேசன், மகனிடம், "தெரு முனையிலே போய் இவனுக்கு ஆட்டோ பிடிச்சுக் கொடுத்து அனுப்பிட்டு வந்திடறேன்," என்று சொல்லிவிட்டு படி இறங்கினார்.

இன்னும் முதியோர் இல்லத்தில் சேர்வதற்கான நுழைவு படிவத்தை விசுவநாதனிடமிருந்து வாங்கிக் கொள்ள

முடியவில்லை; வீட்டுக்குள் மற்ற விவரங்களை கேட்டுக் கொள்ளவும் சந்தர்ப்ப சூழல் இடம் தரவில்லை.

"போ, இன்னிக்கி ராத்திரி வாயுப் பிரச்சனை தான்! உன் மருமகள் பண்ணிப் போட்ட பூரி-சென்னா மசாலாவை ஒரு பிடி பிடிச்சுட்டேன்!" என்றார் விசுவநாதன் நடக்கையில்.

"உன் பேரப் பையன் வருண்! அவன் பேச்சை கேட்கிறதே சுவாரசியமப்பா! இன்னும் மழலையே போகல இல்ல? நீ ஒண்ணு கவனிச்சியோ? நீ என்கூட உட்கார்ந்து பேசுறது அவனுக்கு பிடிக்கவே இல்லை! 'தாத்தா தாத்தா'ன்னு உன் கன்னத்தை பிடிச்சுத் திருப்பி திருப்பி என்னவோ உன்கிட்ட விஷயம் சொல்லிக்கிட்டே இருந்தான்; உன்னைக் கிரிக்கெட் விளையாட கூப்பிட்டுக்கிட்டே இருந்தான். அவன் கூட இந்த வயசிலே கிரிக்கெட் விளையாடுவியா நீ?"

"பிளாஸ்டிக் மட்டை, பந்து வெச்சுக்கிட்டு வீட்டு ஹாலுக்குள்ளேதான்!" என்றார் வெங்கடேசன் சிரித்துக்கொண்டே. "ஒவ்வொரு நாள் ராத்திரியும் அவனைத் தூங்கப் பண்றதுக்கு நான் புதுப்புது கதை கண்டுபிடிச்சு சொல்ற பிரச்சனை இருக்கே, பெரும் பிரச்சனை போ!" என்றார் தொடர்ந்து.

"அந்த சின்னக் குட்டி வித்யா... வித்யா தானே அதன் பேரு? நாம பேசிக்கொண்டிருக்கும்போதே அதுபாட்டுக்கு சுவாதீனமா உன் மடியில் வந்து படுத்துது! அப்படியே தூங்கியும் போச்சு!" -- விசுவநாதன் குழந்தைகளைப் பற்றியே பேசிக் கொண்டு நடந்தார்.

தெருமுனையில் ஆட்டோ ஒன்று காலியாக வர அதைக் கை தட்டிக் கூப்பிட்டு நிறுத்தினார். "அப்ப நான் கிளம்பறேன்," என்றார் விசு.

"கடைசியில் நீ வந்த விஷயத்தை பத்திப் பேசவே இல்லையே? ஃபார்ம் கொண்டு வந்தியோ?" என்று வெங்கடேசன் அவசரமாய் ஞாபகப்படுத்தினார்.

விசு சட்டென்று பதில் சொல்லவில்லை ஆட்டோவில் ஏறி உட்கார்ந்து கொண்டார். முகம் ஒரு கணம் வாடியது.

"உனக்கு வேண்டாம்டா வெங்கடேசா! வயசான காலத்திலே மனுஷனுக்கு சந்தோஷம்னு ஒண்ணு கிடைக்கிறதுன்னா, அது பேரக்குழந்தைகள் மூலமா மட்டும்

தாண்டா. நாம பெத்ததுங்க குழந்தைகளா இருக்கறச்சே, நாம வேலை, சம்பாத்தியம்னு ஓடிக்கிட்டே இருந்திடறோம். அதுங்களோட சிரிப்பு, மழலை, சந்தோஷம், விளையாட்டு எதையும் நாம உருப்படியா எஞ்ஜாய் பண்ணவே முடியறதில்லை; என்ன சொல்றே?"

"அதென்னவோ சரிதான்..."

"அதைவிட கொடுமை, ஆபீஸ் டென்ஷன், கோபதாபம் எல்லாத்தையும் கூட சமயத்திலே வீட்டுக்கு வந்து நம்ம குழந்தைகள் மேலே காட்டவும் செய்யறோம்..."

"நான் அப்படியில்லே..."

"சரி, பரவாயில்லே; மெஜாரிட்டி அப்படித்தான்னு வெச்சுக்கோ; ஆனா நாம தாத்தா ஆகும்போதுதான், நமக்கு குட்டிக் குழந்தைகளை அனுபவிக்க முடியறது. அதுங்களோட சிரிப்பு, விளையாட்டு மட்டுமில்லை, பிடிவாதம் கூட நம்ம கண்ணுக்கு அழகாய் படுது! உண்டா இல்லியா?" என்றார் விசு.

"சரி தான்; ஆனா அதுக்காக நாம எந்த அளவுக்கு மகன், மறுமக கிட்டே காம்பிரமைஸ் செய்ய வேண்டியிருக்கு? அதையும் யோசிக்கணுமில்லே?" என்றார் வெங்கடேசன்.

"சரி, நீ இத்தனை நாள் அதை பண்ணினே இல்லே? பண்ண முடிஞ்சிருக்கில்லே? அதற்கு பிரதிபலனா உனக்கு அருமையான சந்தோஷத்தைக் கொடுக்கிற பேரன், பேத்தியை கடவுள் கொடுத்திருக்கார். இல்லியா? நீ அதை அனுபவிடா! அதை கெடுக்கிற பாவம் எனக்கு வேண்டாம்; என்னை மாதிரி வறட்டு கௌரவம் எல்லாம் உனக்கும் வேண்டாம்..." என்றவர்

"நீ வண்டிய விடுப்பா!" என்று ஆட்டோக்காரனிடம் சொன்ன விசு, வெங்கடேசனுக்குக் கையை ஆட்டிவிட்டு கிளம்பிவிட்டார்.

(*ஆண்டு* 2001)

-=()=-

17. அக்கரைப் பச்சை

18. அருட்பேரலை

(கதையின் ஆண்டு 2007)

ஒரே வாரத்தில், அதே கனவு சிறிய சிறிய மாற்றங்களுடன் மூன்று முறை வந்துவிட்டது. செபஸ்டியனால் பயப்படாமல் இருக்க முடியவில்லை; கண்டிப்பாக ஏதோ கெடுதல் நடக்க இருப்பதற்கான முன் அறிகுறி தான் இது என்ற எண்ணத்தை ஒதுக்க முடியவில்லை. மனைவி மரியசெல்வியிடம் பகிர்ந்து கொள்ளவும் சற்றே தயக்கம். அவள் படு பயந்தாங்கொள்ளி.

கடலோரம் அமர்ந்து வலையைப் பழுது பார்த்து முடிக்கும் மட்டும் தெள்ளத்தெளிவாக அந்தக் கனவின் காட்சிகள் மீண்டும் மீண்டும் மனத்திரையில் ஓடிக்கொண்டேயிருந்தன.

மொட்டைப் பாறையாய் மரங்களே இல்லாத மலையில், மரிய செல்வியையும் குழந்தைகள் ஜேக்கப், ஜெபராணியையும் இழுத்துக்கொண்டு, மூச்சிறைக்க இவன் மலை ஏறுகிறான். இவனைப்போலவே இன்னும் பலரும் ஏறிவருகிறார்கள். . திடீரென்று காது பிளக்கும் ஒலியுடன் மலையின் உச்சி பிளந்து வெடிக்க, பெரும் எரிமலைக்குழம்பு ஆறாய்க் கீழிறங்குகிறது.

தீக்குழம்பில் அலையுண்டா என்ன? ஆனாலும் ஆரஞ்சு நிறத்தில் பேரலை ஒன்று மின்னல் வேகத்தில் கீழிறங்க மரண பயத்தில் அலறிக்கொண்டு எல்லாரும் கீழ் நோக்கி ஓடுகிறார்கள். இவன் பார்க்கையிலேயே உடன் ஓடுபவர்கள் பலரும் தீயலையில் பொசுங்கிச்சாகிறார்கள். 'குடும்பத்தோடு இதோ நாமும் ஒழிந்ததோம்' என்று இவன் ஓடுகையில், வழியில் வழியில் ஒரு ஒற்றை மரம். அதன் கிளையில் கோவணாண்டியாய் ஒரு மனிதன்.

இவனைப்பார்த்ததும் அந்தக் கோவணாண்டி சட்டென்று தன் கோவணத்தை அவிழ்த்து உதறி, 'பிடிச்சுக்கிட்டு மேலே வா, சீக்கிறம்!' என்கிறான். இவனது மரண பயத்தினிடையேயும், அந்த மனிதன் கோவணத்தை நீட்டுவதில் இருக்கும் கிறுக்குத்தனம் ஒருபுறம் சிரிப்பைத்தருகிறது!

18. அருட்பேரலை

வெறும் கோவணத்தைப் பிடித்துக்கொண்டு நாலுபேர் மரம் ஏறித் தப்பிக்க முடியுமா என்ற சந்தேகத்துடனும் படபடக்கும் இதயத்துடனும் கனவு கலையும்.

செபஸ்டியன் வலையைப் பரத்திக் காய வைத்துவிட்டு, கடலோரம் இருக்கும் தன் குப்பத்தை நோக்கி ஒரு பீடியைப்புகைத்தவாரே நடக்கையில், அந்தக் கோவணாண்டிக் கிழவரை எங்கேயோ பார்த்திருக்கிறோம் என்ற உணர்வு இன்று தோன்றியது. எங்கே? எங்கே?

சட்டென்று பொறி தட்டியது! இந்த வார 'ஜூனியர் விகடன்!' அதுவும் அட்டைப்படத்தில்! வீட்டில் சுவற்று மூலையில் இன்று காலை மேம்போக்காய்ப் புரட்டிவிட்டுப் போட்டது ஞாபகம் வந்தது.

செபஸ்டியனுக்கு, தான் இங்கு வந்தது ஏன், எதை எதிர்பார்த்து என்ற கேள்வி இன்னும் உள்ளுக்குள்ளே குடைந்துகொண்டே இருந்தது. 'கேவலம் ஒரு கனவை நினைத்து பயந்து கொண்டு, கிறுக்காய் இருக்கக்கூடிய சாத்தியக்கூறுகள் உள்ள இந்தக் கீழ்கட்டளை காவித்துண்டு சாமியாரைப் பார்க்கக் கைக்காசைச் செலவு செய்துகொண்டு வந்தது முட்டாள் தனமோ?'

கீழ்க்கட்டளை பஸ் ஸ்டாண்டில் இறங்கி யாரைக்கேட்டாலும் வழி சொன்னார்கள். பாதாள சாக்கடைக்காக நோண்டி, சரியாய் மூடாத ஒரு தெருவில், நெருக்கியடித்துக் கட்டப்பட்டிருந்த சில அடுக்ககங்களைத்தாண்டி, முக்கால் கிரவுண்டு நிலத்தில் பழைய, சிறிய ஓட்டு வீடு. வாசலில் ரோட்டை அடைத்துக்கொண்டு ஒரிரு 'குவாலிசு'களும் 'சுமோ'களும் நின்றுகொண்டிருந்தன.

ஜுனியர் விகடனில் தான் போட்டிருந்தானே - தற்போது இந்தச் சாமியார் காட்டில் தான் அடைமழையாம். சும்மா டாலரிலும் 'யூரோ'விலுமாக வந்து குமிகிறதாம். 'சாமியார் ஒரு பைத்தியம்; அந்தப் பைத்தியத்தைச் சுற்றிப் பத்து பேர்' என்று சிலர் பேட்டி கொடுத்திருந்தார்கள்;

ஆனால் வேறு நிறையப்பேர், 'இவர் ஒரு தமிழ்நாட்டு ராமகிருஷ்ணர்' என்று சிலாகித்திருந்தனர். 'ரமண

மகரிஷிக்குப் பிறகு, தமிழ்நாட்டில் மற்றொரு பகவான் அவதாரம்' என்று பரவசமாய் சொல்பவர்களும் இருக்கிறார்களாம்.

மிகுந்த தயக்கத்துடன் உள்ளே நுழைந்தான் செபஸ்டியன். சிறிய வராந்தாவில் ஒரு பெஞ்சியில் பலரும் உட்கார்ந்திருந்தார்கள். பலரும் கையில் பழங்களோ, பூக்களோ வைத்திருந்தார்கள். சாமியைப் பார்க்கக் காத்துக்கொண்டு இருக்கிறார்கள் என்று தெரிந்தது.

அங்கே ஒரு சிறிய டேபிள் போட்டு அதன் பின்னால் ஒரு வெள்ளை சட்டை வெள்ளை வேட்டி, நரைத்த தலை மனிதர் உட்கார்ந்திருந்தார், பக்தர்களை ஒழுங்கு படுத்தி உள்ளே அனுப்பிக்கொண்டிருந்த, 'சர்மா' என்று அழைக்கப்பட்ட அந்த நபர். இவனைக் கவனித்ததும் நட்புடன் புன்னகைத்தார்

அவரிடம் நெருங்கிப் போய், "சாமியை ஒரு பத்து நிமிசம் தனியாப் பார்த்துப் பேசணுங்க," என்றான்.

" இப்போத்தான் முதல் தடவையா இங்கே வறேள் போலிருக்கு; ஸ்வாமியைத் தனியாப் பாக்கறது, நாமளாப் போய்ப் பேசறதுங்கிறதுங்கிறதெல்லாம், பெரும்பாலும் நம்ம சாமர்த்தியத்திலே இல்லே; அவராப் பார்த்துப் பேசினாத்தான் உண்டு! கொஞ்சம் உட்காருங்கோ; நான் உள்ளே அனுப்பறச்சே, போய் நமஸ்காரம் பண்ணிட்டு, கண்ணிலே படற மாதிரி எதித்தாப்பலே உக்கார்ந்துகோங்கோ; அப்புறம் உங்க அதிர்ஷ்டம்," என்றார்.

உள்ளே பத்துப் பத்துப் பேராக ஒன்றாக அனுமதித்தார்கள். அறைக்குள் சுமார் இருபது பேர் எற்கனவே உட்கார்ந்திருந்தார்கள். அதில் நான்கைந்து வெள்ளைக்காரர்கள் வேறு. அவர்களெல்லாம் கண்ணை மூடி தியானம் பண்ணும் நிலையில் அமர்ந்திருந்தார்கள். தலை தலையாய் மறைத்ததில் முதலில் சாமியார் எங்கு இருக்கிறார் என்றே பிடிபடவில்லை. நான்கைந்து பேர் நகர்ந்ததும் அவரைப்பார்க்க முடிந்தது.

குட்டையான மர பெஞ்சு ஒன்றில், ஒரு காலை மடித்து, ஒரு காலை நீட்டிக்கொண்டு அவர் உட்கார்ந்திருந்தார். சுமார் ஐம்பது வயது இருக்கும். பாதி நரைத்த தலை; முகத்தில் பத்து

நாள் தாடி. வெற்றுடம்பில், இடுப்பில் மட்டும் காவி நிறத்தில் ஒரு துண்டு. சந்தன நிறத்தை விடத் தூக்கலான உடல் நிறம்.

அவரது அந்தக் கண்கள்! ஆழமாய், அதே சமயம் எங்கோ தொலை நோக்கியதாய், பளபளப்பாய், ஒருவித ஒளியோடு, அதே சமயம் ஒரு மூன்று வயதுக் குழந்தையின் குறும்புக் கண்கள் போல. மின்னல் வெட்டுப் போல் ஒருகணம் அவர் பார்வை இவன் கண்களோடு வந்து பொருந்தியது. அப்படியே ஒரு நான்கைந்து நொடிகள் இவன் கண் வழியே உட் புகுந்து அகத்திலிருப்பதையெல்லாம் நோட்டம் விடுவது போலத் தங்கியது.

செபஸ்டியனுக்குத் தன்னை அறியாமலேயே மெய் சிலிர்த்தது; தன்னை அறியாமலேயே கை சிலுவையிட்டுக்கொள்ள, வாய் "கர்த்தரே, ரட்சியும்!" என்று பிரார்த்தித்தது; தன்னை அறியாமலேயே அவர் முன் வந்ததும் மற்ற எல்லாரும் செய்ததைப்போலவே கீழே விழுந்து தண்டனிட்டான்; சற்றே நகர்ந்து உட்கார்ந்து கொண்டான்.

''நாளன்னிக்கி அடிக்கல் நாட்டு விழாவுக்காக முரளி மனோஹர் ஜோஷி, நாளை ராத்திரி வந்து சேர்ந்துடரேன்னு ஃபோன் பண்ணினார்", சாமியாருக்குப் பக்கத்தில் உட்கார்ந்திருந்தவர் பணிவோடு சொன்னார்.

"யார்ரா அவரையெல்லாம் கூப்டது?" சாமியார் வெடுக்கென்று கேட்டார்.

"நாங்க யாரும் கூப்பிடலை, பகவானே; அவராய்த்தான் தானே வந்துடரேன்னு...'

"ஒடனே ஃபோன் போட்டு வரவேணாம்னு சொல்லிடு."

கேட்டவருக்கு இந்த பதில் திருப்தி இல்லை என்பதை அவரது முக பாவம் காட்டினாலும், ," சரி, பகவானே,'' என்றார்; "அப்புறம் பந்தலில் போட, ஒரு ஆயிரம் ப்ளாஸ்டிக் நாற்காலிக்கு காண்டிராக்டர் கிட்டே சொல்லிடலாமா?" என்றார் தொடர்ந்து.

சாமியார் தாவாங்கட்டையைச் சொறிந்துகொண்டார்; செபஸ்டியனை மீண்டும் தீர்க்கமாய்ப் பார்த்தார். செபஸ்டியனுக்கு மீண்டும் மயிர்க்கூச்சம் எடுத்தது. பெரிய அளவில், எம்.ஆர்.ஸீ நகரில் ஒரு ஆசிரமம் நிறுவுவதற்கான அடிக்கல் நாட்டு விழா நாளை மறுநாள் நடக்கவிருப்பதைப் பற்றி ஏற்கனவே ஜூனியர் விகடனில் படித்திருந்ததால், பேச்சு

அதைப்பற்றித்தான் நடக்கிறது என்பதை, செபஸ்டியனால் ஊகிக்க முடிந்தது.

"வாண்டாம். நாற்காலியா? வாண்டாம்.... பாய்; சுருட்டற பாய். ஆயிரம் பாய்; வெலைக்கே வாங்கிடு. பகலிலே உட்கார்ந்துக்கலாம்; ராத்திரியிலே படுத்துக்கலாம்...'' பேச்சு திப்பி திப்பியாய் வந்தது. கேட்டவர் சுத்தமாய்த் திகைத்துக் குழம்பிப் போனது அவர் முக பாவத்தில் தெள்ளத்தெளிவாய்த் தெரிந்தது!

"பேரென்ன?"

இதுவரை பேசியதற்குத் தொடர்பில்லாமல் கேள்வி சாமியாரிடமிருந்து வந்தது. தன்னைத்தான் கேட்கிறார் என்று புரிந்ததும், "செ... செபஸ்டியன்", என்றான் வாய் குழற.

"எங்கேயிருந்து வர்ரே?"

பதில் சொன்னான்.

"கடலை ஒட்டியே குப்பமா?"

''ஆமாங்க...,"

"எத்தனை ஜனம் இருக்கும் அங்கே?"

'' சுமார் ஆயிரம் பேர் இருப்பாங்க...,"

இவனையே விடாது பார்த்தவாரே மீண்டும் யோசித்தார்; தாடியைச் சொரிந்துகொண்டார்.

"நாளன்னிக்கி காலங்கார்த்தாலே, ஒரு ஏழு மணிக்கோ அல்லது இன்னும் முன்னாலேயோ, உன் குப்பத்து ஆசாமிகள், பெண்டு பிள்ளைகள் எல்லாரையும் தெரட்டிண்டு, அங்க -- எம்.ஆர்.ஸி நகருக்கு -- பெரிய்ய பந்தல் போட்டிருக்கும் -- ஆயிரம் ரெண்டாயிரம் பேர் கொள்ளும் -- அழச்சிண்டு வர முடியுமா உன்னாலே?" என்றார்.

உடனே பக்கத்தில் இதுவரை பேசிக்கொண்டிருந்தவரிடம் திரும்பி, "ஏண்டா சீனிவாசா, எல்லாரையும் அழைச்சுண்டு வர பத்து பதினைஞ்சு பஸ்ஸு விட ஏற்பாடு செய்வியா?" என்றார்.

இப்போது, இவனோடு சேர்ந்து அந்த சீனிவாசனும், தலையும் வாலும் புரியாமல் 'குழம்பிய முழி' முழிக்க ஆரம்பித்தார்.

"பகவானே! நான் ஒரு முட்டாள்; ஒத்துக்கிறேன். எத்தனை வருஷமாய் உங்க கூட இருந்தாலும் உங்க பூடகமான பேச்சைப்

புரிஞ்சுக்கற அளவுக்கு எனக்கு சூட்சும புத்தியை நீங்க இன்னும் தரலை!" என்றார் சீனிவாசன் உரிமையோடு, லேசாய்ப் புன்னகைத்தவாறே.

சாமியாருக்கு ஒரு கணம் உடம்பு வெட்டிச் சிலிர்த்தது; முதுகுத்தண்டு நிமிர, கண்கள் மேல் நோக்கி நிலை குத்தி நிற்க, வலது கை மேலே உயர்ந்தது. சுட்டு விரலும் கட்டை விரலும் சேர்ந்து ஏதோ முத்திரை காட்டின. சீனிவாசனும் மற்றவர்களும் பரபரப்பான ஒரு பரவசத்துடன் கைகளைக் கூப்பினர். வார்த்தைகளால் விளக்க ஒண்ணாப் பேரமைதி அங்கே சுமார் இரண்டு நிமிடம் போலும் நிலவியது.

"ஹரி போல், ஹரி போல்!" என்றவாரே சாமியார் சாமியார் உடம்பைக் குலுக்கிக் கொண்டு மீண்டும் சாதாரண நிலைக்கு வந்தார். பின் இரைந்த குரலில்,

"நான் மடையன், நான் மடையன்; என்ன திமிர் எனக்கு? நான் அல்பக் கொசு, திமிராடா, திமிரு?..'' எல்லாரும் அதிர்த்து போய்ப் பார்க்க, சாமியார் 'மடேர், மடேர் என்று தானே தன் தலையில் கையால் ஓங்கி அடித்துக் கொண்டார்.

'ஒருக்கால், இது பைத்தியம் தானோ, பத்திரிக்கையில் எழுதி இருந்ததைப் போல்?' என்ற சந்தேகம் ஒரு கணம் செபஸ்டியனுக்குள் எழுந்து அடங்கியது.

"நான் யார்ரா அல்ப்பம்? அவன் படைப்பு, அவன் மாயை. அவன் சிலேட்டு; அவன் எழுதுவான் அழிப்பான். நான் யார்ரா குறுக்கே?" அவரது குரல் உரத்து, பின் அடங்கியது.

செபஸ்டியனைப் பார்த்து, விரலை நீட்டி, 'கிக்,கிக்' என்று உடல் குலுங்கச் சிரித்தார். ," இவனே இப்பத்தான் முதல் முதல்லே வர்ரான்; இவனுக்கே நான் பைத்தியம் தானோன்னு சந்தேகம்! இவன் குப்பத்துக் காரங்களைக் கூப்பிடறதாவது, எல்லாரும் இவன் பேச்சைக் கேட்டுண்டு இவன் பின்னாடியே வர்ரதாவது? நான் உளறினது எனக்கே புரியலை, சீனிவாசா, உனக்கு எப்படிடா புரியும்?" என்றார். "அடிக்கல் நாட்டு விழா... ம்ம்ம்... அடிக்கொள்ளி மூட்டு விழா! எப்பிடியிருக்கு பேரு?" மீண்டும் குலுங்கிக் குலுங்கிச் சிரித்தார்.

சட்டென்று பெஞ்சியிலிருந்து எழுந்துகொண்டார்; '' சீனிவாசா, வா; செபெஸ்டியா, நீயும் வா!" என்றவாரே

இருவரையும் அழைத்துக்கொண்டு பக்கத்தில் இருந்த சிறிய அறைக்குள் நுழைந்தார்.

அந்த அறையில் நிறைய புத்தகங்கள் வைத்த அலமாரி இருந்தது. அறையின் ஓரத்தில் ஒரு பெரிய மீன் தொட்டி; அதில் விதம் விதமான அழகு மீன்கள் நீந்திக் கொண்டிருந்தன. 'சாமியார் மடத்தில் மீன் தொட்டி எதற்கு?'-- செபஸ்டியன் மனதில் மீண்டும் ஒரு எண்ண ஓட்டம்.

''கிட்ட வாடா!" என்று செபஸ்டியனைக் கூப்பிட்டவர், அவனை வெறித்துப் பார்த்தார். கண் வழியே இரு அம்புகள் உள் நுழைந்து இதயம் வரை குடைவது போல் இருந்தது.

"சுய நலம் - சுய நலம்... ஸெல்ஃபிஷ், ஸெல்ஃபிஷ்.... கில் ஃபிஷ், ஸெல் ஃபிஷ்; மீனைப் புடி, வித்துக் காசு பண்ணு!" என்று சொல்லிவிட்டு இடியிடியென்று சிரித்தார். செபஸ்டியன் செய்வதறியாது மரம் போல் நின்றான்.

அலமாரியிலிருந்து ஒரு பொட்டலத்தை எடுத்துப் பிரித்தார். அரிசிப்பொரி. ஒரு கொத்து அள்ளி மீன் தொட்டிக்குள் உதிர்த்தார். மீன்கள் ஆவலாய் மேலே துள்ளி வந்து கவ்விக் கவ்வித் தின்றன.

''சாமியார் மடத்திலே மீன் தொட்டி எப்பிடிடா வந்துதுன்னு யோசிக்கறான்! சொல்லேண்டா சீனிவாசா?" என்றவாறு செபஸ்டியனிடம் திரும்பி, "இந்த சீனிவாசன் இருக்காரே, ஸார் பெரிய்ய சிவில் எஞ்சினீயர்; பி டபிள் யூ டி யிலே வேலை பார்த்து கொள்ளை கொள்ளையாய் சம்பாரிச்சார். எப்படி? டேபிளுக்கு மேலாலயும், டேபிளுக்குக் கீழாலையும்! சேர்த்த காசையெல்லாம் போட்டு, அடையாரிலே பெரிய்ய பங்களா கட்டினார்; அந்த் வீடு என்ன ஆச்சு, சொல்லேண்டா, இவனுக்கும் தெரியட்டுமே உன் பவிஷு!"

அறிமுகமில்லாத மூன்றாம் மனிதனிடம் தன்னை உரித்துக் காட்டுவதில் சங்கடப்பட்டுக் கொண்டு நின்ற சீனிவாசன், சுதாரித்துக் கொண்டு, செபஸ்டியனைப் பார்த்து,

"பார்த்துப் பார்த்து ஆசை ஆசையா என் பங்களாவைக் கட்டினேன்; குடும்பத்தோட குடிபோனேன். என் பங்களாவுக்குப் பக்கத்திலே பத்து மாடி ஃப்ளாட் ஒருத்தன் கட்டினான்; பில்லர் சரியா டிசைன் பண்ணாததாலே, அது கட்டும்போதே ஒருபக்கமா சாஞ்சு, என் வீட்டு மேலே விழுந்துடுத்து; விழுந்த

சமயத்திலே நான் குடும்பத்தோட இவரைத் தரிசனம் பண்றதுக்கு இங்கே வந்திட்டதாலே எல்லாரும் உசிரோட தப்பிச்சோம். இடிஞ்ச வீட்டிலே ஒரு சுவத்து மூலையிலே இந்த மீன் தொட்டி மட்டும் ஒண்ணுமே ஆகாம அதிசயமா அப்படியே இருந்தது! ஏதோ தோணித்து, தொட்டியை பகவான் சன்னதியிலே இருக்கட்டும்னு கொண்டு வந்து வச்சிட்டேன்; நானும் இங்கயே ஒண்டிண்டுட்டேன்," என்றார்.

சாமியார் மீண்டும் செபஸ்டியனை உற்றுப் பார்தவாறே, மீனுக்குப் போடும் பொரியில் ஒரு பிடி எடுத்துத் தம் வாயில் போட்டுக்கொண்டார். ," ஏண்டா, ஒரு நாளைக்காவது, ஒரு பிடி பொரியோ இல்ல வேறே எதானுமோ, நீ புடிக்கிற மீனுக்குத் திங்கப் போட்டிருப்பியாடா? விவசாயியைப் பாரு; அவன் செலவழிச்சு விதை போடறான்; பாடு பட்டு, தண்ணி பாச்சி, ஒரம் போடறான்; களை பிடுங்கறான்; கடேசியிலே தான் அறுவடை பண்றான்; நீ என்ன பண்ணற? அறுவடை மட்டும் தான் பண்ணற. என்ன நியாயம்டா இது? சரி, சரி, நான் யாரு நியாயம் சொல்ல? தப்பு, தப்பு...'' - தலையில் குட்டிக் கொண்டார்.

"இந்தா, புடி...'' என்றவாரே மீதம் இருந்த அரிசிப் பொரியை செபஸ்டியனிடம் நீட்டினார்; ," நீயும் தின்னு, குடும்பத்துக்கும் கொடு."

செபஸ்டியன் செய்வதறியாது தயங்கினான்.

சீனிவாசன் உடனே, "வாங்கிக்குங்க; வாங்கிக்குங்க; பிரசாதம்; பிரசாதம்! எல்லாருக்கும் சட்டுன்னு கிடைக்காது!" என்றார்.

அதை வாங்கிக்கொண்டு, மீண்டும் ஒருமுறை கீழே விழுந்து கும்பிட்டுவிட்டு வெளியே வந்தான்.

உள்ளே அனுப்பிய, சர்மாவிடம் விடை பெரும் நோக்கில் கும்பிட்டான்.

"ஏதேது? நிறையவே பேசினாரு போலருக்கு? பிரசாதம் வேறே கெடெச்சிருக்கு போலிருக்கே? நீங்க ரொம்ப அதிர்ஷ்டசாலிதான்!" என்றார் சர்மா அன்புடன்.

"ஆமாங்க; ஆனா, அவரு பேசறது பெரும்பாலும் புரியலைங்களே?''

"நாமெல்லாம் சராசரி மனுஷா; அவருதோ தெய்வ வாக்கு; அத்தன ஈஸியாப் புரியுமோ? பைத்தியம் உளறுதுன்னு மட்டும் நெனெச்சுராதீங்கோ; ஒவ்வொரு வார்த்தைக்கும் அர்த்தம் இருக்கும்; இப்ப புரியலன்னாலும் பின்னாடி புரியும். இங்கே அடிக்கடி வாங்கோ; பலன் உண்டு -- வெறும் லௌகீகமான பலனா மட்டும் இல்லே; அதுக்கும் எவ்வளவோ மேலே..." என்றார்.

லௌகீகம் என்றால் என்ன அர்த்தம் என்று யோசித்தவாரே கிளம்பினான் செபஸ்டியன்.

"**அ**ப்படியே சிலித்துப் போச்சு தெரியுமா செல்வி? நான் கனவுக்கு பயந்துகிட்டு, திடீர்னு நெனச்சிக்கிட்டு அவரை ஏன் போய்ப் பார்க்கணும்? அவரு எங்கிட்டே குறிப்பா இவ்வளவு ஏன் பேசணும்? நம்ம மரமண்டைக்கு அவரு பேசறது எளவு ஒண்ணும் புரியலைன்னாலும், ஏதோ கோடி காட்டறாரு; அதைப் புடிச்சுகிட்டா நல்லதுன்னு மட்டும் தெரியுது...," என்றான், இரவு, மனைவி மரிய செல்வியிடம், "ஏதோ கர்த்தருடைய அம்சம் அவரு கிட்டே இருக்குதுன்னு நிச்சயமாத் தோணுது செல்வி எனக்கு!"

மரியசெல்வியும் ஆர்வமாய்க் கேட்டாள். "நீங்க கிறிஸ்தவருன்னு அவரு ஒண்ணுமே பேதம் காட்டலியா?" என்று ஆச்சரியப் பட்டாள்.

கீழ்க்கட்டளைக்கு எப்படிப் போவது, எங்கே போய் எந்த நம்பர் பஸ்ஸைப் பிடித்தான் என்று வழியெல்லாம் கூடக் கேட்டு வைத்துக் கொண்டாள்.

"குடும்பத்தோட நாம எல்லாரும் ஒருநடை போய்க் கும்பிட்டு வந்திடலாங்க," என்றாள். "அது சரீ அதெப்படிங்க, வேல மெனெக்கிட்டுப் போயிட்டு, கனவைப் பத்தி ஒண்ணும் பேசாமலேயே திரும்பி வந்தீங்க? அங்க தான் வழக்கம் போல ஒங்களுக்குப் போதலை...' என்று, மனைவியாய் லட்சணமாய் ஒரு இடியும் இடித்தாள்!

இரவு பன்னிரண்டாகியும் தூக்கம் வரவில்லை செபஸ்டியனுக்கு. 'சுய நலம்", "விவசாயி", "விதைக்காமலேயே அறுவடை", "ஒருபிடி அரிசிப்பொரி," -- சாமியின் வார்த்தைகள் சுற்றிச்சுற்றி வந்தன.

18. அருட்பேரலை

திடுமென எழுந்து உட்கார்ந்தான்; என்ன செய்ய வேண்டும் என்று மனதில் தோன்றிவிட்டது. மரிய செல்வி சிரிப்பாள்; மட்டம் தட்டுவாள்; சக மீனவர்கள் இவனுக்குக் கிறுக்குப் பிடித்துவிட்டது என நகையாடக்கூடும். பரவாயில்லை. படுத்தான்; தூக்கம் வந்தது.

மறுநாள் மாலையில் பாரீஸ் கார்னருக்குப் போய் மொத்த வியாபாரியிடம் 20 மூட்டை அரிசிப்பொரியை வாங்கி மினி லாரியில் ஏற்றிக் கொண்டுவந்து வீட்டுக்கு முன் இறக்கினான். அடுத்த நாள் விடியற்காலை ஐந்து மணிக்கெல்லாம் மோட்டார் படகைக் கிளப்பிக் கடலுக்குப் போயாக வேண்டும் என்று உடன் வரும் மூன்று ஆட்களுக்கு சொல்லிவைத்தான்; பொரி மூட்டைகளைப் பற்றிய கேள்விகளுக்கெல்லாம் சிரித்து மழுப்பிச் சமாளித்தான்.

நடுக்கடலில் பொரி மூட்டைகளை ஒவ்வொறாகப் பிரித்து மீன்கள் கூட்டம் உலாவரும் இடங்களில் பரவலாய் உதிர்த்தான். மீன்கள் துள்ளித்துள்ளி வந்து ஆவலாய்த் தின்பதைப் பார்க்கப் பார்க்கப் பரவசமாய் இருந்தது. கண்களில் நீர் துளிர்த்தது; "கர்த்தரே, ரட்சியும்!" என்று மீண்டும் மீண்டும் சிலுவையிட்டுக் கொண்டான்.

"விதைக்காமலேயே அறுவடை பண்ணறோமுன்னு இத்தனை காலம் தோணினதே இல்லயே, ஆண்டவரே," என்று மனதுக்குள் புலம்பினான். பகல் பதினோரு மணிக்கெல்லாம் காலிப் படகை, வாழ்க்கையில் முதல் முறையாக ஒற்றை மீனைக் கூடச் சுமக்காமல் கரையை நோக்கித் திருப்பினான்.

"**சா**மீ...' என்று கத்தியவாறே, செபஸ்டியன், கீழ்க்கட்டளை சாமியார் காலில் வந்து விழுந்தான்.

"என்னை மட்டும் காப்பாத்திட்டு, என் குடும்பத்தை உட்டுட்டீங்களே, சாமீ... முப்பதடி உயர அலை வந்திச்சாம்; கடல் தண்ணி குப்பத்துக்குள்ளாற, திரும்பத் திரும்ப வந்து படிக்குப் பாதிப் பேரை அள்ளிக்கினு போயிருச்சாம் சாமீ. நான் கடலிலே இருந்தேன்; ஆனா அங்க ஒண்ணுமே வித்தியாசமாத் தெரியலியே சாமி; குப்பத்திலே வந்து பாத்தா வீடு கூரையெல்லாம் அடிச்சுப் போயி அம்போன்னு துறந்து

கிடக்குது; சாமான் சட்டி முக்காவாசி காணல்லே; பொண்டாட்டி புள்ள குட்டி போன கதி தெரியல்லியே சாமீ.. ," தலையிலும் மாரிலும் அடித்துக் கொண்டு அழுதான் செபஸ்டியன்.

சீனிவாசன் உட்பட அறையில் இருந்த அனைவரும் அதிர்ச்சியால் வாயடைத்துப் பார்த்து நின்றனர். சாமியார் பெஞ்சியிலிருந்து இறங்கி வந்து செபஸ்டியன் பக்கத்தில் தரையில் உட்கார்ந்து கொண்டார்; கையை நீட்டி, அவன் மாரைத் தடவிக் கொடுத்தார்;

"அழாதே, அழாதே," என்றார். "சித்த இப்படி ஓரமாய்ப் படுத்துக்கோ; எல்லாப் பாரத்தையும் தூக்கி, உன்னோட கர்த்தரோட மடியிலே போட்டுரு; மனசு கொஞ்சம் அடங்கினதும் நான் சொல்றபடி கேளு," என்றார். அவரது கை அவன் மாரைத் தடவத் தடவ, அவனது கொந்தளிப்பு பாதிக்கும் மேல் அடங்கி விட்டது போல் இருந்தது செபஸ்டியனுக்கு. படுத்துக் கொண்டான்; கண்ணீர் மட்டும் அடங்காமல் வந்துகொண்டிருந்தது.

ஒரு அரை மணி போயிருக்கும்.

"செபஸ்டியா, எழுந்து உட்காரு; இந்தக் காப்பியைக் குடி..''

சாமியார், அன்புடன் அவனிடம் காப்பித் தம்ளரை நீட்டினார்.

"முந்தாநாள், உன்னைச் சுய நலம், சுயநலம்னு திட்டினேன்; இன்னைக்கு, உன்னைப் 'பொதுநலம், பொது நலம்'னு விரட்டப் போறேன்; ஆனது ஆயாச்சு, போனது போயாச்சு; எழுந்திரு; உடனே உன் குப்பத்துக்குப் போ; உனக்குத் தெரிஞ்சவா, தெரியாதவா, அனாதரவா நிக்கறவா, யார் யாரையெல்லாம் தெரட்டிக் கூட்டிண்டு வரமுடியுமோ அத்தனை பேரையும், கூட்டிண்டு, அங்கே -- எம் ஆர் ஸி நகருக்கு -- பந்தலுக்கு கூட்டிண்டு வா. சீனிவாசனை பஸ் விட எற்பாடு பண்ணச் சொல்றேன்; முதல்ல அவங்க எல்லாருக்கும் திங்கறதுக்கும், தங்கறதுக்கும் ஏற்பாடு பண்ணுவோம்; சின்ன அடி பட்டவாளைக் கவனிப்போம்; துக்கப்படறவாளுக்கு ஆறுதல் சொல்வோம்; அப்புறம் ஆண்டவன் விட்ட வழி...'' என்றவர், சீனிவாசனிடம் திரும்பி,

"சீனிவாசா! முந்தானாள் சொன்னது போல், பாய்க்கெல்லாம் ஏற்பாடு, பண்ணிட்டையோ? இப்போ உடனே

பத்து நாளைக்கு சமைச்சுப்போட ஆட்களை ஏற்பாடு பண்ணு; நம்ம விழாப் பந்தல்லே தான்; பிராமண சமையல் வேண்டாம்; காரமாய், வெங்காயம், பூண்டெல்லாம் போட்டுப் பண்ணணும். வேளைக்கு நானூறு ஐனூறு பேர் சாப்பிடற மாதிரி. நம்ம சோமையாஜுலுகிட்டே சொல்லி, முடிஞ்ச அளவு, துணிமணி, பெட்ஷீட்டுக்கு ஏற்பாடு பண்ணு; நம்ம பக்தாள், ரெண்டு மூணு டாக்டர்கள் வருவாளே; அவாளுக்கு சொல்லியனுப்பு; குறிப்பா, அவ பேரென்ன, சாரதாமணியா, சைக்கியாட்டிரிஸ்டுதானே, அவ, அவ முக்கியம்... "

சாமியாரிடமிடருந்து அடுத்தடுத்துக் கட்டளைகள் பிறந்துகொண்டிருந்தன. செபஸ்டியனுக்கு எல்லாம் காதில் விழுந்தது; இப்போது புரிந்தது -- முன்பு புரியாததெல்லாம் கூட இப்போது புரிந்தது. முந்தாநாள் பார்த்த பைத்தியம் இல்லை இது என்பது இன்னும் தெளிவாகவே புரிந்தது.

"ம்..,ம்.. எழுந்திரு! செபஸ்டியா, கிளம்பு; போய் உங்க ஆட்கள்டே பேசி எல்லாரையும் கிளப்பு. உன்னை காரிலே கொண்டுபோய் விடச் சொல்றேன்..." என்றார் மீண்டும் இவனிடம் திரும்பி.

"சாமி, என்னாலே ஆகாது சாமி; எம்பேரிலே எரக்கம் காட்டுங்க; என் குடும்பம் போன கதி தெரியல்லே; வீடு வாசல் இல்லே; நொறுங்கிப் போய்க்கிடக்கேன் சாமி, தெம்பில்லே சாமி; என்னை உட்டுடுங்க..." செபஸ்டியன் மீண்டும் பொங்கியழுதான்.

"ஜெய், ஶ்ரீராமகிருஷ்ணா! 'பொண்டாட்டி புள்ள குட்டிக்குன்னா, குடம் குடமா அழுவானுங்க; ஆண்டவனுக்காக ஏங்கி ஒரு சொட்டுக் கண்ணீர் உடமாட்டாங்க'ன்னு நீ சொல்லுவியே, சரிதான், சரிதான்! எல்லாம் மாயை, மாயை!" என்று சிரித்தார் சாமியார்.

அவர் சட்டென்று, பேச்சை நிறுத்தி, வாசற் கதவை நோக்கி, அங்கே கேட்ட பேச்சொலியைக் கூர்ந்து ஒரு கணம் கவனித்தார்; உடனே இரைந்த குரலில், "டேய், சர்மா! அந்தக் குடும்பத்தை உடனே உள்ள உடுடா..'' என்று கத்தினார்.

செபஸ்டியன் ஒரு கணம் விக்கித்து நின்றான். காண்பது நினைவா, கனவா என்று புரியவில்லை; உள்ளே வந்தது, மரியசெல்வியும், குழந்தைகளும்! குழந்தைகள் ஓடிவந்து

இவனைக் கட்டிக் கொண்டன; செல்வியும், அழுத கண்களும், சிரித்த வாயுமாய் இவன் கையைப் பிடித்துக் கொண்டாள் !

"சாமீ, சாமீ... என் ஆண்டவரே...ஏய், உளுந்து கும்பிடுங்க, நம்ம சாமியை..." தானும் தரையில் வீழ்ந்தான்.

காலையில், இவன் கடலுக்குக் கிளம்பிய கொஞ்ச நேரத்திலேயே, அடுத்த வீட்டு மீன் வியாபாரியின் செல் ஃபோனில் மரியசெல்வியின் தங்கை புருஷன் கூப்பிட்டானாம்; கர்ப்பவதியாய் இருந்த தங்கைக்கு எதிபாராமல் எட்டாவது மாதத்திலேயே பிரசவ வலி வந்து, ராயப்பேட்டை ஆஸ்பத்திரியில் சேர்த்திருக்கிறார்களாம்; உதவிக்கு ஆள் இல்லாததால், இவளை உடனே வரும்படி, தங்கை புருஷன் கெஞ்சினானாம்; வீட்டைப் பூட்டிக்கொண்டு, குழந்தைகளையும் இழுத்துக் கொண்டு, செல்வி ஓடியிருக்கிறாள்.

மதியம் பன்னிரண்டு மணிக்கெல்லாம் சுகப் பிரசவம் ஆகி, தாயும், பெண் குழந்தையும் நன்றாய் இருக்கும் சேதி நர்ஸ் வந்து சொன்ன கையோடு, கடல் பொங்கி அலை அடித்த செய்தியும் அப்போதுதான் காதில் விழுந்ததாம்!

அலறிப் புடைத்துக் கொண்டு குப்பத்துக்கு ஓடியிருக்கிறாள். அங்கு கண்ட சாவுகளும், அவலங்களும், அழிவுகளும் தாங்க முடியாமல் போக, ஏதோ ஒரு உள் மன உந்துதலில், கீழ்கட்டளை சாமியாரைத் தேடிக்கொண்டு அவளும் வந்து சேர்ந்திருக்கிறாள்!

எம்.ஆர்.ஸி நகர் பந்தலில், மூன்றாவது நாளான இன்று, சுமார் ஐநூறு பேருக்கு சாப்பாட்டுப் பந்தி நடக்கிறது. முதல் நாள் செபஸ்டியன் கூட்டி வந்த எழுபது எண்பது பேரோடு, இங்கு நிவாரணப் பணி ஆரம்பித்தது.

அரிசி, பருப்பு, காய்கறிகள் வாங்கி வருவது, தண்ணீர் லாரிக்கு ஏற்பாடு, செய்வது, உணவு பரிமாறுவது போன்ற பொறுப்புகளை செபஸ்டியனுக்குக் கொடுத்திருக்கிறார் சாமியார். மரியசெல்வி, சமையற்கூடத்தில் மலை மலையாய் காய்கறி நறுக்கித்தருகிறாள்.

18. அருட்பேரலை

சாமியாரின் வெள்ளைக்கார சீடர்கள் ஆற்றும் பணியோ, செபஸ்டியனுக்குப் பார்க்கப் பார்க்க ஆச்சரியமாய் இருக்கிறது. பந்தல் வளாகத்தின் துப்புறவுப் பணியைத் தாமே முழுமூச்சுடன் செய்கிறார்கள். தற்காலிகக் கழிவறைகளை அமைத்து, அவை எப்போதும் சுத்தமாக இருக்குமாறு கூட்டிக் கழுவிப் பார்த்துக் கொள்கிறார்கள்.

செபஸ்டியனும் செல்வியும் சமயம் கிடைக்கும் போது, டாக்டர் சாரதாமணிக்கு உதவியாக, துக்கத்தில் திணறிப் பைத்தியம் பிடித்தது போல் இருக்கும் பெண்களுக்கும், முதியோருக்கும், ஆறுதல் தரும் பணியில் உதவுகிறார்கள்.

"பகவான் வந்துட்டாரா இன்னிக்கு? எனக்கு இந்த சோகத்தையெல்லாம் சுமந்து சுமந்து, மன பாரம் தாங்கல்லே; பகவானிடம் போய் இறக்கணும்..." என்றார் சாரதாமணி, செபஸ்டியனிடம்.

"வந்துட்டாரு, வாங்க; எனக்கும், ராத்திரி சமையலுக்கு அரிசி மூட்டை எடுக்கணும்," என்றான் செபஸ்டியன்.

பந்தலின் ஒரு மூலையில், ஐந்தாறு தட்டிகளை வைத்து பெரிய அறையாகத் தடுத்து வைத்திருக்கிறது. அதுவே அலுவலகம், அரிசி மூட்டை அடுக்கும் பண்டக சாலை, சாமியாரின் தரிசன அறை -- எல்லாமும்.

உள்ளே நுழைந்தார்கள்.

"**அ**ப்போ, இதான் உங்க தீர்மானமா? ஆசிரமம் கட்டற பிளான் அவ்வளவு தானா?" - சீனிவாசன் சுரத்தில்லாமல் சாமியாரிடம் கேட்டுக் கொண்டிருந்தார்.

"மடையா, மடையா; இந்த இடத்திலே எத்தனை பேருக்கு முடியுமோ அத்தனை பேருக்கு அடக்கமா, சிக்கனமா, நீ கட்டின வீடு மாதிரி இடிஞ்சு விழாம, பலமா வீடு கட்டறதுக்கு பிளான் போடுடான்னா, ஆசிரமம் -- ஆட்டுப்புழுக்கைன்னு பேத்திண்டு கிடக்கே!" என்று இரைந்தார் சாமியார்.

டாக்டர் சாரதாமணி கண்களில் நீர் தளும்பியது;

"அப்போ, முன்னே நீங்க சொன்ன மாதிரி, நாங்கள்ளாம் நிரந்தரமா ஒங்க கூட வந்து தங்கற மாதிரி கட்டறதா இருந்த

ஆசிரமமும் கிடையாதா பகவானே? எங்களுக்கு அந்த பாக்கியம் கிடையாதா?" என்று புலம்பியவர், தொடர்ந்து,

"எனக்கு இந்த ஜனங்களோட சோகத்தையெல்லாம் கேட்டுக் கேட்டுத் தாளலை பகவானே; எதுக்கு இயற்கையிலே இப்படி ஒரு கோர விளையாட்டு? எதுக்கு இத்தனை பலி? அப்புறம் என்ன நிவாரணம்? எந்தக் கை அடிக்கிறது? எந்தக் கை அணைக்கிறது? ஒண்ணுமே விளங்கலையே பகவானே?" என்றார். அவரது புலம்பல் எல்லாரையும் ஒரு கணம் நெகிழ வைத்தது.

சாமியார் பெஞ்சுக்கடியில் கை விட்டு, ஒரு புத்தகத்தை வெளியில் எடுத்தார். செபஸ்டியன் எக்கிப் பார்த்ததில் அட்டையில் ராமகிருஷ்ணரின் படம் போட்டு, 'அமுத மொழிகள்' என்று எழுதியிருந்தது தெரிந்தது. சட்டென்று ஒருபக்கத்தைப் பிரித்து, பக்கத்தில் உட்கார்ந்திருந்த சர்மாவிடம் நீட்டி "படிடா இதை!" என்று ஒரு வரியைக் காண்பித்தார்.

'இறைவனே பலி பீடமாகவும், பலிப்பொருளாகவும், *பலி இடுபவனாகவும் இருப்பதை நான் காண்கிறேன்'* -- படித்தார் சர்மா.

"அதான்; அதேதான்; அதேதான். புரியலை?" என்றார் ஒவ்வொருவராகப் பார்த்து.

சர்மாவிடமிருந்து மீண்டும் அந்தப் புத்தகத்தை வாங்கி படபடவென்று பக்கங்களைத் திருப்பி, மீண்டும் ஒரு வரியைக் காட்டி, "இதைப் படிடா!" என்றார்.

"*இறைவனே பாம்பாக வந்து கடிக்கிறான். அவனே மந்திரவாதிகயாக வந்து மந்திரித்து விஷத்தை இறக்குகிறான்,*" என்று படித்தார் சர்மா.

"புரீலை? புரீலை?" மீண்டும் கேட்டார் சாமியார்.

தனக்கும் ஒருநாளில்லை ஒருநாள் இது புரியும் என்ற நம்பிக்கை செபஸ்டியனிடம் தீவிரமாகத் துளிர் விட்டது.

(ஆண்டு 2007)

-=()=-

18. அருட்பேரலை

19. நித்ரா தேவி

[ஆண்டு 2021]

என் பேரு சந்தான கிருஷ்ணன்.

வயசு எண்பதாச்சு. என் பொண்டாட்டி மகராசி போய் சேர்ந்து ஏழு வருஷமாச்சு. எனக்கு ஷுகர் உண்டு. ஒரு ஹார்ட் அட்டாக் வந்து பொழச்சாச்சு. ஒரு ஹெர்னியா ஆப்பரேஷன் ஆகியிருக்கு. ஆனாலும் ஏதோ வண்டி ஓடிண்டிருக்கு.

என் பெரிய பொண்ணும், ஒரே புள்ளையும் வெளிநாட்டிலே இருக்காங்க. சென்னையிலே இருக்கிற கடைசி பொண்ணோட தான் நான் இப்போ இருக்கேன்.

என் மாப்பிள்ளை ரொம்ப நல்ல மாதிரி. அதனாலே வயதான காலத்திலே முதியோர் இல்லத்திலே போய் சீரழியாமே பொண்ணு வீட்டோட இருக்கிற கொடுப்பினை எனக்கு இருக்கு.

சென்னையிலே எங்கே இருக்கேன்னா கேட்டீங்க? சென்னைன்னா சென்னை இல்லே சார்!

இப்படி ஓல்டு மகாபலிபுரம் ரோடு வழியே போயிக்கிட்டே இருங்க. என்னடா மகாபலிபுரமே வந்தாச்சான்னு நெனைக்கிற தூரத்திலே ஆகாசம் உயரம் டப்பா டப்பாவா கட்டியிருக்கிற ஒரு பெரிய குடியிருப்பு வரும் -- *'ஸ்கை-ஹை அப்பார்ட்மெண்ட்ஸ்'*ன்னு பேரு; கதவு போட்ட சமூகம் - அதான், கேட்டட் கம்யூனிட்டி சார்!

மாப்பிள்ளை வாலண்டரி ரிடையர்மெண்டு ஆகிற காலத்திலே இங்கே வந்து தன் சொந்த வீட்டிலே பதினேழாவது ஆவது மாடியிலேதான் குடியிருப்பேன்னு ஒரே படுத்தல். என்ன செய்யறது போங்க. நானோ ஒண்ட வந்த பிடாரன். மூணு பெட் ரூம் வீட்டிலே எனக்குன்னு ஒரு ரூம். வேளா வேளைக்கு சாப்பாடு. என் ரூமிலே ஒரு டிவி.

எனக்கு வேற என்ன வேணும் சொல்லுங்கோ?

நான் ஏதோ என் சுயசரிதையை சொல்லியோ, இல்லே "அந்த காலத்திலே நான் ஏஜீஸ் ஆபீசிலே வேலை பார்க்கறச்சே'

19. நித்ரா தேவி

என்னு பழங்கதை சொல்லியோ உங்களை அறுக்கப் போறதில்லே. நான் சொல்ல வந்தது இந்தக் காலத்துக் கதை. அதுவும் இந்த கொரோனா ரெண்டாவது அலை காலத்துக் நிஜக் கதை சார். சொல்லறது அக்மார்க் சுத்தமான நிஜம்.

உடனே, ஆக்சிஜன் கிடைக்காம, ஆசுபத்திரி பெட் கிடைக்காம, சுடுகாட்டிலே எரிக்க எடம் கிடைக்காம பட்ட சோகக்கதையான்னு பயந்துடாதீங்க. அதெல்லாம் இல்லை. இது வேறே தினுசு.

இந்தக் கதையின் நாயகனும் ஒரு கிழவன் தான் -- ஆனா அது நான் இல்லே.

அந்தக் கிழம் என் சொந்த ஒண்ணுவிட்ட தம்பி சார். அதாவது என் பெரியப்பா மகன். அவனுக்கும் ஆச்சு ஒரு எழுவத்தெட்டு வயசு. அவன் சின்ன வயசிலே எனக்கு ரொம்ப க்ளோஸ். ஒரே கிராமத்திலே பொறந்து வளர்ந்தோம். ஒரே ஸ்கூலுக்குப் போனோம். ஒண்ணாய் விளையாடினோம். ஒண்ணாய் திருட்டு மாங்காய் அடிச்சு, காக்காய் கடி கடிச்சு சாப்பிட்டோம்.

வளர்ந்தப்புறமும் ஒரு மாதிரி எப்போதும் தொடர்பிலேயே தான் இருந்தோம். இப்படி உறவினர்கள் கல்யாணம் காட்சி, சாவு வீட்டுப் பத்து, சொந்த ஊர்க் கோவில் கருடோத்சவம் அது இதுன்னு ஒருத்தரை ஒருத்தர் பார்த்துக்குவோம். எப்போதாவது வீட்டுக்கும் வந்து போவான்; மணிக்கணக்கா பேசுவோம்.

நான் சென்னை வாசி. அவன் ரொம்பக் காலம் டெல்லியிலே இருந்தான்; அப்புறம் எழுபது வயசிலே சென்னையிலே சொந்தமா மடிப்பாக்கத்திலே ஒரு ஃபிளாட்டு வாங்கிக் குடிவந்தான். வந்த ரெண்டாம் வருஷம் அவன் பொண்டாட்டியும் போய்ச் சேர்ந்துட்டா.

ஆசாமிக்கு ரெண்டு பொண்ணு. ஒருத்தி கல்யாணமாகி ஆமதாபாத்திலே இருக்கிறா; ஒருத்தி அமெரிக்காவிலே. ஆக, இவன் தனிக்கட்டை.

ஆசாமியும் ஷுகர், பீ.பி, கொலஸ்டிரால் அது இதுன்னு சொல்லிக்கிட்டு ஆரோக்கியமாத்தான் இருப்பான். பிரமாதமா சமைப்பான். நல்லா சாப்பிடுவான். அவனுக்கும் பெரிய பிரச்சனை இல்லாம வண்டி ஓடிக்கிட்டிருக்குன்னு வெச்சுக்குங்கோ.

ஆசாமி, சும்மா சொல்லக்கூடாது; சரியான காரியவாதி சார். எல்லாரையும் வாயாலேயே பேசிப் பேசியே வசியம் பண்ணிடுவான். அவன் பேச்சிலேயே மயங்கி எப்ப்டியோ எல்லாரும் அவனுக்கு ஓடி ஓடி காரியம் செய்வாங்க. அப்படியொரு ராசி!. பேரை சொல்லவேல்லியே? கிருஷ்ணமூர்த்தின்னு பேரு. மூர்த்தின்னு கூப்பிடுவோம்.

சரி 'முகவுரை போதும் சார்; கதைக்கு வாங்க' அப்படீங்கரீங்களா?

வர்றேன்; வர்றேன்.

ரொம்ப நாள் கழிச்சு போன வாரம் அவன்கிட்டேர்ந்து எனக்கு ஒரு ஃபோன்கால் வந்துதா? அதிலேர்ந்துதான் சார் கதை ஆரம்பிக்குது. கதையென்ன கதை? எல்லாம் வில்லங்கம்தான். தலையெழுத்துன்னு சொல்லுவாங்க இல்லே? அதே தான் சார்.

* * * * *

"என்னடா சந்தானம்; சௌக்கியமாயிருக்கையாடா?"

"மூர்த்தியா? என்ன குரலக்கேட்டே ஏழெட்டு மாசம் ஆச்சே? நல்லா இருக்கே இல்லே?"

அவன் குரலில் எப்போதும் இருக்கும் கம்பீரமும் உற்சாகமும் இல்லை.

வழக்கமாய் விசாரிக்கிற மாதிரி 'உன் பிள்ளைகள் சௌக்கியமா, உன் பேரம்பேத்திகள் சௌக்கியமா' அது இதுவெல்லாம் கேட்ட பிறகு, "டேய் சந்தானம், எனக்கு பயமாயிருக்குடா," என்றான். குரலில் ஒரு நடுக்கம்.

"ஏண்டா, என்ன ஆச்சு?"

"அது...வந்து...போன வருஷம் கொரோனா லாக்டவுன் சமயத்திலே நான் ஆமதாபாத்திலே என் பொண்ணு வீட்டிலே போய் மாட்டிண்டேன். ஊருக்கு திரும்பி வர முடியாம அங்கேயே காலத்தை ஓட்டினேன். நல்லாத்தான் கவனிச்சுப் பாத்துக்கிட்டான்னாலும் நமக்கு ஒட்டமாட்டேங்குதே? இப்போ இந்த ரெண்டாவது லாக்டவுனிலே சென்னையிலே இருக்கேன்; ஆனா திடீர்ன்னு மனசுக்குள்ள ஒரே பயம். இத்தனை நாளா கடை கண்ணிக்கெல்லாம் நான் தான் போயிட்டு வந்துகிட்டு இருந்தேன். ஒடம்பு நல்லாத்தான் இருக்கு, ஆனா, உள்ளூற

ஏதோ பயம். தனியா மாட்டிக்கிட்டு கொரோனா கிரோனா வந்துட்டா யாரு பார்த்துப்பா?

"நாலு நாள் முன்னாடி பாத்ரூமிலே வழுக்கி விழுந்திட்டேன்; நல்ல காலம் ஒண்ணும் ஆகலே. ஆனா ஒரு மாதிரி ஆடிப்போயிட்டேன். ராத்தூக்கமே போச்சு. ஒரே பயம். பகலிலே கொஞ்சம் கண்ணசந்தா ஒரே துர் சொப்பனமா வருது...."

"அதெல்லாம் ஒண்ணும் ஆகாது; பயப்படாதேடா; என்ன செய்ய? ராம நாமத்தை சொல்லு. பகவான் பார்த்துப்பார்..." என்றேன்.

"இத்தனை வருஷமா ராமா கிருஷ்ணான்னு ஏதாவது சொல்லியிருந்தா நாமம் நாக்கிலே வரும். இப்போ நாலு தடவை நாமம் சொன்னால் அப்புறம் மனசு எங்கோ போயிடறது; நாமம் நின்னு போயிடுது. என்னத்தை சொல்ல? போகட்டும். நான் ரொம்ப ரொம்ப யோசிச்சப்புறம் இதை ஒங்கிட்டே கேக்கிறேன்; சொல்லட்டுமாடா?" என்றான் மூர்த்தி.

நான் எச்சரிக்கையானேன். காரியவாதி! என்ன கேட்கப் போகிறானோ?

"...சொல்லு"

"வந்து.... இந்த லாக்டவுன் முடியற வரை நான் வந்து உங்களோடு தங்கிக்கொள்ளலாமா? .... என் சாப்பாட்டு செலவுக்கெல்லாம் பணம் தந்திடறேன். ஏன், ஒங்க வீட்டிலே எல்லார் செலவையுமே ஏத்துக்கிறேன். பென்ஷன் தாராளமா வருது. கேட்கவே தயக்கமாத்தான் இருக்கு... இருந்தாலும்...."

நான் இந்தப் பக்கம் நீண்ட மௌனம் சாதித்தேன்.

நான் என்னத்தைச் சொல்ல? இதில் தீர்மானித்து பதில் சொல்ல எனக்கு என்ன சுதந்திரம் இருக்கு? நானே வயதான காலத்தில் பெண்-மாப்பிள்ளையின் நிழலில் ஒதுங்கியிருக்கிறேன். ஏதோ என்னைக் கொண்டுபோய் முதியோர் இல்லத்தில் தள்ளாமல் தங்களோடு வைத்துக்கொண்டிருப்பதே பெரிய தியாகம். இருப்பதோ ஊருக்குத் தள்ளி எங்கோ வெளியே. ஒரு உடம்பு கிடம்பு வந்தால், அதுவும் இந்தக் கொரோனா காலத்தில்? ஒரு கிழத்தை சமாளிப்பதே பெரும் காரியம்; அதில் இன்னொரு கிழமா?

நான் மெல்லப் பேசினேன். "இதோ பாரு மூர்த்தி. பணம் கிணமெல்லாம் பெரிய பிரச்சனை இல்லை. நானே இங்கே என்

பெண் வீட்டில் ஒண்டிக்கொண்டு இருக்கேன். என்னைப் பார்த்துக்கொள்வதே அவர்களுக்குப் பெரிய காரியமா இருக்கு. இதில உன்னையும் எப்படி? நீ எனக்கு ரொம்பவே நெருங்கினவன். உனக்கு சமயத்துக்கு செய்யணும்னு ரொம்பவே எனக்கும் இருக்கு. ஆனால் என்னால் என்ன செய்ய முடியும் சொல்லு? என் பொண்ணு மாப்பிள்ளை ஒத்துக்கணும் இல்லையா?"

"டேய் சந்தானம். நீ சொல்றது நியாயம்தாண்டா. ஆனாலும், எனக்காகன்னு, நம்ம எழுபது வருஷ பந்தத்துக்காகன்னு நீ அவங்கள்கிட்டே ஒரு வார்த்தை கேட்க மாட்டியா? எனக்கும் உன் பொண்ணு நல்ல பழக்கம்தான். 'சித்தப்பா சித்தப்பா' ன்னு பிரியமா பேசுவா. நானே அவள்கிட்டே வேணுமானாலும் பேசறேன்..." என்றான் மூர்த்தி.

எனக்கும் வேறு வழியில்லை.

கேட்டுச் சொல்கிறேன் என்று சொல்லிப் பேச்சை முடித்தேன். பின் பெண்ணிடமும் மாப்பிள்ளையிடமும் மனம் விட்டுப் பேசினேன்.

"இதோ பாருங்கோ மாப்பிள்ளை. மூர்த்தி எனக்கு வேண்டப்பட்டவன் அப்படீங்கிறதுக்காக நான் அவனையும் உங்கள் தலையிலே கட்டமுடியாது; அப்படி செய்யவும் கூடாது. ஒரு மனிதாபிமான அடிப்படையிலே செய்யலாம்னா செய்யுங்கோ. 'தனியா இருக்கேன்; தூக்கம் வரலை; ரொம்ப பயமாயிருக்கு'ங்கிறான். வேற பிரச்சனையொண்ணும் இல்லைங்கறான்."

பெண்ணும் மாப்பிள்ளையும் யோசித்துக்கொண்டே இருந்தார்கள். தர்ம சங்கடம் என்பது இது தானோ?

அதற்குள் மூர்த்தியின் அடுத்த கால் வந்து விட்டது. நான் சாக்குப் போக்கு சொல்வதற்குள், "உன் பொண்ணு கிட்டே கொடு; நானே அவள்கிட்டே ரிக்வெஸ்ட் பண்றேன்," என்றான். விடாக்கண்டன். பேசியே ஆளை வளைத்துவிடுவானே?

என் பெண் அவனிடம் பேசினாள். நிறைய நேரம் பேசிக்கொண்டிருந்தாள். அந்தப் பக்கம் அவன் அவளது பிள்ளைகள் பற்றியும், அவர்களது வேலை பற்றியும், அவளது மாமியார் பற்றியும், அவளது பொழுது போக்குகள் பற்றியும் ஏதேதோ கேட்டுக்கொண்டிருக்கிறான் என்பது தெரிந்தது. என்

மகள் மலர்ந்த முகத்துடன் பேசிக்கொண்டிருந்தாள். அவ்வப்போது "தேங்க்யூ சித்தப்பா! தேங்க்யூ சித்தப்பா!" என்று சொல்லிக்கொண்டிருந்தாள். ராட்சசன்! அவளது சமையலை சுவைத்து சாப்பிட்டது, அவளது சங்கீதத்தை ரசித்துக் கேட்டது என்று பாராட்டிக் குளிப்பாட்டிக் கொண்டிருக்கிறான் என்று எனக்குப் புரிந்தது.

விடாக்கண்டன் அடுத்து மாப்பிள்ளையிடமும் பேசினான். அவரது ஷேர் மார்க்கெட் விவகாரங்களைப்பற்றிக் கேட்டுக்கொண்டிடுந்தான்.

மூர்த்தி பேசி வைத்தபின், அடுத்த கால் மணி என் பெண்ணும் மாப்பிள்ளையும் தம்மில் பேசிய பிறகு, "அப்பா! சித்தப்பா ரொம்ப பிராக்டிகலா பேசறார்; இப்போ அவருக்கு உடம்பிலே எந்த பிரச்சனையும் இல்லையாம். பீ.பியும் ஷுகரும் கண்டிரோல்லே தான் இருக்காம். தினமும் டிரட்மில்லிலே அரை மணி நடக்கிறாராம். கோரோனா டெஸ்டு எடுத்து நெகட்டிவ் ரிசல்ட் வந்தா மட்டுமே இங்கே வருவாராம். பயம், தூக்கமில்லாதது ரெண்டும்தான் கவலையாயிருக்காம். கீழே விழுந்ததிலே கொஞ்சம் தைரியக் குறைவாம். என் கையாலே ஒரு வாரம் சாப்பிட்டா இன்னும் தெம்பாய் தைரியமாய் ஆயிடுவாராம். ரொம்ப தன்மையா ரிக்வெஸ்ட் பண்றார். அதனாலே, அவரை வரச்சொல்லிடலாம்பா. பாவம். வயசான காலத்திலே கொட்டு கொட்டுன்னு தனியா உட்கார்ந்திருந்தா எவ்வளவு கஷ்டம்!" என்றாள் என் மகள்.

எனக்கும் பேசத் துணைக்கு ஒரு ஆள் வருவது உள்ளூர சந்தோஷம்தான்!

அந்த வாரக்கடைசியில் லாக்டவுன் ஒரு நாள் தளர்த்தப்பட்டவுடன், ஞாயிறன்று மாலை ஒரு கால் டாக்சி பிடித்துக்கொண்டு இடம் கண்டுபிடித்து மூர்த்தி வந்து சேர்ந்துவிட்டான்.

அவனை ஒன்றரை வருடம் கழித்துப் பார்க்கிறேன். ஆசாமி கூடுதல் சதை போட்டிருந்தான். நடக்கையில் மூச்சு இறைத்தது; கன்னங்கள் ஒப்பியிருந்தன; கண்ணில் ஒளி மங்கியிருந்தது; இமைகள் வீங்கியிருந்தன. என்னைப் பார்த்ததும் கட்டிப்பிடித்துக்கொள்ளாத குறைதான்!

"என்னடா, பயத்திலும் கவலையிலும் இளைச்சிருப்பேன்னு பார்த்தால் இப்பிடி ஊதியிருக்கே?" என்றேன். சங்கடத்துடன் சிரித்தான்.

"யப்பாடா! நம்ம மனுஷங்களை கண்ணால பார்ப்போமான்னு ஆயிப்போச்சுடா; அம்மாடி சீதா, ராத்திரிக்கு என்ன சமையல்? உங்களையெல்லாம் பாத்த நிம்மதியிலே வயித்திலே பசி இப்பத்தான் தெரியுது," என்றான் என் பெண்ணைப் பார்த்து.

"உங்களுக்கு பிடிச்ச மெனு சொல்லுங்க சித்தப்பா! பண்ணிடறேன்," என்றாள் என் மகள்.

என் பெண் என்னை இதே போல் கடைசியாய் எப்போது கேட்டாள் என்று யோசித்துப் பார்த்தேன். ஒன்றும் நினைவுக்கு வரலை. மூர்த்தி ஏதோ பதில் சொன்னான்; எனக்கு காதிலேயே விழவில்லை.

என் பேரன் லீவுக்கு வரும்போது உபயோகிக்கும் ரூமில் மூர்த்தியை செட்டிலாக்கிவிட்டு நான் சமையல் கட்டுக்கு வந்தேன்.

என் பெண்ணிடம், "எல்லாமே கொஞ்சம் கூடவே பண்ணும்மா. மூர்த்தி கொஞ்சம் நல்லா சாப்பிடற டைப்பு; நம்மை மாதிரியெல்லாம் கொறிக்க மாட்டான்; இப்ப வயசானப்புறம் கொறச்சிருக்கானோ என்னவோ தெரியாது," என்றேன்.

"எனக்கு தெரியும்பா. அதான் போன தடவை சித்தப்பா வந்த போது மூணு நாள் தங்கினாரே?" என்றாள். எனக்கு மறந்துவிட்டது.

மணி ஏழு ஆகியிருக்கும். நான் பால்கனியில் உட்கார்ந்து ஜபம் செய்து கொண்டிருந்தேன். மூர்த்தி வந்து எட்டிப் பார்த்தான். "பசிக்கிறதுடா!" என்றான்.

"நீ போய் சாப்பிடு; நான் எட்டு மணிக்குத் தான் சாப்பிடுவேன்," என்றேன். அவன் "சீதா! எனக்குப் பசிக்குது!" என்று என் பெண்ணைக் கூப்பிடவாறே உள்ளே போனான்.

எட்டுமணிக்கு நாங்கள் எல்லாரும் சாப்பிடும்போது பெண்ணிடம் கேட்டேன்: "நல்லா சாப்பிட்டானா?"

19. நித்ரா தேவி

"ஆகா! ஆறு சப்பாத்தி, மூணு கரண்டி சப்ஜி; மோர் சாதம் எல்லாம் சாப்பிட்டார்; காலையிலே பண்ணியிருந்த கருணைக்கிழங்கு மசியல் வேணுமான்னு கேட்டேன்; கொண்டா, கொண்டான்னு கேட்டு சாப்பிட்டார்; கண்ணிலே தண்ணியே வந்துடுத்து; அவர் அம்மா அந்தக் காலத்திலே பண்ணி சாப்பிட்டமாதிரியே இருந்துதாம். இதைப் பண்ணின கைக்கு அரைப்பவுனுக்கு மோதிரமே போடலாம்னார்; பென்ஷன் அரியர் ஒண்ணு எதிர்பார்த்திண்டிருக்காராம்; வரட்டும் ஒனக்கு பண்ணி போடறேனா இல்லையா பாருன்னாரு!" என்றாள் என் மகள்.

"ஆகா! செய்வான் செய்வான்; வாயாலே மோதிரம் என்ன? உன் இடுப்ப சுத்தி இருபது பவுனுக்கு ஒட்டியாணமே போடுவான்!" என்றேன்.

என் மகளுக்கு நான் அப்படி சொன்னது பிடிக்கவேல்ல சார்.

சாப்பிட்டுவிட்டு மூர்த்தி இருந்த ரூமுக்குப் போனேன்.

ஒரு டைரியிலிருந்து கிழித்த பேப்பரில் ஏதோ யோசித்து யோசித்து எழுதிக்கொண்டிருந்தான்.

அவன் முன்னால் கட்டிலில் ஒரு பெரிய பிளாஸ்டிக் டப்பா திறந்திருந்தது. அதில் கலர்க்கலராய் ஏதேதோ காப்ஸ்யூல்கள், மாத்திரைகள், ஒரு இன்ஹேலர், சொட்டு மருந்து, அயோடெக்ஸ், சியவனப்பிராஷ் பாட்டில் என்று ஏதேதோ இருந்தன. அதிலிருந்து 7, 8 மாத்திரைகளையும் காப்ஸ்யூல்களையும் பிரித்து ஒரு பேப்பரில் தனியே எடுத்து வைத்திருந்தான்.

"என்னடா இது? வயிறு ரொம்ப சாப்பிடலையா நீ? இங்கே சாப்பிட இத்தனை வெச்சிருக்கே?" என்றேன்.

"என்ன, நக்கலா? இரு வறேன். இதை முடிச்சிடறேன்," என்று ஒரு வரியை அடித்துத் திருத்தி மீண்டும் நாலு வரி எழுதினான். பின் படித்துப் பார்த்தான். முகத்தில் திருப்திப் புன்னகை வந்தது.

"சீதா! சீதா! இங்கே கொஞ்சம் வந்துட்டுப்போம்மா!" என்று குரல் கொடுத்தான்.

என் மகள் வந்தாள். "இந்தா, படி! உனக்குத் தான்!" என்று காகிதத்தை அவளிடம் நீட்டினான் மூர்த்தி.

என் மகள் மூக்கண்ணாடியைத் மூக்கின் மேல் உயர்த்திவிட்டுப் படித்துப் பார்த்தாள். அவள் முகத்தில் ஒரே பிரகாசம்!

"இது சாதாரண கவிதைன்னு நெனச்சுடாதே! இது வெண்பாவாக்கும்; இலக்கண சுத்தமா எழுதணும். சாமானியமில்லை; இன்னிக்கு கவிஞன்னு சொல்லிக்கிற ஒரு பயலுக்கும் வெண்பா எழுத வராது!" என்றான்.

என் மகளிடமிருந்து பேப்பரை வாங்கி நானும் படித்தேன். "*என் மகளே சீதா, உன் கைமணம் கொண்டு படைத்த வானமுதம் உண்டு...*" என்று நெருடலான தமிழில் நாலு வரியில் கவிதை எழுதியிருந்தான் என் மகளின் சமையலை வானுயரப் பாராட்டி!

ஆச்சு! மோதிரம் போட்டாச்சு!

"ஏண்டா, உன் கையெழுத்து இவ்வளவு நடுக்கமா இருக்கு? முன்னெல்லாம் திருத்தமா இருக்குமே?" என்றேன்.

"என்ன செய்ய? பின்னே ஏன் இத்தனை மாத்திரைன்னு நெனைக்கிறே? இதோ பாரு, இது ஹார்ட்டுக்கு, இது கால் வீக்கத்துக்கு; இது மார்லே சளி கட்டாம இருக்க; இது சுகருக்கு; இது கொலெஸ்டிராலுக்கு;. இது கேஸ் டிரபிளுக்கு," என்று மாத்திரைகளை அடையாளம் காட்டினான். அதில் கூட ஏதோ பெருமை இருந்ததாகப் பட்டது எனக்கு.

"இத்தனை மாத்திரைய முழுங்கினா அப்புறம் தூக்கம் எப்படி வரும்?" என்றேன் நான்.

"அதுக்கும் மாத்திரை இருக்கு இதோ!" என்று டப்பாவிலிருந்து எடுத்துக் காட்டி சிரித்தான். "ஆனா என்ன? என் டாக்டர் ஒரு படுத்தல் கேசு. இத்தனையும் எழுதிக்கொடுப்பான்; ஆனா தூக்க மாத்திரையை மட்டும் தீராப் பழியேன்னாதான் போட்டுக்கணும்னு சொல்லி பயமுறுத்துவான். ஆனாலும் ராத் தூக்கம் வரலேன்னா என்ன செய்ய? எப்பவாவது போட்டுப்பேன்.,"

"மூணு நாளா தூக்கமே வரலைன்னு சொல்றீங்களே, இப்பவாவது ஒண்ணு போட்டுக்கலாமே சித்தப்பா!" என்றாள் என் மகள் அன்பு பொங்க.

"ஆமாண்டா கண்ணு. மூணு நாளா 'இன்னிக்கு வேண்டாம்; இன்னிக்கி வேண்டாம்'னு தள்ளிட்டேன். இன்னிக்கு மனசு

கொஞ்சம் நிம்மதியா இருக்கு. என்னப் பார்த்துக்க நீங்கள்ளாம் இருக்கீங்க. பெரிய பாரத்தை மனசுலேர்ந்து எறக்கின மாதிரி இருக்கு. இன்னிக்கு எனக்கு கண்டிப்பா தூக்கம் வரும்னு நெனக்கிறேன். அப்படி ஒரு வேளை வரலேன்னா ஒண்ணு போட்டுக்கிறேன். எனக்குத் நிம்மதியா தூங்கியே ஆகணும். என்னவோ ஆவி வந்து புடிச்சிண்டிருக்கிற மாதிரி ஒரு படபடப்பாவே இருந்துகிட்டிருக்கு தூக்கமில்லாமே," என்றான்.

எனக்கு அவனுடன் பேசிக்கொண்டிருக்கலாமே என்று ஆசை. ஆனால் அவனுக்குப் படுத்துக்கொள்ளவேண்டும் என்று இருந்தது. சியவனப்பிராஷ் ஒரு ஸ்பூன் எடுத்து நக்கிச் சாப்பிட்டுவிட்டு, என் மகளிடம் கேட்டு ஒரு டம்ளர் பாலையும் வாங்கிக் குடித்துவிட்டு, தூக்க மாத்திரை ஸ்டிரிப்பை மட்டும் அடையாளமாய் தண்ணீர் பாட்டிலுக்குப் பக்கத்தில் வைத்துக்கொண்டு எனக்கு 'குட் நைட்' சொல்லிவிட்டான்.

காலையில் நான் எழும்போது மணி ஆறரை ஆகிவிட்டது.

மூர்த்தியின் அறைக்குள் எட்டிப் பார்த்தேன். குறட்டை சப்தம் கேட்டது. பாவம். நன்றாகத் தூங்குகிறான்.

நான் லிஃப்டில் கீழே போய் என் காலை வாக்கிங், நீச்சல் குளத்துக்குப் பக்கத்தில் உட்கார்ந்து காலைப் பேப்பர் படித்தல் எல்லாம் வழக்கப்படி முடித்துவிட்டுத் திரும்பும்போது மணி எட்டரை.

"மூர்த்தி காப்பி சாப்பிட்டானா?" என்றேன்.

"இன்னும் எழுந்துக்கவேயில்லையே அப்பா! நானும் மூணு நாலு தடவை ரூம்லே போய் எட்டிப்பார்த்துட்டேன்," என்றாள் மகள்.

"பாவம். அவன் சொன்ன மாதிரி நேத்து ராத்திரிதான் நல்ல தூக்கம் கெடச்சுது போலிருக்கு. என்ன இருந்தாலும் கூட ரெண்டு மனுஷங்க இருந்தா கிடைக்கிற பலமும் நிம்மதியுமே தனிதான்," என்றேன்.

மணி பத்து.

மூர்த்தி எழுந்திருப்பான் என்று காத்திருந்து பார்த்துவிட்டு என் மகளும் சாப்பிட்டாயிற்று.

மணி பதினொண்ணரை.

"அப்பா! எனக்கு பயமாயிருக்கே! இப்படியா ஒரு மனுஷர் தூங்குவார்?" என்றாள் என் மகள்.

நானும் மாப்பிள்ளையும் மூர்த்தியின் அறைக்குப் போனோம். அவன் நன்றாகத் தூங்கிக்கொண்டு தான் இருந்தான். குறட்டை சப்தம் அதிகமாகவே கேட்டது.

"மூணு நாள் தூக்கம் இல்ல இல்லையா? அதான் மனுஷனை சாச்சு போட்டிருக்கு! அதான் சூப்பரா கொறட்டை விடறாரே? தூங்கட்டும். பசி வந்துதுன்னா எழுந்திடுவாரு," என்றார் என் மாப்பிள்ளை.

எனக்கு தலையாட்டுவதை விட வேறு வழியில்லை.

மாலை மணி ஐந்து.

மூர்த்தி அதே போஸில் படுத்திருந்தான். அதே தூக்கம்; அதே குறட்டை. நானும் மாப்பிள்ளையும் அவனைப் பிடித்து, ஆட்டி, உலுக்கி, காதில் கத்தி என்று எல்லாம் செய்து பார்த்தாயிற்று. ஒரு மாற்றமும் இல்லை. மாப்பிள்ளை மணிக்கட்டில் பல்ஸ் பார்த்தார். மூர்த்தியின் மாரில் காது வைத்துப் பார்த்தார். "எல்லாம் சரியாயிருக்கிற மாதிரிதான் தெரியுது," என்றார்.

சீதா முகத்தில் தீவிர கவலை தெரிந்தது. எனக்கும் உள்ளூற உதைக்க ஆரம்பித்தது. அட பசிதான் எழுப்பவில்லை; வயதான காலத்தில் ஒண்ணுக்குப் போகக் கூடவா உந்துதல் வரவில்லை? அப்படியா ஒரு தூக்கம்?

அன்று இரவு விட்டு, மறு நாள் காலை எழுந்துவிடுகிறானா என்று பார்ப்பது என்று தீர்மானித்தோம். எனக்கு வயிற்றில் சங்கடம் நெளிய ஆரம்பித்தது. நடு ராத்திரியெல்லாம் ரெண்டு மூன்று முறை எழுந்து போய், மூர்த்தி மூச்சுவிடுகிறானா என்று கவனித்தேன்.

செவ்வாய் காலை எட்டு மணி.

இன்னமும் மூர்த்தி எழுந்தபாடில்லை. எல்லாரையும் பயம் பிடித்துக்கொண்டது. என்ன செய்ய? என்ன செய்ய?

ஊரடங்கு, கொரோனா காலத்தில் ஆசுபத்திரிக்குக் கொண்டு போவதற்கும் பயமாயிருந்தது.

அங்கே இங்கே தேடி, ஆமதாபாத்தில் இருந்த மூர்த்தியின் பெண்ணின் நம்பர் கண்டு பிடித்துப் பேசி விவரத்தை சொன்னேன். இப்போது அவளுக்கும் பயம்

பிடித்துக்கொண்டது. மூர்த்தி இங்கு வந்திருப்பதே நாங்கள் சொல்லித்தான் தெரியுமாம்.

"நான் அப்பவே சந்தேகப்பட்டேன்; அப்பாவுக்கும் பொண்ணுக்கும் பேச்சுவார்த்தை இல்லையோன்னு," என்றாள் சீதா. பாம்பின் கால் பாம்பறியும்.

மாப்பிள்ளை, எங்கள் குடியிருப்பு அசோசியேஷனின் தலைவருக்கு ஃபோன் செய்து ஆலோசனை கேட்டார். இந்த கம்யூனிட்டியில் டாக்டர் எவராவது இருக்கிறாரா?

எங்கள் கஷ்டகாலம், யாரும் இல்லை. ஆனால், ஒரு பத்து நிமிடம் கழித்து அவரிடமிருந்து அழைப்பு வந்தது. அவருக்குத் தெரிந்து இப்போது தான் எம்பிபிஎஸ் படித்துவிட்டு ஹவுஸ் சர்ஜனாக இருக்கும் ஒரு 'பையன்' சி-பிளாக்கில் இருக்கிறானாம். அவன் நம்பரைத் தந்தார்.

அடுத்த அரை மணியில் கருப்பு டீ சர்ட்டும் அரை டிராயரும் அணிந்து, வாராத தலையும், தூக்கமில்லாத கண்ணுமாய் வேர்வை நெடியுடன் ஒரு ஒல்லி உசரப் பையன் எங்களைத் தேடி வந்தான். நல்ல காலம், நம்புவதற்கு கழுத்தில் ஸ்டெதாஸ்கோப் இருந்தது.

மூர்த்தியின் படுக்கைக்கு அழைத்துப் போனோம்.

ஸ்டெத்தை வைத்து இதயத் துடிப்பு பார்த்தான்; மணிக்கட்டில் பல்ஸ் பார்த்தான், கண் இமையைத் தூக்கிப் பார்த்தான்.

பருத்த தொப்பையைத் தட்டிப் பார்த்துவிட்டு,."இவர் குடிப்பாரா? இவருக்கு லிவர் சிர்ரோஸிஸ் உண்டா?" என்று கேட்டான்.

"எனக்கு தெரிந்து கிடையாது; சின்னவயசிலிருந்தே சூனா வயிறு உண்டு. தொப்பை எப்போதுமே பெரியதுதான்," என்றேன்.

"வயசு என்ன? ராத்திரி என்ன சாப்பிட்டார்? தூக்க மாத்திரை போட்டுக்கொண்டாரா? எத்தனை? பீ.பி உண்டா? சுகர் உண்டா? எப்போவாது ஸ்டிரோக் வந்திருக்கிறதா? ஹார்ட் அட்டாக் வந்திருக்கிறதா? அலர்ஜி ஏதேனும் உண்டா?......." கேள்விகள், கேள்விகள்.

எங்களிடம் அத்தனை விவரம் இல்லை என்பதையும் அவர் எப்படி வந்து சேர்ந்தார் என்பதையும் சொன்னேன். மூர்த்தியின் மருநதுப் பெட்டியைத் திறந்து காட்டினேன். அவன் தனியே எடுத்து வைத்திருந்த தூக்க மாத்திரை ஸ்டிரிப்பைக் காட்டினேன்.

அந்தப் பையன் -- ஸாரி -- வருங்கால டாக்டர் முதலில் தூக்க மாத்திரையை நோட்டம் விட்டுவிட்டு, "பத்திலே அஞ்சு பாக்கி இருக்குது! அப்போ அஞ்சு மாத்திரையை போட்டுக்கிட்டு இருக்காரு; அட்டெம்ப்டெட் சூயிசைட்!" என்றான்.

எனக்கு ஒரே பதட்டாமாகிவிட்டது.

"சேச்சே! அப்படியெல்லாம் சொல்லாதீங்க தம்பி...இல்ல.. .ஸாரி... .டாக்டர்! தூக்க மாத்திரையை என்னிக்காவது ரொம்ப அபூர்வமா ஒண்ணு தான் போட்டுப்பேன்னு முந்தானா ராத்திரி எங்கிட்டே சொன்னார்; அதுவும் ஒரு தடவை ஒரு மாத்திரை தானாம். அவரோட டாக்டர் ரொம்ப எச்சரிக்கை பண்ணியிருக்காராம். இந்த ஸ்ரிட்ப்பிலே முன்னாடியே ஐந்தோ ஆறோ தான் இருந்திருக்கும். அதோட, அவர் இங்கே வந்து தூக்க மாத்திரை போட்டுக்கிட்டுத் தான் தூங்கினாரான்னு கூட நிச்சயமாத் தெரியாது," என்றேன்.

வந்தவன் என்னை ஒரு சந்தேகப் பார்வை பார்த்துவிட்டு, மூர்த்தியின் டப்பாவில் இருந்த மற்ற மாத்திரைகளை ஒவ்வொன்றாக எடுத்துப் பார்த்தான். பின் தன் மொபைலை எடுத்து மருந்துகளின் பெயரை கூகிளில் தேடி ஏதேதோ படித்துப் பார்த்தான்.

"இத்தனையுமா சாப்பிடறராரு?" என்று கேட்டான்.

"நான் பார்த்தவரை முந்தாநாள் ராத்திரி இதிலெயெல்லாம் ஆறோ, ஏழோ மாத்திரை போட்டுக்கிட்டாரு. தினமும் அப்படித்தானாம்."

"கஷ்டம்," என்றவன். "சார், இதப்பாருங்க; இது மெடிக்கல்லி இண்டியூஸ்டு கோமாவா இருக்கலாம். எந்த மருந்து எந்த மருந்தோடு சேர்த்து, இவர் சாப்பிட்ட சாப்பாட்டிலே எதோட சேர்ந்து என்ன ரியாக்ட் பண்ணிச்சோ, தெரியாது. இல்லே தூக்க மாத்திரையை அதிகமாப் போட்டுக்கிட்டாரோ என்னவோ? நீங்க ஒடனே ஆஸ்பிட்டலுக்கு இட்டுப் போயிடுங்க," என்றான்.

19. நித்ரா தேவி

அடுத்த ஒரு மணி நேரம் எங்களுக்கெல்லாம் பைத்தியம் பிடித்தமாதிரி இருந்தது. இந்த கொரோனா காலத்தில் இருக்கும் கெடுபிடிகளில் எந்த ஆஸ்பத்திரியைத் தேடி சேர்ப்பது? கொரோனா பேஷண்டுகளுக்கே பெட்டு கிடைக்கமாட்டேங்கிறது என்று நியூஸ் சேனல்களில் அலறுகிறான்களே? அடுத்து ஆஸ்பத்திரியில் சேர்த்தால் சுளையாய் பணம் கட்ட சொல்வார்களே? கூட இருந்து யார் பார்த்துக்கொள்வது? கொரோனா சமயத்தில் ஆஸ்பத்திரியில் உதவிக்குப் போய் உட்கார்ந்திருப்பது கூட ஆபத்தாயிற்றே?

முதலில் ஆமதாபாத் பெண்ணுக்கு ஃபோன் செய்து கேட்டோம். அவள் அழ ஆரம்பித்துவிட்டாள். "எப்படியாவது எங்கேயாவது ஒரு ஆஸ்பத்திரி பார்த்து சேர்த்துடுங்க பெரீப்பா; உங்களுக்கு புண்ணியமாப் போகும்; ; சாதாரண ஆஸ்பத்திரியாயிருந்தாலும் பரவாயில்லை; நான் எப்படியாவது கிளம்பி வரப்பாக்கறேன்; ஒங்களுக்கெல்லாம் வீணா கஷ்டம். எங்கூட வந்து இருந்துருங்கப்பான்னு நூறு தடவை சொல்லியாச்சு; அப்படியென்ன பிடிவாதமோ..." அவள் புலம்ப ஆரம்பித்துவிட்டாள்.

வெளி நாட்டிலிருந்த மற்றொரு பெண் எங்களைக் கூப்பிட்டு, "எப்படியாவது ஒரு நல்ல ஆஸ்பத்திரிலே சேர்த்துடுங்கோ பெரியப்பா: அக்கா வந்து கவனிச்சுப்பா," என்றாள்.

அக்கம் பக்கம் ஃப்ளாட்டுக் காரர்கள் ஆளாளுக்கு ஒரு ஆஸ்பத்திரியை சொன்னார்கள். பாதிக்கு மேல் ஃபோனில் கிடைக்கவில்லை; கிடைத்த இடங்களில் காலி பெட் இல்லை என்றார்கள். "கவர்மெண்டு ஆஸ்பத்திரிக்கு எடுத்துண்டு போங்கோ சார்; அது தான் பெஸ்ட்டு," என்றார் ஒரு கிழவர்.

"இதோ அடுத்து 5 கிலோமீட்டர்லே ஒரு பிரைமரி ஹெல்த் செண்டர் இருக்கு; எப்படியும் ஒரு டாக்டர் இருப்பார். சின்ன பிராப்ளமா பெரிய பிராப்ளமான்னு தெரிஞ்சிண்டா, அடுத்தபடி ஸ்டெப் எடுக்கலாமே?" என்றார் அவர்.

எங்களுக்கு இருந்த குழப்பத்தில் அது தான் சரி என்று பட்டது.

அடுத்து ஆம்புலன்ஸை கூப்பிடு.

அதுக்கு ஒரு ஏழெட்டு ஃபோன். "கொரோனா காலம் சார்! ஆம்புலென்ஸெல்லாம் சட்டுன்னு கிடைக்காது."

அடுத்த ஒண்ணரை மணி கழிந்து ஒருவழியாய் ஆம்புலன்ஸ் ஒன்று வந்து சேர்ந்தது. ஆனால் லிஃப்டில் ஸ்டிரெச்சர் கொள்ளாது. என்ன செய்ய?

அக்கம் பக்கம் ஆசாமிகள் உதவியில் மூர்த்தியை ஒரு துப்பட்டிக்குள் உருட்டி, உட்காரும் நிலைக்குக் கொண்டு வந்து நான்கு பேராய்த் தூக்கி ஒரு நாற்காலியில் உட்காரவைத்து லிஃப்டில் இறக்கி ஒரு வழியாய் ஆம்புலன்ஸில் ஏற்றி முடிக்கையில் என் மாப்பிள்ளைக்கு முதுகு ஒரு பக்கம் பிடித்துக்கொண்டுவிட்டது. ஆனாலும் அவர் என்ன செய்ய முடியும்? ஆஸ்பத்திரிக்கு அவர் தானே உடன் போயாக வேண்டும்? அவருக்குத் தனியாக போகத் தயக்கமாக இருந்ததால், நானும் எங்கள் வளாகத்திலேயே வாட்ச் மேனாயிருக்கும் எங்கள் வீட்டு வேலைக்காரியின் புருஷனும் கூடப்போனோம்.

முதலில் அருகில் இருந்த பிரைமரி ஹெல்த் செண்ட்டருக்கு ஓட்டச் சொன்னோம்.

நோயாளியை கீழே இறக்கும் முன்பு உள்ளே போய் அங்கிருந்த நர்ஸிடம் சுருக்கமாய் விஷயத்தை சொன்னேன்.

"இங்கே வார்டிலே 6 பெட்டு தான் இருக்கு; அதிலே 3 பேஷண்டு இருக்காங்க; மத்த மூணு பெட்டை ஓரமா தனியா வெச்சிருக்கோம். கொரோனா பேஷண்டு வந்தா கொடுக்கணும்னு அரசாங்க உத்தரவு; இவரு கொரோனா பேஷண்ட்டா?"

"அதெல்லாம் இல்லேம்மா; மயக்கமா, தூக்கமா, இல்லே கோமாவா தெரியல்லே; ரெண்டு நாளா படுக்கையிலேர்ந்து எழுந்துக்கல்லே," என்றேன்.

"கொஞ்சம் இருங்க; டாக்டர் வரட்டும்"

அரை மணி காத்திருந்தோம். அதற்குள் ஆம்புலன்ஸ்காரரர் செய்த தகறாரும், எங்கள் சமாதான உடன்படிக்கையும் ஒரு தனி டிராக். அது இங்கே வேண்டாம்.

டாக்டர் மோட்டார் சைக்கிளில் வந்து இறங்கினார்.

19. நித்ரா தேவி

கொரோனா கேஸ் இல்லை என்பதை உறுதி செய்து கொண்டபின் அவரே ஆம்புலன்ஸுக்குள் வந்து மூர்த்தியை செக் செய்தார். ரத்த அழுத்தம் பார்த்தார்; கேள்விகள் கேட்டார்.

"இங்கே சேர்த்துக்க முடியாது; பெட்டு கொரோனா கேசுக்காக ஒதுக்கி வெச்சிருக்கோம். நீங்க பெரிய ஆஸ்பத்திரிக்கு எங்காவது எடுத்துக்கிட்டு போங்க. ஐசீயூல வெச்சுப் பார்க்கிறது தான் சரி. இவருக்கு ஏகப்பட்ட காம்பிளிகேஷன் இருக்கும் போல தெரியுதே?" என்றார்.

"டாக்டர் சார்! கொஞ்சம் மனசு வைங்க. பெரிய டிரீட்மெண்டெல்லாம் பண்ணனும்னா இவர் பொண்ணு ஆமதாபாத்லேர்ந்து வரணும். நீங்க உங்க சக்திக்கு உட்பட்டு பெட்டுலே போட்டு அவசரத்துக்கு ஏதாவது இஞ்செக்ஷன் போட்டு டிரிப்ஸ் ஏத்தணும்னா ஏத்தி ஆளை முழிக்க வெச்சிங்கன்னா போதும்; முழிப்பு உடனே வராட்டாலும் பரவாயில்லே; உசிருக்கு உடனடி ஆபத்தில்லாமே அப்படியே கோமாவிலேயே இருந்தாலும் இருக்கட்டும். மேற்கொண்டு என்ன செய்யணும்னு அவர் பொண்ணு வந்தாத்தான் தீர்மானிக்க முடியும்," என்றேன் நான்.

"என்ன பெரியவரே, புரிஞ்சிக்காம பேசிக்கிட்டே போறீங்க? இங்கே வசதி ஒண்ணும் கிடையாது; ஸ்கேன் பண்ணிப் பார்க்க வேண்டியிருக்கும்; இப்போதிக்கு மூச்சு விட்டுக்கிட்டு இருக்காரு; எப்போ என்ன ஆகும்னு சொல்ல முடியாது; என்னாலானது திருவான்மியூர்லே எனக்குத் தெரிஞ்ச நல்ல ஆஸ்பத்திரி இருக்கு; என் மச்சான் தான் அங்கே சீஃப்; அவன் கிட்டே பேசி இவரை அட்மிட் பண்ண ஏற்பாடு பண்றேன். என்ன?" என்றார்.

எங்களுக்கு வேறு வழி ஏதும் தெரியவில்லை. நாங்களாய் எந்த ஆஸ்பத்திரியைத் தேடி அல்லாட? சரி என்று தலையை ஆட்டினோம்.

உடனே டாக்டர் எங்களிடமிருந்து தள்ளிப்போய் தம் மச்சானுடன் மொபைலில் பேசினார். அவர் பேசினதில் கடைசி வாக்கியம் மட்டும் என் காதில் அறைகுறையாக விழுந்தது. "ஆமாம் ஆமாம் .... பொழைக்கணுமில்லே?"

வயசான காது; யார் பொழைக்கணும்னு சொன்னார்? "நீயும் பொழைக்கணுமில்ல," என்று என் காதில் விழுந்த மாதிரியில்லே இருந்துது?

என்ன எழவோ?

மீண்டும் ஆம்புலன்ஸில் ஏறி, டிராபிக் இல்லாத சாலையில் அரை மணிக்கு மேல் அதி வேகத்தில் பயணித்து திருவான்மியூரில் ஆஸ்பத்திரிக்கு வந்து சேர்ந்தோம்.

அடுத்த அரை மணியில் மூர்த்தி ஆஸ்பத்திரி ஐசீயூவில் அங்கிங்கெனாதபடி குழாய்கள் செருகியிருக்கப் படுத்துக் கிடந்தான்.

மாப்பிள்ளை கையோடு கொண்டுவந்திருந்த கிரெடிட், டெபிட் கார்டுகளையெல்லாம் தேய்த்து முதல் தவணையாக நாற்பதாயிரம் டெப்பாசிட் கட்டி, இருபதாயிரத்துக்கு அவசர மருந்துகளும் வாங்கிக் கொடுத்தோம்.

கோரோனா காலத்தில் நான் அங்கு இருக்க வேண்டாம் என்று மாப்பிள்ளை என்னை ஓலா டாக்ஸியில் ஏற்றி வீட்டுக்கு அனுப்பினார். தான் மட்டும் ஆஸ்பத்திரி ரிசப்ஷனில் தேவுடு காத்துக்கொண்டு உட்கார்ந்திருந்தார். பாவம்.

ஆயிற்று.

ராத்திரி பத்துமணிக்கெல்லாம் முதுகுப் பிடிப்பால் சாய்ந்து சாய்ந்து நடந்தவாறே மாப்பிள்ளை வீடு வந்து சேர்ந்தார்.

ஐசீயுவில் எட்டிப்பார்க்க அனுமதி இல்லையாம். பேஷண்டு ஒரு அரை மணி தாமதாய் வந்திருந்தாலும் பிழைத்திருந்திருக்க மாட்டார் என்று சொன்னார்களாம். "நாங்கள் பார்த்துக்கொள்கிறோம்; நீங்கள் கவலைப் படாதீர்கள்; வீட்டுக்குப் போங்கள்: பேஷண்டு இப்போது ஆபத்து நிலையைத் தாண்டிவிட்டார்; விரைவில் முழிப்பு வந்துவிடும்; நாளைக்கு மார்பில் ஒரு சிடி ஸ்கேன், டாப்ளர் டெஸ்ட் எல்லாம் எடுத்துவிடலாம்; காலையில் 10 மணிக்கு வந்து மருந்துகள் வாங்கிக் கொடுங்கள் போதும்," என்றார்களாம்.

சரியாய் சாப்பிடாததாலும் டென்ஷனாலும் மாப்பிள்ளைக்கு வயிற்றில் அல்சர் எரிச்சல். முதுகுப் பிடிப்புக்கு என் மகள் 'மூவ்' தேய்த்துவிட்டாள்.

19. நித்ரா தேவி

ராத்திரியே என் பெண்ணைக் கொண்டு 'நெட் பேங்கிங்' செய்து என் அக்கவுண்டிலிருந்து மாப்பிள்ளை அக்கவுண்டுக்கு ஒரு லட்சம் ரூபாய் மாற்றினேன்.

என்ன செய்ய? மூர்த்தியின் பெண் வந்து சார்ஜ் எடுத்துக்கொள்ளும்வரை நாங்கள் தானே கவனித்துக்கொண்டாகவேண்டும்?

மறு நாள் மாப்பிள்ளை மீண்டும் கிளம்பி திருவான்மியூர் ஆஸ்பத்திரிக்குப் போனார். ஐசீயூ கண்ணாடி ஜன்னல் வழியாக அரை நிமிடம் பார்க்க அனுமதித்துவிட்டுத் துரத்திவிட்டார்களாம். விடியற்காலை நாலு மணிக்கே மூர்த்திக்கு முழிப்பு வந்துவிட்டது என்றார்களாம். காப்பி குடித்தாராம்.

நல்ல காலம், மூர்த்தியின் பெண்ணும் மாப்பிள்ளையும் அன்று இரவு எப்படியோ வந்து சேர்ந்துவிட்டார்கள். அவசரத்தில் கையில் ஐம்பதாயிரம் ரூபாய் தான் திரட்ட முடிந்ததாம். அமெரிக்காவில் இருக்கும் தங்கை மேற்கொண்டு பணம் அனுப்பவதாக சொல்லியிருக்கிறாளாம்.

மூர்த்தியின் பெண்ணும் மாப்பிளையும் வந்து பொறுப்பேற்றுக்கொண்டதில் எங்களுக்கு நிம்மதி ஆயிற்று. அன்றாடம் ஒன்றிரண்டு தடவை அவளுக்கு போன் போட்டு மூர்த்தியின் நிலைமை பற்றி தெரிந்துகொண்டோம். தானே எழுந்து பாத்ரூம் போகிறானாம்; நன்றாகப் பேசுகிறானாம். சிடி ஸ்கேன், எக்ஸ்ரே, அல்டிராசவுண்ட் ஸ்கேன் எல்லாம் எடுத்தார்களாம். வாய் வழியே வயிற்றுக்குள் குழாய் விட்டு லாப்பிராஸ்கோப் மூலம் ஏதோ செய்தார்களாம். இதய வால்வில் ஏதோ தகறாறு என்று சொல்கிறார்களாம். ஆஞ்சியோ செய்ய வேண்டிவருமாம்.

* * * *

ஆச்சு; ஒரு வாரம் ஓடியே போய்விட்டது.

ரெண்டு நாள் முன்பு, மாப்பிள்ளை அக்கவுண்டுக்கு அவர் ஆஸ்பத்திரியில் கட்டிய பணம், மூர்த்தியின் அமெரிக்கப் பெண்ணின் உபயத்தில் வந்து சேர்ந்துவிட்டது. அப்பாடி! எனக்கு நிம்மதி.

இன்று காலையிலிருந்தே என் மகள் சீதா நல்ல மூடில் இல்லை. மாப்பிள்ளை அவளிடம் எது பேசினாலும் வாங்கிக் கட்டிக்கொண்டிருந்தார்.

அவரைத் தனியாய்ப் பிடித்து "என்ன ஆச்சு?" என்று கேட்டேன். சித்தப்பா விவகாரமாய் இவர் ஏதோ கிண்டலடித்து 'உன் தயாள குணத்தால்தான் எனக்கு ஒருவாரமாய் முதுகுப் பிடிப்பு, அல்சர்' என்று சொல்லப்போக அவள் மூட் அவுட் ஆகி எதிர்த்தாக்குதலில் இறங்கிவிட்டாளாம். "மாமா! நீங்களாவது ஜாக்கிறதையா வாய அடக்கிக்கிட்டு இருங்கோ," என்று மாப்பிள்ளை எனக்கு அட்வைஸ் தந்தார்!

மத்தியானம் எல்லாருமாய் மௌனமாய் சாப்பிட்டு முடிக்கையில், என் பெண் மாப்பிள்ளையிடம், "சமையல் எப்படி இருந்துது?" என்றாள்.

"ஏன்? விசேஷமாய் ஒண்ணும் தெரியல்லியே?"

"கருணைக்கிழங்கு மசியலைப் பத்தித்தான் கேட்டேன்"

"ஓ! அது மசியலா? அது சாம்பார் இல்லையா? வழக்கமான சாம்பார் மாதிரி தானே இருந்துது?"

சீதாவின் முகத்தில் கடுகு வெடித்தது.

"அப்பா, நீங்க சொல்லுங்கோ," என்றாள்.

"ஓ! எனக்கு மசியல்தான்னு நன்னா தெரிஞ்சுதே? என்ன, உப்பு புளி கொஞ்சம் கம்மி; இஞ்சியும் பெருங்காயமும் தூக்கலா இருந்தது," என்றேன்.

"இதான், இதான் அப்பா உங்க பிரச்சனை. என்னிக்காவது ஒரு நாள், 'அடி சீதா, நீ பண்ண ரசம் தேவாமிருதமாய் இருந்தது'ன்னு ஒரு வார்த்தை? கிடையாது. முதல் உருண்டையை வாயில் போட்ட உடனேயே முதல்ல குத்தம் தான் சொல்லுவீங்க -- உப்பு கூடுதல், சரியா கொதி வரலை, காரம் கம்மி... இப்படித்தான் எப்போதும். இவர் இருக்கிறாரே, இவர் ஒரு பரப்பிரும்மம். சாப்பிட்டது சாம்பாரா, வத்தல் குழம்பான்னு வித்தியாசம் தெரியாது; உப்பு கம்மின்னா போட்டுக்கத் தெரியாது; நல்லதாவும் ஒரு வார்த்தை கிடையாது; மோசமாவும் ஒரு வார்த்தை கிடையாது; இவருக்கு வடிச்சுக் கொட்டறதும் மாட்டுக்குத் தீனி வெக்கிறதும் ஒண்ணுதான்..."

19. நித்ரா தேவி

"ஆனா சித்தப்பாவப் பாருங்கோ! இதே, இதே பதத்திலேதான் போனவாரம் மசியல் பண்ணியிருந்தேன். தேவாமிருதமா இருக்குன்னு சொல்லி மூணு தடவை ஊத்திண்டு நக்கினார்; அவர் அம்மா பண்றமாதிரியே இருக்குன்னார்; ராத்திரியே என் சமையலைப் பாராட்டி ஒரு கவிதை எழுதிக் கொடுத்தார். மனுஷான்னா பாராட்டி போஷிக்கிற குணம் வேணும். எனக்கு அந்தக் கொடுப்பினையே இல்லை..." அவள் குரல் பிரிந்து கண்ணில் நீர் முட்டிய அந்தத் தருணம் அவள் மொபைல் ஒலித்தது.

எடுத்துப் பேசினாள். "அட! சித்தப்பாவா? வீட்டுக்கே டிஸ்சார்ஜ் ஆகி வந்துட்டீங்களா, எப்போ?"

"ஸ்பீக்கரில் போடு," என்றேன். போட்டவாறு பேசினாள்.

அந்தப் பக்கம் மூர்த்தியின் குரலில் பழைய அழுத்தம் இல்லாவிட்டாலும் உற்சாகமாகப் பேசுவது போலத்தான் பட்டது. ஐந்து நாள் ஐசீயுவில் வைத்து, பின் இரண்டு நாள் வார்டில் வைத்துப் பார்த்துக் கொண்டுவிட்டு இன்று டிஸ்சார்ஜ் ஆக்கி அனுப்பிவிட்டார்களாம்!

"ஒனக்கும் மாப்பிள்ளைக்கும் எவ்வளவு தேங்க்ஸ் சொன்னாலும் போதாதும்மா! யாரு இப்படி பார்த்துப் பார்த்து செய்வாங்க இந்தக் கலி காலத்திலே! நான் மறக்கலைம்மா! என் அரியர்ஸ் வரட்டும்; அந்த மசியல் போட்ட கைக்கு மோதிரம் போடாம விடப்போறதில்லே. உன் அப்பன் இருக்கானா பக்கத்திலே? அவன் கிட்டே கொடு, ," என்றான் மூர்த்தி.

என் மகள் வாயெல்லாம் பல்லாக மொபைலை என்னிடம் நீட்டினாள். நான் ஸ்பீக்கரை கட் செய்துவிட்டு, மூர்த்தியை நலம் விசாரித்தவாறே பால்கனிக்குப் போனேன்.

"ரொம்பவே பயமுறுத்திட்டேடா மூர்த்தி! ஏதோ நல்லபடியா பிழைச்சு எழுந்துவந்தியே, ரொம்ப சந்தோஷம். எல்லாம் பகவான் கிருபை. சரி, மொத்தம் எத்தனை ஆச்சு ஆஸ்பத்திரிக்கு?" என்றேன்.

"மொத்தம் மூணறை லட்சம்டா! பகல் கொள்ளை!" என்றான் மூர்த்தி. "நேத்தைக்கு சாயந்திரம் பெரிய டாக்டர் வந்து பார்த்துட்டு, எதுக்கும் பிரைய்ன் ஃபங்க்ஷன் சரியா இருக்கான்னு ஒரு சிடி ஸ்கேன் எடுத்துப் பார்த்திடறது நல்லதுன்னான். என் பொண்ணு லூசு மாதிரி

தலையாட்டறதுக்கு முன்னே நான் முந்திக்கிட்டு, "இனி செலவழிக்க ஒத்தபைசா கிடையாது டாக்டர்; நான் பாப்பர் ஆயாச்சு,"ன்னேன். அதான் இன்னிக்கே டிஸ்சார்ஜ் பண்ணி அனுப்பிட்டான்," என்றவன். "ஏண்டா சந்தானம், நான் போட்டிருந்த ஜிப்பாவிலே ஒரு கவர்லே ஆறாயிரம் ரூபா சுருட்டி வெச்சிருந்தேனே பார்த்தியா?" என்றான்.

"ஆமாண்டா! நல்ல காலம்; சீதா இதிலெல்லாம் கெட்டிக்காரி. உன்னை படுக்கையிலேர்ந்து தூக்கிக் கொண்டுபோறதுக்கு முன்னாடி உன் ஜிப்பா பையெல்லாம் செக் பண்ணி அந்த கவரை எடுத்து வெச்சிருக்கா; பரவாயில்லே; உன் ஞாபக சக்தியெல்லாம் அப்படியேதான் இருக்கு; உனக்கு எதுக்கு பிரெய்ன் ஸ்கேனெல்லாம்!" என்றேன்.

"சரி, அவளை அந்தப் பணத்தை என் கூகிள்பே அக்கவுண்டுக்கு டிரான்ஸ்பர் பண்ணச் சொல்லிடு," என்றான். அந்தப் பணத்தை அவளுக்கு மோதிரம் வாங்க வைத்துக்கொள்கிறேன் என்று சொல்லவேண்டும் போல் நுனி நாக்கு வரை வந்துவிட்டது. சொல்லவில்லை!

"சரி; இப்போ ஞாபகப்படுத்திண்டு ஒண்ணு சொல்லு. அன்னிக்கி ராத்திரி எத்தனை தூக்க மாத்திரை போட்டுக்கிட்டே?" என்றேன்.

"மொதல்ல ஒண்ணுமே போட்டுக்காம தாண்டா தூங்கினேன்; ராத்திரெண்டு மணிக்கு ஒண்ணுக்குப் போக முழிப்பு வந்துது. போயிட்டு வந்தா, அப்புறம் தூக்கமே வரல்லே; நல்லா தூங்கணும்னு அடக்க முடியாத ஆசை. சரின்னு ஒரே ஒரு மாத்திரை தான் போட்டுக்கிட்டேன். சும்மா சொல்லக்கூடாதுடா. தூக்கம்னா அப்படியொரு அருமையான தூக்கம். என் ஆயுசுலே அப்பிடியொரு ஆனந்தமான தூக்கம் அனுபவிச்சதில்லே. ஏண்டா பாவி! கொஞ்சம் மூஞ்சிலே தண்ணி தெளிச்சு, உலுக்கிக் கிலுக்கி அடிச்சு எழுப்பியிருக்கப்படாதா? எதுக்குடா வேலை மெனக்கெட்டு அந்தக் கொள்ளைக்கார ஆஸ்பத்திரியிலே கொண்டுபோய் சேர்த்தே?" என்றான்.

எனக்கு வேணும் சார், வேணும். இதுவும் வேணும், இன்னமும் வேணும்!

(ஆண்டு 2021)

-=(நிறைவு)=-

குறுநாவல்கள்

1. நீ வேண்டும், ‘அது’வேண்டாமே!

== 1 ==

சொர்ணாவின் மூக்கில் அந்த ஓட்டல் வாசம் வந்து அடித்தது. பச்சை வெங்காயம், எண்ணெயில் வதங்கும் இஞ்சி பூண்டு விழுது, புதினா, கொதிக்கும் சாம்பார்ப்பொடி, ஏலம்-பட்டை-லவங்கம், தோசைக் கருகல் என்று கலவையாய் வந்தடித்த அந்த நெடி அவளுக்குப் பிடிக்கவில்லை. ஓட்டல் சமையற்கட்டின் பக்கவாட்டிலிருந்து பெரிய ஓர் காற்று வெளியேற்று விசிறி, ஓங்கார ஒலியுடன், சூடாக வாசத்தை வெளியே இருந்த வாகன நிறுத்துமிடத்தில் அடித்துக்கொண்டிருந்தது.

'அது எப்படி என் மூக்குக்கு மட்டும் ஒற்றைக் கலவை மணத்திலிருந்து இத்தனை தனித்தனி மணங்களும் தெரிகின்றன? ஒருவேளை பூர்வ ஜன்மத்தில் நான் நாயோ?' சொர்ணா நினைத்துக் கொண்டாள். இதுவும் அவளுக்கொன்றும் புதிய நினைப்பல்ல.

வீட்டிற்குப் போய் நிம்மதியாய் ஒரு மோர் சோறும், எலுமிச்சை ஊறுகாயும் சாப்பிட்டால் எவ்வளவு நிம்மதியாயிருக்கும்? சரவணன் ஒப்பமாட்டான். அவனுக்கு பெங்களூரிலேயே இந்த ஓட்டல் மீது அலாதி பிரேமை.

மோட்டார் சைக்கிளை நிறுத்திவிட்டு, டோக்கனும், வண்டிச் சாவியும் கையுமாக வந்தவன், "உள்ளே போகலாமா? எனக்கு அகோரப் பசி," என்றவாரே ஓட்டலின் நுழைவு வாயில் இருந்த முன்பக்கத்தை நோக்கி அவனது வழக்கமான அவசரகதியில் நடந்தான். சொர்ணா பின் தொடர்ந்தாள்.

மெனுவை மேயாமலேயே, "ஒந்து சோலே பட்டூரே, எரடு பட்டர் நான், பன்னீர் புர்ஜி," என்று தனக்கு ஆர்டர் கொடுத்தவன், "உனக்கு?" என்றான்.

"நீங்களே ஏதாவது சொல்லிடுங்க; எண்ணெய் கூடுதல் உள்ளது வேண்டாம். வயித்தைப் பிரட்டுது," என்றாள் சொர்ணா.

"கஷ்டம்டா சாமி! ஒனக்குப் பிடிச்சதுன்னு ஒரு எழவும் கிடையாதா?" என்றான் கடுப்பாக.

சொர்ணா புன்னகையுடன், "அதைச் சொன்னாலும் திட்டுவீங்க...," என்றாள்.

"சொல்லித் தொலை!"

"நாலு இட்லி, தேங்காய் சட்டினி மட்டும்; சாம்பார் வேண்டாம்."

"அதுக்கு நீ வீட்டுக்குப் போயி, ஒரு மோர் சோறைத் திங்கலாமே? ஓட்டல் எதுக்கு?"

'அதேதான் நானும் நினைத்தேன்' என்று அவள் சொல்லவில்லை. வழக்கம் போல் சிரித்தாள். அவனும் அவன் வழக்கப்படியே அவள் பல் வரிசையையும், உதட்டின் ரோஸ் மென்மையையும் பார்த்துக் கிறங்கியவாறே "நால்கு இட்லி, சட்னி மாத்ர கொடீ," என்றான் சர்வரிடம்.

சர்வர் நகர்ந்ததும், அவன் தணிந்த குரலில் அவள் புறங்கையை வருடியவாறே, "டாக்டர் சுனந்தா சொன்னதையெல்லாம் புரிஞ்சுக்கிட்டையில்லே? எல்லாம் தெளிவாயிடுச்சா? இனிமே ராத்திரியிலெ பிரச்சனை பண்ணமாட்டேயில்லே? என்னியெ இனிமேலும் இப்படியே காய உட்டுராதடீ! ப்ளீஸ்!..." குரலில் கெஞ்சல் இருந்தது.

அவள் சிரிப்பில் சங்கடம்தான் இருந்தது. அவன் கவனித்தானா தெரியவில்லை.

"நமக்குக் கல்யாணம் ஆகி எத்தனை நாளாச்சி?"

"சொர்ணா விரலை விட்டு எண்ணி, "இருபத்து மூணு நாளாச்சி," என்றாள்.

"இத்தனை நாள் போயாச்சி; இன்னும் நானும் நீயும் அண்ணன் தங்கை மாதிரித்தான் பழகுறோம்னு வெளிலே தெரிஞ்சா வெக்கக் கேடு," என்றான்.

சொர்ணா வழ்க்கம்போல் ஒரு சிரிப்பைச் சிரித்து, "இதெயெல்லாம் வெளியில சொல்லிக்கிட்டா திரிவாங்க? ஏன், ராமகிருஷ்ணர்-சாரதா தேவி சந்தோசமா அப்படித் தானே வாழ்நாள் முச்சூடும் வாழ்ந்தாங்க?"

"கஷ்டமடா சாமி! அவுங்க எப்பிடி நம்ம சொந்தக் கதைக்குள்ளாற வாராங்க?"

"அதையே தான் சுனந்தா டாக்டரும் எங்கிட்டே கேட்டாங்க; நான் அவுங்க கையிலே சாரதா தேவி புக்கையே கொடுத்து படிக்கச் சொன்னேன்; வீட்டுக்கு வந்து நீங்களும் படிச்சுப் பாருங்க!"

சரவணன் தலையில் அடித்துக்கொண்டான்.

"உனக்கெல்லாம் எதுக்குடீ கல்யாணம்? ஏதாவது சாமியார் மடத்திலே மொட்டையடிச்சு காவியைக் கட்டிகிட்டு இருந்திருக்க வேண்டியது தானே? கல்யாணம் வேண்டாம்னு நீ சொல்லியிருந்தால் நான் இப்பிடி உங்கிட்ட மாட்டியிருக்க மாட்டேன்ல? நீ ஏன் கல்யாணம் கட்டிக்கிட்டே?"

"எங்க அப்பா அம்மாவுக்காகத் தான்!"

-=()=-

== 2 ==

சொர்ணா சொல்லியிருந்த இட்லி-சட்னி முதலில் வந்துவிட்டது. சரவணன் அவனக்கு சொல்லியிருந்தவைகளும் வரட்டும் என்று அவள் சாப்பிடாமல் உட்கார்ந்திருந்தாள்.

"அது வர்ரபடி வரட்டும்; நீ சாப்பிடு; இட்டிலி ஆறிப்போவுதே?" என்றவாறே சரவணன் அவள் தட்டிலிருந்து ஒரு விள்ளல் இட்டலியைப் பிய்த்து சட்னியில் தோய்த்துத் தன் வாயில் இட்டுக்கொண்டான். "சட்னி சூப்பர்," என்றான்.

சொர்ணாவுக்கு அடிவயிற்றில் திருகி வலித்தது. சாப்பிடப் பிடிக்கவில்லை. இருந்தாலும் வேறு வழியின்றி சாப்பிடத் தொடங்கினாள். சட்டினியில் அனாவசியமாக ஓர் பூண்டு, பொதினா மணம் அவளுக்கு நுட்பமாய்த் தட்டுப்பட்டது. அது பிடிக்கவில்லை. என்ன செய்ய? தின்றுதான் ஆகவேண்டும்.

சரவணனின் தனக்காக ஆர்டர் கொடுத்திருந்த சோலே பட்டூரே வந்தாயிற்று. கண்கள் விரிய ஏதோ காட்டு மிருகம் தான் அடித்துக் கொன்ற ஆட்டை கோரைப் பல்லால் சதையைப் பிய்த்துத் கிழித்துத் தின்பதுபோல அவன் அவன் அவசர கதியில் சாப்பிட ஆரம்பித்தான். அவன் எப்போதும் அப்படித்தான் சாப்பிடுவான். எல்லாவற்றிலும் ஓர் பரபரப்பு. அவளின் ஜாக்கெட்டை அவன் முதன் முதலில் கழற்றியபோதும் அதே பரபரப்பு; ஊக்கு ஒன்று பிய்ந்து விழுந்தது ஏனோ இப்போது சொர்ணாவுக்கு நினைவு வந்தது. அவன் முடிப்பதற்குள் பட்டர்-நான், பனீர் புர்ஜியும் வந்து விட்டது.

சொர்ணா சிரமப்பட்டு நான்காவது இட்லியை உள்ளே இறக்கி அப்பாடா என்று முடிக்கையில் அவள் எதிர்பாராதது நிகழ்ந்தது.

"சும்மா ஓர் வாயி டேஸ்ட்டு பாரு சொர்ணா! பட்டர்-நான், பனீர் புர்ஜி அருமையான காம்போ! தின்னு பார்த்தால் தானே ருசி புரியும்? எல்லாத்தையும் வேண்டாம் வேண்டாம்னா எப்புடி?" என்றவாறே முரட்டடியாகப் பிய்த்த ஓர் விள்ளலை அவசரகதியில் அவள் வாயில் ஊட்டிவிட்டான் சரவணன்.

சொர்ணாவுக்கு "வேண்டாங்க," என்று சொல்ல நேரமே கிடைக்காமல் வாயில் நுழைந்துவிட்ட அந்த விள்ளலை அவள்

கடிக்கையில் அடி வயிற்றில் ஓர் மின்னல் வலியும் சேர்ந்து கொண்டது. அந்த மசாலா நாற்றம் அவள் வயிற்றைப் புறட்ட, அவளுக்கு 'உவ்வே' என்று குமட்டியது.

சொர்ணா அவசரகதியில் எழுந்தாள்; நாற்காலியைப் பின்னே தள்ளிவிட்டு, கை கழுவும் இடமும் கூடவே பாத்ரூமும் இருக்கும் இடத்தை நோக்கி ஓடினாள்; அந்தப் பரபரப்பிலும் அவள் தன் கைப்பையை எடுத்துக்கொள்ள மறக்கவில்லை.

நல்ல காலம், பெண்கள் பாத்ரூம் கதவு திறந்திருந்தது. நல்ல காலம் அதன் உள்ளே ஓர் வாஷ் பேசினும் இருந்தது. குமட்டி வாந்தி எடுத்தாள். வாயைக் கொப்பளிக்கையில், அதை விட அவசர கதியில் அடி வயிறு திருகித் திருகி வலித்தது. அவள் எதிர்பார்த்தது தான்.

கைப்பையைத் திறந்து நோண்டினாள். நல்ல காலம் வழக்கமாய் உள்ளபடி 'சானிடரி பாட்' இருந்தது. மாதாந்திரத் தொந்தரவு அதிகம் வலியோடும், கூடவே வாந்தியோடும் வரும்போது போட்டுக்கொள்ள ஓர் மாத்திரை எப்போதும் பர்ஸில் இருக்கும். கைப்பையைக் குடைந்து பர்ஸைத் தேடுகையில் பர்ஸ் கொண்டுவர மறந்துவிட்டது தெரிந்தது.

எப்படி மறந்தாள்? என்னதான் கணவனோடு வந்தாலும், ஏதேனும் அவசரம் போது என்றால் கைப்பையில் பணம் கொஞ்சமாவது இருக்க வேண்டாமா? தலையில் குட்டிக்கொண்டாள்.

ஆனாலும் அவளுக்கு உள்ளூற ஓர் விவரிக்க முடியாத சந்தோஷம் முகிழ்த்தது. 'ராமா! நீ காப்பாற்றி விட்டாய்!' சரவணனின் 'தாக்குதலிலிருந்து' அவள் தப்பிக்க இன்னும் 3,4 நாட்கள் அவகாசம் கிட்டியாயிற்றே!

அவள் பாத்ரூமிலிருந்து வெளியே வரும்போது, கை கழுவும் இடத்தில் ஓரமாய் சரவணன் முகம் முழுதும் கவலை அப்ப நின்று கொண்டிருப்பதைக் கண்டாள். அவளுக்கு அவனைப் பார்க்கப் பாவமாய் இருந்தது. எவ்வளவு அக்கறை அவனுக்கு அவள் மேல்! ஆனால், ஆனால்... அவனுக்கு எப்படி விஷயத்தைச் சொல்வது? இன்று அவளுக்கு சுனந்தா டாக்டருடன் 'கவுன்சலிங்' எல்லாம் முடிந்து, டாக்டரும் கை கொடுத்து இருவருக்கும் வாழ்த்து சொல்லி அனுப்பியதிலிருந்து ஒரே குஷி. மிகுந்த

எதிர்பார்ப்பில், இருக்கிறானே, ராத்திரி எப்போதடா வரும் என்று?

"என்னம்மா ஆச்சு? ஏன் இப்படி திடீரென்று வாந்தி? வேறே ஒண்ணும் பிரச்சனை இல்லியே?" என்றான்.

சொர்ணா புன்னகைத்தாள். அதற்கு அவன் வழக்கப்படி கிறங்குவான் என்கிற எதிர்பார்ப்பில்..

திரும்ப மேசைக்கு வந்த போது அவன் ஆர்டர் கொடுத்திருந்த காப்பி ஆறிப்போயிருந்தது. அதைத் திருப்பி அனுப்பி, இருவருக்குமாக சூடாக புது காப்பி கொண்டுவருமாறு பணித்துவிட்டு, சரவணன் அவள் கையைப் பிடித்துக்கொண்டு, "சாரி; எனக்குப் பிடிச்சதை நீயும் ரசிக்கணும்னு நெனச்சு கொஞ்சம் அவசரப்பட்டுட்டேன்; இப்பிடி நீ வாந்தியல்லாம் எடுப்பாய் என்று எனக்கு எப்படித் தெரியும்?" என்றான்.

புன்னகையை விடாமல் சொர்ணா, "நான் தான் சாரி சொல்லணும்; உங்கள் மூடைக் கெடுக்கிறதுக்காக," என்றாள் பூடகமாக. காப்பி வந்தது.

சரவணன் ஏதோ யோசனையிலேயே காப்பியைக் குடித்தான். அவனுக்கு பொறி தட்டிவிட்டதோ? "வேற எதுனா பிரச்சனையா?" என்றான் எச்சரிக்கையான குரலில்.

"பில்லுக்குப் பணம் கட்டிட்டு கிளம்புங்க, சொல்றேன்," என்றாள். இவனுக்கு எப்படி விஷயத்தைச் சொல்வது? யோசிக்க வேண்டும்.

வெளியே வந்து இரண்டு பீடாக்களுக்கு ஆர்டர் கொடுத்துப் பார்சல் கட்டி வாங்கிக்கொண்டான். அவளுக்குப் பாவமாய் இருந்தது.

மீண்டும் வாகனம் நிறுத்துமிடத்தை நோக்கி நடந்தார்கள். "சொல்லு," என்றான்.

எப்படிச் சொல்வது? இவனுக்கு சுர்ரென்று மூக்குக்கு மேல் கோபம் ஏறும் சுபாவமாயிற்றே?

"டாக்டர் சுனந்தாங்கிற சாமி வரம் கொடுத்தாலும் என்னுடைய ராமர் சாமி இன்னும் வரம் கொடுக்கலே. நீங்க இன்னும் மூணு நாலு நாள் காத்திருக்கத் தான் வேணும்; சாரி! என்ன?" என்றாள் தன் ஆயுதமான புன்னகையை விடாமலேயே.

இந்த முறை அவள் ஆயுதம் சக்தியை இழந்துவிட்டது. அவன் முகம் சட்டென்று இறுகிற்று. கண்கள் சிவந்தன. "ஷிட், ஷிட்!' என்றான் இறைந்து. அவன் நடை வேகமெடுத்தது.

சொர்ணா மூக்கில் மீண்டும் ஓட்டல் சமையற்கட்டின் சூடான கலவை மணத்துடன் காற்று அடித்தது; அவளுக்கு மீண்டும் வயிற்றைக் குமட்டிற்று. அவள் அங்கேயே நிற்க, சரவணன் பைக்கை எடுத்துவரச் சென்றான். அவன் நடையில் பதற்றமும் கோபமும் தெரிந்தது.

அந்த டாக்டர் சுனந்தா அவனிடம் கடைசியாகத் தனியாகப் பதினைந்து நிமிடம் பேசிக்கொண்டிருந்தாளே? வாங்கிக்கொண்ட ஃபீசுக்கு வஞ்சமில்லாமல், அவனுக்கு அளவுக்கு அதிகமாக நம்பிக்கையைக் கொடுத்திருப்பாளோ? தான் சொல்லியவற்றை, பேசியவற்றை, தன் ஆழ்மனதுக் கிடக்கைகளை, தன் தனித்துவமான சுபாவத்தை அந்த சுனந்தா படித்திருந்த உளவியல் கல்வியின் மூலம் எத்தனை தூரம் புரிந்து கொண்டிருக்க முடியும்?

-=()=-

== 3 ==

கடந்த எட்டு நாட்களாக சரவணன் அவளை கர்ம சிரத்தையுடன் சுனந்தா டாக்டரிடம் கூட்டிக்கொண்டு வந்துகொண்டிருந்தான். இதற்காகவே அலுவலகத்திலிருந்து சீக்கிறம் கிளம்பி வீட்டுக்கு வந்து அவளை பைக்கில் உட்கார வைத்து டாக்டரின் வீட்டுக்கு அழைத்துவந்து கொண்டிருந்தான். அந்த சுனந்தா டாக்டர், திருமண உறவு விஷயங்களில் உளவியல் தீர்வு தரும் புகழ்பெற்ற நிபுணியாம். தினமும் மாலை சுமார் ஒன்றரை மணி அவளுடன் பேச்சு, கேள்வி, பதில், மேலும் பேச்சு; முடிவாய் இன்று கடைசி நாளாக நீண்ட உபதேசம் கேட்டுக்கொண்டு வந்தாயிற்று.

டாக்டர் சுனந்தாவுக்கு நாற்பத்தைந்து வயது இருக்கும். சோடா புட்டி கண்ணாடி போட்டு, சிவப்பாய், ஒல்லியாய் மென்மையாய், பாப் தலையோடு இருந்தாள், இவளுடன் பேசத்தொடங்குமுன் சரவணன் சுனந்தாவுடன் ஓர் அரைமணிக்குமேல் உள்ளே தனியாகப் பேசிக்கொண்டிருந்தான். அழுகிறானோ என்று கூட சொர்ணாவுக்கு சந்தேகம் தோன்றியது. பின் இவளை உள்ளே கூப்பிட்டாள்; குரல் அதிராமல், இயற்கையா செயற்கையா என்று நிர்ணயிக்க முடியாத ஓர் அன்பொழுக, நட்பாய்ப் பேசினாள். பின் சரவணனை வெளியே அனுப்பிவிட்டாள்.

ஒரு சொகுசான சாய்வு நாற்காலியில் இவளைப் படுக்க வைத்து, அரை இருட்டில் ரகசியக் குரலில் நோண்டியும் குடைந்தும் கேள்விகள் கேட்டாள். தான் ஓர் நலம் விரும்பி, தன்னிடம் எல்லாம் திறந்து சொல்லிவிட்டால் எல்லாப் பிர்ச்சனைகளையும் தீர்க்க முடியும் என்று ஊக்குவித்தாள். இவளைத் தயக்கத்தை விட்டு மனம் திறந்து பேச வைக்கும் கலை அவளுக்கு மிக நன்றாகவே கை வந்திருந்தது.

உரையாடல்கள் எல்லாம் பெரும்பாலும் ஆங்கிலத்தில் தான்.

"சொர்ணா, திருமணத்துக்கு முன் நீ யாரையாவது காதலித்தாயா?" தேனொழுகக் கேட்டாள்.

"ஐய, அதெல்லாம் ஒண்ணும் கிடையாது டாக்டர்!"

"மிஸ்டர் சரவணனைக் கண்டாலே உனக்கு ஏதோ காரணத்துக்காகப் பிடிக்கவே இல்லையா?"

"அப்படியெல்லாம் ஒண்ணும் இல்லே டாக்டர்"

"உன் பேரண்ட்ஸ் உன் விருப்பத்துக்கு மாறா இவரை வற்புறுத்தி உனக்குக் கட்டி வெச்சாங்களா?"

"அதெல்லாம் இல்லே டாக்டர்! நான் சம்மதிச்ச பிறகுதான் கட்டி வச்சாங்க"

"உனக்கு என்ன மாதிரி கணவன் வேணும்னு நீ ஓர் கற்பனை செய்து வைத்திருந்திருப்பாய் இல்லையா? அது என்ன என்று உன் பெற்றோரிடம் முன் கூட்டியே சொல்லியிருந்தாயா? அதாவது இவ்வளவு உயரம் இருக்கணும், கருப்பா இருக்கக் கூடாது, மீசை இருக்கக் கூடாது, இவ்வளவு படிச்சிருக்கணும், இந்த அளவு சம்பாதிக்கணும், இன்ன மாதிரி கெட்ட பழக்கமெல்லாம் இருக்கக் கூடாது... இப்பிடியெல்லாம்?"

"பார்க்க எப்படி இருக்கணும், என்ன சம்பாதிக்கணும் அது இதுன்னு எனக்கு ஒரு கற்பனையும், எதிர்பார்ப்பும் கிடையாது டாக்டர்; என் அப்பா அம்மாவுக்கு எனக்கு எது நல்லதுன்னு தெரியாதா? அவங்களுக்கு ஓக்கேன்னா எனக்கும் ஓக்கே' அவ்வளவுதான் டாக்டர்".

டாக்டர் சுனந்தாவின் பக்கத்திலிருந்து ஒரு அசௌகர்யமான மௌனம். 'இது என்ன லூசா, ரெண்டு தலை முறை தாமதமாக வந்து பிறந்த பிறவியா' என்றெல்லாம் யோசித்திருப்பாளோ?

அடுத்தபடி, டாக்டர் சுனந்தா அவள் ஆராய்ச்சிக் கேள்விகளை வேறு கோணத்தில் மாற்றியதாகத் தோன்றியது சொர்ணாவுக்கு. டாக்டர் தன் டிராயரைத் திறந்து ஒரு பத்துப் பதினைந்து வண்ணப் படங்களை இவள் கையில் கொடுத்தாள். "இதில் உள்ள ஆண்களைப் பார்; உனக்கு என்ன தோன்றுகிறது என்று சொல்லு," என்றாள்.

அதில் ஒல்லியாக, குண்டாக, கட்டுறுதியுடலுடன் உள்ள, முறட்டுத் தோற்றமுள்ள, பரமசாதுவான, ஒரு நாள் தாடி வைத்த, பத்து நாள் தாடி வைத்த, வெறும் ஜெட்டியுடன் நின்று தன் கரணை கரணையான தசைகளை முறுக்கிக் காட்டுகின்ற, லேசாய் தலை நரைத்த, லேசாய் வழுக்கை விழுந்த, இளம்

தொந்தியுள்ள, கோட்டு சூட்டு அணிந்த, வெறும் அரை டிராயர் அணிந்த என்று பல விதமான ஆண்களின் படங்கள்!

சொர்ணா பெரிய ஆர்வம் ஏதுமின்றி அவற்றையெல்லாம் நோட்டம் விட்டாள். "சொர்ணா, இவர்களில் யாராவது படத்தைப் பார்க்கையில், "ஆ! இவனை எனக்கு ரொம்பப் பிடித்திருக்கிறது," என்று சொல்வாயா?"

"அப்படி குறிப்பா ஒண்ணும் இல்லே டாக்டர்"

"சரி, ஒரு பார்வையில் அப்படி ஒன்றும் தோணலைன்னாலும், இவர்களில் எவனாவது 'பார்க்க ரொம்ப செக்ஸியாக இருக்கிறானே?' என்று நினைக்கும் வகையில்?"

"அப்படியெல்லாம் ஒண்ணும் தோணலை டாக்டர்"

அரையிருட்டில் சொர்ணா டாக்டரின் முகத்தை கூர்ந்து நோக்கினாள். அதில் ஏதோ ஓர் எரிச்சல் உணர்வு தென்பட்டது போலப் பட்டது. அவள் கற்பனையோ?

ஒரு சிறிய மௌனம் விட்டு, டாக்டர், "சரி போகட்டும். இன்னும் சற்று கூடுதல் நேரம் எடுத்துக்கோ. மீண்டும் இவற்றை ஒரு ரவுண்டு பார். பின் உன் மனசில் இவர்களைப் பற்றி என்னென்னவெல்லாம் தோணுதுன்னு சொல்".

சொர்ணா மீண்டும் படங்களைப் புரட்டினாள்.

"டாக்டர், நிஜத்தை சொல்லட்டுமா? நீங்க சிரிக்கக் கூடாது. இவன் ஒவ்வொருத்தனையும் பார்க்கும்போதும், இவன் குட்டிப் பையனாய் இருக்கையில் எப்படி இருந்திருப்பான் என்று நினெச்சேன்; இதோ பாருங்க, இந்தத் தடியன்! இவன் குழந்தையில கன்னம் கொழு கொழுவென்று ரெண்டு இட்லியை வாயில அடச்சு வெச்சது போல இருந்திருக்கும் இல்லையா டாக்டர்? இந்த ஒல்லிப் பீச்சான் ஆசாமி, குழந்தையில் சவலைப் பிள்ளையாய், சதா மூக்கொழுக அவன் அம்மா இடுப்பில் உட்கார்ந்துகிட்டு அழுது கிட்டே இருந்திருப்பான்னு தோணுது. இதோ இவன் பயங்கர விஷமக் காரனாய் இருந்திருப்பான்; கண்ணில் குரும்பு சொட்டுது பாருங்க...."

சொர்ணா உற்சாகமாய்ச் சொல்லிக்கொண்டே போனாள். டாக்டர் அன்று அத்துடன் கடையைக் கட்டிவிட்டாள். இப்படித் தான் முதல் நாள் போனது.

இரண்டாம் நாள் கவுன்சலிங்கில் டாக்டரின் கேள்விகள் இன்னும் அந்தரங்கமாகின. சொர்ணாவுக்கு உடலுறவு விஷயங்கள் பற்றி எவ்வளவு தூரம் தெரியும் என்று ஆழம் பார்த்தாள். வாயில் விரலை வைத்தால் கடிக்கத் தெரியாத அளவுக்கு அவள் குழந்தை அல்ல என்பதையும், உயிரியல் விஞ்ஞானப் பூர்வமாகவாவது அவளுக்கு அடிப்படைகள் தெரிந்தே இருக்கின்றன என்பதும் டாக்டருக்குப் புரிந்திருக்கும்.

"சரி. இப்போது நீ என்னுடன் இன்னும் அந்தரங்கமான விஷயங்களைப் பகிர்ந்து கொள்வது அவசியம். உன் முதலிரவில் என்ன நடந்தது?" என்றாள் டாக்டர்.

சொர்ணாவுக்கு அதைச் சொல்வதில் கூச்சம் ஒன்றும் இல்லை. அப்படி என்ன தப்புத் தண்டாவா நடந்துவிட்டது? அவளுக்கு ஏற்கனவே டாக்டருடன் பேசத் தயக்கமெல்லாம் போய்விட்டதோடு, சகஜமாய் பேசும் அளவுக்கு ஓர் நட்புணர்வும் முகிழ்த்தாயிற்று.

-=()=-

== 4 ==

சொர்ணா, பட்டுப்புடவை, நகைகள், ஒரு மணி நேரமாய் தோழிகள் செய்து விட்ட 'மேக்கப்' சகிதமாய் அந்த அறையுள் நுழைந்த உடனேயே அதன் வாசம் அவளுக்குப் பிடிக்க வில்லை. நிறம் நிறமாய் சரம் சரமாய்க் கட்டிலைச் சுற்றித் தொங்கிய பூக்களின் கலவை மணத்தில், அவளுக்குப் பிடிக்காத துலுக்க சாமந்திப் பூக்களின் மணம்தான் தூக்கலாயிருந்தது. அறையில் இருந்த ஒற்றை சன்னல் அடைக்கப்பட்டிருந்ததால், காற்றோட்டமே இல்லாத ஓர் பழைய நெடியும் அதில் கலந்திருந்தது. அறையில் கோடையின் சூடு அதிகமிருந்தது. சட்டென்று அதிகப்படியாய் அவளுக்குப் புழுங்கியது.

கட்டிலில் சரவணன் உட்கார்ந்து கொண்டிருந்தான். அவள் உள்ளே நுழைகையில் அவளை ஆவலுடன் வெறித்துப் பார்த்துக்கொண்டிருந்தான். அவனைப் பார்த்தவுடனேயே சொர்ணாவுக்கு மனதில் பளிச்சென்று தோன்றிய முதல் எண்ணம், 'இவர் என்னை விட இன்னும் அதிக டென்ஷனில், பயத்தில் இருக்கிறார்' என்பதுதான்! சொர்ணாவின் பார்வையும் எடை போடும் குணமும் எப்போதுமே கூர்மை!

அம்மா சொல்லிக் கொடுத்தபடி, அவள் கையிலிருந்த பால் சொம்பை அவனிடம் கொடுத்துவிட்டு நமஸ்கரித்தாள். அவன் ஒரு கையால் பால் சொம்பை வாங்கிக்கொண்டு, மற்றொரு கையால் அவள் கையைப் பிடித்து அவளைத் தன் பக்கத்தில் உட்கார்த்தி வைத்துக்கொண்டான்.

"முதல்ல ஆறிப்போறத்துக்குள்ள பாலைச் சாப்பிடச் சொல்லி அம்மா சொன்னாங்க," என்றாள் சொர்ணா மெல்லிய குரலில். அவளே பேச்சை ஆரம்பித்ததில் சரவணன் முகத்தில் ஓர் நிம்மதி தெரிந்தது போல் இருந்தது!

அவனுக்குக் கண்டிப்பாகத் தொண்டை வறண்டிருக்கவேண்டும். அவன் ஏதும் பேசாமல் அவசர கதியில் பாலை மடக்மடக்கென்று குடித்தான்! திடீரென்று விழித்துக்கொண்டவன் போல, "இந்தா நீயும் குடி," என்று அவளிடம் நீட்டினான். அவளுக்கு அதில் ஒரு வாய் மட்டுமே எஞ்சியிருந்தது. "பரபரப்புப் பேர்வழி, சுயநலமி," என்று சொர்ணாவின் மனது உடனே மார்க்கு போட்டது!

அவன் திரும்பி அவள் தோள்களை தன் கைகளால் பிடித்துக்கொண்டு, "ஐயோ! நீ எவ்ளோ அழகா இருக்கே?" என்றான் குரலில் ஒரு வித நடுக்கத்துடன். ," 'டேய் சரவணா, நீ அதிருஷ்டக்காரண்டா! நம்ம சாதியிலே இவ்ளோ கலர் பொண்ணு கிடைக்கவே கிடைக்காதுடா'ன்னு என் பெரியம்மா பொண்ணுங்களெல்லாம் சொன்னாங்க!" என்றான்.

"அப்படியா? எனெக்கென்னவோ நான் அழகில்லேன்னுதான் தோணும்; கண்ணாடியிலே பாத்தா என் மூக்கு பெருசு, மோவாக்கட்டை ஆனாலும் ரொம்ப சின்னது அப்பிடி, இப்பிடின்னெல்லாம் தோணும்," என்று சிரித்தாள் சொர்ணா.

"ஆ! உன் சிரிப்பு எத்தன அழகு!" என்றான் சரவணன். அவன் கண்கள் விரிந்தன. "சரி, உனக்கு என்னை நிஜமாவே பிடிக்குதா?" என்றான்.

'இது என்ன அசட்டுக் கேள்வி?' என்று நினைத்தாள் சொர்ணா. எல்லா ஆண் பிள்ளைகளும் இப்படித்தான் முதலிரவின்போது கேட்பார்களா என்ன? இதற்கு என்ன பதில் சொல்வது?

"ம்....? அப்பா அம்மா நம்ம ஜோடிப்பொருத்தம் ரொம்ப நல்லா இருக்கும்னு அப்பவே சொன்னாங்க," என்றாள் பொதுவாக.

"எனக்கு நெறையப் பேசணும் சொர்ணா! என் மனசிலே உள்ளதெயெல்லாம் உங்கிட்ட கொட்டணும்; இனிமே நீ தான் எனக்கு எல்லாமே!....." சரவணன் என்னென்னவோ பேச ஆரம்பித்தான். நடுவில் தானே அறிந்தோ, அறியாமலோ, அவளை ஓர் முறை இறுக அணைத்தான்; ஒரு முறை கன்னத்தில் இதழ் பதித்தான்; அதைச் செய்ய அவன் மிகவும் பதட்டப் பட்டதும் சொர்ணாவுக்குப் புரிந்தது.

இப்போது சொர்ணாவுக்கு இத்தனை நேரம் ஒளித்தும் அடக்கியும் வைத்திருந்த பயம் பிடித்துக்கொண்டது.

இனி என்ன? இனி என்ன? நான் என்ன செய்யப் போகிறேன்? ராமா! நான் என்ன செய்வேன்? காப்பாற்று! ""சுத்தமானவளாகவே இருக்கப் பார்!" என்று நீ சொல்லியிருக்கிறாயே?'

அவன் மீண்டும் ஒரு முறை இறுக அணைத்தான். கன்னத்திலிருந்து நகர்ந்து அவன் உதடுகள் அவள் இதழைத் தேடி முன்னேறின. இப்போது சொர்ணா நெளிந்தாள்; முகத்தைப் பக்கவாட்டில் திருப்பிக்கொண்டாள்.

சரவணனுக்குள் ஏதோ எச்சரிக்கை மணி ஒலித்தது. "ஏன் சொர்ணா? பயமாயிருக்கா?" என்றான்.

"ஆமா... இல்லீங்க... நாம் இன்னும் கொஞ்சம் பேசிப் பழகலாமே? அப்புறமா மத்ததெல்லாம்... அதோட இன்னைக்கு காலையிலே 3 மணிக்கு எழுந்தது; கல்யாண சடங்கிலே, பரபரப்பிலே, ஓமப் புகையிலேன்னு உடம்பு ஆடிப்போச்சு; உங்களுக்கும் அப்படித்தானே?"என்றாள்.

சரவணன் அந்தக் கணத்தில் ஜெண்டில்மேன் ஆனான். அவனுக்கு வாய் மூடாமல் பேச ஆசை இருந்தது; தன் 28 ஆண்டு சரித்திரத்தையும் அவளிடம் ஒப்புவிக்கும் ஆசை!

சொர்ணா உட்கார்ந்து கேட்டாள்; புன்னகைத்தாள்; தலையை ஆட்டினாள்; உம் கொட்டினாள்; கொட்டாவி விட்டாள்; தலையணையை முட்டுக்கொடுத்து சாய்ந்து கொண்டு கேட்டாள். சரவணன் பேசிக்கொண்டே இருந்தான்--- தன் பள்ளி நாட்கள்; தன் இளமையில் வறுமை, தன் அப்பாவின் கண்டிப்பு, படிப்பு முடிந்தும் வேலை கிடைக்காமல் அலைந்த நாட்கள், தன் ஆசைகள், கனவுகள்....

சொர்ணா தலையணையை படுக்க விட்டுத் தானும் படுத்துக்கொண்டு கேட்டாள்; பாரமாய் அழுத்தும் இமைகளை வலுக்கட்டாயமாய்த் திறந்து கொண்டு கேட்டாள்; காதில் விழுந்தது பாதிக்கு மேல் உள்வாங்காமல் கேட்டாள்.

அன்றைய இரவில் சொர்ணாவின் கடைசி நினைவுகளில் "சொர்ணா, சொர்ணா, அடிப்பாவி, தூங்கிட்டியா?" என்கிற ஒரு கேள்வியும், தன்னை இறுக அணைத்த ஓர் அணைப்பும், தன் இதழில் அழுந்தப் பதிந்த நடுக்கத்துடனான ஓர் முத்தமும், பக்கத்தில் வேர்வை நாற்றமும், டீயோடரண்டின் மணமும் கலந்த ஓர் ஆண் வாடையும் சேர்ந்து இடித்துக்கொண்டு படுத்திருந்த ஓர் உடம்பும் உணர்வில் தங்கின!

டாக்டர் சுனந்தா, அடுத்து வந்த பகலின் நிகழ்வுகளையும் கேட்டாள். இரண்டாம் இரவு, மூன்றாம் இரவு என்று விடாமல் தொடர்ந்து துருவித் துருவிக் கேட்டாள்.

பகல்களில் அவள் சரவணனிடம் பாசமாய் நடந்து கொண்டது, அவனுக்கென அவள் சமைத்துப் பரிமாறியது, அவனது துணியைத் தோய்த்தது, அவன் ஷூவுக்கு பாலிஷ் போட்டது, ஒரு தாய் போலத் தன் அன்பை அவனுக்குக் காண்பித்தது, அதில் அவன் கிறங்கியது எல்லாம் சொன்னாள் சொர்ணா. அவனுக்கு அலுவலகக் கெடுபிடிகள் இருந்ததால் அதிகம் லீவு போட இயலாத நிலைமை. அதனால் தேன் நிலவுப் பயணம் ஏதும் இல்லை.

அடுத்துவந்த இரவுகளில் தான் அவனைத் தவிர்த்தது, தவிக்க விட்டது, அழுதது, மிரண்டது, குழப்பியது, கோவம் வர வைத்தது எல்லாவறையும் சொன்னாள் சொர்ணா.

எவ்வளவோ பொறுமையாய் இருந்த அவன் ஒரு நாள் பொங்கிப் போய் தன் கட்டுப்பாட்டை இழந்தது, அவளை வலுக்கட்டாயமாய்த் துயிலுறிய முயன்றது, அவன் கைகள் அவள் உடம்பில் படாத இடங்களில் பட்டுப் பரவி விளையாடியது, ஜாக்கெட்டில் கொக்கி இழுபட்டுக் கிழிந்தது, அவள் அவன் கையை வெடுக்கென்று கடித்து, அவனைத் தள்ளி விட்டுவிட்டு புடவையைச் சுருட்டி எடுத்துக்கொண்டு பாத்ரூமுக்கு ஓடிக் கதவை அடைத்துக் கொண்டது எல்லாவற்றையும் சொன்னாள் சொர்ணா.

"ஏன்? ஏன்? ஏன் இந்த பயம் சொர்ணா? அந்த ஆண் ஸ்பரிசமும், அதில் பெண்ணுக்குக் கிடைக்கும் பரவசமும் ஏன் வேண்டாம்? அது இயற்கையல்லவா? அது ஏன் பிடிக்கவில்லை?" டாக்டர் சுனந்தா கேட்டாள்.

"எனக்குப் பிடிக்கலை டாக்டர்; அவர் கை அங்கெல்லாம் பட்டது எனக்குப் பிடிக்கலை; பிடிக்கலை மட்டுமில்லை; கை பட்ட இடங்களெல்லாம் நெருப்பு பட்டு சுடுவது போல எரிகிறது டாக்டர்! நான் என்ன செய்வேன்?" சொர்ணாவுக்குக் கண்களிலிருந்து நீர் வழிந்தது.

டாக்டர் சுனந்தாவின் மண்டைக்குள் ஏதோ மணியடித்தது. இது இன்னும் ஆழமான பிரச்சனையுள்ள விஷயம். இன்னும் இன்னும் பின்னால் போயாகவேண்டும். சொர்ணாவின் சிறு வயதுக்குக்குள் போய்த் துருவியாகவேண்டும்.

-=()=-

== 5 ==

கோடை லீவு முடிந்தாயிறு. சொர்ணாவின் அம்மாவும் அக்காமார்களும், அண்ணாவும் இதோ இன்று மெட்ராஸுக்குத் திரும்புகிறார்கள். அவர்களெல்லாம் கிட்டத்தட்ட ஒரு மாசமாய் இங்கே கிராமத்தில் பாட்டி வீட்டில் தான் டேரா. ஐந்து வயது சொர்ணாவுக்கு அலுக்காமல் சலிக்காமல் அக்காமார்களுடன் ஆட்டம் போட முடிந்தது. சண்டையும் நிறையப் போடுவாள். அம்மா சமைப்பதால் காலை வேளைகளில் வாய்க்கு ருசியாய் இட்டலி, உப்புமா, தோசை, சட்டினி எல்லாம் அடிக்கடி விஜயம் செய்தன; பாட்டியின் ராஜாங்கத்தில் என்றால் காலையில் அனேகமாகப் பழைய சோறு, கெட்டித் தயிர்தான். எப்போதாவது அபூர்வமாய்த் தான் இட்டிலி தலையைக் காட்டும்.

வழக்கமாய் பாட்டியின் தலைப்பைப் பிடித்துக்கொண்டு டாட்டா காட்டும் சொர்ணா இந்த முறை பிழியப் பிழிய அழுதாள். "நானும் ஒங்கூட மெட்ராஸ் வந்துடறேம்மா! நான் மட்டும் ஏன் இங்கே தனியா பாட்டி கூட இருக்கணும்?" என்று பிடிவாதம் பிடித்தாள். அவள் அக்காமார்களும், "ஆமாம்மா! தங்கச்சிய நம்ம கூட கூட்டிக்கிட்டுப் போயிறலாம்மா," என்று கெஞ்சினார்கள். அம்மா கண்கலங்கி அழுதாள்.

சொர்ணாவுக்கு விவரம் புரியும் வயது வர ஆரம்பித்துவிட்டது என்று பாட்டிக்கும் அம்மாவுக்கும் தெரிந்துவிட்டது.

பாட்டி, ஏதேதோ சொல்லி சொர்ணாவைச் சமாதானப் படுத்தினாள். "உனக்கு இந்த தடவை புது வெள்ளி கொலுசு வாங்கித் தருவேன்னு சொல்லியிருக்கேனே? அது உனக்கு மட்டும்தான் அது; உன் அக்காக்கெல்லாம் கிடையாது..."என்று ஏதேதோ லஞ்ச லாவணி பாடினாள்.

அம்மா கிளம்பிப் போனபின்னும் திடீர் திடீரென்று சொர்ணாவுக்குக் கண்ணீர் பொங்கி வந்தது. அவளுக்கு மூணு வயதாயிருக்கும்போதிலிருந்தே சொர்ணா கிராமத்தில் பாட்டியுடன் தான் இருக்கிறாளாம். அதுவும் பாட்டி சொன்னது தான். சொர்ணாவுக்கு ஒன்றும் நினைவில்லை.

"ஏன் பாட்டி, அம்மா என்னிய மட்டும் இங்கே கொண்டு தள்ளிட்டா?" என்று அவள் கேட்கையில் பாட்டி என்ன சொல்லுவாள்?

"அதுடா தங்கம், நானும் தாத்தாவும் இங்கே கிராமத்திலே தனியா இருக்கோம் இல்லியா? எங்களுக்கு ஒரு துணை வேணும்னு தான் உன்னையும் வெச்சிருக்கோம். நீதானே எங்களுக்கு ரொம்ப செல்லம்! நீ இந்த வீட்டிலே தான் அதோ முன்பக்கத்து உள்ளில் பொறந்தே! பொறந்து 8-10 மாசம் இங்கயே தான் வளர்ந்தே! அப்போ உங்க அம்மாவுக்கு மெட்ராசுக்குப் போக முடியாத நெலமை. நீ எங்க கண்ணு முன்னே குப்புறக் கவிந்தே; நீஞ்சினே; தவழ்ந்தே; விளயாடினே; எங்களையெல்லாம் சிரிச்சு சிரிச்சே மயக்குனே! உன்ன விட்டுப் பிரியவே மனசில்லே....

"அப்புறம் உங்கம்மா உன்னையும் கூட்டிக்கிட்டு புகுந்த வீடு திரும்பினா. 3-4 மாசத்துக்கு ஒரு வாட்டி இங்கே வந்து தங்குவா; நீங்க அக்கா தங்கைங்க எல்லாரும் வருவீங்க; உன் அண்ணன் வரமாட்டான்; அவனுக்கு அந்தப் பாட்டிக்கிட்டே தான் ஒட்டுதல். உனக்கு எங்கிட்டேதான் ரொம்ப ஒட்டுதல். உனக்கு மூணு வயசானப்போ "நீ எங்க கூடெயே இருக்கியாடி சொர்ணா?"ன்னு கேட்டேன். நீயும் சரீன்னே. அதான் எங்களுக்காக உங்கம்மா உன்னிய கொடுத்துட்டுப் போனா; 4-5 மாசத்துக்கு ஒரு வாட்டி வந்து உன்னெப் பார்த்துட்டுப் போவா; அவ்ளோ தான்! நீ பாட்டி செல்லம் தானே? சொல்லு? ரெண்டு வருஷமா எங்க கூட சந்தோஷமாத்தானே இருக்கே? இப்போ என்ன புதுசாய் அழுகை?"

பாட்டி என்னதான் சொன்னாலும் இப்போதெல்லாம் சொர்ணாவுக்கு அடிக்கடி அம்மா வேண்டும் என்றுதான் இருக்கிறது. அவளுக்கு இப்போதெல்லாம் பாட்டி தாத்தா மீது அடிக்கடி கோபம் வருகிறது. இரண்டு பேரும் எப்போதும் சண்டை போட்டபடியே இருக்கிறார்கள்.

வீட்டுக்கு தாத்தாவின் நண்பர் சாமிப்பிள்ளை சும்மா சும்மா வருகிறார்; பாட்டிக்கு அவர் வந்தால் முகத்தில் எள்ளும் கொள்ளும் வெடிக்கிறது. அவரைக் கண்டாலே சொர்ணாவுக்கும் பிடிக்கவில்லைதான்.

சாமிப் பிள்ளை, சொர்ணாவைப் பார்க்கும்போதெல்லாம், "என் தங்க ரதமே!" என்று கூப்பிடுவார்; ஒரு விதமாய் வாய்

கோணச்சிரிப்பார். வலிக்க அவள் கன்னத்தை நிமிண்டுவார். அவள் என்ன திருகி இறங்கப் பார்த்தாலும் வலுக்கட்டாயமாய் மடியில் அழுத்தி வைத்துக்கொள்வார். புகையிலை நாற்றம் அடிக்கும் வாயால் அவள் கன்னத்தில் அடிக்கடி முத்தமிட்டுவார். சொர்ணா கவுனால் தன் கன்னத்தைத் அழுந்தத் துடைத்துக்கொண்டு விடுபட்டு ஓடுவாள்.

இந்த அம்மா ஊரிலிருந்து வரும்போது ஆசை ஆசையாய் இருக்கிறாள்; நிறையக் கொஞ்சுகிறாள்; புதிது புதிதாய்த் தின்பண்டங்கள் செய்து தருகிறாள்; குளிப்பாட்டித் தலை பின்னி விடுகிறாள்.

ஆனால் பாதி சமயம் பாட்டியுடன் குசுகுசுவென்று சதா பேசிக்கொண்டும் அழுதுகொண்டும் இருப்பாள். பாட்டி சமாதானப் படுத்துவாள்; சில சமயங்களில் பாட்டி அழுதுகொண்டிருப்பாள்; தாத்தாவைப் பற்றிப் புகார் சொல்லிக்கொண்டிருப்பாள்; அம்மா அப்போது பாட்டியை சமாதானப் படுத்துவாள். அம்மா ஊருக்குத் திரும்பப் போகையில் நாலைந்து பைகளில் ஏதேதோ அரிசி, பருப்பு, புளி, வெல்லம் என்று மூட்டை கட்டிக்கொண்டு போவாள். பாட்டி திருட்டு முழிப் பார்வையுடன் அடுப்படியில் ஒரு தகர டப்பாவைத் திறந்து அம்மா கையில் கத்தை கத்தையாய் பழைய ரூபாய் நோட்டுகளைத் திணிப்பதையும் சொர்ணா கவனித்து இருக்கிறாள்.

சொர்ணாவுக்கு தன் அப்பாவைப் பார்க்கவேண்டும் என்று இருந்தது. அப்பா எப்போது அவளைப் பார்க்கக் கடைசியாய் வந்தார் என்பது அவள் பிஞ்சு மனசில் நினைவில்லை. "ஏம்மா அப்பாவே என்னியப் பார்க்க வரலை?" என்று சொர்ணா கேட்டபோது "அவருக்கு ஆபீசிலே தலைக்கு மேலே வேலைடா தங்கம்! லீவே கிடைக்கமாட்டுது," என்றாள் அம்மா போன தடவை.

இதோ சொர்ணாவுக்கு எட்டு வயது ஆகிவிட்டது. கிராமத்து ஆரம்பப் பள்ளியில் மூணாம் வகுப்பு வந்தாயிற்று. வகுப்பில் சொர்ணா தான் ராணி போல இருந்தாள். அவள் தங்க நிறத்துக்கும் புத்திசாலித்தனத்துக்கும் எல்லா ஆசிரியர்களும் மயங்கினார்கள். ஒரு பாடத்தை, ஒரு பாட்டை ஒருதரம் கேட்டாலே அவளுக்கு மனப்பாடம் ஆகிவிடும். மனக்கணக்கு போடச்சொன்னால் நொடியில் விடை தருவாள். அவள்தான்

வகுப்பில் எப்போதும் முதல்; எப்போதும் அவள்தான் வகுப்பு லீடர். அவளுக்கு எல்லாப் பிள்ளைகளையும் அதிகாரம் செய்யப் பிடித்திருந்தது. அவள் பேச்சுக்கோ கம்பீரத்துக்கோ மயங்கி பிள்ளைகள் எல்லாம் அவளுக்குக் கட்டுப் பட்டார்கள்.

அன்று கொல்லையில் பாட்டி, அடிக்கும் பம்பு பக்கத்தில் நின்று கொண்டு, "சொர்ணா, குளிக்க வா! எத்தினி நேரமாய்க் கூப்பிடறது?" என்று கத்திக்கொண்டிருந்தாள். சொர்ணா கிணற்றடிக்குப் பக்கத்தில் கனகாம்பரம் பறித்துக்கொண்டிருந்தாள். தாத்தாவும் சாமிப் பிள்ளையும் மாட்டுக் கொட்டில் அருகே நின்று பேசிக்கொண்டிருந்தனர்.

"சாமிப்பிள்ளே, மாட்டையெல்லாம் கேக்காதீயும்; கேட்டா எம் பொண்டாட்டி சாமியாடுவா. ஒண்ணு செய்யும்; இந்தப் புளிய மரம் காய்ப்பு கொறஞ்சு போய் நாலு வருசமாயிடுச்சி. வயசான மரம்; ஆளக் கூட்டி வந்து காட்டு; வெட்டினா எவ்வளவு தேறும்னு கேளு; அதில் பாதிய நீ எடுத்துக்க. இப்போ நிலமையிலே அவ்வளவு தான் முடியும்..."

சாமிப்பிள்ளை ஏதோ தோரணயாய்ப் பேசுவதும் தாத்தா அவரைச் சமாதானம் செய்வதும் புரிந்தது. தாத்தா ஏதோ காரியமாய் உள்ளே போக, சாமிப்பிள்ளை கிணற்றடிப் பக்கம் வந்து ஓரமாய்ப் புகையிலையைத் துப்பி சொம்பிலிருந்து நீரெடுத்து வாய் கொப்பளித்தார். சொர்ணா அங்கு நிற்பதை அப்போது தான் பார்த்தார்.

"அட! என் தங்க சிலை இங்க தான் நிக்கிதா? என்ன, பூப்பெறிக்கிறையா? பறி பறி! என்று அருகில் வந்து கன்னத்தைக் கிள்ளி முத்தமிட்டார். என்னமா வளருற நீயி? நான் பாக்கையிலே இத்துனூண்டாய் இந்த வீட்டுக்கு வந்தே!" என்று கையைத் தழைத்துக் காட்டினார். சொர்ணா முறுக்கிக் கொண்டு நின்றாள்.

"அதோ, கொடியிலே மல்லிப்பூ! அதையும் பறிச்சு தலையிலே வெச்சுக்க; அம்சமாய் இருக்கும். நான் போயி புளிய மரத்தை ஒரு பார்வை பார்த்துட்டு வரேன்," என்றவாறே கொல்லைப் புறத்தில் இன்னும் தள்ளிப் பின்னால் இருந்த கக்கூசுக்குப் பக்கத்தில் இருந்த புளிய மரத்தை நோக்கிப் போனார்.

"சொர்ணா! எங்கடீ தொலஞ்சே?" என்று பாட்டி கூவ, "தா வரேன் பாட்டி," என்றவாறு சொர்ணா உள்ளே பம்படியைப் பார்க்க ஓடினாள்.

"ஒரு வாளி தண்ணி அடி முதல்லே; சட்டை பாவாடையை அவுத்துறு; அந்த வாளியிலே சோப்புத் தண்ணி இருக்கு பாரு, அதிலே முக்கு," என்றாள் பாட்டி.

சொர்ணா பாவாடை சட்டையை அவிழ்த்துவிட்டு வெறும் ஜெட்டியுடன் பம்பில் குதித்துக் குதித்துத் தண்ணீர் அடித்தாள்.

"வா, இப்பிடி உக்காரு," என்று சொல்லி, "இன்னைக்கு வெள்ளிக்கிழமை; தலைக்கு ஊத்திக்கணும்," என்றவாறேபாட்டி வாளியிலிருந்து தண்ணீரை மொண்டு மொண்டு சொர்ணாவின் தலையில் ஊற்றினாள். பாட்டி கரைத்துத் தேய்த்த சீயக்காயின் மணமும், தண்ணீரின் இரும்பு மணமும் கலந்து சொர்ணாவின் மூக்கில் அடித்தது. பாட்டி முகத்துக்கு சோப்பு போட்டுவிட்டு தலையில் தண்ணீர் மேலும் ஊற்றினாள். இப்போது இரும்பு மணத்தோடு சந்தன சோப்பின் மணம் கலந்தது. "சரி, ஜட்டியை அவுத்துறு; ஒழுங்காத் தேச்சுக் குளிக்கணும்," என்றாள் பாட்டி. சொர்ணாவுக்கு அதெல்லாம் ஒன்றும் புதிதில்லை.

பாட்டி உடம்பில் சோப்புப் போட்டுத் தேய்கையில் சொர்ணாவின் மூக்கில் புகையிலை வெற்றிலை மணமும் சேர்ந்து அடித்தது.

"அட! என் தங்க சிலைக்கு அபிசேகமா? நடக்கட்டும்; நடக்கட்டும்..." அங்கே ஒரு மாதிரி இளிப்புடன் கொல்லைக் கதவு வழியே உள்ளே வந்த சாமிப்பிள்ளை சொர்ணாவை வெறித்துப் பார்த்தபடியே வந்து நின்றார்.

சொர்ணா தன்னையறியாது பாட்டியின் புடவைத் தலைப்பை இழுத்துத் தன் உடம்பை மறைத்துக்கொண்டாள். ஏன் அப்படிச் செய்தோம் என்று அவளுக்கே தெரியவில்லை.

"சாமிப்பிள்ளே? நீர் இங்கே ஏன் வந்தீர்? பொட்டப் புள்ள குளிக்கிற இடத்திலே உமக்கென்ன வேலை? உள்ளாறப் போம்!" என்று பாட்டி அதட்ட, நாய் வாலை கால்களுக்கிடையே செறுகிக்கொண்டு பம்மி ஓடுவதைப் போல வீட்டினுள் விரைந்தார் சாமிப்பிள்ளை.

"படுபாவி! நாசமாப் போக; இவனுக்கு என்னிக்கு சாவு வருமோ அன்னிக்குத் தான் எனக்கு நிம்மதி," என்றாள் பாட்டி. பாட்டிக்கு ஏன் இத்தனை கோவம்?

"இவன் எப்போ கொல்லைப் பக்கம் வந்தான்?" என்று பாட்டி தனக்குத் தானே கேட்டுக்கொண்டாள்.

"பாட்டி! தாத்தாவும் சாமிப் பிள்ளையும் கொல்லையிலே நின்னு பேசிக்கிட்டாங்க! புளிய மரத்தை வெட்டி, ஆளுக்குப் பாதி பணம் எடுத்துக்கப் போறாங்களாம்! என் காதிலே வுழுந்துது," என்றாள் சொர்ணா.

"என்ன? அது என் மாமனாரோட அப்பா அறுவது வருஷம் முன்னாடி நட்ட மரம்; அவுரே எங்கிட்ட சொன்னது; இந்த மரம் மகாலட்சுமி மாதிரி"ன்னு சொல்லுவாரு. இதை வெட்டப் போறாங்களாமா? பாவிக் கெழவன்! உன் தாத்தாவுக்கு பொம்பளப் பைத்தியம் முத்திப் போச்சு! ஒருவாரமா என் ரெட்டை வடம் சங்கிலிக்கு குறிவெச்சான்; நான் ஒத்துக்கலை; அதான் புளியமரத்தை வெட்டறதா தீர்மானமா?" பாட்டி இரைய ஆரம்பித்து விட்டாள்.

-=()=-

== 6 ==

இப்போதெல்லாம் பாட்டி முன் போல் இல்லை. முன்பெல்லாம் தனக்குத் தானே புலம்பிக்கொள்வாள்; கையை ஆட்டி ஆட்டி சின்னக் குரலில் சாபம் கொடுப்பாள்; சொர்ணா அருகில் இருக்கையில் அவள் காது படப் பெரிய குரலில் தாத்தாவோடு சண்டை போட மாட்டாள்.

ஆனால் இப்போ ஒரு வருஷமாய்ப் பாட்டி ரொம்பத் துணிந்து விட்டாள்; நிறைய சத்தம் போட்டுத் திட்டுகிறாள்; சொர்ணாவுக்கு அரசல் புரசலாய்ப் புரியும் வகையில் ஏதேதோ சொல்கிறாள். ஒரு விதத்தில் தாத்தாவுக்கு எதிரான கட்சியில் போராட சொர்ணாவைத் தன் பக்கம் தன் சப்போர்ட்டாய் இழுப்பது போல! அந்த சிறு வயதிலேயே, சொர்ணாவுக்கு அப்படியெல்லாம் தோன்றியது.

பாட்டி இழுத்தாலும் இழுக்காவிட்டாலும் சொர்ணா எப்படியும் பாட்டி கட்சிதான். அவளுக்குத் தாத்தாவைப் பிடிக்கவில்லை. அவர் தலைக்கு கருப்பு மசி அடித்துக்கொள்வது பிடிக்க வில்லை. ஒரு கருப்பு கூலிங் கிளாசு வாங்கிப் போட்டுக்கொள்ளும் ஷோக்கு பிடிக்கவில்லை. தமது எல்லாக் காரியத்துக்கும் சாமிப்பிள்ளையைக் கூப்பிடுவதும், அந்த ஆளோடு உட்கார்ந்து கொண்டு, சொம்பு சொம்பாய் பாட்டியைக் காப்பி போட்டுத் தரச் சொல்லிக் குடிப்பதும், சதா வெற்றிலை புகையிலையை அசை போட்டுக் கொண்டு காசு வைத்து சீட்டு விளையாவதும் பிடிக்கவேயில்லை.

குளிப்பாட்டிய பின் சொர்ணாவுக்கு சமையற்கட்டில் செய்து வைத்திருந்த அரிசி உப்புமாவைப் போட்டு சாப்பிடச் சொல்லிவிட்டு, பாட்டி கூடத்தில் போய் தாத்தாவுடன் இரைந்த குரலில் பிலுபிலுவென்று சண்டை போடப் போய்விட்டாள். 'சாமிப் பிள்ளை', 'தெரு நாய்', 'குளிக்கும்போது பார்க்கும் எச்சிற்கலை', 'புளிய மரம்', 'இரட்டைவடம்', 'தேவடியாளுக்கு அள்ளி விடுவது', 'பாவம் சும்மாவிடாது' என்று பல சொற்களும் காதில் குழப்பலாய் வந்து விழுந்தன. சொர்ணா புத்திசாலி. புள்ளிகளைச் சேர்த்துக் கோடு போட்டால் ஏதோ கோலத்தின் உருவம் அவளுக்குப் பிடிபட ஆரம்பித்திருந்தது.

அடிக்கும் கைப்பம்புக்குப் பக்கத்தில் சுவரோடு ஒட்டி 'ட' போல ஓர் பாத்ரூம் மறைவு இருந்தது. ஆறடி உயரம் உள்ள சுவர் மறைப்பு. பாத்ரூமுக்கு கதவொன்றும் கிடையாது. பாட்டி மட்டும்தான் அதனுள்ளில் போய்க் குளிப்பாள். அன்று மதியமே பாட்டி வெய்யிலில் வேக்குவேக்கென்று போய் உள்ளூர் தச்சரைக் கூட்டி வந்தாள். ஆள் அளவெல்லாம் எடுத்துக்கொண்டு போய், மரச்சட்டமும் மூங்கில் தட்டியும் போட்ட ஓர் கதவை செய்து மறு நாளே கொண்டு வந்து மாட்டிவிட்டுப் போனான்.

அன்று முதல் சொர்ணா பாத்ரூமில்தான் குளிக்க ஆரம்பித்தாள்.

* * * * * *

"உன் பாட்டிக்கும் தாத்தாவுக்கும் இடையில் என்ன பிரச்சனை என்று அந்த வயதில் உனக்குப் புரிந்ததா?" நான்காம் நாள் 'சிட்டிங்கில்' டாக்டர் சுனந்தா சொர்ணாவிடம் கேட்டாள்.

"ஒரு மாதிரி புரிஞ்சுது டாக்டர். ஆனா அந்த வயசிலே ரொம்பத் தெளிவாவெல்லாம் இல்லே. சொல்றேன்...."

* * * * * *

அன்று ஒரு நாள் பாட்டி மாலையில் உள்ளூர் ராமர் கோவிலுக்குப் போகையில் சொர்ணாவையும் கூட்டிக்கொண்டு போனாள்.

இரண்டு பேரும் சன்னிதியில் போய்க் கும்பிட்டார்கள் சொர்ணா. "ராமா! எப்படியாவது சீக்கிறம் என்னை எங்க அம்மா அப்பா வீட்டிலே கொண்டு சேர்த்திடு; எனக்கு இங்கே பிடிக்கவேயில்லை," என்று வேண்டிக்கொண்டாள்.

பிரதட்சிணம் வருகையில் கோவில் வாசலில் ஓர் குதிரை வண்டி வந்து நின்றதும் அதிலிருந்து பளீரென்ற அழகும் கவர்ச்சியுமாய் சுமார் 35 வயதிருக்கும் ஒரு பெண்மணி பட்டுப்புடவை, தலை நிறைய அதிகப் படியாய் மல்லிகைப்பூ சகிதம் இறங்கி கோவிலுக்குள் வருவதையும் சொர்ணா பார்த்தாள்.

"அடிப்பாவி. தேவிடியா சிறுக்கி, இங்கயுமா வந்திட்டா?" என்று பாட்டி அடிக்குரலில் சொல்லிப் பல்லைக் கடித்தாள்.

"யாரு பாட்டி இது? எவ்ளோ அழகா இருக்காங்க!" என்று அப்பாவியாய் வியந்தாள் சொர்ணா.

"அழகாடி இது? பாம்பு படமெடுத்து ஆடினா அது அழகாடி?" என்று சொல்லியவாரே சொர்ணாவை தரதரவென்று இழுத்துக்கொண்டு பிரகாரம் சுற்றுவதைத் தொடர்ந்தாள் பாட்டி. "அவள் கழுத்தைப் பார்த்தியாடி நீ? அவ போட்டிருக்கிறது என்னோட மாங்கா மாலை! சொளயா 5 சவரன். என் கல்யாணத்துக்கு என் தாத்தா ஆசையா செஞ்சு போட்ட மாங்கா மாலை!" என்று தொண்டையடைக்க பாட்டி சொன்னாள். சொர்ணாவுக்கு ஏதோ புரிவது போல இருந்தது.

"யாரு பாட்டி இவங்க?"

"அதான் அந்த கூறுகெட்ட பய சாமிப்பிள்ளையோட தங்கை இவ. இவ அப்பன் இவளைப் பட்டணத்திலே நல்ல எடத்திலே கட்டிக் கொடுக்கப் பாத்தான்; இது ராவோட ராவா வீட்டை விட்டு எந்த பொறுக்கியோடையோ ஓடிப்போச்சு; அவமானம் தாங்காமே அவ அப்பன் தூக்கிலே தொங்கிட்டான்; சாமிப்பிள்ளைக்கு வேலை வெட்டி இல்லை; பெரிய படிப்பு ஒண்ணும் கிடையாது; அப்பன் சொத்த வெச்சுத் தின்னுகிட்டிருந்தான்; ஓடிப்போன இது அஞ்சு வருஷம் முன்னாடி திரும்பி வந்திடுச்சி. ஏன்னு தெரியாது; 'ஒழுக்கம் சரியில்லே'ன்னு புருசங்காரன் அடிச்சுத் துறத்திட்டான்னு ஊரிலே பேச்சு. அண்ணனும் தங்கச்சியுமா சேர்ந்து தின்னே சொத்தெல்லாம் அழிச்சிதுங்க....

"அப்புறம் சோத்துக்கு வழி? அந்த கேடுகெட்ட நாயி சாமிப்பிள்ளை இவளை வெச்சு சம்பாரிக்க ஆரம்பிச்சான்; சுத்துவட்டாரத்திலே நெலபுலம், காசு பணம்ன்னு வெச்சுக்கிட்டு அலயுற பணக்காரவுங்க இல்லாமையா இருக்கிறாங்க? அப்புறம் சாமிப்பிள்ள காசு பணமென்ன, குதிரை வண்டியென்னன்னு வளந்திட்டான். சாமிப்பிள்ள இந்த சிறுக்கிய வெச்சுத்தான் என் புருஷனையும் வளைச்சுப் போட்டான்; என் நகையெல்லாம் ஒண்ணொண்ணா இப்படித்தான் இவ கிட்ட போயிக்கிட்டிருக்கு!"

பாட்டி கட்டுப்பாடற்றுப் புலம்பினாள். ஒன்பது வயது சொர்ணாவுக்கு பெரும்பாலும் புரிந்த மாதிரித் தான் இருந்தது. "நீ அழாதே பாட்டி," என்று சமாதானம் செய்தாள் சொர்ணா. "ராமர் கிட்டே வேண்டிக்கிட்டா, எல்லாம் சரியாக்கிடுவாரு,"

என்றாள். பாட்டி ஒன்றும் காதில் வாங்கியதாய்த் தெரியவில்லை.

"அரிப்பெடுத்தா கல்யாணம் கட்டிக்கிறது தானே அந்த நாயி சாமிப்பிள்ள? அந்த சொறி நாயெ வீட்டுக்குளே விடாதேன்னு சொன்னா உன் தாத்தா கேக்குதா? நாப்பத்தஞ்சு வயசு ஆயிப்போச்சு; எவ கட்டிப்பா? அதான் சின்னப் பிள்ள குளிக்கிறத வெறிச்சுப் பார்க்குறான் அந்தப் பன்னி! ," பாட்டி விஷம் கக்கினாள்.

கோவிலிலிருந்து திரும்பும் வழியில் பாட்டி பேசாது வந்தாள். பின் சட்டென்று, "என் தங்கமே! இது வளறுர வயசு ஒனக்கு; மளமளன்னு வளந்திருவே; அந்த நாயி ஒன்னைத் தொட்டுப் பேச விடாதே தாயி! அதிலே உன் தாத்தாவையும் சேர்த்துத் தான் சொல்லுறேன், எதுனா பிரச்சனை பண்ணினா எங்கிட்ட மறைக்காத தாயி!" என்றாள் பாட்டி.

"நீ கவலைப் படாதே பாட்டி," என்று தைரியம் சொன்னாள் சொர்ணா.

-=()=-

== 7 ==

சொர்ணா ஐந்தாம் வகுப்பு வந்தாயிற்று.

இப்போதெல்லாம் பாட்டி பாதிசமயம் கடுகடுவென்று தான் இருக்கிறாள். பாட்டிக்கும் தாத்தாவுக்கும் இடையே அவ்வப்போது பனிப்போர்; பேச்சு வார்த்தை கிடையாது. எப்போதேனும் பேசினாலோ அது பெரும்பாலும் சண்டையாகவே போய் முடிகிறது.

பள்ளி சென்ற நேரம் போக, சொர்ணா தெருவில் சம வயதுப் பெண்களுடன் நொண்டி, பாண்டி, நாலு மூலைத் தாச்சி, கண்ணா மூச்சி எல்லாம் இருட்டும் வரை விளையாடிக்கொண்டிருப்பாள். பிறகு வீட்டினுள் பாட்டியுடன் இருக்கும் நேரங்களிலும், விடுமுறை நாட்களின் பகற் பொழுதுகளிலும் முன்பெல்லாம் பாட்டி சொர்ணாவுடன் நிறைய நேரம் செலவிடுவாள். பல்லாங்குழியாடுவாள்; ஏழு கல் ஆட்டம், புளியங்கொட்டை ஆட்டம் எல்லாம் ஆடுவாள். ராமாயணம், மகா பாரதம் கதையெல்லாம் சொல்லுவாள். சொர்ணாவுக்கு ராமர் கதை ரொம்பப் பிடிக்கும்; திரும்பத் திரும்ப சொல்லச் சொல்லி அலுக்காமல் கேட்டுக்கொண்டே இருப்பாள்.

இப்போதெல்லாம் விளையாடக் கூப்பிட்டால், பாட்டி "இப்போ வேண்டாண்டி; அலுப்பா இருக்கு," என்கிறாள்; கதை சொல்லச்சொன்னால் "போடி, இந்தக் கதையை நான் நூறு தடவை உனக்கு சொல்லியாச்சு," என்கிறாள்.

சொர்ணாவுக்கு இப்போதெல்லாம் அடிக்கடி அம்மா அப்பா ஞாபகம் வருகிறது. அடுத்த வருடம் ஆறாம் வகுப்புக்கு பக்கத்துத் டவுன் பள்ளிக்குத் தான் போயாக வேண்டும். மூன்று கிலோ மீட்டர் நடந்தாக வேண்டும். அவளுக்கு அடுத்த வருடம் அப்பா அம்மாவுடன் நிரந்தரமாய் இருக்கப் பட்டணத்துக்குப் போய்விட வேண்டும் என்று நிறையத் தோன்ற ஆரம்பித்துவிட்டது. ராமரிடம் சதா அதே வேண்டுதல்.

அவள் அதிகம் தனிமையை உணர்ந்தாள். கொல்லையில் போய் கிணற்றடியில் துவைக்கும் கல்லில் உட்கார்ந்து கொண்டு மாயமாய் ஏதேதோ யோசித்துக்கொண்டிருப்பாள்.

பக்கத்தில் கன்றுக்குட்டி அம்புலி வந்து நக்கிக்கொண்டு நிற்கும்.

"அடி அம்புலி! நீயே சொல்லுடி! நான் என்ன தப்பு செஞ்சேன்னு எங்க அம்மா அப்பா என்னிய இந்த கிராமத்திலே பாட்டிக்கிட்டே தள்ளி விட்டுட்டுப் போயிட்டாங்க?" என்று கன்றுக்குட்டியின் கழுத்தைக் கட்டிக்கொண்டு சோகமாய்க் கேட்பாள்.

அவள் அம்புலி அவளுடன் பேசும். அவளுக்கு ஆலோசனைகள் சொல்லும். "நீ ஒண்ணு செய்யி சொர்ணா! அதோ வைக்கோல் போர் இருக்கு பாரு? அதுக்குள்ள ஒரு ரகசியக் கதவு இருக்கு; அதைத் திறந்தா, உள்ளே ஒரு படிக்கட்டு இருக்கும்; அதிலே இறங்கிப் போனியானா நேரே அது மெட்ராஸிலே உங்க வீட்டுக்குக் கொண்டு விட்டுடும்," என்று அம்புலி சொல்லும்.

சொர்ணா கற்பனையில் எழுந்து போய், வைக்கோல் போரின் பக்க வாட்டில் பரபரவென்று வைக்கோல்களை விலக்கி ஒரு ஆள் நுழையும் அளவுக்கு வழி உண்டாக்கிக் கொண்டு புகுந்து விடுவாள். ஒரே இருட்டாயிருக்கும். சொர்ணாவின் கற்பனைகளில் பயம் கிடையாது. அவள் கற்பனைகளில் எல்லாமே நல்லது தான் நடக்கும். அவள் என்ன நினைக்கிறாளோ அப்படியே நடக்கும். அவளுக்கு ஒரு கஷ்டம் என்றால் ராமரைக் கூப்பிடுவாள். அவர் எல்லாம் சரி செய்து விடுவார். பாட்டி அப்படித் தான் சொர்ணாவுக்கு சொல்லித் தந்திருந்தாள். சொர்ணாவின் கற்பனை உலகில் அப்படியே தான் நடக்கும்.

சொர்ணா ரகசியக் கதவைத் திறந்து படியிறங்கிப் போகிறாள். அட! அம்புலி சொன்னது போலவே அவள் அங்கே ஒரு வீட்டின் கூடத்தில் நிற்கிறாள். அம்மாவும் அக்காக்களும் ஊஞ்சல் ஆடிக்கொண்டிருக்கிறார்கள். அப்பா பேப்பர் படித்துக்கொண்டிருக்கிறார். "அட! சொர்ணா குட்டி வந்திருக்கும்மா!" என்று முதல் அக்கா கூப்பாடு போட, எல்லாரும் ஓடி வந்து கட்டிக்கொள்கிறார்கள்! "எப்பிடிடீ வந்தே!" என்று எல்லாரும் அதிசயிக்கிறார்கள். "அம்புலிதாம்மா இங்கே வர வழி சொல்லிச்சி!" என்கிறாள் சொர்ணா.

"அப்பா! நான் இங்கேயே வந்து உங்க கூடவே இருக்கணும்னு வந்திட்டேன்," என்கிறாள் சொர்ணா. அப்பா,

"அது இப்போ முடியாதுடா கண்ணு; அதோட நீ கையை வீசிக்கிட்டு இல்லே வந்திருக்கே? உன் துணிமணி, ஸ்கூல் புஸ்தகம், நோட்டு, பாய் தலகாணி, போர்வை எல்லாம் எடுத்துகிட்டு வர்லியே?" என்கிறார். சொர்ணா பெரிய குரலில் அழுகிறாள்.

பாட்டி வீட்டு முன் அறையில் இருக்கும் அதே ராமர் படம், இந்த வீட்டிலும் இருக்கிறது. சொர்ணா ராமரின் படத்தின் முன்னால் நின்று "ராமா, நான் இங்கே வர்ரது தப்பா? நீ எனக்கு வழி காட்ட மாட்டியா?" என்கிறாள்.

உடனே படத்தில் இருக்கும் ராமர், கம்பீரமாக, "கவலைப் படாதே சொர்ணா! நான் இருக்கேன். இன்னிலேர்ந்து ஒரு மாசத்தில் உன் அப்பா வந்து கூட்டிக்கொண்டு போவார்; கவலையே படாதே," என்கிறார்.

சொர்ணா, தலையை உலுக்கிக்கொண்டு, கிணற்றடியில் அம்புலியின் கழுத்தைத் தடவியவாறே, "அம்புலி! அம்மா, அப்பாவைப் பார்த்தாச்சு; சொல்லியாச்சு; ராமரிடமும் சொல்லிவிட்டேன்; இன்னும் கரெக்டா ஒரு மாசம்தான்; அப்பா வந்து என்னிய இங்கிருந்து கூட்டிக்கொண்டு போயிருவாராம்; ராமரே சொல்லியாச்சு!" என்கிறாள். "அப்புறம் என்ன, கவலையை விடு," என்று சொல்லிவிட்டு அம்புலி துள்ளிக்குதித்து ஓடி விட்டது.

சொர்ணா வீட்டினுள் போய் கூடச் சுவரில் தொங்கிக்கொண்டிருந்த காலண்டரைப் பார்த்தாள். அடுத்த மாதப் பக்கத்தைத் திருப்பி அன்றைய அதே தேதியில் பென்ஸிலால் ஒரு சுழி சுழித்து அடையாளப் படுத்திக்கொண்டாள். ராமரே சொல்லியாச்சு. இது நடக்கும். நடந்தாகணும்.

இது நடந்து ஒரு 27 நாட்கள் ஆகியிருக்கும். அன்று சொர்ணா கேலண்டரைப் பார்த்தாள். இன்னும் 3 நாள் தானே இருக்கு?

கூடத்து அலமாரிப் பக்கம் சுவரில் அவள் அவ்வப்போது ஒட்டி நின்று கொண்டு, தலை மீது ஸ்கேலை கிடையாய் வைத்து பென்சிலால் கோடு போட்டுப் பார்ப்பாள் -- தான் எத்தனை உயரம் வளர்ந்திருக்கிறோம் என்று பார்க்க.

கடைசியாய்ப் பார்த்து 3-4 மாதம் இருக்கும். அன்று சொர்ணா கோடு போட்டுப் பார்த்தபோது அவளுக்கே

ஆச்சரியம் தாங்க வில்லை. 4 மாசத்தில் இவ்வளவு வளர்ந்திருக்கிறோமா?

உயரம் மட்டும் தானா? 4 மாசம் முன்பு அம்மா வந்தபோது வாங்கித் தந்த பாவாடை சட்டையில் பாவாடை குட்டையானது மட்டுமல்ல; சட்டை மாரில் இறுக்கிப் பிடிப்பதும் தெரிந்தது.

ஒரு நாள் சொர்ணா, தன்னையே குனிந்து பார்த்தவாறே, "ஏன் பாட்டி? நானும் கடைசி அக்கா மாதிரி தாவணி போட்டுக்கட்டுமா?" என்றாள் யதார்த்தமாக.

பாட்டி, "அதெல்லாம் பெரியவளானப்புறம்தான்; அதுக்குள்ள என்ன அவசரம்?" என்றவள், சொர்ணாவின் இறுகிய சட்டையைப் பார்த்துவிட்டு, "நான் இன்னிக்கி டெயிலரிடம் துணி வாங்கி உனக்கு கொஞ்சம் லூசா சட்டை தெய்ச்சு வாங்கித்தரேன்; என்ன?" என்றாள்.

சொர்ணாவுக்கு கொஞ்சம் நிம்மதி ஆயிற்று.

அன்று சாயந்திரம் ஐந்து மணி இருக்கும். சொர்ணா வராந்தாவில் பெஞ்சில் உட்கார்ந்து கொண்டு வீட்டுப்பாடம் எழுதிக்கொண்டிருந்தாள். பாட்டி, கொல்லைபுறம் மாடுகளுக்கு புண்ணாக்கு இடப் போயிருந்தாள். தாத்தா சொர்ணாவிடம், "தங்கம், காலையிலிருந்து வயிறு பொருமிக்கிட்டே இருக்கு; இதா மூலைக் கடையிலே ஒரு ஜிஞ்சர் சோடா குடிச்சிட்டு இப்ப வந்திடறேன்," என்று சொல்லி விட்டுப் போனார். சொர்ணா தாத்தா சொன்னதைக் கவனித்தும் கவனிக்கமலும் "சரி," என்று சொல்லிவிட்டுத் தன் பாடத்தில் முனைப்பாய் இருந்தாள்.

வாசல் கதவு வழக்கம் போல் திறந்தே தான் இருந்தது.

திடீரென்று பெஞ்சு ஓர் சிறு ஆட்டம் கண்டு ஒரு பளு உட்கார்ந்த கணக்கால் முனகியது. சொர்ணா திடுக்கிட்டாள்.

"என்ன என் தங்க ரதமே? பாடம் எளுதிக்கிட்டிருக்கியா?"

சொர்ணாவுக்கு ஒரு கணம் அச்சத்தில் உடம்பு சிலிர்த்தது. சாமிப்பிள்ளை உள்ளே வந்ததை அவள் கவனிக்கவே இல்லை; பாடத்தில் அத்தனை முனைப்பாய் இருந்திருக்கிறாள். ஆனால் இப்போது வாசற்கதவு ஏன் சார்த்தி இருக்கிறது?

"ம்...?" என்றாள் சொர்ணா. எழுந்து உள்ளே போய் விடலாமா?

"தாத்தா எங்கே? பாட்டி எங்கே?"

"பாட்டி கொல்லைப் பக்கம் மாட்டுக்குத் தண்ணி காட்டப் போயிருக்காங்க; தாத்தா மூலைக் கடையிலே ஏதோ வாங்கணும்னு சொல்லிட்டுப் போனாரு," என்றாள் சொர்ணா.

"இருக்கட்டும், இருக்கட்டும்... மெதுவா வரட்டும். தாத்தாவோட வெத்திலப் பெட்டிய கொஞ்சம் எடுத்தாறியா?"

சொர்ணா கூடத்து அலமாரியிந்து வெற்றிலைப் பெட்டியை எடுத்துக் கொண்டு வந்து நீட்டினாள். அவள் கையைத் தொட்டு வாங்கிக்கொண்டார் சாமிப் பிள்ள.

"இப்படி குந்திக்க," என்று சொல்லி சொர்ணாவின் கையைப் பிடித்து தன் மடியில் உட்கார்த்தி வைத்துக்கொண்டார். சொர்ணா நெளிந்தாள். அவளுள் ஓர் எச்சரிக்கை மணி அடித்தது.

"எங்கே, உன் கையைக் காட்டு! நீ ஸ்கூலிலே பயங்கர புத்திசாலியா இருக்கேன்னு சுந்தரி டீச்சர் சொன்னாங்க; உன் கை ரேகை எப்படின்னு பார்க்கணும்னு எனிக்கு ரொம்ப நாளா ஆசை! என் ராசாத்தி நீ எதிர்காலத்திலே எப்படி வருவேன்னு ரேகையைப் பார்த்தே கண்டுபிடிச்சிறலாமில்லே? என் சின்ன வயசிலே சித்தர் ஒத்தரு எனக்கு ரேகை ஜோசியமெல்லாம் கரதலையாச் சொல்லிக் கொடுத்தாரு; காட்டு, காட்டு!"

எல்லாருக்கும் இயற்கையாகவே இருக்கும் எதிர்காலத்தைப் பற்றி அறிந்து கொள்ளும் ஆவல் சொர்ணாவுக்கும் இருந்ததால் அவள் ஒரு கணம் தன்னுள் ஒலிக்கும் எச்சரிக்கை மணியைக் கவனிக்காது, தன் உள்ளங்கையை விரித்தாள். சாமிப்பிள்ளை அவள் விரல்களையும், மணிக்கட்டையும் பிடித்து, கண்ணைச் சுறுக்கி நோட்டம் விட்டவாறே, "அடடா! இதய ரேகை, ஆயுள் ரேகை, புத்தி ரேகை மூணுமே தீர்க்கம்! சுக்கிர மேடு பலமா இருக்கே! பேஷ்!" என்றவாறே, தம் பார்வையை அவள் கையிலிருந்து உயர்த்தி அவள் மாரில் நோட்டம் விட்டார்.

அடுத்த இரண்டாவது நிமிடம், சொர்ணாவின் பற்கள் அவர் கையில் பதிந்திருந்தன; சாமிப்பிள்ளை "ஆ! என்று வலி தாங்காது கத்தினார். சொர்ணா, "பாட்டீ ... பாட்டீ என்று கத்தியவாறே முழங்காலுக்கு மேலே ஏறிவிட்டிருந்த தன் பாவாடையை சரி செய்தவாறே கொல்லைப் பக்கம் ஓடினாள்.

சொர்ணாவின் குரலைக் கேட்டு பதறியவாறே பாட்டி கொல்லையிலிருந்து அரக்கப் பறக்க உள்ளே வர, சொர்ணா ஓடிப் போய்ப் பாட்டியைக் கட்டிக்கொண்டு அழுதாள்.

"பாட்டி! அந்த சாமிப்பிள்ள..... சாமிப்பிள்ளே..... என்னைய..... தொடாத இடத்திலெல்லாம் தொட்டாரு; நான் சுதாரிச்சிக்கிட்டு..... அவரு கையை கடிச்சிட்டு.... தப்பிச்சு ஓ ... ஓ... ஓடி வந்திட்டேன்..."

"பாவிப் பயலே, நாசமாப் போறவனே!" என்றவாறெல்லாம் திட்டிய வாறே பாட்டி ஆவேசமாய் கொல்லைப் புறத்திலிருந்து கூடத்துக்கு வர, அங்கே சாமிப்பிள்ளை இல்லை. அவசரமாய் நழுவியிருக்க வேண்டும்.

அப்போது தான் "ஏவ்," என்று ஏப்பம் விட்டவாறே தாத்தா சாவதானமாய் உள்ளே வந்து கொண்டிருந்தார். அன்று பாட்டி, தாத்தாவைப் பிலுபிலுவென்று பிடித்துக்கொண்டு சாமியாடினாள். தாத்தாவுக்கு என்ன விஷயம் என்று புரிந்துகொள்ளவே பத்து நிமிஷம் ஆனது.

பாட்டி, தாத்தாவின் முப்பத்தைந்து வயதிலிருந்து ஆரம்பித்து அவரது மைனர் விளையாட்டுகளின் சரித்திரத்தைச் சொல்லிச் சாடுவதில் தொடங்கி, அவர் தனது நகைகளை சாமிப்பிள்ளையின் தங்கைக்குத் தாரை வார்த்ததன் பவுன் கணக்குகளைச் சொல்லி, இப்போது சாமிப்பிள்ளை, அருமைப் பேத்தியின் அடி மடியிலேயே கை வைக்க வந்து விட்டதைச் சொல்லிக் கத்துகிறாள் என்று தோராயமாக சொர்ணாவுக்குப் புரிந்தது.

சொர்ணாவுக்கு மாரிலும், அடி வயிற்றிலும் வென்னீரைக் கொட்டிக்கொண்டது போல் எரிந்தது. இத்தனைக்கும் சாமிப்பிள்ளை அவளைத் தொட்டுத் தடவியது சில நொடிகள் பட்டுமே. அவளுக்கு இன்னும் படபடப்பு அடங்க வில்லை. அதிர்ச்சி, பயம், அருவருப்பு, எரிச்சல் என்று பல உணர்வுகள் அவள் பிஞ்சு மனதில் தாக்கின. சொர்ணா முன்பக்கத்து அறைக்குப் போய், தாத்தா படுக்கும் இரட்டைப் பெஞ்சியில் படுத்துக்கொண்டாள். குளிருவது போல இருந்தது. அருகில் மடித்து வைத்திருந்த தாத்தாவின் கிழிசல் போர்வையை எடுத்துப் போர்த்திக்கொண்டாள்.

கூடத்தில் தாத்தாவும் பாட்டியும் போடும் சண்டை ஒன்றும் காதில் தெளிவாய்ப் புரியவில்லை. கிராமத்துக் குப்பைத் தொட்டியில் எச்சில் இலை வந்து விழும்போது இரு நாய்கள் குலைத்துச் சண்டையிடும். சொர்ணாவுக்கு வெளியே கேட்ட தாத்தா பாட்டி குரல்கள் அப்படித் தான் தோன்றியது. ஒரு நாயின் குரல் ஆரம்பத்தில் பெரிதாய் இருக்கும். சண்டை முற்றி ஓரிரு கடிகள் வாங்கிய பின், பெரிதாய்க் குரல் எழுப்பிய நாயின் குரல் சிறிது சிறிதாய் தளர்ந்து போய் பின் ஓர் மெல்லிய ஊளையில் அது ஒடுங்கி ஓடிப்போவது தெரியும். இன்று தாத்தாவின் குரல் அந்தத் தோற்ற நாயின் குரல் போல் தோன்றியது சொர்ணாவுக்கு. படுத்திருந்த சொர்ணா அப்படியே தன்னையறியாது உறங்கிப் போனாள்.

பாட்டி சொர்ணாவைப் பிடித்து உலுக்கி எழுப்பியதும் சொர்ணா விழித்துக்கொண்டாள். அவளுக்கு பயங்கரமாய்க் குளிரெடுத்தது.

"ஐயோ! நெருப்பாய்க் காயுதேடி நெத்தி?" என்று பாட்டி பதட்டப் பட்டாள்.

இருட்டிப் போயிருந்தது. இது தூக்கமா ஜுர மயக்கமா என்று சொர்ணாவுக்குத் தெரியவில்லை.

பாட்டி ஒரு தட்டில் ரசம் சோற்றைக் கலந்து வந்து ஊட்டி விட்டாள். வாய்க்குப் பிடிக்கவேயில்லை. பின் வலுக்கட்டாயமாய் சுடச் சுட ஓர் மிளகுக் கஷாயம் கொண்டுவந்து தொண்டையில் இறக்கிவிட்டாள். "கொஞ்ச நேரம் சாஞ்சாப்பிலே உட்கார்ந்திரு; அப்புறமாப் படுத்துக்கலாம்; வாந்தி எடுத்திராதேடா செல்லம்! ஒண்ணுமில்லே; பயந்திருக்கே, அவ்வளவுதான்; உனக்கு ஒண்ணும் ஆயிடலை. எல்லாம் சரியாப்போயிடும். என்ன?" என்றாள் பாட்டி அவள் முதுகைத் தடவியவாறே.

பாட்டி சொர்ணாவுக்கு ஊட்டி விடுகையில் தாத்தா உள்ளே வந்து சொர்ணாவின் நெற்றியைத் தொட்டுத் தொட்டுப் பார்த்தார். அவர் முகத்தில் ஏதோ அச்சம் அப்பியிருந்தது. அது பாட்டியிடம் இருந்த பயமாக இருக்கலாம்.

சொர்ணாவுக்கு கண் சுழற்றியது. ஆனாலும் பாட்டி சொன்னாளே என்பதற்காகத் தலைகாணியை

முட்டுக்கொடுத்துக்கொண்டு சுவரில் சாய்ந்து உட்கார்ந்துகொண்டாள்.

"நம்பரை இதிலே எழுதிக்கொடுங்க," என்று பாட்டி கூடத்தில் தாத்தாவை அதட்டுவதும், தாத்தா "அவசரப் படாதேடி; தோ பாரு மரகதம், எடுத்தேன் கவுத்தேன்னு எதையும் பண்ணிடாதே..." என்று கெஞ்சுவதும் கேட்டது.

பாட்டி ஏதோ இரைந்து திட்டும் குரலில் பதில் சொல்லியவாறே வாசல் பக்கம் போவதையும் கவனித்தாள் சொர்ணா.

எதன் நம்பர்? எங்கே போகிறாள்?

சொர்ணாவுக்குப் பிடிபட்டுவிட்டது. தெருவில் ரைஸ் மில் சண்முக முதலியார் வீட்டில் மட்டும் தான் தொலைபேசி இருந்தது. எப்போதாவது சொர்ணாவின் செல்வராஜு மாமா -- அதாவது பாட்டி தாத்தாவின் மூத்த பிள்ளை திருச்சியிலிருந்து போனில் பேசுவார். பாட்டியும் ஏதேனும் அவசர நிலைமைகளில் ஒரொரு சமயங்களில் அபூர்வமாக சண்முக முதலியாரின் வீட்டிலிருந்து டிரன்க்கால் போன் போட்டு பிள்ளை பெண்களிடம் பேசியதுண்டு. எவ்வளவு ஆயிற்று என்று கேட்டு பணம் கொடுத்துவிட்டு வந்துவிடுவாள்.

மெட்ராஸில் அப்பா அம்மா குடியிருக்கும் காம்பவுண்டில், ஒரு மார்வாடி சேட்டு குடும்பமும் இருக்கிறது. அவர்கள் வீட்டில் தொலை பேசி உண்டு. ஒரு அவசியம் அவசரம் என்றால் கூப்பிடலாமாம். சொர்ணா கூட ஒரு தடவை அம்மாவோடு அப்படித் தொலை பேசியில் பேசியதுண்டு. போன தடவை ஜுரமாய் வந்து படுத்து எழுந்தபின் அப்படிப் பேசினாள்.

பாட்டி, அம்மாவிடமோ மாமாவிடமோ விஷயத்தைச் சொல்லத்தான் போயிருக்கிறாள் என்று தோன்றியது சொர்ணாவுக்கு.

பாட்டி வெளியே போன சற்று நேரத்தில் தாத்தா வந்து, "தங்கமே! ஜுரம் கொறஞ்சிருக்காடா செல்லம்?" என்று கேட்டவாரே சொர்ணாவின் பக்கத்தில் உட்கார்ந்து கொண்டு நெற்றியில் கை வைத்துப் பார்த்தார்.

அவர் ஏதோ சொல்ல வேண்டும் என்று தயங்கிக் குழம்பியவாறே இருப்பது தெரிந்தது.

"நா...நான் ஒங்கிட்ட என்னத்தன்னு சொல்லுவேன் சொர்ணா? நீயோ குட்டிப்பொண்ணு. எப்படிப் புரிய வைப்பேன்னு தெரிலியே! பாருடா செல்லம்! அந்த முட்டாப்பய சாமிப்பிள்ள ஏதோ புத்தி பேதலிச்சுப் போயி ஒங்கிட்ட இப்பிடி நடந்துப்புட்டான். நான் நல்லா நாக்கைப் புடிங்கிக்கிறமாதிரி திட்டி புத்தி சொல்லிட்டு வந்திட்டேன். என்ன? நீ இத மனசிலே போட்டு உளப்பிக்காதே. நீ இதப்பத்தி யாருகிட்டையும் பேசாத சொர்ணா! வெளியே தெரிஞ்சா வெக்கக் கேடு. முக்கியமா உன் அப்பனுக்குத் தெரியவேணாம். அவன் மகா முன்கோபி. அவன் கோபத்தினாலே அவன் பட்ட கஷ்டமெல்லாம் போதாதா? பாரு; சாமிப்பிள்ள நல்லவந்தான்; உன் பாட்டிதான் அவனை சதா கரிச்சுக்கொட்டிக்கிட்டே இருப்பா; ஏதோ அசட்டுத் தனம் பண்ணிட்டான்; விட்டு ஒழி. அவன் எனக்கு ரொம்ப வேண்டப்பட்டவன்; அவனை நான் பகைச்சுக்க முடியாது; என்ன செய்ய?"

என்று சின்னக் குரலில் சமாதானம் சொன்னார். சொர்ணா தலையைக் குனிந்தவாறே கேட்டுக்கொண்டாள். பதில் ஒன்றும் சொல்லவில்லை.

தன்னை அறியாமலேயே சொர்ணா நீட்டிப் படுத்து, இழுத்துப் போர்த்திக்கொண்டு தூங்கிவிட்டாள். பாட்டி திரும்பி வந்தது கூட அவளுக்குத் தெரியாது.

நடு இரவில் அவளுக்கு திடீர் என்று முழிப்பு வந்தது. நெற்றியும் கழுத்தும் வேர்த்து விட்டிருந்தது. போர்வையை விலக்கிப் போட்டாள். சன்னல் வழியே எதிர் சாரியில் இருந்த தெரு விளக்கின் ஒளி உட்புகுந்து சுவரில் மாட்டியிருந்த ராம பட்டாபிஷேகப் படத்தில் பட்டது.

-=()=-

== 8 ==

நான்கு நாட்களாய் டாக்டர் சுனந்தாவிடம் வந்து போய்க்கொண்டிருந்த அனுபவத்தில், சுனந்தாவின் முகத்தில் அன்றைய பரிமாற்றத்திற்குப் பிறகு ஓர் குறிப்பான 'பளிச்' தென்பட்டதாகத் தோன்றியது சொர்ணாவுக்கு.

சொர்ணாவின் பிரச்சனைக்கு மூல காரணமாய் ஓர் முடிச்சை அவள் தேடி, அது கிடைத்துவிட்ட மகிழ்ச்சியோ அது?

"சொர்ணா, நீ இதை மறைக்காமல் உன் பாட்டியிடம் பகிர்ந்து கொண்டது ஒரு பெரிய விஷயம். என்னிடமும் நீ மறைக்காமல் பகிர்ந்து கொண்டதற்கு நன்றி! ஒரு சைக்கியாட்டிரிஸ்டாக நான் சந்திக்கும் பல பிரச்சனைகளில் இந்த "சைல்ட் ஹூட் அப்யூஸ்' முக்கியமான ஒன்று. எத்தனையோ பேரு இந்த சங்கடமான விஷயத்தை தங்கள் உள் மனசிலே வெச்சுப் பூட்டி வெச்சுருவாங்க; நாங்க எவ்வளவோ நோண்டிக் கேட்டாலும் காண்பிக்காம மறச்சிடுவாங்க; நீ கெட்டிக்காரி; தைரிய சாலி. இப்போ உன்னோட தாம்பத்திய பிரச்சனைக்கான தீர்வின் சாவி கிடச்சிட்ட மாதிரிதான்..." என்றாள்.

'நீங்கள் நினைப்பது போல காரண காரியங்கள் அத்தனை சுலபமில்லை டாக்டர்' என்று சொர்ணா மனதுக்குள் நினைத்துக்கொண்டாள். 'உங்கள் விஞ்ஞானப் படிப்புக்குள் வராத, அதற்கு எட்டாத விஷயங்கள் உண்டு; உங்களுடன் நான் பகிர்ந்து கொள்ள விரும்பாத சில விஷயங்கள் உண்டு! அதை நான் பகிர்ந்து கொள்ளவும் மாட்டேன். காரணம் அது உங்களால் புரிந்து கொள்ள முடியாது' என்றும் மனதுக்குள் நினைத்துக்கொண்டாள் சொர்ணா.

தெய்வ நம்பிக்கை நிறைந்த பாட்டியே நம்பாதபோது இந்த சைக்கியாட்டிரிஸ்டா அதை நம்புவாள்? 'இந்த சொர்ணா கொஞ்சம் லூசு' என்று நினைத்து அதற்கு ஒரு மாத்திரை எழுதிக் கொடுத்தாலும் கொடுப்பாள்!

* * * * *

அரை குறை வெளிச்சத்தில் ராமர் படத்தைப் பார்த்தவாறே சொர்ணா, "ராமா, ராமா, ராமா..." என்றாள். சொர்ணாவின் மூக்கில் திடீரென ராமர் கோவில் சன்னதியில் அடிக்கும் தூப

தீப சாம்பிராணி, கற்பூரம், துளசி மாலை, நெய் விளக்குப் புகை இவற்றின் கலந்தாங்கட்டியான மணம் வந்து அடித்தது.

அப்போது தான் அந்த அற்புதம் நிகழ்ந்தது.

ராமர் படத்திலிருந்து ராமரும் சீதையும் வெளியே கிளம்பி, ஆள் உயரத்துக்கு அவள் முன்னே நின்றார்கள்! அவர்களின் உடம்பைச் சுற்றி ஓர் ஒளி வெள்ளம் சூழ்ந்திருந்தது. சொர்ணாவுக்கு உடம்பு பூரா சிலிர்த்தது. "ராமா, ராமா! நீ நேரவே வந்திட்டியா!" என்றாள் சொர்ணா பரவசத்தோடு.

"சொர்ணா, பயப்படாதே. நான் எப்பவும் உனக்குத் துணை இருப்பேன்; நீ மட்டும் எப்போதும் பரிசுத்தமானவளாகவே இருக்கப் பார்!" என்றார் ராமர். சொர்ணாவுக்கு புரிந்தமாதிரிதான் இருந்தது. "ராமா, எனக்கு இங்கே புடிக்கலை; என்னை நீ அம்மா அப்பாகிட்ட கொண்டு போய் சேர்க்க மாட்டாயா?" என்று அழுதாள் சொர்ணா.

"நீ கேலண்டரில் சுழிச்சு வச்ச தேதி வர இன்னும் 3 நாள் பாக்கி இருக்கே? உனக்கு நம்பிக்கை இல்லையா?" என்று சிரித்தார் ராமர். சீதையும் கூடவே சிரித்தாள். சொர்ணாவுக்கு சந்தோஷத்தில் உடம்பெல்லாம் பரவசமானது. சட்டென்று இருவரும் மறைந்து போனார்கள். சுவரில் படம் மட்டும்தான் இருந்தது.

சொர்ணாவுக்கு உடம்பில் புதுத் தெம்பு வந்ததுபோல் ஆயிற்று. சந்தோஷம் பொங்கிப் பொங்கி வந்தது. அவளுக்குத் தூக்கமே பிடிக்க வில்லை. திரும்பத் திரும்ப ராமர் வந்து அவளிடம் பேசியதையே நினைத்து நினைத்துப் பார்த்து மாளவில்லை.

பாட்டி காலையில் பால் டம்பிளரும் கையுமாக அவளை உலுக்கி எழுப்பும் போது ஒரே வெளிச்சமாய் இருந்தது. மணி காலை எட்டு, எட்டரை இருக்கும்போலிருந்தது.

"அட! ஜுரம் சுத்தமா விட்டிருச்சே!" என்றாள் பாட்டி.

"பாட்டி, பாட்டி! இன்னிக்கோ நாளைக்கோ அம்மா அப்பா வருவாங்க இல்லே? வந்து என்னை மெட்ராஸுக்குக்குக் கூட்டிக்கிட்டு போயிடுவாங்க இல்லே?" என்றாள் சொர்ணா உற்சாகம் பொங்கும் குரலில்.

பாட்டி குழப்பமாய் அவளைப் பார்த்தாள். தான் நேற்று இரவு தொலை பேசியில் மகளிடம் பேசியதே இவளுக்குத் தெரியாதே? இவள் என்ன சொல்கிறாள்?

"பாட்டி! ராத்திரி ராமரும் சீதையும் என்னிய பார்க்க நேரே வந்தாங்க!"

"என்னடி சொல்லுறே? கனாவிலியா?"

"கனாவெல்லாம் இல்லே பாட்டி! நேரே, இதோ கைக்கெட்டற தூரத்திலே வந்து நின்னாங்க! ராமர் இன்னும் ரெண்டு, மூணு நாள் தான் இருக்கு நான் கிளம்பறத்துக்குன்னு சொன்னாரு! 'பயப்படாதே, நான் எப்போவும் உன் கூட துணையா இருக்கேன்னு' சொன்னாரு!"

"சாமியெல்லாம் கனவிலே வந்தா ரொம்ப நல்லதுதாண்டி செல்லம்! கேக்கவே சந்தோஷமா இருக்குது!" என்றாள் பாட்டி.

"ஐயோ, கனவு இல்லே பாட்டி. நான் தெளிவா முழிச்சிக்கிட்டு இருந்தப்போ தான் நேரே வந்தாரு; சாமி சத்தியமா!"

"சரி, சரி... இருக்கட்டும் ... முதல்லே பாலைக் குடி! அப்புறமா பல்லைத் தேச்சுக்கலாம். ஒரு அரை மணி கழிச்சு கஷாயத்தை சுட வெச்சு தரேன். இந்த ஒரு வேளை மட்டும் அதைக் குடிச்சிடு. இன்னிக்கு நீ குளிக்க வேண்டாம்," என்றாள் பாட்டி. பாட்டி அவளை நம்பவில்லை என்று தெரிந்ததும் சொர்ணாவுக்குப் பாட்டி மேல் கோவம் கோவமாய் வந்தது.

அன்று மாலையிலேயே சொர்ணாவின் அம்மா அப்பா வந்து விட்டார்கள்.

சொர்ணா ஓடிப்போய் அப்பாவைக் கட்டிக்கொண்டாள். அவளுக்குப் பிடிபடாத சந்தோஷம். "நீ ஏன் அப்பா இவ்ளோ நாள் என்னைப் பார்க்க வரவே இல்லை?" என்று சண்டையும் பிடித்தாள். அப்பா ஏதேதோ சாக்கு சொன்னார். அப்பா நிறையவே இளைத்திருந்தார். கண்கள் உள்வாங்கித் தலை நரைத்திருந்தது. அவருக்குப் பத்து வயது கூடிவிட்டது போலத் தோன்றியது சொர்ணாவுக்கு.

ராத்திரி சாப்பாடு ஆனதும் சொர்ணா அப்பாவைப் பிடித்து வைத்துக்கொண்டு அவருடன் பல்லாங்குழி ஆடினாள். நாலு சோழி ஆடினாள்; அழுகுணி ஆட்டம் ஆடி ஜெயித்தாள்; பாட்டியோடு ஆடும்போது அது நடக்காது!

அம்மாவும் பாட்டியும் சமையற்கட்டில் மாயமாய் ரகசியம் பேசினார்கள். பாட்டி அழுவதும், அம்மா அழுகையும் கோபமுமாய் கையை வீசி வீசிப் பேசுவதையும் கண்டாள். சாமிப்பிள்ளைக்கு சாபம் கொடுக்கிறாள் போலும்.

சாமிப்பிள்ளை பற்றி சொர்ணா அப்பாவிடம் ஏதும் வாயே திறக்கவில்லை. அம்மா, அப்பாவை கொல்லைப் பக்கம் கூட்டிக்கொண்டு போய் ஏதோ ரகசியம் பேசினாள். பின்னர் பாட்டியும் அதில் சேர்ந்து கொண்டாள். இரண்டுபேரும் அப்பாவுக்கு ஏதோ வேப்பிலை அடித்து சரி செய்வது போலப் பட்டது சொர்ணாவுக்கு.

தாத்தா விளக்கெண்ணைய் குடித்தவர் போல நிம்மதியற்று இருந்தார். மறு நாள் தாத்தாவுடன் அப்பா சொர்ணாவையும் கூட்டிக்கொண்டு அவள் பள்ளிக்குப் போய் அவள் டிரான்ஸ்பர் சர்டிபிகேட்டைவாங்கி வந்தார். தாத்தாவுக்கு அங்கே செல்வாக்கு இருந்தது. கடகடவென்று காரியங்கள் நடந்தன.

இதோ சொர்ணாவையும் கூட்டிக்கொண்டு அம்மா அப்பா கிளம்பியாயிற்று. அம்மா கையில் வழக்கம் போல் ஏராளமான மூட்டை முடிச்சுகள். அம்மாவின் கழுத்தில் பாட்டியின் இரட்டை வடச் சங்கிலி மின்னிற்று. அதையும் சொர்ணா கவனிக்கத் தவறவில்லை.

சொர்ணாவைக் கட்டிக்கொண்டு பாட்டி அழுதாள். தெருவே கூடிவந்து சொர்ணாவுக்கு விடை கொடுத்தது. தாத்தாவும் கண் கலங்கினார். தொண்டையை செறுமி செறுமி முழுங்கினார். சொர்ணாவின் பள்ளிப் பிள்ளைகள் அழுது கொண்டே அவளுக்கு டாட்டா காட்டினார்கள். சொர்ணாவுக்கு அழுகையும் சந்தோஷமும் மாறி மாறி வந்தது.

-=()=-

== 9 ==

அடுத்த நாள் கவுன்சலிங்குக்குப் போனபோது டாக்டர் சுனந்தா, "உன் பிரச்சனையின் ஓர் முக்கியமான ஆதாரப் புள்ளி கிடைத்தாயிற்று, சொர்ணா. இருந்தாலும் மனசு ரீதியாக நாம் பேச வேண்டியது இன்னும் இருக்கு; அதே சமயம், உடம்பு ரீதியாவும் எனக்கு சில விஷயங்கள் உறுதிப் படுத்திக்கணும். இதுவும் என் கவுன்ஸலிங்கின் ஒரு பாகம்தான். அதனால் நீ ஒரு நடை டாக்டர் நீலாவை சந்தித்துவிட்டு வர வேண்டியிருக்கிறது. இதோ அடுத்த மூன்றாவது பில்டிங்கில் தான் அவள் கிளினிக் இருக்கிறது. அவளிடம் ஏற்கனவே உன்னைப் பற்றிப் பேசியிருக்கிறேன். இப்போ போனால் அவள் கொஞ்சம் ஃப்ரீயாக இருப்பாள். ஒன்றும் பயப்படாதே. அவள் என் அக்காதான். அவளிடம் காட்டிவிட்டு அவள் தரும் ரிப்போர்ட்டை எடுத்துக்கொண்டு வா. நாம் தொடர்ந்து பேசலாம்," என்றாள்.

சொர்ணாவும் சரவணனும் அங்கே போனார்கள்.

டாக்டர் நீலா, சுனந்தாவின் ஜாடையிலேயே குண்டாகவும் ஆனால் தங்கையைப் போல சிரித்த முகமாய் இல்லாது கடுகடுவென்றும் இருந்தாள். மேலோட்டமாய் சொர்ணாவை ஓரிரு கேள்விகள் கேட்டுவிட்டு, சொர்ணாவைப் படுக்கச் சொல்லிவிட்டு, கையில் கிளவுசை மாட்டிக்கொண்டாள்.

சொர்ணாவுக்குப் பிடிக்கவில்லை தான். ஆனாலும் என்ன செய்ய? ஒழிகிறது. பெண் டாக்டர் தானே? போய்த் தொலையட்டும். ஆனாலும் அவளுக்கு எரியத்தான் செய்தது; அவளையறியாமல் கண்களிலிருந்து கண்ணீர் பெருகிற்று.

"இப்போ என்னா ஆச்சுன்னு நீ அழுகிறே?" என்று அதட்டினாள் டாக்டர் நீலா.

மீண்டும் டாக்டர் சுனந்தாவின் அறையில்.

சுனந்தா, தன் அக்காள் கொடுத்த ரிப்போர்ட்டைப் படித்தாள். ஒரு பிரசவ மருத்துவரின் மேலோட்டமான ஆராய்வுகளின் படி, சொர்ணா இன்னும் கன்னிப்பெண் தான். ஆரோக்கியக் குறைவோ, மாதாந்திர சுழற்சியில் ஒழுங்கீனங்களோ, வேறு குறிப்பிட்ட பிரச்சனைகள் ஏதுமோ இருப்பதாகத் தெரியவில்லை. ஆரோக்கியமான தாம்பத்திய

உறவு வைத்துக்கொள்ள உடல் ரீதியான பிரச்சனைகள் ஏதும் இருப்பதாகக் காணக் கிடைக்கவில்லை.

இது பெருமளவு டாக்டர் சுனந்தா எதிர்பார்த்ததே.

"குட். மிஸ்டர் சரவணன், உடம்பு ரீதியா சொர்ணாவுக்கு ஒரு பிரச்சனையும் இல்லை; மனசில் தான் பிரச்சனை; அதை நான் சரி பண்ணறேன். சரி; நீங்க வெளியிலே இருங்க," என்றாள்.

"சொர்ணா, நீ கொஞ்சம் ரிலாக்ஸ் பண்ணிக்கோ. நீ அழுதியாமே? அக்கா ஃபோன் பண்ணிச்சொன்னாங்க. அவுங்க பொண் டாக்டர் தானே? இதுக்கு ஏன் டென்ஷன் ஆனீங்க? நான் ஒரு முக்கியமான ஃபோன் கால் செய்து விட்டு ஒரு 15 நிமிஷத்திலே வரேன். ரிலாக்ஸ்!"

டாக்டர் திரும்பி வரும்போது சொர்ணா பேச்சைத் தொடரத் தயார் நிலையில் இருந்தாள்.

"சொர்ணா, உன்னைப் பத்தி, உன் உள் மனசைப் பத்திப் பல கோணங்களிலும் நான் பார்த்தாகணும். உன் நினைவுகளும் கற்பனைகளும் கலக்குமான்னும் நான் தெரிஞ்சுக்கணும். நீ எப்படிப் பட்ட பொண்ணு? ரொம்பவும் எதார்த்தமானவளா? உள்ளதை உள்ளபடியே சொல்பவளா? இல்லை, உனக்குக் கற்பனைகள் அதிகம் உண்டா? நீ சும்மா ஒன்றும் செய்யாமல் இருக்கையில் உன் சிந்தனைகள் எப்படிப் போகும்?"

சொர்ணா சற்று யோசித்துவிட்டு, "என்னாலே சரியா சொல்ல முடியிலே டாக்டர்; நான் பல சமயம் யதார்த்தமா சிந்திக்கிறவ தான்; ஆனாலும் சில சமயம், ஏதேதோ கற்பனைகளும் செய்வேன். 'இந்த சமயத்திலே இப்போ இப்படி ஒண்ணு நடந்தால் நான் எப்படி, என்ன செய்வேன்? என்றெல்லாம் குருட்டாம் போக்கில் கற்பனை செய்வேன்..."

"சின்ன வயசிலேயா இல்லே, வளர்ந்தப்புறமா?"

"சின்ன வயசிலே அதிகம் இருந்துது டாக்டர்; வளர்ந்தப்புறமும் அது உண்டு தான். சின்ன வயசிலே, நான் தான் அப்பவே சொன்னேனே, வைக்கோல் போருக்குள் நுழைந்து உள்ளே போனால் எங்கள் மெட்ராஸ் வீட்டுக்குப் போய்விடலாம்னு கன்னுக்குட்டி சொல்லிச்சு; நானும் அப்படியே பூந்து போயி வந்தேன்னு? அப்படித்தான் என் கற்பனை அப்போல்லாம் இருந்துது டாக்டர். பெரியவளானப்புறமும் இப்பிடீ ஏதாவது கற்பனை ஓடும்! ஆனா, என் கற்பனை

எதிலேயும் எனக்கு பயம் என்கிற உணர்வே வராது டாக்டர்! என் கற்பனையிலும் எனக்கு எல்லாமே நல்ல விதமாத் தான் நடககும்; நான் சாமிக்கிட்டே வேண்டிக்கிட்டேன்னா வேண்டிய படியே நல்லதா நடந்துரும்; இப்படியெல்லாம் தான் என் கற்பனை போகும். நெகடிவாவெல்லாம் போகாது..."

இதைச் சொல்கையிலேயே சொர்ணாவுக்கு ஓர் எண்ணம் பக்கவாட்டிலேயே ஓடிற்று. ராமர் என் கண் முன்னே வந்து நின்றதும் என் கற்பனையா? இதை இந்த டாக்டரிடம் சொல்லி சந்தேகம் கேட்டால் என்ன? ஆனால் "வேண்டாம்," என்று பலமாக அவள் உள் மனது சொல்லியது. 'அது கற்பனை அல்ல; அது நிஜம்; அது யாருக்கும் புரியாது; அது ஒரு அந்தரங்க அனுபவம்; அனுபவிச்சால் தான் புரியும்' என்று அழுத்தம் திருத்தமாக அவள் மனசாட்சி சொல்லிவிட்டது.

"சரி சொர்ணா. நீ சிறுவயதில் பார்த்த உன் பாட்டி- தாத்தா தாம்பத்தியம் காரணமாகத் தான் உனக்குத் திருமண வாழ்வின் மீதே வெறுப்பு வந்தது என்று சொல்ல முடியுமா? ஓர் ஆணாக உனக்குத் தாத்தா மேல் அதீத வெறுப்பு இருந்ததா, இன்னும் இருக்கிறதா?"

சொர்ணா ஒரு கணம் யோசித்துவிட்டு, "அவுங்க தாம்பத்தியத்தைப் பார்த்ததினாலே எனக்கு கல்யாணமெல்லாம் பிடிக்காம போச்சுன்னு சொல்ல மாட்டேன் டாக்டர். அது வேறே; என் பிரச்சனை வேறே. எனக்கு பாட்டியைப் பிடிக்கும்; தாத்தாவைப் பிடிக்காது. அது என்னவோ நிஜம். அந்த சின்ன வயசிலே பாட்டி தான் என்கிட்ட அன்பா ஆசையா இருந்தாங்க; தாத்தா எப்பவும் பட்டும் படாமலும் தான். தாத்தா, பாட்டிக்கு துரோகம் பண்ணாங்க, பாட்டிய அழவுட்டாங்க அப்பிடீன்னுதான் கோவம்..."

சொர்ணா தொடர்ந்து தன் சில நினைவுகளைப் பகிர்ந்தாள்.

-=()=-

== 10 ==

தாத்தாவின் கடைசி காலம் பாட்டி சபித்தது போலவே ஆகிவிட்டது.

பாட்டிக்கென்ன? மாரில் சளிகட்டி, மூச்சு விடசிரமப்பட்டு, ஒருவார வைத்தியதில் பலனில்லாமல் சட்டென்று போய்ச் சேர்ந்துவிட்டாள். சொர்ணாவுக்கு அப்போது பள்ளி இறுதிப் பரிட்சை; பாட்டியின் சாவுக்குக் கூடப் போக முடியவில்லை. தந்தி வந்ததும் அரை மணி பிழியப் பிழிய அழுததில் சோகம் கரைந்து போய் விட்டது. கண்ணைத் துடைத்துக்கொண்டு மீண்டும் கணக்கு நோட்டிற்குள் புதைந்தாயிற்று.

பாட்டி செத்த ஆறாம் மாதம் தாத்தாவுக்குப் பக்கவாதம் தாக்கியது. கிராமத்து வீட்டைக் காலி செய்து விட்டு திருச்சியில் மகன் குடியிருந்த தெருவிலேயே தனியாக மாடியில் ஓர் ஒற்றை அறை. காசை விட்டெறிந்தால் கிழத்தைக் கூடவே இருந்து பார்த்துக்கொள்ள 24 மணி நேர அட்டெண்டர்.

"இருக்கியா செத்தியா," என்று மாமா ஒரு நாளைக்குப் பத்து நிமிடம் வந்து எட்டிப்பார்ப்பாராம். மாமி, அந்தப் பக்கமே தலை வைத்துப் படுக்கமாட்டாளாம்.

இப்படி ஆறு மாதம் படுக்கையிலேயே மல மூத்திரம் கழித்து நாறிக்கொண்டிருந்தாராம்.

"சொர்ணா, தாத்தாவுக்கு இதோ அதோன்னு இருக்குதாம்; உன்னைப் பார்க்கணும்நு சாடை சாடையாய் கையைக் காட்டி அழுகிறாராம். உன் மாமன் சேட்டு வீட்டுக்கு ஃபோன் பண்ணி சொன்னான்; ஒரு நடை போயிட்டு வந்திரலாமாம்மா?" என்றார் அப்பா. அப்போது சொர்ணா பிளஸ் டூ படித்துக்கொண்டிருந்தாள். பரிட்சை சமயம் ஒன்றும் இல்லை.

"நான் வரலை; நீங்க போயிட்டு வாங்க," என்றாள் சொர்ணா.

ஆனால் அம்மா அழுதாள். "என் அம்மா செத்தப்போ கூட நீ போக முடியல; இதோ, அப்பாவும் போயிறப் போராரு; ஏண்டி, இந்தக் கல் மனசு ஒனக்கு? 7 வருஷம் உன்ன ஆசையா வெச்சு சோறு போட்டு வளத்தினதுக்கு இவ்வளவுதான் நன்னியா?" என்று 'செண்டிமெண்டு' பேசினாள்.

சொர்ணாவால் இனியும் மறுக்க முடியவில்லை.

தாத்தாவின் அறையில் நுழைந்ததுமே சொர்ணா மூக்கைச் சுறுக்கினாள். மல, மூத்திர வாடை; பழைய துணிகளின் ஈர நாற்றம். எலி செத்தால் வீட்டில் அடிக்கும் ஓர் பிணவாடையும் அடித்தது.

தாத்தா கட்டிலில் நனைத்துப் பிழிந்த துணி போலக் கிடந்தார். வாய் கோணி எச்சில் ஒழுகிக் கொண்டிருந்தது. உடல் பாதி இளைத்து, முகத்தில் சிக்காய் தாடி. ஒளியிழந்த கண்களால் அவர் சொர்ணாவைப் பார்த்தார். குபுக்கென்று கண்ணீர் ஒழுகியது. ஒற்றைக் கை நடுங்கியது. மேலேயும் கீழேயுமாய் அலைந்தது. என்னவோ சொல்லத் தவிக்கிறார்.

தாத்தா கிடந்த நிலையையும் அவரது கண்ணையும் பார்க்கையில் சொர்ணாவுக்கு சட்டென்று கத்திக்கொம்பனின் ஞாபகம் ஏனோ வந்தது.

பாட்டி வீட்டில் தங்கி இருந்து சொர்ணா இரணாம் கிளாஸ் படித்துக்கொண்டிருக்கையில் சொர்ணாவுக்கு ஓர் அசாதாரணக் காய்ச்சல் வந்தது. பாட்டியின் மிளகு கஷாயத்துக்கெல்லாம் கட்டுப் படாமல் சுரத்தின் சூடு உடம்பை உறிஞ்சியது. பக்கத்து டவுன் அரசாங்க ஆசுபத்திரிக்கு வண்டி கட்டிப் போய், ஊசி போட்டு, இங்கிலீஷ் மருந்துவாங்கிக் கொடுத்தும் உடம்பு நேர்ப்படாததால் பாட்டிக்குப் பயமாகி விட்டது.

கொல்லையில் கட்டியிருந்த இருந்த காளை கத்திக்கொம்பனை கிராமத்து ஐயனார் கோவிலுக்குக் கோவில் காளையாகத் நேர்ந்துவிட வேண்டிக்கொண்டுவிட்டாள் பாட்டி. சொர்ணா பிழைத்தெழுந்தாள். கத்திக்கொம்பன், ஜெயிலிலிருந்து விடுதலையான ரவுடி போல சுதந்திரமாய் ஊரெல்லாம் மேய்ந்து திரிய ஆரம்பித்தது. பேருக்கேற்ற கொம்புதான். நீளம், கூர் இரண்டும். அவன் முட்டலில் குத்து வாங்கி ரத்தம் சிந்திய பேர்வழிகளின் கதைகள் ஊரில் உலாவின.

கத்திக்கொம்பன் அவ்வப்போது பாட்டி வீட்டின் வாசலில் வந்து "அம்பா...." என்று குரல் கொடுப்பான். பாட்டிக்கு ஒரே பெருமைதான்! "சொர்ணா! ஓடிவா, கத்திக்கொம்பன் என்னிய தேடிக்கிட்டு வழக்கம்போல வந்துட்டான் பாரு!" என்பாள். ஒரு வாளி நிறையக் கழுநீரில், ஊற வைத்த கடலைப் பிண்ணாக்கை நாலு கை அள்ளிப் போட்டுக் கலக்கிக்

கத்திக்கொம்பனுக்குக் குடிக்கக் கொடுப்பாள். பக்கத்திலேயே நின்று அதன் கழுத்தை வருடிக்கொண்டிருப்பாள். கத்திக்கொம்பனிடமிருந்து ஒரு கெட்ட வாசம் வீசும். அது சொர்ணாவுக்குப் பிடிக்காது. அவள் அவன் கிட்டேயே நெருங்கமாட்டாள்.

ஒரு நாள் பள்ளி விட்டு வருகையில், ஊர் சனங்கள் அறக்கப் பறக்க மெயின் ரோடை நோக்கி ஓடிக்கொண்டிருந்தார்கள். கத்திக் கொம்பனை யாரோ லாரிக்காரன் அடித்துத் தள்ளிவிட்டு நிற்காமல் வண்டியை ஓட்டிக்கொண்டு போயே போய்விட்டானாம். சொர்ணாவும் எல்லாரோடும் சேர்ந்து வேடிக்கை பார்க்க ஓடினாள்.

அவள் கண்ட காட்சி அவள் வயிற்றை ஒரு கலக்கு கலக்கியது.

கத்திக்கொம்பன் பக்கவாட்டில் கிடந்தது; அதன் கம்பீரமான இரண்டு கொம்புகளும் உடைந்து உடைசலிலிருந்து ரத்தம் ஒழுகிக் கொண்டிருந்தது; கொம்பனின் வாய், காதுகள் இரண்டிலிருந்தும் ரத்தம் வந்து கொண்டிருந்தது. பின்னங்கால்கள் இரண்டும் விட்டுவிட்டு விலுக் விலுக்கென்று உதறிக் கொண்டிருந்தன. யாருக்கும் என்ன செய்வதென்று தெரியவில்லை. பக்கத்தில் நின்றிருந்த பெரிய வீட்டு மாணிக்கம்பிள்ளை, "ப்ச்; கொம்பன் இனி பிழைக்கமாட்டான்; பாத்தாலே தெரியுது; மண்டையிலே பலமான அடி; மூளையிலே உள்காயம்; இன்னும் கால் மணியோ, அரை மணியோ?" என்று சொல்லித் தலையை உலுக்கிக் கொண்டார். அனுபவம் பேசியது.

சொர்ணா பார்க்கையிலேயே, கூட்டத்தை விலக்கிக் கொண்டு பாட்டி கொம்பனுக்கு அருகில் போய் ரோடில் உட்கார்ந்து கொண்டாள்; "கொம்பா! உனக்கு இந்த கதி ஆகணுமாடா?" என்று அரற்றினாள்; அதன் முகத்தையும் கழுத்தையும் தடவித்தடவிக் கொடுத்தாள். கூட்டத்தில் இருந்த பெண்டுகள், வாயில் புடவைத் தலைப்பை வைத்துக்கொண்டு விசும்ப ஆரம்பித்தார்கள். கொம்பன் தெளிவற்ற பார்வையில் பாட்டியின் முகத்தையே பரிதாபமாகப் பார்த்தபடி செத்துப் போனது.

தாத்தாவின் பார்வை அதே கதியில் -- கொம்பனைப் போலவே.

சொர்ணாவுக்கு மனதைப் பிசைந்தது. அந்த சமயத்தில் அவளுக்குப் பொட்டென்று கண்ணில் துளிர்த்த நீரில் அவள் கசப்பெல்லாம் வண்டலாய் அடித்துக்கொண்டு போய், அகத்தே நிர்மலமானது போல இருந்தது.

"தாத்தா!" என்றவாறே அவள் தலை மாட்டில் உட்கார்ந்து கொண்டு தாத்தாவின் கன்னத்தையும் நெற்றியையும் வருடி விட்டாள். தாத்தாவின் கண்கள் மேலும் பொழிந்தன.

சாயந்திரமே பஸ் பிடித்து ஊருக்குத் திரும்பியாயிற்று.

மறு நாள் காலையில் தந்தி வந்துவிட்டது. தாத்தா அர்த்த ராத்திரியில் போய்ச் சேர்ந்துவிட்டாராம். சொர்ணாவுக்கு இனம் தெரியாத நிம்மதி மனதில் எழும்பியது. அம்மா அழ ஆரம்பித்தாள். சொர்ணா துண்டை எடுத்துக்கொண்டு குளிக்கக் கிளம்பினாள்.

* * * *

"சரி சொர்ணா, உன் அப்பா அம்மாவின் தாம்பத்திய உறவு எப்படி என்று நீ நினைக்கிறாய்? உன்னை கிராமத்தில் பாட்டியிடம் தள்ளியதின் பின்னணி என்ன? நீ எப்போதாவது அது பற்றி விசாரித்திருக்கிறாயா? கிராமத்துக்குப் போனதால் தானே உனக்கு அந்த மோசமான அனுபவம் வந்தது என்று உனக்கு வெறுப்பு வந்ததா?" டாக்டர் சுனந்தா கேட்டாள்.

"நான் மெட்ராஸுக்கு வந்து ரெண்டு மூணு வருஷத்தில் பெரியவளான பின், ஒரு நாள் அம்மாவிடம் அது பற்றிக் கேட்டேன் டாக்டர். அம்மாவுக்கு அதைப் பற்றி என்னிடம் விரிவாய் ஏதும் சொல்லவில்லை; அவளுக்கு சொல்ல விருப்பமும் இல்லை. ஆனாலும் அவள் அரசல் புரசலாய்ச் சொன்னதிலிருந்தும், என் அண்ணா என்னிடம் சொன்ன சில விஷயங்களிலிருந்தும் நான் கொஞ்சம் புரிஞ்சிக்கிட்டேன்.,"

சொர்ணா டாக்டரிடம் சுருக்கமாய் அவள் அறிந்ததைச் சொன்னாள்.

அப்பா ரொம்ப ரொம்ப நேர்மையானவர்; நாணயமானவர்; ஆனால் பயங்கர முன் கோபி. அவரது கோபத்தால் அவருக்கு ஏதோ ஆபீஸில் பெரிய பிரச்சனை ஆகி விட்டது; வேலையும் போய், கூடவே ஏதேதோ பணப் பிரச்சனைகளும். அம்மாவின் நகைகள் அத்தனையும் மார்வாடிக்கு அடகுக்குப் போயாயிற்று.

வீட்டில் கடும் வறுமை. சோற்றுக்கே பிரச்சனை. அண்ணன், அப்பா வழித் தாத்தா வீட்டில் வளர்ந்தான்; சொர்ணா அம்மா வழிப் பாட்டி வீட்டில் வளர நேர்ந்தது. மற்ற இரு அக்காக்கள் மட்டும் அம்மா அப்பாவுடன்.

அப்பாவுக்கு மீண்டும் வேலை கிடைத்து, சம்பளமும் கூடி, கடன்களையெல்லாம் அடைத்து, குடும்பத்தை நிமிர்த்தி மீண்டு வர ஏழேட்டு வருஷங்கள் பிடித்தன.

"எவ்வளவு பிரச்சனை இருந்தாலும் அப்பாவும் அம்மாவும் ஒருத்தருக்கொருத்தர் அனுசரணையான தம்பதிதான் டாக்டர். சின்னப் பொண்ணான நான் வறுமையிலே கஷ்டப் படவேண்டாம்னு தானே பாட்டிகிட்டே கொண்டுவிட்டாங்க? அதனால ஒண்ணும் வெறுப்பில்ல டாக்டர்," என்றாள் சொர்ணா.

"சரி. இனி உன் பிற்காலத்துக்கு வருவோம். இந்தக் கேள்வி அவசியமில்லேன்னு எனக்குத் தெரிஞ்சாலும், கேட்காம விட முடியுமா? கல்லூரி நாட்களிலே அல்லது பிற்பாடு ஏதேனும் காதல் கீதல்? எவனாவது பொறுக்கிப் பய உன்னைச்சுத்தி வந்து மிரட்டினானா? அப்படி மோசமான அனுபவம் ஏதும் உண்டா உனக்கு?"

"அப்பிடி எதுவுமே கிடையாது டாக்டர்!"

"உனக்குக் கல்யாணம் கட்டிக்கொள்ளப் பிடிக்க வில்லையா?"

"ஆமாம் டாக்டர்."

"ஏன்? பின் ஏன் கல்யாணம் செய்து கொண்டாய்?"

சொர்ணா தன் வாழ்க்கை ஏடுகளை மீண்டும் புரட்டினாள்.

-=()=-

== 11 ==

அவள் அப்பாவுக்குப் பெண்கள் வேலைக்குப் போவது பிடிக்காது. அவருக்குப் பெண்கள் ஒரு டிகிரி முடித்ததும் சட்டுபுட்டென்று ஓர் கல்யாணத்தைக் கட்டிவிட்டு தம் பொறுப்பைக் கை கழுவவேண்டும். அவ்வளவே. அப்படித்தான் மூத்த இரண்டு அக்காக்களுக்கும் கல்யாணம் ஆயிற்று.

ஆனால் சொர்ணா பிடிவாதமாய் இருந்தாள். "அப்பா, இப்பத்தான் படிச்சு முடிச்சேன்; அதுக்குள்ள கல்யாணமா? நான் கட்டிக்க மாட்டேன்," என்றாள் பிடிவாதமாக. மற்ற அக்காக்கள் இப்படிப் பேசியிருந்தால் அப்பா அவர்கள் வாயிலேயே பொளேர் அன்று அடித்திருப்பார். ஆனால் சொர்ணாவிடம் அவர் செய்யக் கூடிய ஆளில்லை. சொர்ணா தனி.

"வீட்டிலே வெட்டிக்கு உட்கார்ந்துகிட்டு என்ன செய்வே?" என்றார் அப்பா.

"சரி, ஒரு வேலைக்குப் போறேன்."

"அது மட்டும் நடக்காது; நம்ம குடும்பத்திலே அது வழக்கமில்லே," இந்த விஷயத்தில் அப்பா கறாராய் இருந்தார்.

"இதோ பாரு சொர்ணா! ஒரு வயசுப் பொண்ணு வீட்டிலே இருந்தா பெத்தவங்களுக்கு இருக்கிற பாரம் கொஞ்ச நஞ்சம் இல்லே. அதது அந்தந்த வயசிலே நடந்து குடும்பம், குட்டின்னு இருந்தால் தான் அழகு," என்றாள் அம்மா.

"அது எப்பிடி நீ என்னெ பாரம்னு சொல்லுவே? பழையபடியேவா? எனக்கு சோறு போட பாரம்னு நெனெச்சுத் தானே சின்ன வயசிலே என்னைப் பாட்டி வீட்டிலே தள்ளி விட்டீங்க? இப்பவும் சோறு போட பாரம்னா, அதான் நான் வேலைக்குப் போயி சம்பாரிக்கிறேன்னு சொல்றேன் இல்லே?" சொர்ணா படபடத்தாள்.

அவளுக்குத் தெரியும். இது தான் அவளது பிரம்மாஸ்திரம். இதைச் சொல்லிச் சொல்லிச் சொல்லித்தான் அவள் பற்பல சமயங்களில் தன் காரியத்தைச் சாதித்துக் கொள்வது வழக்கம்!

அப்பா குரல் உடனே சுருதி இறங்கியது. "அப்படிச் சொல்லாதேடா தங்கம்; சோறு போடறதும் துணி வாங்கித்

தரதும் ஒரு பாரமா? அதில்லே. காலம் கெட்டுக் கிடக்கு; நான் என்னத்தைச் சொல்லிப் புரியவெப்பேன்? நீ சில சமயம் கொளந்தப் பொண்ணு மாதிரியே இருக்கே. என்ன சொல்ல?"

சொர்ணா பிடிவாதம் பிடித்து வேலைக்குப் போனாள். வீட்டிலிருந்து நடந்து போய்வரும் தூரத்தில் ஓர் சிறிய எந்திரங்கள் விற்கும் கம்பெனியில் கிளார்க்கு வேலை.

இரண்டே மாதத்தில் வேலையை விட்டுவிட்டு வந்து விட்டாள். "நான் ஒருத்தி தான் அங்கே பொண்ணு; வேறே ரெண்டும் பெரிய பொம்பளைங்க; மத்த எல்லாம் ஆம்பிளைங்க. அவனுக பார்க்கிற பார்வையே சரியில்லப்பா! அவனுக முழி படற எடமெல்லாம் உடம்பு எரியிது: நான் வேலைக்குப் போகலை," என்று சொல்லி விட்டாள். அப்பாவுக்கும் நிம்மதி ஆயிற்று.

அவர்கள் குடியிருந்த காம்பௌண்டில் நான்கைந்து குடித்தனங்கள் இருந்தன; நிறைய நண்டு சிண்டுகள். எல்லாவற்றுக்கும் சொர்ணாதான் அக்கா. அவள் அந்த எல்லா இரண்டுங்கெட்டான்களுக்கும் சமமாய் ஓடிப்பிடித்து, நொண்டியடித்து, விளையாடுவாள். கண்ணாமூச்சி, பாண்டி, தாயக்கட்டம் ஆடுவாள். பேய்க்கதை, சாமிக் கதை எல்லாம் சொல்லுவாள். காலையில் உட்கார வைத்து டியூஷன் எடுத்து, தலையில் குட்டிப் பாடம் சொல்லித் தருவாள். யாராவது டியூஷனுக்குப் பணம் தந்தால், சந்தோஷத்தோடு அதை வாங்கிக்கொண்டு அப்பாவிடம் தந்து விடுவாள்.

சொர்ணா இப்படி மூன்று ஆண்டுகள் ஆனந்தமாய் கழித்தாள்.

அந்தக் கோடையில் இரவு சாப்பிட்டுவிட்டு மொட்டை மாடியில் அமர்ந்து கடல் காற்றின் குளிர்ச்சியை அனுபவித்துக்கொண்டிருக்கையில் அப்பாவும் அம்மாவும் அவளை முற்றுகை இட்டார்கள்.

"இதப் பாரு சொர்ணா! உனக்கு வயசு 23 ஆயாச்சு. நீ நெறமா, லட்சணமா வேறே இருக்கே. இப்பவே சொந்த பந்தத்திலே, கல்யாணம் காட்சிக்குப் போனா ஆளாளுக்குக் கேக்குறாங்க; ஜாதகத்தக் கொடுன்னு புடுங்கியெடுக்கறாங்க; பாரு, நீ எங்களை எத்தினிக் குத்தமா பேசினாலும் சரி, ஒரு வயசு தாண்டிட்டா பொட்டப் புள்ள பெத்தவங்களுக்குப் பாரம் தான்;

ஆயுசு பூரா இப்படியே தள்ளிட முடியாது; ஒனக்கே ஒரு 34 வயசுலே மனசு மாறி ஒரு துணை வேணுமுன்னு தோணிச்சுன்னா அப்போ இந்த அளகும் இளமையும் இருக்காது. ஒரு நல்ல வரனத் தேடிப் புடிக்கிறது ஒம்பாடு எம்பாடா ஆயிப்பூடும். புரிஞ்சுக்கம்மா"

கிட்டத்தட்ட அழாக்குறை தான்.

"நான் யோசிச்சுச் சொல்லறேன்பா," என்றாள் சொர்ணா.

அந்த சமயத்தில் தான் அப்பா எதேச்சையாக அவளை மயிலாப்பூர் ராமகிருஷ்ண மடத்துக்குக் கூட்டிப் போனார். அவளுக்கு அந்தக் கோயிலும் தோட்டமும் பிடித்துப் போயிற்று. அப்போது தான் அவள் சாரதா தேவியின் பெரிய ஓர் புகைப்படத்தை நெருக்கத்தில் பார்ப்பது.

"இவங்களை எங்கேயோ பார்த்தமாதிரியே இருக்குதுப்பா," என்றாள்.

"நீ பொறக்கறதுக்கு எத்தனயோ காலம் முன்னாடி இவுங்கள்ளாம் போய்ச் சேர்ந்திருப்பாங்க," என்றார் அப்பா.

ஆனால் அவளுக்குள் ஓர் பட்சி சொல்லியது -- இது பார்த்த முகம் என்று. எங்கே, எப்படி? மூளையைக் கசக்கிக் கொண்டாள்.

மடத்திலிருந்த புத்தகநிலையத்தில் ஒரு சுற்று சுற்றி, சாரதாதேவி பற்றிய ஓரிரு புத்தகங்களை வாங்கிக்கொண்டாள்.

"என்னடி சொர்ணா இது? மணி பார்த்தியா? அர்த்தராத்திரி தாண்டியாச்சு. இன்னும் என்னத்தப் படிச்சுக்கிட்டிருக்கே?" அம்மா தூக்கக் கலக்கத்துடன் எழுந்து வந்து திட்டுகையில் தான் சொர்ணாவுக்கு உறைத்தது மணி இரவு பன்னிரண்டரை என்று!

"புத்தகத்தை கீழே வைக்கவே மனசில்லேம்மா! நீ போ. ஒரு பத்து நிமிஷத்திலே படுத்துக்கறேன்," என்றாள் சொர்ணா.

படிக்கப் படிக்க அவளுக்கு அவ்வப்போது உடம்பு சிலிர்த்தது. சாரதைக்கு ராமகிருஷ்ணரைக் கல்யாணம் கட்டும்போது வயது ஐந்தாம்! புருஷன் அவளை விடப் பதினெட்டு வயது மூத்தவர்! பதினெட்டு வயதில் அவள், தன்

புருஷனோடு சேர்ந்து வாழவேண்டும் என்று பிடிவாதமாய்க் கிளம்பி தட்சிணேசுவரம் வந்து விட்டாளாம்.

அவள் புருஷனோ எப்போதும் ஓர் பக்திப் பரவசப் பித்தில். இரவுகளில் ஒரே அறையில் அவர் கட்டிலில்; இவள் தரையில். இருவருக்கும் இடையில் உடல் சம்பந்தம் ஏதும் இல்லை. ஒரு நாள், புருஷனுக்குச் சாப்பாடு போட்டு, படுக்கையில் கால் பிடித்து விடுகையில் கேட்டாளாம். "என்னை நீங்கள் என்னவாக நினைக்கிறீர்கள்?" என்று.

ராமகிருஷ்ணர் சொன்னாராம்; "அதோ நகபத் மாடியில் படுத்துறங்கும் என்னைப் பெற்ற தாயும், அங்கே கோவிலில் இருக்கும் லோக மாதா பவதாரிணி காளியும், நீயும் எனக்கு ஒன்றே!"

சொர்ணாவுக்குப் படிக்கையில் புல்லரித்தது. கண்ணில் நீர் கட்டியது. இது போதுமே? இப்படி வாழ்ந்தால் கல்யாணம் கட்டுவதில் ஒரு பிரச்சனையும் இல்லையே? அப்பா அம்மாவுக்கும் பிரச்சனை தீர்ந்துவிடுமே?

"சுத்தமானவளாகவே இருக்கப் பார்!"

இது தானே ராமன் அவளுக்கு சொன்ன குறிப்பு? கையில் வில்லம்புமாய், கூடவே சீதையும் நிற்க, ராமன் அவளிடம் சொன்னது அது தானே? கல்யாணம் கட்டினாலும் அப்படி இருக்க முடியுமே? இதோ சாரதையின் உதாரணம் இருக்கிறதே?

விளக்கை அணைத்துவிட்டு சொர்ணா உறங்கப் போனாள்.

விடியல் சமயத்தில் அவள் திடீரென விழித்துக் கொண்டாள். இப்போது நினைவு வந்து விட்டது. ராமர், சீதையுடன் வந்த போது, கூட இருந்த சீதையின் ஜாடை அன்னை சாரதையைப் போலவே இருந்தது! அதான்! அதேதான்.

காலையில், அப்பா கையில் பேப்பருமாய் காப்பியை உறிஞ்சிக் கொண்டிருக்கையில் சொர்ணா, அவர் பேப்பரைக் கீழே தாழ்த்திவிட்டுச் சொன்னாள், "சரீப்பா, எனக்கு வரன் பாருங்க!"

* * * * * * *

சொர்ணா மேற்கண்ட நிகழ்வுகளைப் பகிர்ந்து கொண்ட போது ராமர் நேரில் வந்து காட்சி தந்தது, அவளுடம் பேசியது,

சீதை சாரதையின் ஜாடையில் இருந்ததாகத் தனக்குத் தோன்றியது இவற்றையெல்லாம் சாமர்த்தியமாய்ச் சொல்லாமல் மறைத்துவிட்டாள். 'இதெல்லாம் இந்த டாக்டர் மண்டையில் எட்டாது.'

"ஓ! ராமகிருஷ்ணர்-சாரதா தேவி என்று எப்போதோ எங்கோ சின்ன வயதில் நான் படித்தது. அப்படி என்ன சுவாரசியம் அவர்கள் வாழ்வில்?" டாக்டர் சுனந்தா கேட்டாள். எந்த ஒரு விஷயத்தையும் அற்பம் என்று அவள் ஒதுக்கிவிட முடியாது; இது மனவியல் பிரச்சனை.

சொர்ணாவுக்கு குஷியாகி விட்டது.

"நான் எப்பவும் சாரதா தேவி புஸ்தகம் என் பையிலேயே வெச்சிருக்கேன் டாக்டர்; நான் அதை உங்களுக்குத் தரேன்; நீங்க அவசியம் அதைப் படிக்கணும்; அப்போ புரியும் பலதும்," என்றாள் சொர்ணா. எழுந்து வெளியே போய் சரவணனிடமிருந்த பையை வாங்கிப் புத்தகத்தை எடுத்து உள்ளே வந்து டாக்டரிடம் கொடுத்தாள், "கண்டிப்பா ராத்திரி படிங்க டாக்டர்; என்னைப் பொறுத்தவரை இது ஒரு மந்திர சக்தியுள்ள புஸ்தகம்," என்றாள் சொர்ணா. டாக்டர் சந்தேகப் பார்வையுடன் புத்தகத்தை வாங்கிக்கொண்டாள்.

-=()=-

== 12 ==

அடுத்த நாள் சந்திப்பில் "நான் கொடுத்த சாரதா தேவி புத்தகத்தை படிச்சீங்களா டாக்டர்? உங்களுக்குப் புடிச்சுதா?" என்று ஆர்வமாய்க் கேட்டாள் சொர்ணா.

"ஓ, ராத்திரி கண் முழிச்சுப் படிச்சேன். ம்..ம்... இண்டெரெஸ்டிங். அது வேற ஒரு பக்கம் சொர்ணா. எங்களோட உளவியல் விஞ்ஞானப் படிப்புக்குள் வராத வேறொரு ஆன்மீகப் பக்கம் அது. எனக்குத் தெரிஞ்ச ஒரு தூரத்து உறவுக்காரர் ராமகிருஷ்ண பரமஹம்சர் மேலே ரொம்ப ஈடுபாடு உள்ளவர்; காலையிலே அவருக்கு ஃபோன் போட்டு, ஒரு மணி நேரம் பேசினேன்; எல்லாம் உனக்காகத் தான் சொர்ணா! அவர் கிட்டேர்ந்து பல விஷயங்கள் எனக்குக் கெடச்சுது...."

"இப்போ என் மனசு ஒங்களுக்குப் புரியுதா டாக்டர்?" சொர்ணா ஆவலுடன் கேட்டாள்.

டாக்டர் நிமிர்ந்து உட்கார்ந்து ஒரு பெரு மூச்சு விட்டாள்.

"புரியுது சொர்ணா! ஆனா நீ உன்னைப் பத்தி நெனச்சுக்கிட்டிருக்கிற மாதிரியான்னு தெரியாது; ஆனா நான் ஒரு சைக்கியாடிரிஸ்ட்டா படிச்சு, பல நோயாளிகளைப் பார்த்து, அனுபவப்பட்டு, புரிஞ்சிக்கிட்டிருக்கிற கோணம் வேறே; எனது அந்தக் கணிப்பு, உன்னப் பத்தி நீ கற்பனை பண்றதை விட இன்னும் கூட சரியா இருக்கலாம்!" என்றாள் சுனந்தா.

டாக்டர் தன் கடைசி வாக்கியத்தைச் சொல்லும் போது குரலில் ஒரு தடிப்பு கூடுவதையும் ஒரு கர்வத்தின் தொனி அதில் ஒலிப்பதையும் சொர்ணா கவனிக்கத் தவற வில்லை.

"இந்த விஷயத்துக்கு நாம அப்புறம் திரும்பி வருவோம்; இதைப் பற்றி உன்னிடம் நான் பேசி உனக்குத் தெளிய வைக்க எனக்கு நிறைய இருக்கிறது. இப்போ அனேகமா, நான் உன்னப்பத்தி தெரிஞ்சுக்க வேண்டியது பலதும் தெரிஞ்சிக்கிட்டேன். கடைசியா சில கேள்விகள். சரியா? சொர்ணா, நீ இரவில் இதே சாமிப்பிள்ளை சம்பவத்தைப் போலவே மீண்டும் மீண்டும் கனவில் கண்டு மிரண்டோ அலறியோ எழுந்ததுண்டா?"

"நான் மெட்ராசுக்குத் திரும்பி வந்தப்புறம் ரெண்டு வருஷத்துக்குள்ள ஒரு தடவை அம்மா அப்பா இரண்டு பேருமே ஒரு முக்கியமான காரியமா வெளியூர் போனாங்க; வீட்டிலே நாங்க பிள்ளைங்கதான் இருந்தோம். எங்க காம்பவுண்டிலே இருந்த ஒரு பாட்டிம்மா வந்து எங்க போர்ஷன்லே துணைக்குப் படுத்துக்கிட்டாங்க; அன்னிக்கித் தான் நான் பக்கத்திலே அம்மா இல்லாமே தனியா தூங்கினது; அப்போ தனிமையா, பயமா இருந்துச்சி; அன்னிக்கு சாமிப்பிள்ளே வந்து என்னியக் கட்டிப் பிடிக்கிற மாதிரியும், நான் தப்பிச்சு ஓடர மாதிரியும் கனவு வந்திச்சி. படபடன்னு நெஞ்சு அடிச்சிக்கிட்டு முழிச்சிக்கிட்டேன்; கனவு தான்னு தெரிஞ்சு போச்சு; கத்தவெல்லாம் இல்லே. கொஞ்ச நேரம் கழிச்சு தூங்கிட்டேன். அப்புறமா அந்த மாதிரி கனவு ஒண்ணும் வந்ததா நினைவு இல்லே."

"சரி; எப்போதாவது நீ கொஞ்சக் காலம் எதுலியுமே உற்சாகமில்லாமே, பிடிப்பிலாமே, யாரு கூடையும் பேசப் புடிக்காமே, ஸ்கூலுக்கோ காலேஜுக்கோ போகப் பிடிக்காமே, ரூமிலேயே சுருட்டிப் படுத்துக்கிட்டே இருக்கலாம்னு தோணுற மாதிரி இருந்திருக்கிறாயா?"

"அப்படி ஒண்ணும் இருந்ததில்ல டாக்டர்; எப்பவாவது வீட்டு விலக்கு சமயத்திலே ஒண்ணு ரெண்டு நாள் இருக்கும்; மத்தபடி ஒண்ணும் கிடையாது".

"பொதுவாவே ஆம்பிளைக்களைக் கண்டா பயம், வெறுப்பு, கசப்புன்னு உண்டா உனக்கு?"

"அப்படி வெறுப்பு, கசப்புன்னெல்லாம் சொல்ல மாட்டேன் டாக்டர்; ஆனா பொதுவா எங்கம்மா, வீட்டிலே பெண் பிள்ளைகள் பெரியவ ஆனவுடனேயே "ஆம்பிளைங்க கிட்டே பேசிக்கிட்டு நிக்காதே, ஒழுங்கா முந்தாணிய இழுத்து விட்டுக்கோ; அது இதுன்னு எச்சரிக்கை பண்ணிக்கிட்டேதான் இருப்பாங்க; அப்படியே பழகிப் போச்சு! பள்ளிகூடத்திலே, வளர்ந்த பொண்ணுங்க குரூப் குரூப்பா உட்கார்ந்துகிட்டு, "இவன் என்னிய நோட்டம் விடராண்டி, அவன் லவ்லெட்டர் கொடுத்தாண்டி; அவனெப் பாத்தியா எப்புடி ஸ்டைலா இருக்குறான்; அப்பிடி இப்பிடின்னு குசுகுசுன்னு பேசிச் சிரிப்பாங்க; சில பொண்ணுங்க ஆம்பிளைங்களை கவரப்

பார்க்கிறதே பொழப்பா இருப்பாங்க; எனக்கு அதெல்லாம் பிடிக்காது; சீச்சீன்னு தோணும்."

"உனக்கு எப்பவாவது எதையாவது தின்னுக்கிட்டே இருக்கணும்னு தோணுமா? எத்தினி சோப்புப் போட்டுக் குளிச்சாலும் உடம்பு சுத்தமாகலேன்னு தோணுமா? பாத்ரூமிலே நேரம் காலம் பாக்காமே குளிச்சிகிட்டே இருக்கிறது அப்படி ஏதாவது நடந்திருக்குதா?"

"இல்லே டாக்டர்! நெஜத்த சொல்லணும்னா, எனக்கு குளிர்காலம் வந்தா குளிக்கவே பிடிக்காது; அப்போ இப்போன்னு நடுவுலே ஒரு நாள் குளிக்காம நழுவிட்டு அம்மா கிட்டே திட்டு வாங்குவேன்," என்று சொல்லிச் சிரித்தாள் சொர்ணா.

குளிர் சாதனப் பெட்டியிலிருந்து ஒரு கிளாஸ் பழச்சாறை ஊற்றி சொர்ணாவுக்குக் குடிக்கத் தந்து விட்டு, டாக்டர் ஒரு பத்து நிமிஷங்கள் அவளை ஓய்வெடுக்கச் சொல்லிவிட்டு வெளியே போனாள்.

அவள் திரும்பி வந்ததும் டாக்டர் தன் நீண்ட விளக்கங்கள், ஆலோசனைகள், வழிகாட்டுதல்கள் இவற்றைத் தன் இனிமையான ஆங்கிலப் பேச்சின் மூலம் சொர்ணாவுக்குத் தரத் தொடங்கினாள்.

"சொர்ணா, நீ உண்மையில் ஒரு விதத்தில் அதிர்ஷ்டக் காரி; நீ நல்ல புத்திசாலியும் கூட. சிறு வயதில் இப்படிப் பட்ட நிகழ்வுகள் நடக்கும் போது, பல பெண் குழந்தைகளும் மிரண்டு போய் யாரிடமும் சொல்ல மாட்டார்கள். வீட்டுப் பெரியவர்களும் பெரும்பாலும் இதை மூடி மறைக்கவே பார்ப்பார்கள். ஆனால் உன் விஷயத்தில் அப்படி நடக்க வில்லை. உன் பாட்டி பாராட்டுக்குரியவள்...

"மேலும், உனக்கு நடந்த அந்த நிகழ்வு மிக மேலோட்டமானதே. சில குழந்தைகள் இன்னும் கூடக் கடுமையான தாக்குதல்களுக்கு உள்ளாகியிருக்கிறார்கள்; திரும்பத் திரும்ப தாக்குதலுக்கு உள்ளான குழந்தைகளும் உண்டு; ஆனால் உன் விஷயத்தில் அதிலிருந்தும் நீ தப்பித்திருக்கிறாய்...

"ஆனாலும் அது உன் ஆழ் மனதில் பெரும் பாதிப்பை உண்டாக்கித் தான் இருக்கிறது; நீ என்னதான் 'பெரிய

பாதிப்பொன்றும் இல்லை' என்று நினைத்தாலும், நீ என்னதான் அதிலிருந்து விடுபட்டு சாமானியப் பெண்ணாய் வாழ்ந்திருந்ததாக சொன்னாலும், உன்னை அறியாது அந்த பாதிப்பு உன்னுள் ஊறித்தான் இருக்கிறது; நீ சொல்லும் 'தொட்டாலே எரிகிறது' என்னும் விஷயம் அந்த பாதிப்பால் தான். ஒரு பெண் டாக்டர் உன்னைத் தொட்டாலே உனக்கு எரிச்சலும் அழுகையும் வருகிறது என்றால் அதிலிருந்தே தெரிகிறதல்லவா நீ உனக்குள் உண்டாக்கி வைத்திருக்கும் ஒரு பாதுகாப்பு அரண்தான் அந்த உணர்வு என்று?....

"சொர்ணா, உண்மையில் நீ பரிசுத்தமானவள் தான்; உனக்கு எந்தப் பாதிப்புமே இல்லை! ஒரு காக்காய் உன்மீது எச்சமிட்டுவிட்டாலோ, இல்லை சாலையில் நீ நடந்து போகையில் வேகமாய் வரும் கார் உன் மீது சாலையில் தேங்கியிருந்த சேற்று நீரை வாரியடித்துவிட்டுச் சென்றாலோ நீ உன் பரிசுத்தமே போய் விட்டதாக நினைப்பாயா என்ன? அந்த சமயத்தில் அந்த அருவருப்பும், கோவமும் வரத்தான் செய்யும்; ஆனால் அதையே நீ வாழ் நாள் முழுவதும் பொத்திப் பொத்தி வைத்துக் குமைந்து கொண்டிருப்பாயா என்ன?...

"சொர்ணா, காம சுகம் தேடுவது என்பது மனித உடம்பில் மிக இயற்கையாய் இருக்கும் நாட்டம்; அதன் அடிப்படையில்தானே மனித குலம் மீண்டும் மீண்டும் தன்னைப் புதுப்பித்துக்கொண்டு தலைமுறை தலை முறையாகத் தொடர்ந்து கொண்டிருக்கிறது? அதை மறுப்பதும், வெறுப்பதும் இயற்கை நியதிக்கு எதிரானது; அதை அடக்கி வைத்தாலும் அதனால் வரும் உடல், மனப் பிரச்சனைகளும் ஏராளம். அதை நீ புரிந்து கொள்ள வேண்டும்...

"காம வெறி என்பது ஆண்களுக்குத்தான் என்று நீ உன் தாத்தாவின் வாழ்க்கையைப் பார்த்தோ அல்லது சாமிப்பிள்ளை போன்றவர்களின் வக்கிற நடத்தையைப் பார்த்தோ நினைத்துக் கொண்டிருந்தால் அது தவறு சொர்ணா! பெண் தன் உடம்பின் மூலம் அனுபவிக்கும் காம சுகம் ஆணின் சுகத்தை விடப் பத்து மடங்கு கூடுதல் என்று ஓர் கருத்து உண்டு!....

"காம சுகத்தின் மெய்யான ருசி பிடிபட்டுவிட்டால் சில பெண்கள் ஆண்களையும் விடவே அதிகமாக அலைவார்கள் என்பதற்கும் ஆதாரங்கள் உண்டு; அப்படி ஓர் தீவிரமான ருசி

உள்ளே இருப்பதால் தான் பிரசவம் என்கிற கொடும் வேதனையையும் பொறுத்துக்கொண்டு பெண்கள் மீண்டும் ஆண்களின் இழுத்த இழுப்புக்குப் போகிறார்கள்! இது ஓர் இயற்கை நியதி! முப்பத்தைந்து வயதுப் பெண்கள் கூட புருஷனையும், பெற்ற ஓரிரு பிள்ளைகளையும் அம்போன்னு விட்டுவிட்டுக் கள்ளக் காதலன் கூட ஓடிப்போகும் செய்திகள் நீ படித்திருப்பாயே?...

"பின்னர் இதற்கு மாற்றாகப் பெண்களுக்குள் இருக்கவே இருக்கிறது; தாய்மை என்னும் ஓர் உன்னத அனுபவம்!......"

இப்படி இன்னும் பலதும் பேசி விளக்கிய பின் டாக்டர் கேட்டாள்: "சொர்ணா, உண்மையைச் சொல், உனக்குக் குழந்தைகள் என்றால் பிடிக்காதா? தாய்மை அனுபவம் உனக்கு வேண்டாமா?"

"ஐயோ, அப்படி இல்லை டாக்டர்; எனக்குக் குழந்தைகள் என்றால் கொள்ளைப் பிரியம்! என அக்காக்களின் குழந்தைகள் பிரசவ சமயத்திலும் அப்புறமும் எங்கள் கூடத் தானே இருந்தார்கள்? ஆகா, அந்தக் குழந்தைகளை நான் தூக்கிக் கொஞ்சி மாளாது டாக்டர்!"

"பின்னே உனக்கு என்று பிள்ளைகள் வேண்டாமா?"

"ஐய்யோ, அது தான் என் பிரச்சனை டாக்டர்! எனக்கும் பிள்ளைகள் வேண்டும் தான்; எனக்கும் அம்மா ஆகணும்தான்.... ஆனால்... ஆனால்...."

"பின்னே எப்படி சொர்ணா? கணவனின் உடல் சம்பந்தமில்லாமல் எப்படி நீ தாயாவாய்?"

சொர்ணா பெருமூச்செறிந்தாள். "இதற்கு எனக்கு பதில் சொல்லத் தெரியல்லியே டாக்டர்! எனக்குன்னு குழந்தைகள் வேணும்தான்; அது எப்படின்னு சொல்லத் தெரியலே டாக்டர்! என் பரிசுத்தம் கெடாமே, எப்படியாவது நான் கர்ப்பம் ஆக முடிஞ்சா? அதுக்கு மெடிக்கலா வழி இல்லாதிருக்குமா என்ன டாக்டர்? ஆனா ஓரோ சமயம் என் குழந்தை என் வயித்திலேர்ந்து பிறக்காட்டாலும் பரவாயில்லேன்னு தோணுது! ஆனா அது என் குழந்தைன்னு எனக்குன்னு இருக்கணும்னும் தோணுது..."

டாக்டர் புன்னகைத்தாள்.

"சொர்ணா! அது என்ன பரிசுத்தம்? கல்யாணத்துக்கு முன்னே நீ உன் கற்பைப் பாதுகாத்தால் அது பரிசுத்தம்னு வெச்சுக்கலாம்; ஆனால் கல்யாணமாயிட்டா, ஆண் பெண் சேர்க்கை அசிங்கம் அப்படின்னு உனக்கு யார் சொன்னார்கள் சொர்ணா? திருமண பந்தம் புனிதமானதுன்னு பெரியவங்க சொல்லி நீ கேட்டதில்லையா?"

"ஆனா, ராமகிருஷ்ணர் அப்படி சொல்லலியே டாக்டர்? அவர் காமத்தை விடணும்னு தானே சொல்றாரு, ஆண்-பெண் தொடர்பே கூடாதுன்னு தானே சொல்றாரு? அவரே அப்படி வாழ்ந்து தானே காட்டினாரு? அம்மா சாரதையும் அதை அப்படியே ஏத்துக்கிட்டுத் தானே வாழ்ந்தாங்க? எத்தனை தெய்வீகமான தம்பதியா அவங்க இருந்தாங்க? அவங்களைப் பத்திப் படிக்கும்போதெல்லாம் எனக்கு புல்லரிக்கும் டாக்டர்!"

"சொர்ணா! அவுங்க நிலையே வேறே. நான் தெரிஞ்சிக்கிட்ட வரையில் ராமகிருஷ்ணர் கடவுள் அவதாரம் மாதிரி. கடவுள் மனுஷனா வரும்போது சாமானியப் பொண்ணையா கல்யாணம் கட்டுவாங்க? நீயும் சாரதா தேவியும் ஒண்ணாயிட முடியுமா? இல்லே மிஸ்டர் சரவணன் தான் உன்னைத் திருமணம் செஞ்சுக்கிட்டதினாலே பரமஹம்சர் ஆயிட முடியுமா? ....

"நீ எதார்த்தமாய் யோசிக்கணும் சொர்ணா! சரவணன் சராசரியான ஒரு ஆண் பிள்ளை; அவருக்கு மனைவி தரும் உடம்பு சுகம் அவசியம்; அது இல்லாட்டா ஆம்பிளைங்க புத்தி கோணிப்போயிடும்; நீ இப்பிடியே அவரை அண்ட விடாம இருக்கேன்னு வெச்சுக்கோ; அவர் வெறுத்துப் போயி வேறே பொம்பளை பின்னாடி போயிட்டா நீ ஒத்துப்பியா? இல்லே உன்னை டைவர்ஸ் பண்ணிடுவேன்னு சொன்னா நீ என்ன பண்ணுவே?"

சொர்ணாவிடம் ஓர் கனமான மௌனம்.

பிறகு அவள், "ஏன் டாக்டர்? ஒரு அப்பாவுக்கும் பொண்ணுக்கும் பாசப் பிணைப்பு இருக்கிற மாதிரி, அம்மாவுக்கும் பிள்ளைக்கும் இருக்கிறமாதிரி, அண்ணன் தங்கச்சிக்குள்ள இருக்கிறமாதிரி உடம்பு சம்பந்தமில்லாத ஓர் அன்பு, பாசம், நேசம் எல்லாம் ஒரு கணவன் மனைவிக்கு நடுவே ஏன் இருக்க முடியாது? ஏன் இருக்கக் கூடாது?....

"நீங்க சொல்றதப் பாத்தா காமம் இல்லாம புருஷன்-பெண்சாதி சந்தோஷமா வாழவே முடியாதுங்கிற விதத்திலே இல்ல பேசுறீங்க? ஒரு நாளிலே 24 மணி நேரத்திலே அந்தக் காமம் சார்ந்த உடம்பு சேர்க்கை எத்தனை மணி இருக்கும் டாக்டர்? அந்த அரை மணி, ஒரு மணியா ஒரு தாம்பத்தியத்தைத் தாங்கிப்பிடிக்கிது?...

"ஏன் டாக்டர்? நானும் என் புருஷனும் அது இல்லாம சந்தோஷமா, ஒத்துமையா வாழவே முடியாதா? நான் அவருக்கு சமைச்சுப் போடுவேன்; அவருக்கு வேண்டிய எல்லாம் செய்வேன்; உட்கார்ந்து சந்தோஷமா பேசிக்கிட்டிருப்பேன்; அவர் கூட கேரம் விளையாடுவேன்; அவர் ஆபீசுலே எதுனா பிரச்சனைன்னா நான் காது கொடுத்துக் கேப்பேன்; அவுங்க அம்மா அப்பாவுக்கு வயசாயிப் போச்சுன்னா எங் கூட வெச்சுப் பார்த்துப்பேன். யாருக்கு உடம்பு சரியில்லேன்னாலும் பிரியமாப் பார்த்து கவனிப்பேன்....

"எனக்கு வேலைக்கெல்லாம் போக வேண்டாம் டாக்டர்! சம்பாரிக்கவெல்லாம் வேண்டாம். அவரு சம்பாத்தியத்திலே சிக்கனமா குடும்பம் நடத்துவேன்; எனக்கு அவரு பவுனு, நகை, பட்டுப்புடவைன்னு ஒண்ணும் வாங்கித்தர வேண்டாம்; ரெண்டு பேரும் ஒண்ணா கோவிலுக்குப் போகலாம்; ஜபிக்கலாம்; சேர்ந்து உக்கார்ந்து தியானம் பண்ணலாம்; கடவுளை எப்படியாவது அறியணும்னு முயற்சி பண்ணலாம். செக்ஸ் மட்டும்தானா வாழ்க்கை? இப்பிடித்தான் ஒரு கணவன் மனைவி வாழணும்னு அன்னை சொல்றாங்க..."

டாக்டர் சுனந்தா சிரித்தாள்.

"சொர்ணா, சொர்ணா! நீ அம்பது நூறு வருஷம் முன்னாடி பிறந்திருக்க வேண்டியவள்; காலம் தப்பி வந்து பொறந்திட்டே!" என்றாள் டாக்டர்.

"நான் ஒண்ணு சொல்லட்டுமா? நீ பேசுற ஆன்மீகம் வேறே; யதார்த்த வாழ்க்கை வேறே! அது நடைமுறைக்கு லாயக்கு படாது; ரெண்டு கையும் தட்டினாத்தான் ஓசை! உனக்கு உண்மையிலேயே அப்படித்தான் வாழணும்னு இருந்தா நீ என்ன பண்ணியிருக்கணும்? உன் வருங்காலக் கணவனோட முன் கூட்டியே பேசியிருக்கணும் -- நான் இப்படித்தான் வாழ விரும்பறேன்; உனக்கு சம்மதமான்னு கேட்டிருக்கணும். நீ செய்தாயா?"

சொர்ணா மௌனம் காத்தாள்.

"சொர்ணா, ஒரு சைக்கியாட்டிரிஸ்ட்டாக நான் கணித்தது இது தான்... உன் அடிப்படை பிரச்சனை அந்த சாமிப்பிள்ளை விவகாரம் தான்; அதில் பார்க்கப் போனால் உனக்கு பெரிய உளவியல் 'டேமேஜ்' பெரிதாக எதுவுமே நேரவேயில்லை; அதற்கான பெரிய பாதிப்புகள் எதுவும் நான் பல கேசுகளில் பார்ப்பது போல உனக்கு நேரவே இல்லை; அதான் நீ அதிர்ஷ்டக் காரி என்று நான் ஆரம்பத்திலேயே சொன்னேன். உனக்குள்ள இருக்கிற ஓர் சின்ன மனத் தடையை நீயே சிந்தித்துப் பார்த்து நீக்கிவிட முடியும். அதனால் உனக்கு நீண்டகால டிரீட்மெண்ட் எதுவுமே தேவையில்லை; உன்னால் உன் கணவனோடு சந்தோஷமான செக்ஸ் வாழ்க்கையை மேற்கொள்ள முடியும். சரியா?....

"இன்று இரவு, நாம் பேசினதையெல்லாம் நீ மனசில் மீண்டும் ஓடவிட்டு யோசி; நாளையோடு நம் கவுன்ஸலிங்கை முடித்து விடலாம். நாளை நான் உனக்கு மேலும் சில நுண்மையான விஷயங்களைத் தெளிவாக்கித் தருகிறேன்; மிஸ்டர் சரவணனுக்கும் ஒரு சிறிய கவுன்சலிங் தருகிறேன். என்ன? எல்லாம் சரியாகி விடும்," என்றாள் டாக்டர்.

சொர்ணா பூர்ண நம்பிக்கை இல்லாமல் வெறுதே தலையை ஆட்டினாள்.

சொர்ணாவுக்கு அன்று இரவு தூக்கம் பிடிக்கவில்லை. இப்போதெல்லாம் சரவணன் இரவில் அவளைத் தொந்தரவு செய்வதே இல்லை. அவன் தனியே கட்டிலில் படுத்துத் தூங்க, இவள் தனியே தரையில் பாய் போட்டுத்தான் படுக்கிறாள்.

அவள் மெல்ல எழுந்து பால்கனிக்குப் போய் நாற்காலியை இட்டு உட்கார்ந்து கொண்டு வான் நட்சத்திரங்களை வேடிக்கை பார்த்தவாறே யோசித்தாள்.

டாக்டர் சுனந்தா சொன்னது போல அவளுக்கு எல்லா பிரச்சனைகளுக்கும் மூல காரணம் சாமிப்பிள்ளை செய்த சில்மிஷம்தான் என்பதை மனதார ஒப்புக்கொள்ள முடியவில்லை.

இவள் நிலை வேறு. இதன் பின்னே ஏதோ தெய்வ சங்கல்ப்பம் இருக்கிறது. இல்லாவிட்டால் ஏன் ராமர் வந்து அவளுக்குக் காட்சி தர வேண்டும்? அந்தப் புரியாத வயதில்,

"சுத்தமானவளாகவே இருக்கப் பார்," என்று ஏன் சொல்ல வேண்டும்? அவளுக்கு எவ்வளவு யோசித்தாலும் தான் ராமரைக் கண்டது சொப்பனம் என்றோ, மனப் பிராந்தி என்றோ நினைத்துப் பார்க்கவும் முடியவில்லை. அது அவள் தனிப்பட்ட அனுபவம். அது தானே நிகழ்ந்த ஒன்று. அது விளக்கங்களுக்கு அப்பாற்பட்டது. அது ஒரு சைக்கியாடிரிஸ்டோடு பகிர்ந்து கொண்டு, சாமானிய அறிவியல் தளத்தில் விவாதப் பொருளாக்குவதற்கு உட்பட்டது அல்ல.

அது நிஜம் என்றால், பின்னர் ஏன் ஒரு போதும் அவளுக்கு மீண்டும் ராமர் வந்து காட்சி தரவில்லை? இந்தக் கேள்விக்கு அவளிடம் பதில் இல்லை. வருவதும் வராதிருப்பதும் அவர் விருப்பம். அவ்வளவே. ஊர் உலகத்தில் எல்லாருக்குமா பகவான் வந்து காட்சி தருகிறார்? தான் ஏதோ ஒரு விதத்தில் தனி. தான் எல்லாரையும் போல அல்ல. அப்படி நினைப்பது தன் அகங்காரம் அல்ல. தான் வித்தியாசமானவள். அதற்கு ஏதேனும் பூர்வ ஜன்மக் காரணம் இருக்க வேண்டும். அவள் சாரதா தேவியின் வாழ்க்கையைப் படிக்க நேர்ந்ததும், அதனால் தன் மனப்பாங்கு மாறியதும் அந்த ராமர் இச்சைதான். இப்படியெல்லாம் தான் சொர்ணாவால் யோசிக்க முடிந்தது.

'எனக்கு சாமிப்பிள்ளை மேல் கோபமும், வெறுப்பும், கசப்பும் இன்னும் இருக்கா?' என்று தன்னையே கேட்டுக்கொண்டாள் சொர்ணா. இல்லை என்றே தோன்றியது. சொர்ணாவுக்கு வேறொன்றும் கூடத் தோன்றியது. 'எனக்கு அந்தக் காலகட்டத்தில் பாட்டி தாத்தாவோட வாழப் பிடிக்கலை; தீவிரமாய்ப் பிடிக்கலை; அப்பா அம்மாவோடு போய் இருக்க வேண்டுமென்று ரொம்பத் தீவிரமாய் எண்ணம் வந்து விட்டது. மனதில் அவள் ராமரிடம் மீண்டும் மீண்டும் பிரார்த்தித்திருக்கிறாள்.

ஆனாலும் அவள் பெரியவள் ஆகும் வரை அவள் கிராமத்திலேயே படித்து வளரட்டும் என்று தான் அம்மா அப்பாவின் எண்ணம் இருந்தது என்று பாட்டியின் வாயிலாக அவள் கேள்விப்பட்டிருந்தாள். 'ஆனால், என் பிரார்த்தனையை நிறைவேற்றித் தர ராமர் தீர்மானித்து விட்டார்; அதனால் தான் சாமிப்பிள்ளையின் சில்மிஷம் ராமரது இச்சையால் தான்

நடந்தது; ஏன் அப்படி இருக்கக் கூடாது?' -- இப்படியும் சொர்ணா யோசித்தாள்.

'சரி. எப்படியோ போகட்டும். என் தாம்பத்தியம் என்ன ஆகும்? நானும் சரவணனுக்கு இடம் கொடுத்து எல்லாப் பெண்கள் மாதிரியும் ஆகிப் போய்விடுவேனா? எனக்கும் ருசி வந்து விடுமா? என் பரிசுத்தம் போய்த்தான் ஆகவேண்டுமா? நான் வித்தியாசமானவள் ஒன்றும் இல்லையா? ஒருவேளை டாக்டர் சொல்வது தான் சரியோ? அதான் முறையோ? ஐயோ, ராமா! என்னைக் குழப்பாதே, காப்பாற்று!'

மறு நாள் மீண்டும் டாக்டர் சுனந்தாவிடம் சென்றார்கள். அன்றுதான் கடைசி தினம்.

"சொர்ணா! வேறு விஷயங்களைப் பற்றி சொல்லும் முன்னாடி, உனக்கு ஒரு விஷயத்தை முதலில் சொல்லணும். நேற்று நான் என் உறவுக்காரரிடம் மீண்டும் ராமகிருஷ்ணர் சொல்லும் உபதேசங்களைப் பற்றிக் கேட்டேன். அவர், குடும்பத்தில் இருக்கும் தம்பதியினர், ஓரிரு பிள்ளைகள் பெற்ற பிறகு அப்புறம் சகோதரன் சகோதரி போல் வாழ்ந்து இறைவனை அடையும் முனைப்பில் இறங்கவேண்டும் என்று தானே சொல்லியிருக்கிறாராம்? நீ படித்ததில்லையா என்ன?" என்றாள்.

சொர்ணா மவுனமாய் இருந்தாள். பின்னர் டாக்டர் சொர்ணாவுடன் நீண்ட நேரம் பேசினாள்; நிறையவே பேசினாள்; மனம், உடம்பு, காமம் என்று பற்பல நுணுக்கங்களைச் சொன்னாள். அவற்றிற்கிடையே இருக்கும் தொடர்புகள் பற்றிச் சொன்னாள். சொர்ணா தனக்குத் தானே பேசித் தன்னை நேராக்கிக்கொள்ளும் 'ஆட்டொ சஜ்ஜஷன்' போன்ற முறைகளைச் சொல்லித் தந்தாள். பின்னர், சரவணனுடனும் தனியாகப் பேசினாள்.

பிறகு இருவருக்கும் கை கொடுத்து வாழ்த்துச் சொல்லி, செகரட்ரியிடம் பாக்கி பணத்தைக் கட்டி ரசீது வாங்கிக்கொள்ளச் சொல்லி வழியனுப்பினாள்.

-=()=-

== 13 ==

சொர்ணா மூக்கில் மீண்டும் ஓட்டல் சமையற்கட்டின் சூடான கலவை மணத்துடன் காற்று அடித்தது. சொர்ணா தலையைச் சிலுப்பிக்கொண்டு சுற்றும் முற்றும் பார்த்தாள். எத்தனை நேரமாக இங்கே பழைய நினைவுகளில் முங்கி எழுந்துகொண்டு நிற்கிறோம்? சரவணன் எங்கே?

சரவணன் வண்டி பார்க் செய்த இடத்தில் கீழே உட்கார்ந்து கொண்டு பக்கவாட்டில் வண்டியை நோண்டிக்கொண்டு இருந்துவிட்டு இப்போது ஏறி உட்கார்ந்து கொண்டு பெடலை உதைத்தான். வண்டி உறுமிக்கொண்டு உயிர் பெற்றது. ஓ! இத்தனை நேரம் ஸ்டார்ட்டிங் டிரபிள் போலிருக்கிறது; சொர்ணா தன் எண்ணக் குவியலில் முழுகியிருந்ததில் வண்டி கிளம்பப் படுத்தியதைக் கவனிக்கவே இல்லை.

விர்ரன்று வண்டியை ஓட்டி அவள் பக்கத்தில் வந்து நிறுத்தினான். அவன் முகத்தில் எள்ளும் கொள்ளும் வெடிப்பது தெரிந்தது. இவள் அவன் மூடைக் கெடுத்தது போதாதென்று வண்டியும் சேர்ந்துகொண்டதால் அவன் கோபத்தில் கொந்தளிப்பது நியாயம் தானே!

அவன் அவள் முகத்தை ஏறிட்டு நோக்கவும் இல்லை; வண்டியின் கிளச்சைப் அழுக்கிய படி, கைப்பிடியைத் திருகித் திருகி ஆக்சிலேட்டரை உயர்த்திக்கொண்டிருந்தான்; எஞ்சின் உர் உர் என்று உறுமியது. நேர்ப் பார்வையாய் எதிரே வழியைப் பார்த்தவாறே அவள் ஏறக் காத்திருந்தான்.

சொர்ணா ஏற முனைந்த போது, அவள் செறுப்பு உள்பாவாடை அடி நுனியில் சிக்கிக் கொண்டது. ஒரு கணம் அவள் தடுமாறினாள். ஏற முடியவில்லை. அவள் கீழே குனிந்து உட்கார்ந்து செறுப்பில் மாட்டிய புடவையையும் உள்பாவாடையையும் இழுத்து விட்டுக்கொண்ட போது, எதிர்பாராதது நிகழ்ந்தது. வண்டி ஒரு உறுமலுடன் நகர்ந்தது. அவள் ஏறாமலேயே சரவணன் வண்டியை விட்டுக்கொண்டு விர்ரென்று போய் விட்டான்!

சொர்ணாவுக்கு சுரணை வர ஒரு சில நொடிகள் பிடித்தன; என்ன ஆயிற்று அவனுக்கு? அவளுக்குக் அவனைக் கூப்பிடும்

எண்ணம் உதிப்பதற்குள் அவன் வண்டி வாசலுக்குப் போய் ரோடில் திரும்பிச் சென்றாயிற்று!

ஒரு கணம் சொர்ணாவுக்கு ஒரே படபடப்பாய் இருந்தது. நான் என்ன செய்ய? என்ன செய்ய? 'சொர்ணா, படபடக்காதே, யோசி, யோசி'.

சொர்ணா சுற்றும் முற்றும் பார்த்தாள். ஓரிரு வண்டிகள் பார்க்கிங்குக்கு வருவதும் போவதுமாய் இருந்தன. 'ராமா, ராமா துணையிருப்பாய்' அவள் வாய் முணுமுணுத்தது.

'சரவணனுக்கு உள்ளே இருந்த குடைச்சலில், அவள் வண்டியில் ஏறி உட்காரவில்லை என்பதையே கவனிக்க வில்லையோ? அவள் ஏறி விட்டாள் என்று நினைத்துக்கொண்டு ஓட்டிக்கொண்டு போய்விட்டானோ? ஒரு வேளை இரண்டு மூன்று சாலை சிக்னல்களைத் தாண்டிய பிறகு தான், பின்னால் எடை இல்லாததையும் உடம்பின் உரசல் ஏதும் இல்லாததையும் உணர்வானோ? ஒரு வட்டம் அடித்துத் திரும்பி வருவானோ?

ஒருவேளை, அவளைப் பரிதவிக்க விடவேண்டும், 'ஒரு பாடம் படிக்கட்டும்' என்று நினைத்து வேண்டுமென்றே விட்டுவிட்டுப் போய்விட்டானோ? அவன் அப்படிப் பட்ட ஆள் இல்லையே? ஏகப்பட்ட முன்கோபம் உண்டு என்றாலும் அவள் பேரில் அவன் அசாத்தியப் பிரியத்தோடு தானே இருக்கிறான்? இவளை சைக்கியாட்டிரிஸ்ட்டிடம் காட்டி நேராக்க எத்தனை மெனக்கிட்டிருக்கிறான்?

சொர்ணாவால் ஒரு தீர்மானத்துக்கும் வர முடியவில்லை. இங்கேயே அவன் திரும்பி வர நேரம் கொடுத்து உட்கார்ந்திருப்பதா? இல்லை தானே ஒரு ஆட்டோ பிடித்து வீட்டுக்குத் தனியே திரும்புவதா? இவள் அங்கே போக, அவன் இவளுக்காக இங்கே அலைந்து திரிந்தால் என்ன ஆவது?

சற்று நேரத்தில் சொர்ணாவுக்கு படபடப்பு அடங்கி விட்டது. அவளை அறியாமலேயே, அவள் உள்ளத்தில் ஏதோ ஒரு நிம்மதி உணர்வு ஓர் அலை போல் மேலே வருவது போலத் தோன்றியது! அந்த நினைப்பும் கூட அவளுக்கு ஓர் அதிசயமாக இருந்தது. இது என்ன? ஏதோ ஓர் பெரிய பாரம் இறங்கி விட்டது போல? ஏன் இப்படி எனக்குத் தோன்றுகிறது?

இது என்ன பைத்தியக்காரத்தனம்? அப்போ, நான் சரவணனிடமிருந்து தப்பிக்கப் பார்க்கிறேனா? விலகி

ஓடிப்போய்விட ரகசியமாய் விரும்புகிறேனா? எனக்கு தாம்பத்திய வாழ்க்கை லாயக்குப்படாது என்று அடி மனதில் தோன்றி விட்டதா? டாக்டர் சுனந்தாவுக்கு சரவணன் கொட்டி அழுத பணம் எல்லாம் வீண்தானா? சுனந்தாவால் என்னுள் ஒரு மாற்றத்தையுமே ஏற்படுத்த முடியவில்லையா?

இனி அடுத்து செய்ய வேண்டியது என்ன? பேசாமல் சென்னைக்கு ரயில் பிடித்து அப்பா அம்மாவிடம் திரும்பிப் போய் விடலாமா? ஆனால் கைப்பையில் பர்ஸ் இல்லையே? ஒற்றைப் பைசா போலும் கையில் இல்லையே? என்ன செய்ய?

'யோசி சொர்ணா, யோசி...'

சொர்ணா சுற்றும் முற்றும் பார்த்தாள். அந்த இடம் நல்ல வெளிச்சமாய்த் தான் இருந்தது; நிறைய வண்டிகள் ஓட்டல் பார்க்கிங்குக்கு வந்து போன வண்ணம் தான் இருந்தன; ஆள் நடமாட்டம் இருக்கத்தான் இருந்தது; பயப்பட ஒன்றும் இல்லை. பார்க்கிங் ஏரியாவில் இருந்த ஒரு மரத்தடியில் ஓர் சிமென்டு பெஞ்சி இருந்தது. அங்கே போய் உட்கார்ந்திருப்பதால் ஆபத்து ஒன்றும் இல்லை. சொர்ணா, தூசியை ஊதிவிட்டு அதில் போய் அமர்ந்து கொண்டாள். வண்டியைக் கொண்டு வைக்கும் ஓரிருவர் தனியே பெஞ்சியில் உட்கார்ந்திருக்கும் சொர்ணாவை ஒரு நோட்டம் விட்டாலும் அதில் தப்பான பார்வை ஒன்றும் இல்லை.

சரி. சிறிது நேரம் காத்திருந்தே பார்க்கலாம். சரவணன் ஒரு ரவுண்டு அடித்துவிட்டுத் திரும்பி வரலாம். அப்படி ஆகவில்லையென்றால் அடுத்து யோசிக்கலாம்.

சொர்ணா கண்ணை மூடிக்கொண்டு உட்கார்ந்திருந்தாள். மனதில் பயம் ஏதும் இல்லை. 'ராமா, ராமா' என்று வாய் முணுமுணுத்தது.

-=()=-

== 14 ==

சொர்ணா எழுந்து ஓட்டல் வாசல் பக்கம் வந்தாள். சாலையில் இங்குமங்குமாக வாகனங்கள் நெருக்கமாய் சென்றபடிதான் இருந்தன. சரவணன் திரும்பி வரவில்லை. வராவிட்டால் போகட்டும். பாட்டி ஒரு வசனம் சொல்லுவாளே: 'மனதில் நினைத்ததும் பால் சோறு; வைத்தியன் பத்தியமாய்ச் சொன்னதும் பால் சோறு.' அதேதான்.

அவள் தீர்மானித்தாயிற்று. பெங்களூர்-சென்னை மெயிலைப் பிடிக்க போதிய நேரம் இருக்கிறது. ஓர் ஆட்டோவைப் பிடிக்க வேண்டியது; பெங்களூர் சிட்டி ஜங்ஷனில் போய் இறங்க வேண்டியது. சென்னை மெயிலைப் பிடிக்க வேண்டியது. பெண்களுக்கென்று தனிப்பெட்டியோ தனிப் பகுதியோ கண்டிப்பாக இருக்கும். பத்திரமாய்ப் போய்ச் சேர்ந்து விடலாம்.

பணத்துக்கு வழி? கையில் பொன் வளையல் இருக்கிறது; நாட்டில் நல்லவர்கள் இருக்கிறார்கள். ராமர் கூடவே இருப்பார். கண்டிப்பாய் வழி திறக்கும். அச்சமில்லை.

சொர்ணா சாலையில் வரும் காலி ஆட்டோக்களை ஒவ்வொன்றாகக் கூர்ந்து கவனித்தாள். இவன் வேண்டாம்; இவன் பார்வை சரியில்லை, அடுத்தது; இவனைப் பார்த்தாலே குடிகாரன் என்று தெரிகிறது -வேண்டாம். இதோ இவன் ரௌடி போலவே இருக்கிறான், வேண்டாம். ஆ! இதோ இந்த டிரைவர்; வயது ஐம்பது இருக்கும்; நெற்றியில் குங்குமப் பொட்டு இருந்தது. ஆட்டோ முன் கண்ணாடியில் அனுமார் படம் ஒட்டி இருந்தது. ஆ! இவர்தான் சரி. சொர்ணா ஒருவரை முகம் பார்த்து எடை போட்டால் அது எப்போதும் சரியாகவே இருக்கும். கையை ஆட்டினாள். ஆட்டோ அருகில் வந்து நின்றது.

"பெங்களூர் ஜங்ஷன் வருவீங்களா, அண்ணே?" தமிழில் கேட்டாள்.

"ஏறிக்குங்கம்மா," என்றார் ஆட்டோ டிரைவர்.

ஏறி உட்கார்ந்தாள். உள்ளே டிரைவர் சீட்டின் முன்னே ஒரு ராம பட்டாபிஷேகப் படம் இருந்தது. கீழே "ஸ்ரீ ராமஜெயம்,"

என்று தமிழில் எழுதியிருந்தது. சொர்ணா திருப்தியாய் புன்னகைத்துக்கொண்டாள்.

அவள் மனசு கலகலவென்று இருந்தது. மறுநாள் காலையில் சென்னையில் அவர்களது காம்பவுண்டில் போய் இறங்குகையில் எப்படி இருக்கும்? காம்பௌண்டில் உள்ள அவளது குட்டித்தோழர்களான நண்டு சிண்டு செல்லங்கள் எல்லாம் "அக்கா! அக்கா!" என்று ஓடி வந்து கட்டிக்கொள்ளும்! அம்மா அப்பா முதலில் சந்தோஷத்தில், ஆச்சரியத்தில் வாயைப் பிளப்பார்கள். அடுத்த கணம் அவள் வீசிய கையுடன் வந்திருப்பதைப் பார்த்து பகீர் என்று ஆகிப் பதட்டப் படுவார்கள்! என்ன ஆகிறதோ ஆகட்டும். அவள் தெளிவாய் இருந்தாள்.

"அண்ணே, நீங்க தமிழா?" ஆடடோ டிரைவரிடம் சொர்ணா பேச்சுக் கொடுத்தாள்.

"ஆமாம்மா"

"வீடு எங்கே?"

"கலாசிப்பாளயத்திலேம்மா"

"நைட்டு டியூட்டியா? ராப்பூரா வண்டி ஓட்டுவீங்களா?"

"இல்லம்மா; இதோ எட்டு மணி வரைக்கும் ஓட்டிட்டு, வீட்டிலே போய் சாப்பிட்டுட்டு, கொஞ்சம் ரெஸ்டு எடுத்துக்கிட்டு, இப்பத்தான் ஒரு சவாரி ஏத்தி இறக்கிவிட்டேன். பதினோரு மணிக்கெல்லாம் வீட்டுக்குப் போயிடுவேன். ராப்பூரா ஓட்டறதெல்லாம் இல்லே," என்றார். நல்லதாயிற்று.

ஜங்ஷன் வந்தாயிற்று.

இனி அவரிடம் எப்படிப் பேசவேண்டும் என்று சொர்ணா இத்தனை நேரம் மனதிலேயே ரிகர்சல் பார்த்து வைத்திருந்தாள்.

"அண்ணே, இப்போ நான் உங்களுக்குக் கொடுக்க ஒத்தப் பைசா என்னிடம் காசில்லேன்னு சொன்னா நீங்க என்ன செய்வீங்க?"

டிரைவர் திரும்பி அவளை ஏற இறங்கப் பார்த்தார்.

"ஏம்மா, பார்த்தா டீசெண்டா நல்ல வசதியுள்ள குடும்பத்துப் பொண்ணு மாதிரித்தான் இருக்கீங்க! இப்படி சொன்னா எப்பிடி?"

"ஆனா, கொடுக்க எங்கிட்டே ஒரு தங்க வளையல் இருக்கு அண்ணே"

"இந்த நேரத்திலே அதை வெச்சுக்கிட்டு நான் என்ன செய்ய?"

"அண்ணே, கொஞ்சம் வண்டியெ ஓரமா நிறுத்திட்டு என் கதையை ஒரு பத்து நிமிஷம் கேப்பீங்களா? தயவு செஞ்சு என்னிய ஒங்க சொந்தத் தங்கச்சி மாதிரி நெனச்சுக்கிட்டுக் கேளுங்க. உங்களைப் பார்த்தாலே நல்லவருன்னு முகத்திலே எழுதி ஒட்டியிருக்கு; அதுனாலே தான் துணிஞ்சு கேக்குறேன்..."

டிரைவர் சற்றுக் குழம்பியது போல இருந்தது. வண்டியை எடுத்து போலீஸ்க்காரர்கள் விரட்டாத ஓர் இடத்தில் நிறுத்திவிட்டு, "ம்.. சொல்லும்மா," என்றார்.

சொர்ணா தான் இதுவரை யோசித்து வைத்திருந்த கதையை அவிழ்த்து விட்டாள். தனக்கு எத்தனை நன்றாக உணர்ச்சியுடன் கற்பனையாய்ப் புனைய முடிகிறது என்று அவளுக்கே ஆச்சரியமாக இருந்தது!

"அண்ணே! எனக்கு மெட்ராஸ்தான் சொந்த ஊரு. அம்மா அப்பா அங்கே தான் இருக்காங்க. நான் வேலை பார்த்த இடத்திலே ஒருத்தரை மனசாரக் காதலிச்சேன். ஆனா அவரு எங்க சாதி இல்லை. வீட்டிலே சொன்னா கேக்க மாட்றாங்க. அப்பா கோவத்தில குதி குதின்னு குதிச்சாரு....

"என் காதலர் 'நானே நேரிலே வந்து பேசறேன்னு' வீட்டுக்கு வந்தாரு. அம்மாவுக்கு அவரைப் பார்த்தப்போ நல்ல அபிப்பிராயம் வந்துச்சி. ஆனா அப்பா கோவிச்சுக்கிட்டு சாமி ஆடினாரு. வந்தவரைக் கன்னா பின்னான்னு பேசி, கண்டமேனிக்கு அவமானப் படுத்தி அனுப்பிச்சிட்டாரு...

"என் ஆளுக்கு ரோசம் ரொம்ப ஜாஸ்தி. அவுரு சொந்த ஊரான பெங்களூருக்கு வேலை மாறினாரு. 'வீட்ட விட்டு ஓடி வா; நான் உன்னியக் கட்டிக்கிட்டு ராஜாத்தி மாதிரி வெச்சுக்கிறேன்; எங்க வீட்டிலே சாதி ஒரு பிரச்சனையே கிடையாது; ஆனா, அப்புறம் பொறந்த வீட்டுப் பாசமெல்லாம் மறந்துடணும். என்னிய அந்த அளவுக்கு அவமானப் படுத்தின உன் வீட்டோடு உனக்கு எந்த சம்பந்தமும் கூடாது"ன்னு சொல்லிட்டாரு....

"நான் காதல் மயக்கத்திலே சரின்னு ஒத்துக்கிட்டு, பெங்களூருக்கு ஓடி வந்திட்டேன். ரெஜிஸ்டர் கல்யாணம் கட்டிக்கிட்டோம். ஆரம்பத்திலே நல்லாத்தான் ஓடிச்சி வாழ்க்கை; ஆனா கல்யாணம் ஆகி எட்டு மாசத்திலே அவரு சாயமெல்லாம் வெளுத்துப் போச்சு; என்ன ஏதுன்னு விவரம் கேக்காதீங்க; வேதனை தான் மிஞ்சும். என் நகையெல்லாம் அனேகமாப் போயாச்சு; எனக்கு கிட்டத்தட்ட ஜெயில் வாசம் தான்; எப்பவும் யாராவது காவல்...

"இன்னைக்கு எப்படியோ தப்பிச்சு யாருக்கும் தெரியாம வீட்டவிட்டு ஓடியே வந்தாச்சு. கையிலே இருக்கிற ஒரு தங்க வளையலைத் தவிர வேற ஒண்ணும் கிடையாது; என் புருஷன் என் தாலியெக் கூடப் பிடுங்கி வித்து செலவழிச்சுக்கிட்டு இருக்கான். அண்ணே, இந்த வளையலை நீங்க எடுத்துக்குங்க; எனக்கு மெட்ராஸுக்கு ஒரு டிக்கெட் எடுத்துக் கொடுத்திடுங்க; கைச்செலவுக்குக் கொஞ்சம் பணம் கொடுங்க; எனக்கு இப்போ உங்கள விட்டா வேறு நாதியில்லே..." என்று சொல்லிக் கேவினாள் சொர்ணா.

ஆட்டோ டிரைவர் மோவாயைத் தடவி யோசித்தார். மீண்டும் சொர்ணாவை ஏற இறங்கப் பார்த்து எடை போட்டார். அவருக்கு அவள் மீது நம்பிக்கை வந்திருக்க வேண்டும்.

"சரி, வளையலைக் கொடும்மா," என்று கேட்டு வாங்கிக்கொண்டார். "எங்கிட்டே போன சவாரி தந்த அறுபது ரூபாதான் இருக்குது. பார்க்கலாம்; இங்கே ஆட்டோ ஸ்டாண்டிலே நம்ம தோஸ்த்துங்க எவனாவது இருப்பாங்க; கேட்டுப் பார்க்கலாம்; இப்பிடியே வண்டிலே குந்திக்கிட்டு இரும்மா, தோ வந்திடறேன்," என்று சொல்லிவிட்டுப் போனார்.

அவர் வளையலை எடுத்துக்கொண்டு போய்த் திரும்பியே வரவில்லை என்றால் என்ன ஆகும்? போய் நாலு ரவுடிகளைக் கூட்டிக்கொண்டு வந்து தன்னைக் கடத்திக்கொண்டு போனால் என்ன ஆகும்? சொர்ணாவுக்கு அப்படி ஓர் எண்ணம் மின்னல் போல வந்தாலும், பயமே வரவில்லை. அவர் பணத்துடன் கண்டிப்பாய்த் திரும்பி வருவார், ராமர் பார்த்துக்கொள்வார்.

கால் மணி நேரத்தில் ஆட்டோ டிரைவர் திரும்பி வந்தார்.

"வாம்மா, நானே டிக்கெட் எடுத்துத் தாரேன்," என்றார்.

சொர்ணா அவர் பின்னால் போனாள். கியூவில் நின்று டிக்கெட் எடுத்தார். கூடவே பிளாட்பார்ம் வரை வந்து 'பெண்கள் பெட்டி' எங்கே வரும் என்று விசாரித்து, அருகே வெளிச்சம் உள்ள இடத்தில் ஒரு பெஞ்சியில் உட்கார்த்தி வைத்தார். ஏற்கனவே அங்கே பல பெண்களும் சில வயதான ஆண்களும் உட்கார்ந்து கொண்டிருந்தார்கள். பயமில்லை.

ஆட்டோக்காரர், சொர்ணா கையில் சில நூறு ரூபாய் நோட்டுக்களைத் திணித்தார். "நான் கிளம்புறேம்மா. நீ இனிமே ஜாக்கிறதையாப் போயிக்க; பத்திரம்...." என்றார்.

சொர்ணா அது பிளாட்பார்ம் என்றும் பார்க்காமல் அவர் காலில் விழுந்து கும்பிட்டாள். "அண்ணே! தெய்வம் மாதிரி வந்து எனக்கு உதவி பண்ணுனீங்க; இனி வாழ்நாள் முச்சூடும் நீங்க பண்ணின இந்த உதவியை நான் மறக்கமாட்டேன்; ஒங்க பேரு கூட நான் கேட்டுக்கலை; என் பேரு சொர்ணா,"

"என் பேரு ராமசாமிம்மா.... நான் வர்ரேன்," என்று சொல்லிவிட்டு டிரைவர் கிளம்பினார்.

"ராமசாமி... ராமசாமி... சரிதான், சரிதான்," என்று நினைத்து நெகிழ்ந்தாள் சொர்ணா.

-=()=-

== 15 ==

சொர்ணாவின் வாய் 'ராமசாமி, ராமசாமி' என்று முணுமுணுத்தது.

அவள் காதில் அவளுக்கு மிகவும் பரிச்சயமான ஓர் மோட்டார் சைக்கிள் இஞ்சினின் உறுமல் கேட்டது. சொர்ணா மூக்கில் மீண்டும் ஓட்டல் சமையற்கட்டின் சூடான கலவை மணத்துடன் காற்று அடித்தது. யாரோ அவளைப் பெயர் சொல்லி விளிப்பதும் காதில் கேட்டது. சொர்ணா தலையைச் சிலுப்பிக்கொண்டு கண் திறந்து சுற்றும் முற்றும் பார்த்தாள்.

அடடா! ஊருக்குத் தனியே ரயிலில் போனதெல்லாம் கடைசியில் அவளது கற்பனை உலகில்தானா!

எதிரே பத்தடி தூரத்தில், ஓட்டலின் பார்க்கிங்கிற்கு வண்டியைக் கொண்டு செல்லும் வழியில் சரவணன் தன் பைக்கில் உட்கார்ந்துகொண்டு அவளைக் கூவி விளிப்பது தெரிந்தது.

சொர்ணா சட்டென்று தன் கைப்பையையும் எடுத்துக்கொண்டு எழுந்தாள். அவன் அருகில் போனாள். சரவணனின் கண்ணில் ஏக மிரட்சி தெரிந்தது. "ரொம்ப சாரி சொர்ணா! பயந்திட்டியா? நான் வேணுமின்னு செய்யலை; என் மனசு என் பிடியிலே இல்லே; நீ பின்னாடி உட்காரலைங்கிறதை கவனிக்காமலேயே கிளம்பிட்டேன்; சாரி, சாரி.. என்ன? சொர்ணா பயந்திட்டியா, ரொம்ப சாரிடா.," என்றான்.

சொர்ணா அவன் முகத்தை உற்றுப் பார்த்தாள். விலையுயர்ந்த கண்ணாடி சாமான் ஒன்றை, தெரியாத்தனமாய் கையில் எடுத்துப் பார்த்து, தொப்பென்று கீழே போட்டு உடைத்து விட்ட ஒரு குழந்தை தன் அம்மாவின் முன்னில் எப்படி மிரண்டு போய்ப் பார்க்குமோ அதே போன்று தோன்றியது அவளுக்கு சரவணனின் முகம்!

'சீ, பா...வம். எப்படி மிரண்டு போயிருக்காரு! பால் பொங்குறது மாதிரி சுருசுருன்னு ஒரு கோவம்; அடுப்பை அணச்சாச்சுன்னா பொங்கின பால் சட்டுன்னு அடங்கிடற மாதிரிதான் இவர் கோபமும். எனக்காகக் கவலப்பட்டுக்கிட்டு எத்தினி பதைபதைப்போட திரும்பி வந்து நிக்கிறாரு!'

சொர்ணாவின் உதடுகளில் புன்னகை அரும்பிற்று. "அதனாலென்ன, பரவாயில்லை," என்றாள்.

சரவணனின் முகத்தில் திடீரென்று வெளிச்சம் போட்டது போலப் பெரும் நிம்மதி தெரிந்தது. அவன் வழக்கம்போல் அவளது புன்னகையில் கிறங்குவதும் தெரிந்தது.

சொர்ணா வண்டியில் ஏறி உட்கார்ந்து கொண்டாள்.

பின்னால் இருந்த கைப்பிடியை இறுகப் பிடித்துக்கொண்டாள். அவளுக்கு அது அவளது ராமனின் கை. நடப்பதெல்லாம் ராமனின் இச்சை; அவன் வழி காட்டட்டும். அவன் காட்டுவான். இனி அவன் அவளை எப்படி இட்டுக்கொண்டு போகிறானோ அப்படி.

இனி அவளது மனக்கற்பனைகளுக்கு வேலை இல்லை.

வண்டி ஓட்டலிலிருந்து வெளியே வந்து ரோடில் திரும்பி பட்டென்று வேகம் பிடித்தபோது பின்னால் சாயாமல் இருக்க சொர்ணா தன்னையும் அறியாமல் சரவணின் தோளை மற்றொரு கையால் பிடித்துக் கொண்டாள். அவனுடன் வண்டியில் போகையில் அவள் அவன் தோளைப் பிடிப்பது இதுவே முதல் முறை.

சரவணன் தன் இடது கையை ஹாண்டில் பாரிலிருந்து எடுத்து, தோளில் இருந்த அவள் கரத்தைத் தடவினான். பின் மீண்டும் கை ஹாண்டில் பாருக்குத் திரும்பிவிட்டது.

சொர்ணா பின்னால் இருந்த 'ராமனின் கை'ப்பிடியை விடவில்லை. முன்னால் இருந்த சரவணனின் தோள் பிடியையும் எடுக்கவில்லை.

அவள் தான் பத்திரமாய்ப் பயணிப்பதாய் உணர்ந்தாள்.

~~~~~-=()=-~~~~~
~~~~~

2. அக்காவின் குடை

(கதை நிகழ்வின் காலம் 1979-81)

== 1 ==

"ஏய் ஜெயா! நீயும் ஒழுங்கா ஒரு புடவையை எடுத்துக் கட்டிக்கோ; அவா வரும் போது மாக்ஸியை மாட்டிண்டு நிற்காதே!"

சமையற்கட்டிலிருந்து அம்மா கத்தினாள்.

அக்காவுக்குத் தலை பின்னிக் கொண்டிருந்த நான் இங்கிருந்து திருப்பக் கத்தினேன்: "சும்மா அரிக்காதே, அம்மா! அவா அக்காவைத்தானே பெண் பார்க்க வரா? என்னையா பார்க்க வரா?"

பிறகு குரலைத் தணித்துக்கொண்டு அக்காவை சீண்டினேன்:

"நீயே சொல்லு அக்கா, இப்போ நான் புடவை கட்டிண்டு நன்னா அலங்காரம் பண்ணிண்டு நின்னா, வர்ற பையன், ஏதோ ஒரு பாலச்சந்தர் படத்திலே வருமே அது மாதிரி, 'அக்கா வேண்டாம் தங்கையை பண்ணிக்கிறேன்' ன்னு சொல்லிட்டா?"

விஜி அக்கா சிரித்துக்கொண்டே, "வாஸ்தவம்தான்", என்று சொல்லிவிட்டு சற்று நேரம் கழித்து, "ஒருவேளை அந்த பையன் பார்க்க படு சுமாரா இருந்து, எனக்கும் பிடிக்காமல் இருந்து, அவனும் நீ சொன்ன மாதிரி சொல்லிட்டால்?" என்று இழுத்தாள். "ஏய், ஏய்!" என்று அதட்டியவாறே அக்காவின் விலாவில் கிள்ளினேன்.

கையில் கரண்டியில் இருந்ததை ஊதியவாறே சமையல் உள்ளில் இருந்து அம்மா வந்தாள்.

"தித்திப்பு சரியா இருக்கா பாரு," என்றவாறு ஒரு விரலில் கேசரியை வழித்து என்னிடம் நீட்டியபடி,

"என்ன சிரிப்பும் கும்மாளமும் வேண்டியிருக்கு? நான் சொன்னது காதில் விழலை?" என்று அதட்டினாள். சிரித்தவாறே நான் சற்று முன்சொன்னதை அக்கா அம்மாவிடம் சொல்ல, அம்மா உடனே,

"ஒனக்கு மனசுக்குள்ள பெரிய ரதின்னு என்று நினைப்பாக்கும். ஒண்ணு தெரிஞ்சுக்கோ; அடக்கமும், பதவிசுமா பொம்மனாட்டிக்கு மகாலட்சுமியாட்டமா ஒரு அழகு இருக்கு; அது விஜிக்குத்தான் உண்டு; உனக்குத் துளிக்கூட கிடையாது," என்று என்னிடம் எரிந்து விழுந்துவிட்டு, அம்மா கரண்டியுடன் கேசரியைப் பற்றிய விமர்சனத்தை தெரிந்து கொள்ளாமலே திரும்பி போனாள்.

"கிளீன் போல்ட்!" என்று சொல்லியவாறு அக்காவின் முகத்தைக் கையில் ஏந்தி என் பக்கம் திருப்பினேன். அம்மா சொல்வது வாஸ்தவம்தான். சற்று பூசினால் போல் இருந்த அக்காவின் உடம்பும், வட்ட முகமும், சாந்தமான கண்களும், சின்ன உதடுகளும், அகல நெற்றியும் சந்தேகமில்லாமல் விசேஷமான அழகுதான்.

"உனக்கு தெரியுமா, ஜெயா? கொஞ்சம் வயசாகி போய், இடுப்பில் சதை விழுந்து, முகத்தில் மாமிக்களை வந்துவிட்டால், அதுதான் அம்மா சொல்லும் 'மகாலட்சுமி பிராண்ட்' அழகு! என் தங்கையின் அழகு அம்மா கண்ணுக்கு எங்கே தெரியப்போறது?" அக்கா சொல்லிக்கொண்டே எழுந்து கொண்டாள்

எனக்கு அக்காவை பற்றி அடிக்கடி தோன்றும் ஆச்சரியம் இப்பொழுதும் தோன்றியது. எப்படி இவளால் பொறாமையே இல்லாமல் இருக்க முடிகிறது? எப்படி என்மேல் சதா உயிராக இருக்க முடிகிறது? குறிப்பாக அழகைப் பொருத்த விஷயத்தில் பெற்ற தாயால் கூட தன்னை விடத் தன் பெண் அழகு என்பதை ஒப்புக் கொள்ள இயலாத பெண்மையின் பொதுவான சைக்காலஜியில்?

நாலரை மணிக்கு வருவதாகச் சொன்னவர்கள் ஆறு மணியாகியும் வருவதாய் காணோம். வாசலில் தவமாய் நின்றுகொண்டிருந்த அப்பா கூட "போயி ரோடு மூலையிலே போய் சித்த நேரம் நின்று பார்க்கிறேன்; அட்ரஸ் சரியாக பிடிபடாமல் சுத்தராளோ என்னவோ?" என்று சொல்லிவிட்டு போய்ப் பத்து நிமிஷம் ஆகிவிட்டது.

அம்மாதான் பாவம்! என் மேல் எரிந்து எரிந்து விழுந்து கொண்டு வாசலுக்கும் உள்ளுக்குமாக அலைந்து கொண்டிருந்தாள். வீட்டில் ஒரு விசேஷம் என்றாலே அம்மா சற்று டென்ஷன் ஆகி விடுவது வழக்கம். இப்போது

கேட்கவேண்டுமா? வெங்கடாஜலபதி முதல் முப்பாத்தம்மன் வரை அவரவர்கள் தத்தம் உண்டியல்களுக்கு வருமானம் தேடிக்கொண்டிருந்தார்கள்!

அக்கா பட்டுப் புடவையை அவிழ்த்து விட்டு, வாயில் புடவை ஒன்றை கட்டிக்கொண்டு சோம்பல் முறித்தவாறு கட்டிலில் காலை பரப்பிக்கொண்டு படுத்துக்கொண்டாள். எதையுமே சீரியஸாக எடுத்துக் கொள்ள முடியாத எனக்கே அக்காவைப் பார்க்கப் பாவமாக இருந்தது. இருந்திருந்து இருபத்தைந்து வயதுக்கு அப்புறம் முதல் முதலாக ஒருவன் பெண் பார்க்க வரும் நிகழ்ச்சியும் இப்படியா ஆகவேண்டும்?

அக்காவின் முகத்திலிருந்து எந்த ஒரு உணர்ச்சியையும் தெரிந்து கொள்ள முடியவில்லை.

"ஏன் அக்கா, உனக்கு வருத்தமாயில்லையா?"

விஜி அக்கா வெறுமையாய் சிரித்தாள்.

"இதுவே மூணு நாலு வருஷம் முன்ன நடந்திருந்தா, ரொம்பவே அப்ஸெட் ஆயிருப்பேன். அப்போவெல்லாம் வீட்டில் கல்யாண பேச்சு வராதான்னு மனசுக்குள்ளே ஏங்கிண்டுகூட இருந்தேன். அப்ப ஒண்ணுமே நடக்கலை. இப்போ எனக்கும் வயசு ஏறியாயிடுத்து; ஒரு மாதிரி மனசு எல்லாத்துக்கும் தயாராயிடுத்துன்னு வச்சுக்கோ," என்றாள் அக்கா.

பின் பேச்சை மாற்ற, "இன்னிக்கு ராமநாதன் சார் வயித்தெரிச்சலை கொட்டிட்டாச்சு," என்றாள்

"உங்க அக்கவுண்டன்ட் கிழமா?" என்றேன்.

"ஆமாம்! எங்கள் ஆஃபீஸிலே இப்போ இயர்-எண்டிங்; இன்னிக்கு எப்படியாவது, லேட்டாய் உட்கார்ந்தாவது பேலன்ஸ் ஷீட்டை சரிபார்த்து தருவதா நேத்திக்கி அவர் கிட்டே ப்ராமிஸ் பண்ணிட்டு வந்தேன்; காலையில ஃபோன்லே விஷயத்தை சொல்லி லீவு கேட்டதும், கிழத்துக்கு எரிச்சலை அடக்கிக் கொள்வது ரொம்பவே கஷ்டமாகி விட்டது; பாவம்! இன்னிக்கி இப்பிடி ஆகும்னு தெரிஞ்சிருந்தால ஒருவழியாய் ஆபீஸ் வேலையாவது முடிஞ்சிருக்கும்," என்றாள்.

வாஸ்தவம்தான். 'அரை நாள் ஆபீசுக்கு போய் விட்டு மத்தியானம் வந்துவிடுகிறேன்' என்று கெஞ்சியவளை அம்மாதான் பிடிவாதமாய் முழு நாளும் லீவு போட வைத்து

விட்டாள். எதிலும் ரொம்ப முன்ஜாக்கிரதையான அம்மாவுக்கு வேண்டியதுதான்!

ஆனாலும், பெண் பார்க்கும் விஷயத்தை அத்தனை அவசரமாய் நேற்றுமாலை சொல்லிவிட்டு எல்லாரையும் பறக்கவைத்த அப்பாவுக்கும் இது வேண்டியதுதான்.

"நீ இதுக்கே இவ்வளவு வருத்தப்பட்றியே, நான் இன்னொரு விஷயத்தை உன்னிடம் சொன்னால்...?" என்று சொல்லியவாறே அக்காவை நகரச் சொல்லிவிட்டு நானும் கட்டிலில் படுத்துக்கொண்டேன்; இந்த சூழ்நிலையில் பேச்சை மாற்றுவது நல்லது என்று பட்டதால்.

"என்னடி?"

"உள்ளூர் தியேட்டரில் நீ பார்க்க ஆசைப்பட்ட கமலஹாசன் படம் இன்றோடு கடைசி!"

"அடிப்பாவி! நேத்திக்கே சொல்லி இருக்கக் கூடாது?" அக்கா அதட்டிக் கொண்டே எழுந்து உட்கார்ந்து கொண்டாள்.

"எனக்கு அந்தப் படத்தும்மேலே அக்கறை இல்லை; எனக்கு இப்பல்லாம் மோகன் படம் தான்!" என்றேன்.

நிஜ வாழ்க்கையின் சாதாரணங்களுக்கும், ஏமாற்றங்களுக்கும் ஈடு கட்டிக்கொள்ள எங்களுக்குள் ஒரு கற்பனை வாழ்க்கையும், கனவுகளும், ரசனைகளும் இருப்பது நியாயம்தானே? அங்கே உணர்ச்சிகளுக்கு மட்டுமே முழு ஆட்சி; அறிவுக்கு அனுமதி கிடையாது.

அக்காவுக்கு என்றும் நிரந்தர ஹீரோ கமலஹாசன்தான்! கமலின் ஒவ்வொரு படத்தையும் இரண்டு மூன்று தடவை பார்த்து விடுவாள். ஆனாலும், '16 வயதினிலே' கமல் அவளுக்குப் பிடிக்காது. கமல் ஹீரோவாக, அழகாகத்தான் இருக்க வேண்டும் கமல், வாணியை கல்யாணம் பண்ணிக் கொண்ட போது அக்கா ரகசியமாக அழுது தலையணையை நனைத்தது, எனக்கும் அவளுக்கும் மட்டுமே தெரியும். அப்புறம் 'எங்கிருந்தாலும் வாழ்க' என்று பாடிவிட்டு, தொடர்ந்து கமலையே தன் ஹீரோவாக வைத்திருந்தாள்.

நான் அவள் மாதிரியில்லை. ஒரே ஹீரோவை கட்டிக்கொண்டு என்னால் மாரடிக்க முடியாது! நான் கமலை கைகழுவிவிட்டு, ரஜினியிடம் தாவி, இப்போதைக்கு மோகனிடம் மனதை பறிகொடுத்திருக்கிறேன்!

"நீயும் உன் மோகனும். சதா அழுது வடிஞ்சிண்டு, ஹீரோயின் பின்னால சுத்திண்டு..." என்று என்று அக்கா சாடினாள்.

இப்படி எங்கள் பேச்சு திசை திரும்பியதும் நல்லதுக்குத்தான். டென்ஷனை குறைப்பதற்கு எங்களுக்கு இந்த மாதிரி பேச்சுக்கள்தான் டானிக் மாதிரி.

எனக்கும் விஜி அக்காவுக்கும் நடுவே இருந்த உறவு, நெருங்கிய தோழிகள் போலத்தான். எங்களுக்குள் ஒருவ்ரோடொருவர் பகிர்ந்து கொள்ளமுடியாத அந்தரங்கம் ஏதும் கிடையாது. எங்கள் பலவீனங்கள், கற்பனைகள், சபலங்கள் எல்லாவற்றையும் ஒளிவுமறைவின்றி பகிர்ந்து கொள்வோம். ஆண்களைப் பற்றி விவாதிப்போம். கல்யாணம் தொடர்பான விஷயங்களை அடிக்குரலில் பேசிக்கொள்வோம். எங்களுக்குள் பொதுவான சில ரசனைகளும் உண்டு. மீசை வைத்த உயரமான ஆண்களை எங்களுக்குப் பிடிக்கும். எங்கள் ஐடியல் கணவன் எப்போதும் நீட்டாக உடை உடுத்தி, பேண்ட்டுக்குள் சட்டை 'இன்' செய்து அகலமாய் பெல்ட் அணிந்து தலையை ஒழுங்காக வாரி இருப்பான்.

வாசலில் பரபரப்பாய் பேச்சு குரல் கேட்டது. அம்மா ஓட்டமும் நடையுமாக உள்ளே வந்தாள்.

-=()=-

== 2 ==

"அவாளெல்லாம் வந்துட்டா விஜி! நீ கிடுகிடுன்னு டிரஸ் பண்ணிக்கோ; ஜெயா, நீ உள்ளே வந்து கொஞ்சம் கூடமாட ஒத்தாசை பண்ணு," என்று சொல்லியவாறு சமையற்கட்டிற்குள் ஓடினாள்.

நான் காபிக்குப் பால் சுடவைத்து கொண்டிருந்தபோது அம்மா முன்னறைக்கு போய், குண்டு சரீரமாயிருந்த ஒரு அம்மாளை அழைத்துக்கொண்டு சமையற் கட்டுக்குள் வந்தாள்.

நான் சங்கடமாக சிரித்துக்கொண்டு வரவேற்கும் பாவனையில் தலையசைத்தேன். என்னை ஏற இறங்கப் பார்த்த அந்த அம்மாள்,

"இவளா பொண்ணு? போட்டோல பார்த்த மாதிரி இல்லையே?" என்று சொல்ல, அம்மா அவசரம் அவசரமாய் "இல்லை, இல்லை; இவள் சின்னவள்; பெரியவ புடவை கட்டிண்டுருக்கா," என்றாள்.

நான் தட்டுகளில் டிபனை எடுத்து வைத்தவாறு அந்த அம்மாளை ஓரக்கண்ணால் கவனித்தேன் பேச்சின் தோரணையிலிருந்தே, பையனின் அம்மா இவள்தான் என்று தெரிந்துவிட்டது. அவள் குரலில் ஒரு தடித்தனம் இருந்தது; பருத்த உடம்பிலும், பருத்த உதட்டிலும், சற்றே பெரிய விழிகளிலும் சிறிது குரூரம் இருப்பதாக எனக்குப் பட்டது. கதகளி வேஷதாரி போல என்ன உடம்பு இது! அளவுக்கு அதிகமாக ஊதிப் பெருத்திருக்கும் பெண்களை பார்த்தாலே எனக்கும் அக்காவுக்கும் பிடிக்காது. அப்படி ஒரு பெண்தான் அக்காவுக்கு மாமியார் என்றால்...

முன் அறைக்கு நான் வரக்கூடாது என்று அம்மா தடை தடை உத்தரவு போட்டுவிட்டதால், நான் சமையற்கட்டிலிருந்துதான் பெண் பார்க்கும் படலக் காட்சிகளைக் காண முடிந்தது.

பையனைப் பார்த்து எடைபோட நான் மிகவும் ஆவலாக இருந்தேன். நல்லவேளையாக பையன் சமையற்கட்டின் கதவை பார்த்தவாறு தான் உட்கார்ந்திருந்தான்.

முதல் பார்வையிலேயே என் உதடு அலட்சியத்தில் பிதுங்கி விட்டது. வயது 32 என்று அப்பா சொல்லி இருந்தாலும், பார்த்தால் சற்று கூடவே தோன்றியது. உயரமாக, சிவப்பாக இருந்தாலும், ரொம்ப ஒல்லியாகத் தெரிந்தான். நீட்டாக உடை உடுத்துவதில் ஆர்வம் இல்லாதவன் போலிருக்கிறது. சட்டை தொளதொளவென்று இருந்தது. 'இன்' செய்து கொண்டிருக்கவில்லை; இந்த ஒல்லி உடம்புக்கு 'இன்' செய்து கொண்டிருந்தாலும் அசிங்கமாகத்தான் இருக்கும்! மீசையில்லாத மழித்த முகம்; முன் நெற்றி ஓரத்திலே லேசாக வழுக்கை ஆரம்பித்திருந்தது. ஏனோ வலது புறத்தில் வகிடு எடுத்துக் கோணலாக வாரி இருந்தான். கழுத்து சற்று நீண்டு தோள்பட்டை எலும்புகள் ஓரத்தில் எட்டிப் பார்த்தன. முகம் ஒன்றும் அவலட்சணம் என்று சொல்லிவிடும்படி இல்லைதான். ஒரு புத்திசாலிக் களை தெரிந்தது.

அவன் பேச்சுவாக்கில் பார்வையை நிமிர்த்தி எதேச்சையாகச் சமையற்கட்டிற்குள் நோக்கியபோது, அவன் கண்களை கவனிக்க முடிந்தது. அவை தீர்க்கமாகவும் ஆழமாகவும் இருந்தன. பார்க்கப்போனால் அவனிடத்தில் குறிப்பிடும்படி இருப்பதாக தோன்றிய ஒரே அம்சம் அவன் கண்கள் தான்

எனக்கு சப்பென்று ஆகிவிட்டது. நானும் அக்காவும் கற்பனை செய்து வைத்திருந்த ஆண் மகன் எங்கே, இவன் எங்கே? எல்லாம் முடியட்டும்; விஜி அக்காவிடம் என் அபிப்பிராயத்தை பட்டென்று உடைத்து சொல்லி விட வேண்டியதுதான்.

என் எண்ண ஓட்டங்களை தடுத்து நிறுத்திவிட்டு மேலே நடப்பதை கவனிக்க ஆரம்பித்தேன்.

விஜி அக்கா முதலில் பையனின் அப்பாவை நமஸ்காரம் செய்தாள். பெரியவரை பார்த்தாலே அப்பிராணி என்று முகத்தில் எழுதி ஒட்டியிருந்தது. சற்றே கூன் விழுந்த உடல். தடித்த கண்ணாடி அணிந்திருந்தார். பையன் பெரும்பாலும் இவர் ஜாடையில் இருப்பது தெரிந்தது.

விஜி அக்கா, பையனின் அம்மாவை நமஸ்கரித்து விட்டு சற்றே தயங்கி நிற்க, அந்த அம்மாள் "இவன் தான் மாப்பிள்ளை, நன்னா பாத்துக்கோ; ஒரு நமஸ்காரமும் பண்ணிக்கோ," என்று சொல்லிக் கைகாட்டினாள்.

அக்கா, என்னதான் தயக்கத்துடனும், சற்றே படபடப்புடனும் இதுவரை இருந்தாலும் இப்போது பையனை நன்றாக நிமிர்ந்து பார்த்துவிட்டு நமஸ்காரம் செய்ய போனாள்.

அவனோ, "இந்த பார்மாலிட்டி எல்லாம் வேண்டாம்," என்று அக்காவை பார்த்தவரை சொல்லிவிட்டு, "அப்படியே உட்கார்ந்துக்கலாமே?" என்ற அப்பா உட்கார்ந்திருந்த பெஞ்சியின் ஓரத்தை காட்டினான்.

இந்த மட்டில் நாகரீகம் தெரிந்தவன்தான் என்று நினைத்துக்கொண்டடேன். அவன் பேச்சும், பார்வையும் தெளிவாக இருந்தன. அவன் அக்காவை நிமிர்ந்து பார்த்தபோது, பொதுவாகப் பல ஆண்களின் பார்வையில் இருக்கும் சபலத் தன்மையும், அசட்டுத் தனமும் இல்லாததாகத்தான் பட்டது.

அக்கா தயக்கத்துடன் பெஞ்சியின் ஓரத்தில் உட்கார்ந்து கொண்டாள்; அப்பா எழுந்து, "நீங்க இங்கே வந்துடுங்கோ," என்று பையனின் அம்மாவிடம் சொல்லிவிட்டு, தான் பையனுக்கு பக்கத்தில் நாற்காலியை இழுத்துப் போட்டுக்கொண்டு, தணிந்த குரலில் அவரிடம் பேச்சுக் கொடுக்க ஆரம்பித்தார். அக்காவின் குண விசேஷங்களை பற்றி பையனிடம் சொல்லுவாராயிருக்கும்.

அந்த அம்மாள் போய் அக்காவின் பக்கத்தில் உட்கார்ந்து கொண்டு, கையைக் கையை ஆட்டியவாறு ஏதோ பேச்சுக் கொடுத்துக் கொண்டிருந்தாள். எனக்கு இங்கிருந்து ஒன்றும் காதில் விழவில்லை.

அம்மா காப்பிப் பாத்திரங்களை எடுத்துக் கொண்டு உள்ளே வந்தாள்.

"இதயெல்லாம் செத்த அலம்பி வையேன்; சீர் செனத்தி பத்திப் பேச ஆரம்பிச்சா நான் அங்கே இருந்தாகணும்; உங்க அப்பாவுக்கு அந்த சமத்தெல்லாம் போதாது," என்றவாறே முன்னறைக்கு போனாள்.

"ஏன்மா, இந்த வரலையே முடிச்சுடறமாதிரியில்லே பேசறே? எனக்கு பையனைப் பார்த்தால் அத்தனை சுவாரசியமாப் படலையே?" என்றேன்.

"உன் அபிப்பிராயத்தை இப்போ யாரும் கேட்கலை; சொன்ன காரியத்தை கவனி," -- அம்மா வழக்கம்போல எரிந்து விழுந்துவிட்டு போய்விட்டாள்.

தொட்டி முற்றத்தில் பாத்திரங்களை அள்ளிப் போட்டுவிட்டு, மீண்டும் ஒரு முறை முன்னறையை எட்டிப் பார்த்தேன்.

ஓஹோ! ஆசாமி அக்காவுடன் தனியே பேச வேண்டும் என்று சொல்லி இருப்பார் போலிருக்கிறது அப்பாவும் பெரியவரும் வாசல் பக்கம் போக, அம்மா, பையன் தாயாரை அடுத்த அறைக்கு அழைத்துச் சென்றாள்.

நான் பேசாமல் பாத்திரங்களை அலம்ப ஆரம்பித்தேன். இந்த ஒரு விஷயத்தில் நான் ஒரு பொருட்டே இல்லாமல் அந்நியமாக ஆக்கப்பட்டுவிட்டது போல ரொம்ப ஆதங்கமாக இருந்தது. தொண்டை அடைத்துக்கொண்டு, கண்ணில் சூடாக ஜலம் வந்தது. இருக்கட்டும்; குறைந்தபட்சம் விஜி அக்கா என்னைக் கலந்தாலோசிக்காமல் முடிவு பண்ணி விடமாட்டாள் என்கிற நம்பிக்கை இருந்தது. அவள் என்னைக் கேட்கும் கேட்கும்போது, பளிச்சென்று சொல்லிவிடவேண்டும் -- வேறு நல்ல இடம் பார்க்கலாம் என்று.

-=()=-

== 3 ==

அப்பா பையனைப் பற்றியும், அவன் உத்தியோகம், குடும்ப விஷயங்களைப் பற்றியும் நேற்று ராத்திரி சாப்பிடும்போதே விவரமாகச் சொல்லியிருந்தார்.

பெயர் வைத்தியநாதன். வயது 32 முடிந்துவிட்டது. மதுரையில் இருக்கும் பெரிய தனியார் கம்பெனி ஒன்றில் நல்ல சம்பளத்தில் சீனியர் காஸ்ட் அக்கவுண்டன்ட் உத்தியோகம். இவன் தலையெடுத்துத்தான் இரண்டு தங்கைகளுக்கும் கல்யாணம் பண்ணி வைத்தனாம். கும்பகோணத்தில் தாலுக்கா ஆபீஸ் கிளார்க் ஆக இருந்த இவன் அப்பா, இரண்டு மாசம் முன்புதான் ரிட்டையர் ஆகி, சொற்ப நிலங்களை விற்றுவிட்டு பையனுடன் மதுரைக்கு குடிபுகுந்து விட்டாராம்.

"கஷ்டப்பட்டு முன்னுக்கு வந்த குடும்பமாத் தெரியறது; நம்ம மாம்பலம் சீனு மாமா தானே இந்த வரனைச் சொல்லி, ஜாதகமும் கொடுத்தார்? 'பையனுக்குத் தங்கமான குணம்; கிட்டிமுட்டி வந்தா விட்டுடாதே' அப்படின்னு அட்வைஸ் பண்ணினார்; போன மாசம் அவரைப் பார்க்க போனபோது, பையனை அவராத்திலே எதேச்சையாப் பார்த்தேன்; யாரு என்னன்னு விஜாரிச்சபோது தான் அவனுக்கும் பொண்ணு தேடிண்டிருக்கான்னு தெரிஞ்சுது..." ராத்திரி அப்பா சொல்லிக் கொண்டிருந்தார்

சாப்பிட்டுக் கொண்டிருந்த அக்காவின் முகத்தில் எந்த ஒரு ரியாக் ஷனையும் கண்டுபிடிக்க முடியவில்லை

"ஏம்பா, அக்காவோட போட்டோவை மட்டும் சிரத்தையா அனுப்பி வச்சீங்களே, அதே மாதிரி பையன் போட்டோவை வாங்கி நாம பார்க்க வேண்டாமா? ஒருக்கால் போட்டோவை பார்த்து அக்காவுக்கு பிடிக்கல்லைன்னா பெண் பார்க்கும் படலம் வேண்டாம் என்று சொல்லிடலாம் இல்லையா?" நான் தான் பேச்சை கிளப்பினேன்.

"நான்தான் பையனைப் பார்த்தேன்னு சொன்னேனே? எனக்குத் தெரியாதா அவன் விஜிக்கு ஒத்துவருவானா, மாட்டான்னு?" என்றார் அப்பா.

அம்மா என்னிடம் சுள்ளென்று எரிந்து விழுந்தாள் "சனியனே, நல்ல காரியம் பேச ஆரம்பிக்கும்போதே

'பிடிக்கலை, நடக்காது' அப்படின்னெல்லாம் நீ ஏண்டி உன் திருவாயை வைக்கிறே? பையன் போட்டோவை கேட்கிறதெல்லாம் மரியாதை இல்லை; கையிலே காசில்லாத கஷ்டத்தினாலே, காலா காலத்தில செய்ய வேண்டிய மங்கள் காரியத்தை இவ்ளோ லேட்டா இப்பத்தான் ஏதோ பகவத் சங்கல்பத்தில் ஆரம்பிச்சிருக்கோம்; ஏதாவது உளறாம, எல்லாம் நல்ல படியா நடக்கணும்னு வெங்கடாஜலபதியை வேண்டிக்கோ," என்று பொரிந்தாள்.

எனக்குக் கோபம் பற்றிக்கொண்டு வந்தது. என்ன மனிதர்கள் இவர்கள்! பையனை பெற்றவர்கள் மட்டும் பெண்ணுக்கு சமைக்கத் தெரியுமா, பாடத் தெரியுமா, ஆடத்தெரியுமா, கைவேலை, தெரியுமா என்றெல்லாம் தோண்டித் தோண்டிக் கேட்பார்கள்; போட்டோவை வாங்கி பார்ப்பார்கள்; ஆனால் பெண் வீட்டார்கள் பையனைப் பற்றி, அவன் ரசனைகள், அவனுக்கு ஆபீஸ் போவதைத் தவிர வேறு என்ன தெரியும், பார்க்க எப்படி இருப்பான் என்பதைப்பற்றியெல்லாம் தெரிந்து கொள்வது அதிகப் பிரசங்கமாம்! போட்டோவை கேட்பது மரியாதை இல்லையாம். கேட்டால் ஆம்பிளைக்கு என்ன அழகு வேண்டிக்கிடக்கு, 'உத்தியோகம் புருஷ லட்சணம்' என்பார்கள். பெண்ணின் ரசனைக்கு எங்கு தான் மரியாதை இருக்கிறது?

நேற்று ராத்திரி படுத்துக் கொள்ளும் போது அக்கா இதைப்பற்றி பேச ஏதோ வாய் எடுத்தாள்; நான் ரொம்ப எரிச்சலில் இருந்ததால் பிறகு வாயை மூடிக் கொண்டு விட்டாள்.

பையனுடன் பேசி முடித்துவிட்டு, விஜி அக்கா உள்ளே வந்துவிட்டாள்; என்னை பார்த்துத் தர்மசங்கடத்துடன் புன்னகைத்தாள். நான் வெகு ஆவலாய் அவளுடன் பேச வாயைத் திறப்பதற்குள், அப்பாவும் அம்மாவும் பின்னாலேயே வந்து விட்டார்கள்.

அப்பா, "அவா காத்திட்டு இருக்கா; உன் அபிப்பிராயத்தை சொல்லு," என்று சின்னக் குரலில் அக்காவிடம் கேட்டார்.

அக்கா புடவையின் நுனியைத் திருகியவாறே, சொன்னாள்: "நீங்க மேற்கொண்டு பேசலாம் அப்பா! எனக்கு ஆட்சேபனை ஒண்ணுமில்லை."

அப்பா அம்மாவின் முகங்களில் திடீரென்று விளக்கு போட்டாற்போல் பிரகாசமும், நிம்மதியும் தெரிந்தது. அவசரம் அவசரமாய் முன்னறைக்கு ஓடினார்கள்

நான் அதிர்ந்து போய் நின்றுவிட்டேன். அக்காவால் எப்படி இப்படி ஒரு முடிவை சட்டென்று எடுக்க முடிந்தது? அதுவும், உயிருக்கு மேலாகப் பழகும் என்னிடம் ஒரு வார்த்தை அபிப்பிராயம் கேட்காமல்? இவள் அழகுக்கும், குணநலத்துக்கும் முன்னால் இந்த நோஞ்சான் வைத்தியநாதன் எந்த விதத்தில் பொருத்தம்? இவளுக்கு அப்படி என்ன வயதாகிவிட்டது? இத்தனை நாள் பொறுத்தது போல, இன்னும் கொஞ்சம் நாள் காத்திருந்தால், இன்னும் பொருத்தமான ஒரு ஜோடி கிடைக்காமலா போய்விடும்?

"ஒரு பெரிய்ய பாரத்தை இறக்கி வெச்ச மாதிரி இருக்குடி ஜெயா; நீ அவரைப் பார்த்தியா? என்னடி சொல்ற?" அக்கா என்னிடம் மெதுவாய் விசாரித்தாள்.

எனக்கு நுனி மூக்கு சிவந்து, கண்களில் நீர் துளிர்த்தது

"நீ பார்த்தாச்சு, பேசியாச்சு; முடிவையும் சொல்லியாச்சு; இனிமே நான் சொல்வதற்கு என்ன இருக்கு?" என்று கேட்டேன் என்னை மீறி என் குரல் சற்று உயர்ந்து விட்டது போலிருந்தது.

"சரி..சரி.. மெதுவாய் பேசு! அவா எல்லாம் போகட்டும்; ராத்திரி படுக்கும் போது விலாவாரியாப் பேசிக்கலாம்," என்றாள் விஜியக்கா.

* * * *

"கடைசியில் நான் போட்ட பட்ஜெட்டுக்கு மேல் குறைந்தது எட்டாயிரம் ரூபாய்க்கு மேல் அதிகம் போய் முடியும்னு நினைக்கிறேன்," -- அப்பா சொல்லியவாறே தட்டில் கை கழுவினார். இரவு சாப்பாட்டுக்கடையின் போது மாலையில் நடந்த நிகழ்ச்சிகளைப் பற்றிய அலசல் நடந்துகொண்டிருந்தது.

"நீங்க இவ்வளவு தூரம் வளைஞ்சு கொடுதிருக்க வேண்டியதில்லைப்பா! 'இவ்வளவுதான் என் சக்திக்கு முடியும்' ன்னு கண்டிப்பாச் சொல்லி நிறுத்தி இருக்கலாம்; அதையும் மீறி பிடிவாதமாய் இருந்தான்னா போகட்டும்ன்னு அனுப்பியிருக்கலாம்," விஜி அக்கா அபிப்பிராயப்பட்டாள்.

"எல்லாம் ஒத்து வரும் போது அப்படி 'எடுத்தேன், கவிழ்த்தேன்' ன்னு பேச முடியாதுடி விஜி! இருந்தாலும், இன்னும்

கொஞ்சம் அதிகமாய் பேரம் பேசியிருந்தால் பேசாமல் ஒத்துண்டிருப்பா; உங்க அப்பாவுக்கு தான் சமர்த்து போறாதே," என்று அம்மா அப்பாவை இடித்தாள்.

"நீ சும்மா பெரிய இவ மாதிரி பேசாதே; அவா ஒன்னும் அப்படி அடிச்சு பிடுங்கிற ஜாதியாய்த் தெரியலை; சம்பந்தி மாமா பாவம், வாயே திறக்கல்லை; அந்த மாமிக்குக்குத் தான் கொஞ்சம் வாயும், குரலும் பெரிசு; ஆனாலும் அவா சொல்றதும் நியாயம்தானே! என் பொண்ணுங்களுக்கு நாங்க செஞ்சுபோட்ட அதே அளவுக்குத் தான் கேட்கறேன்; அது செஞ்சாப் போறும்; அப்பத்தான் சபையிலே மரியாதை," அப்படின்னு சொன்னார் ஆக மொத்தம் 3 சவரன் பவுனிலேயும், வெள்ளியிலே ஒரு கிலோவும் ஏறிப்போச்சு; கிடக்கிறது விடு; ஒத்துண்டாச்சு; சமாளிப்போம். கல்யாணம் நல்லபடியா நடக்கட்டும்". அப்பா எழுந்து கொண்டார்

நான் இதில் ஒன்றும் கலந்து கொள்ளவே இல்லை. எனக்கு அந்த சம்மந்தி அம்மாவைப் பற்றி நினைக்கவே பற்றிக்கொண்டு வந்தது. அவளும், அவள் உருவமும், பேச்சும்! பத்திரிக்கைகளில் படித்த மணமகள் எரிப்பு சமாச்சாரங்கள் எல்லாம் அவளைப் பார்க்கும்போது என் மனதில் எழுந்தன. எனக்கு அக்காவின் மேல் கோபமும் எரிச்சலும் அதிகமாயிற்று. எந்த அடிப்படையில் இவள் முடிவெடுத்தாள்? நாங்கள் திருமணத்தைப் பற்றி பேசி வைத்திருந்த கொள்கைகளும், கனவுகளும் என்னதான் ஆயின?

-=()=-

== 4 ==

"ஜெயா, ஜெயா...." அக்கா பத்தாவது தடவையாக என் தோளை பிடித்து உலுக்கினாள். நான் என் முறுக்கைத் தளர்த்தாமல் அவளுக்கு முதுகைக் காட்டியவாறு பிடிவாதமாய் படுத்திருந்தேன்.

"நான் என்ன அப்படி பெரிய தப்பு பண்ணிட்டேன்னு நீ என்கிட்டே இப்படி நடந்துக்கிறே? உன்னை விட்டா எனக்கு அந்தரங்கமாய் பேசி கஷ்ட நஷ்டங்களை பரிமாறிக்க வேறு யார் இருக்கா?" அக்காவின் குரல் உடைந்தது.

எனக்கு இதற்கு மேலும் மவுனம் சாதிக்க முடியவில்லை. புரண்டு அக்காவைப் பார்த்துத் திரும்பி படுத்துக்கொண்டேன். "அப்பாடி!" என்று சொல்லிவிட்டு அக்கா என் கையைப் பற்றிக்கொண்டாள்.

"உனக்கு சுடச்சுட என்ன கேள்வி கேட்கணுமோ கேட்டுக்கோ; என்னால் பதில் சொல்ல முடியற அளவுக்கு பதில் சொல்றேன்; முடிவு என்னவோ எடுத்தாச்சு; கல்யாணம் நிச்சயம்னு ஆயாச்சு; சரியோ தப்போ முடிவு என்னோடது; இருந்தாலும் ஒரு அலசு அலசித்தான் பார்க்கலாமே?" என்றாள் விஜியக்கா.

"என்னோட முதல் கேள்வி -- அந்த நோஞ்சான் வைத்தியநாதன் உன் அழகுக்கு முன்னால் எந்த விதத்தில் பொருத்தமானவன்னு நீ தலையாட்டினாய்?" என்றேன்.

"ஜெயா, கற்பனைகள் வேற, எதார்த்தம் வேற..."

"இந்த தத்துவம் எல்லாம் என்கிட்டே வேண்டாம். பார்க்க கொரங்கு மாதிரி இருக்கிற ஆண் பிள்ளைகள் கூட தனக்கு ரதி மாதிரி பொண்டாட்டி வேணும் என்று அலைந்து தேடற இந்த உலகத்திலே, உன்னைப் போல அழகான ஒரு பெண் மட்டும் தன் மனசுக்குப் பிடிச்ச அழகான பையனைத் தேடிப் பார்த்து கல்யாணம் பண்ணிண்டா என்ன தப்பு?" என்றேன்.

"சரிதான்! இன்னைக்கு வந்தாரே, அவரை எனக்கு பிடிக்கல்லைன்னு நீ எப்படி தீர்மானம் செய்ய முடியும்?"

"இந்த 'மீசையில் மண் ஒட்டலை' சமாச்சாரமெல்லாம் எங்கிட்ட வேண்டாம் அக்கா..."

"அவசரப்படாதே ஜெயா, நீயே நன்னா யோசிச்சுப் பார்; அவர் பார்க்கவே சகிக்கல்லைன்னு சொல்லும்படியாகவா இருக்கார்?"

நான் சற்று யோசித்தேன். "அப்படி இல்லைதான்.... இருந்தாலும்..."என்று இழுத்தேன்.

"இரு, இரு, ரொம்ப ஒல்லியா இருக்கார்; தன் 'லுக்ஸ்' பத்தி கவனமே இல்லாதவர் போல இருக்கார் இல்லையா?"

"அதேதான்!"

இத்தனை ஒல்லியா இருப்பதற்கு காரணம், நல்ல சாப்பாடு இல்லாம ஏதோ லாட்ஜில் தங்கிக்கொண்டு வருஷக்கணக்கா ஓட்டலில் சாப்பிட்டதனாலயும் வேலைப்பளுவினாலையும் இருக்கலாம்; தங்கைக்கு கல்யாணம் செய்ய வேண்டிய குடும்ப பொறுப்பும் தன்னைப் பத்தின அக்கறை அதிகம் இல்லாமல் செஞ்சிருக்கணும். இந்த இரண்டுமே மாறுகிற சூழ்நிலை வந்தால், அவர் இன்னும் பார்க்கும்படியாக மாறி விட முடியாதா என்ன?"

"அதுக்குள்ளேயே உனக்கு ரொம்ப அக்கறைதான்!" நான் சற்றே கேலியாக சிரித்தேன். அக்கா என் முகத்தை ஏறிட்டுப் பார்த்தாள். என் சிரிப்பு அவளைச் சற்றே வேதனைப்படுத்தியிருக்க வேண்டும். படுக்கையில் எழுந்து உட்கார்ந்து கொண்டு தன் முழங்கால்களைக் கட்டிக்கொண்டாள்.

"கல்யாணம்ங்கிறது நீ சொல்ற அந்த ஒரு கண்ணோட்டத்தில மட்டும் பார்க்கிற விஷயம் இல்லடி, ஜெயா; ஒருக்கால் எனக்கு 19, 20 வயசில இந்த கல்யாணப் பேச்சு நடந்திருந்தால் இந்த வரனை நான் வேண்டாம்ன்னு சொல்லியிருப்பேனோ, என்னவோ. இப்போ வயசு ஏறிடுத்து; நாலையும் யோசிக்கும் பக்குவம் வந்துடுத்து. எனக்கு பதினெட்டு வயசு இருக்கும்போது, ஒரு கல்யாணத்தின் போது மாயவரம் அத்தை என்னைப் பார்த்துட்டு அம்மா கிட்டே என்ன சொன்னார் தெரியுமா? "இவளோட அழகுக்கும், குணத்திற்கும், நீ வேணுமானா பார்த்திண்டே இரு, எவனாவது ஒரு பெரிய இடத்திலேர்ந்து வலியவந்து, சீர் செனத்தி கேக்காம இவளைக் கட்டிண்டு போறானா, இல்லையா பாரு. நான் சொல்றேன், எழுதி வெச்சுக்கோ, இவள் காலேஜ் படிப்பைக் கூட முடிக்க

முடியாமல் போகப்போகிறது பார்!" அப்பிடீன்னெல்லாம் சொன்னார். அதைக் கேட்கும் போது எனக்கு எவ்வளவு சந்தோஷமா, கர்வமா இருந்துது தெரியுமா? ஆனால் அத்தை நெஜமாவே மனசார சொன்னது போல ஏதும் நடக்கல்லியே? என்னை ஒருவன் வந்து பெண் பார்ப்பதற்கே ஏன் இத்தனை வருஷம் ஆச்சு? அதை விடு; அத்தை அன்னிக்குப் பார்த்து அதிசயிச்ச அந்த அழகிலே இன்னிக்கு எவ்வளவு பாக்கி இருக்கு? அன்னிக்கிருந்த தலைமுடியில பாதி கொட்டிப்போயாச்சு; அங்கங்கே நரை எட்டிப் பார்க்கிறது; இடுப்பிலே சதை பிடிக்க ஆரம்பிச்சாச்சு; மூஞ்சி முத்த ஆரம்பிச்சாச்சு..."

நான் சற்று ஆடித்தான் போனேன். அக்காவின் பேச்சில் உள்ள உண்மை மறுக்கக்கூடியது இல்லைதான். அக்கா தொடர்ந்தாள்:

"இதைவிடப் பெரிய மீன் வரும்னு காத்துண்டே நிக்க கொக்குக்குக் காலில் பலம் வேண்டாமா? அட, வரும்ன்னுதான் என்ன நிச்சயம்? அப்பா, அம்மா அவா கடமையைச் செய்ய நானும் வளைஞ்சு கொடுக்க வேண்டாமா? உனக்கும் லைன் கிளியர் ஆக வேண்டாமா?"

"எனக்காகன்னு நீ ஒன்றும் அவசரப்பட வேண்டாம்!" என்றேன் சற்று சிரித்துக்கொண்டே. சூழ்நிலையின் இறுக்கம் சற்றே தளர்ந்தது.

"ஆனாலும் ஜெயா, நான் ஒண்ணும் பிடிக்காமல் தியாகம் செய்வதாக நினைச்சிண்டு தலையாட்டலை. நீ அவரை சரியாப் பார்த்தாயா, இல்லையா? அவரிடம் ஏதாவது விசேஷமாப் பட்டுதா?"

நான் யோசித்தேன்.

"ம்... ம்... பார்வை தீர்க்கமாய் இருந்துது போல் இருந்துது; ஒரு புத்திசாலிக்களை மூஞ்சிலே தெரிஞ்சுது; சரியா?" என்றேன்.

"அதேதான்! பெரும்பாலான ஆண்களின் கண்ணில் தெரியும் சபலப் பார்வை இல்லை; பேச்சிலும் நேர்மையும், கம்பீரமும் இருந்தது; எல்லாத்துக்கும் மீறி நமக்கும் உள்ளுணர்வுன்னு ஒண்ணு இருக்கு இல்லையா? அது சொல்லித்து, 'இந்த ஆசாமியை தைரியமாக நம்பி நம்மை ஒப்படைக்கலாம்'ன்னு. 'சரி'ன்னு தீர்மானிச்சுட்டேன். அவ்ளோதான்," என்றாள் அக்கா தெளிவாய்.

"ஓக்கே அக்கா; எனிஹௌ, நீ முடிவு என்னவோ எடுத்தாச்சு; ஆல் த பெஸ்ட்!" என்றவாறே அக்காவின் கையை பிடித்துக் கொண்டேன்.

எனக்கு தூக்கம் வரும் வரை பேசிக் கொண்டிருந்தோம். அவர்கள் என்ன பேசிக் கொண்டிருந்தார்கள் என்பதை எல்லாம் என்னிடம் விரிவாகச் சொன்னாள்.

அக்காவின் படிப்பு, பொழுது போக்குகள் பற்றிக் கேட்டானாம்; வேலை பார்ப்பதை விட்டு விட்டால் நல்லது என்றானாம்; தன் பெற்றோர்கள் கடைசிக் காலம் வரை தன்னுடன் இருக்க வேண்டும் என்பதை வற்புறுத்தினானாம். இவளுக்கு விருப்பம் இல்லை என்றால், தயங்காமல் பயப்படாமல் சொல்லி அனுப்பி விடுமாறு சொன்னானாம். விஜி அக்கா இருக்கும் நிலைமையை பார்த்தால், எல்லாவற்றிற்கும் அவள் ஒப்புக் கொண்டுவிட்டாள் போலத்தான் இருக்கிறது. தேவைக்கு மேலே காம்ப்ரமைஸ் செய்து கொண்டுவிட்டாள்; எனக்கு இன்னும் மனசு முழு சமாதானம் ஆகவில்லை.

-=()=-

== 5 ==

"சின்னது சாப்பிட்டுட்டுத் தூங்கிடுத்தா?"

முன் அறையில் அப்பா அம்மாவை கேட்பது காதில் விழுந்தது. என்னைப் பற்றித் தான் கேட்கிறார்; 'சின்னது' என்பது அப்பா என்னை செல்லமாக குறிக்கும் சொல்.

"தூங்கியிருக்கணும்; கால் மணி முன்னாடிதான் ரூம் லைட் அணைஞ்சுது," அம்மா பதில் சொன்னாள். நான் உறக்கம் வராமல் அறையின் வாசல் கதவுக்கு சற்று பக்கவாட்டில் ஈஸி சேரில் படுத்திருந்ததும், அவர்கள் பேச்சைக் கேட்பதும் அவர்களுக்குத் தெரியாது.

பாவம்; அவர்களுக்கும் இப்போதெல்லாம் லேசில் தூக்கம் வருவதில்லை. இருபத்தைந்து வருடங்களாக வீட்டில் சுற்றிச்சுற்றி வந்த பெண் திடீரென்று கல்யாணம் ஆகிப் பிரிந்து போய் விடுவது என்னதான் உலகநியதி என்றாலும், பிரிவு பிரிவு தானே?

"விஜி புக்ககம் போனதிலிருந்து சின்னது எப்படி நிலைகொள்ளாம தவிக்கிறது பார்த்தியா?" அப்பா அம்மாவிடம் கேட்டார்,

"இருக்காதா பின்னே? லோகத்தில் அக்கா தங்கைகள்னா இப்படியும் இருக்குமா என்ன? ரெண்டுக்கும் ஒண்ணை ஒண்ணு விட்டால், தோழின்னு சொல்லிக்கக் கூட நெருக்கமாக வேறு யாருமே கிடையாதே? ரெண்டுமே ஃப்ரெண்டுகள் மாதிரின்னா பழகிண்டிருந்துது? விஜிக்கி கல்யாணமாகி நாளையோட ரெண்டு மாசம் முடியறது; நாம ஏதோ பழகிண்டாச்சு; சின்னதுதான் பாவம்..." அம்மாவின் குரல் கம்மியது.

அதை கேட்கும் போது எனக்கும் தொண்டையில் அடைத்துக் கொண்டு கண்களில் நீர் முட்டியது. அக்கா கல்யாணமாகி மதுரைக்குக் கிளம்பிப் போய் இரண்டு மாதம் தான் ஆகிறது; ஆனால், ஏதோ வருஷக்கணக்கில் ஆனது போல அல்லவா தோன்றுகிறது! சொந்த வீட்டிலேயே அனாதை போல ஒரு தனிமை. அர்த்தமில்லாமல் பேசி சிரிக்க, சின்ன விஷயங்களுக்கு சண்டை போட, அந்தரங்கங்களைப்

பேசிக்கொள்ள விஜி அக்கா இல்லாமல் ரெண்டு மாசமாய் எப்படித்தான் ஓட்டினேன்?

சொல்லப்போனால் அம்மாவுக்கு கூட என் மீது அத்தனை பாசம் கிடையாது. எனக்காக விஜி அக்கா எதையும் விட்டுக்கொடுக்க தயங்கியது கிடையாது.

கடை கடையாக ஏறி இறங்கி அவரவருக்கு பிடித்த புடவைகளை பொறுக்கி எடுத்துக் கொண்டு வருவோம்; வீட்டில் கண்ணாடி முன் நின்று அக்காவின் புடவையை மார்பின் மேல் குறுக்காகப் போட்டுப் பார்க்கும்போது என்னுடையதை விட அவளுடைய புடவை தான் எனக்கு நன்றாக இருப்பதாகப்படும். "அக்கா, ப்ளீஸ்... நான் இதை எனக்கு எடுத்துக்கட்டுமா?" என்று நான் அசடு வழிவது தான் தாமதம், உடனே முகம் சுளிக்காமல் அக்கா புடவையை மாற்றி கொண்டு விடுவாள்.

என் குடையில் சற்றே ஓரம் கிழிந்து விட்டால், மூலையில் சாத்திவிட்டு அக்காவின் குடையைத் தூக்கிக் கொண்டு காலேஜுக்கு ஓடிவிடுவேன். அக்காதான் குடை ரிப்பேர்க்காரனிடம் கொடுத்து அதை சரி செய்துகொண்டு, என் குடையைத் தானே எடுத்துக்கொண்டு போவாள். ஒரு வார்த்தை அதட்டிக் கேட்க மாட்டாள். இதெல்லாம் சமீபகால சமாச்சாரங்கள்.

சின்னப் பெண்ணாக இருந்த காலத்தில்கூட நான் அவளிடம் இருந்து பிடுங்கிக் கொண்டவை எத்தனை, எத்தனை! அவள் பேச்சுப் போட்டியில் பரிசு வாங்கி வந்த கோப்பையை நான் என் பலப்பம் போட்டு வைக்க எடுத்துக் கொள்வேன். அவள் புதிதாய் வாங்கிய நோட்டுப் புத்தகத்தின் அட்டையில் இருக்கும் வெண்ணைய் திருடும் குட்டிக் கிருஷ்ணர் படத்தைக் அவள் பார்க்காதபோது வெட்டி, என் ஆல்பத்துக்குள் ஒட்டி வைத்துவிடுவேன்.

பாவம்! அவளும் வயதில் சின்னவள் தானே? அம்மாவிடம் என்னை இழுத்துக்கொண்டு போய் அழுதவாறே புகார் செய்வாள். "ஆனாலும் இந்த சின்னதுக்குப் பிடிவாதம் ரொம்ப ஜாஸ்தி! இன்னைக்கே பிடுங்கினால் அழுது ரகளை பண்ணிடுவாள்; போகட்டும்; நாளைக்கு ஞாபகப்படுத்து; நயமாய் பேசி வாங்கித் தருகிறேன்," என்று அம்மா சமாதானம் செய்வாள். ஆனால் விஜி அக்காவுக்கு ஒரே நாளில் மனசு இளகி

விடும். போகட்டும் என்று விட்டுக்கொடுத்து அம்மாவிடம் செல்லாமலேயே இருந்து விடுவாள்.

எனக்கு என்னமோ இப்போதே அக்காவை பார்க்க வேண்டும் போல ஆதங்கமாக இருக்கிறது; படுக்கையில் அவள் மீது காலைத் தூக்கிப் போட்டுக் கொண்டு, வெட்டி விவகாரங்கள் பேசவேண்டும் போல். அக்கா இப்போது என்ன பண்ணிக்கொண்டு இருப்பாள்? அந்த ஒல்லி வைத்தியநாதன்-- எனக்கு என்னவோ அவர்மேல் இன்னும் 'அத்திம்பேர்' என்ற நெருக்கமே வரமாட்டேன் என்கிறது -- அக்கா மேல் காலைப் போட்டுக்கொண்டு சிரித்துப் பேசிக் கொண்டிருப்பானோ?

எனக்கு இந்த கற்பனையே எரிச்சலைத் தருகிறது. சீச்சி! இப்படியெல்லாம் கசப்புணர்வை வளர்த்துக் கொள்ளக் கூடாது. ஆனால் அந்த வைத்தியநாதன், தன் காலை உரிமையோடு பெண்டாட்டி மேலே போட்டுக்கொண்டு வெட்டிப்பேச்சு பேசக்கூடிய சாதியாகவும் எனக்கென்னவோ தோன்றவில்லை.! ஒருக்கால் அக்கா படுக்கையில் மல்லாக்க படுத்து கொண்டு குருட்டு யோசனை செய்து கொண்டிருக்கையில், இவன் அறை மூலையில் ஒரு டேபிளைப் போட்டு உட்கார்ந்துகொண்டு ஆபீஸ் ஃபைல்களை நோண்டிக்கொண்டு இருப்பானாயிருக்கும்!

வாரத்துக்கு ஒரு தடவையாவது அக்கா லெட்டர் போட்டுக் கொண்டுதான் இருக்கிறாள். அபூர்வமாக எப்போதாவது டிரன்க் கால் போட்டுப் பேசுவது உண்டு. எங்கள் தெருவில் மூன்று வீடு தள்ளியிருந்த ஒரு வீட்டில் மட்டும் தான் தொலை பேசி இருந்தது. அக்கா எழுதும் லெட்டரில் எனக்கென்று தனியாய் ஒரு பக்கம் எழுதியிருப்பாள். அக்காவின் கடிதங்களைப் படித்தால் அவள் சந்தோஷமாகக் குடித்தனம் நடத்துவதாகவே தெரிகிறது. கடிதத்தில் நடுநடுவே அறுவை ஜோக்குகள்!

கடிதத்தில் எனக்கு முழு நீள அறிவுரைகள் வேறு -- 'அம்மாவுடன் சதா மல்லுக்கு நிற்கதே; இன்னும் பதவிசாய் நடந்துக்கோ; சும்மா சினிமா பார்க்காதே, அதுவே, இதுவே என்று! அவற்றைப் படிக்கும்போது மட்டும் எனக்கு எரிச்சலாய் வரும். நேற்றுவரை என் கூட பேசி சிரித்துக்கொண்டு, அற்ப விஷயங்களுக்கெல்லாம் சண்டை போட்டுக்கொண்டு ஒரு தோழி போல் பழகி விட்ட விஜியக்கா, ஒரு கல்யாணம் ஆகிவிட்டதும், ஒரு பெரிய மனுஷி போல தோரணயாய்

உபதேசம் செய்ய ஆரம்பிப்பதா? நேரில் வரட்டும், பேசிக்கொள்கிறேன்.

நடுத்தர வர்க்கத்து இளம் பெண்களின் பொதுவான வாழ்க்கைப் போக்கில், என் கால அட்டவணையும் அமைந்துவிட்டது. பி காம் படித்துக்கொண்டிருக்கும் போதே, டைப்ரைட்டிங், ஷார்ட்ஹேண்ட் சேர்ந்தாயிற்று. டிகிரி பரீட்சை முடிந்து லீவு விட்டாகிவிட்டது. காலையில் தவறாமல் அம்மாவின் அர்ச்சனையை கேட்டவாறு லேட்டாய் எழுந்திருப்பதும், சாப்பாட்டுக்குப் பிறகு மீண்டும் இரண்டு மணி தூக்கம் போடுவதும், மாலையில் இன்ஸ்டிடியூட் போவதும், சமையல்கட்டில் அம்மாவுக்கு உதவியாக வேலை செய்ய ஆர்வம் காட்டாததற்காக அம்மாவிடம் திட்டு வாங்குவதும் என ஒரு அலுப்பான கதியில் காலம் ஓடியது.

அக்காவைத் தவிர வேறு அந்தரங்க தோழிகள் யாருமே இல்லாமல் இருந்து விட்டது இப்போது எனக்கு ரொம்ப பிரச்சனையாகத் தோன்றுகிறது. கல்லூரிக்குப் போய் வந்த காலங்களில் உடன் படிக்கும் சில மாணவிகளிடம் சிரித்துப் பேசி வளைய வந்ததால், அக்காவின் பிரிவை ஓரளவு மறக்க முடிந்தது. ஆனால், இப்போது வீட்டிற்குள்ளேயே வளைய வருவது கஷ்டமாக இருக்கிறது.

அம்மாவுக்கும் எனக்கும் ஒத்தே போகமாட்டேன் என்கிறது. இருவருக்கும் இடையே தலைமுறை இடைவெளி பூதாகாரமாக வளர்ந்துவிட்டது போலிருக்கிறது. அப்பாவும் முன்போல் இல்லை. அக்கா கல்யாணம் ஆகிப்போனதிலிருந்து அவர் கலகலப்பும் குறைந்துவிட்டது. வீட்டில் இருக்கும்போதெல்லாம் பெரும்பாலும் கணக்குவழக்கு நோட்டுப்புத்தகங்களை வைத்துக்கொண்டு நிரம்ப யோசித்துக் கொண்டே இருக்கிறார். அக்காவின் கல்யாண கடன்கள் அடைபட்டாகவேண்டும். அக்கா வீட்டில் இருந்தபோது அவளது சம்பாத்தியத்தின் மூலம் வந்த வருமானமும் இல்லை.

என் தனிமைக்கு மாற்றாகவும் அப்பாவின் பொருளாதாரப் பொருளாதாரப் பிரச்சினைக்கு தீர்வாகவும் நான் வேலை தேடிக் கொண்டே ஆகவேண்டும். எத்தனை சீக்கிரம் முடியுமோ அத்தனை சீக்கிரம்.

-=()=-

== 6 ==

அக்கா மதுரையிலிருந்து வந்திருக்கிறாள். எனக்கு தரையில் கால் பாவவில்லை என்றுதான் சொல்ல வேண்டும். பார்த்து ஆறு மாதங்கள் ஆயிற்றே?. எக்மோர் ஸ்டேஷனில் அவள் வந்து இறங்கிய உடனேயே, பொது இடம் என்றும் பார்க்காமல் அவளை கட்டிப்பிடித்து கன்னத்தில் முத்தம் கொடுத்துவிட்டுடேன். அக்கா, "என்னடி இது! பப்ளிப் ப்லேஸ்லே போய், குழந்தை மாதிரி!" என்று கொஞ்சம் நாணிக் கோணினாள். பெட்டியை இறக்கிக் கொண்டிருந்த வைத்தியநாதன் கூட ஒரு கணம் என் செயலைக் கண்விரியப் பார்த்துவிட்டு ஒரு தர்ம சங்கடத்துடன் புன்னகைத்தார்.

அக்கா நிறையவே மாறியிருந்தது போல் இருந்தது. இடுப்பு, தோள்பட்டை, பின்பக்கமெல்லாம் நிறைய சதை பிடித்திருந்தது. கன்னம் உப்பியிருந்தது. முகத்தில் சட்டென்று ஒரு முதிர்ச்சியும், கூடவே இது நாள் வரை காணாத ஒரு புது அழகும் கூடியிருந்தது. வகிட்டில் சிந்தூரம் இட்டிருந்தாள். நெட்டிப் பொட்டின் அளவு பெரிதாயிருந்தது. தலையில் கசங்கிய மல்லிகைச் சரம் இருந்தது. அட! அவளுக்கு மல்லிகை சூடிக்கொள்வதில் அவ்வளவாக ஆர்வம் கிடையாதே? ரொம்பப் பதவிசாய், ஒருவித மாமிக் களை வந்துவிட்டது போலிருந்தது அவளுக்கு.

வைத்தி மட்டுமென்ன? எனக்கே ரொம்ப ஆச்சரியம் தரும் வகையில் அவர் பர்சனாலிடியே மாறியிருந்தது. தலை வகிடு இடது புறம் மாறியிருந்தது. படிய அழகாய் வாரியிருந்தார். பழைய குச்சி உடம்பு போய், கன்னமும் உடம்பும் நன்றாகவே பூசியிருந்தன. பாண்டும் முழுக்கை சட்டையும் போட்டிருந்தார். சட்டை பாண்டுக்குள் 'இன்' செய்யப்பட்டிருந்தது! பட்டையாக அகலமாக இல்லாவிட்டாலும், பாண்டில் லெதர் பெல்ட் பளபளவென்று இருந்தது. அக்கா அவரைத் தலையோடு கால் மாற்றியிருக்கிறாள் என்பது புரிந்தது.

"என்ன சார்? எப்படி இருக்கீங்க? எங்கக்காவை நல்லா, சந்தோஷமா வெச்சிண்டிருக்கீங்களா?" என்று வைத்தியைப் பார்த்துப் பெரிய மனுஷியைப் போல் கேட்டேன். வைத்தி சங்கோஜத்தோடு சிரித்தார்.

"நீங்க, மத்த பொண்ணுங்க கிட்ட பழகற மாதிரி இவள் கிட்டேயும் பயந்துண்டே பழகவேணாம். இவள் சரியான வாயாடின்னாலும், மனசு குழந்தை மாதிரி," என்றாள் அக்கா என் கையை வருடியவாறே.

"அதான் முன்னாடியே சொல்லியிருக்கியே," என்ற வைத்தி, போய் அப்பாவிடம் சேர்ந்து கொண்டார்.

"பொண்ணுங்க கிட்டே பேசிப் பழகிறதுன்னாலே இவருக்குத் தயக்கம் தாண்டி; கொஞ்சம் கூச்ச சுபாவம்," என்றாள் அக்கா என்னிடம்.

"சரிதான் போ! உங்கிட்டையாவது பேசுவாரில்லே?" என்றேன்.

"பேசாட்டா யாரு விட்டா? ஆனா, பத்து வார்த்த பேசித்தான் ரெண்டு வார்த்த புடுங்கணும். பழகறதுக்கு டைம் எடுத்துப்பார். ஆனா, பழகிட்டா, அப்புறம் ஜோக்கெல்லாம் அடிச்சுக்கிட்டு சகஜமா இருப்பார். ஆனா நம்மையெல்லாம் கம்பேர் பண்ணா, பேச்சு ரொம்பவே கம்மி," என்றாள் அக்கா. அவள் சொல்லியதில் தன் புருஷனைப் பற்றி ஏதோ பெருமைப் பட்டுக்கொள்ளும் பாவம் இருந்ததுபோல் எனக்குப்பட்டது.

ஊமைக் கோட்டானாய் இருந்தால் என்ன பெரிய சுவாரசியம்? நாலு பேரோடு கலகலவென்று கலந்து பேசவேண்டாமோ என்று நினைத்துக்கொண்டேன்.

காலையில் விஜி அக்கா வந்து சேர்ந்ததிலிருந்து அம்மாவுக்கு வாயெல்லாம் பல்; அப்பாவுக்கும் ஒரே பரபரப்புத்தான்! அப்பாவுக்கு விஜியோடு வந்து உட்கார்ந்து பேச வேண்டும்போல் இருந்தாலும், மாப்பிள்ளைக்கு 'கம்பெனி' கொடுக்க வேண்டியிருந்ததால், அவ்வப்போது உள்ளே வந்து இரண்டு வார்த்தைகள் பேசிச் சிரித்தபடி போய்க்கொண்டிருந்தார்.

அம்மாவுக்கு விஜி அக்காவிடம் பேசியே மாளவில்லை; என்னோடு அக்காவைப் பேசவிடாமல் ஓரம்கட்டுகிறாள் என்றுகூட எனக்குத் தோன்ற ஆரம்பித்தது. அக்காவின் பேச்சில் சந்தோஷம் ஒளிர்விட்டது. கூட்டுக் குடும்பத்தில் பிரச்சனை, சண்டைகள் என்று ஏதும் அதிகம் வராமல் திறமையாக சமாளிக்கிறாள் என்பது தெரிந்தது.

அக்காவின் பேச்சு, அரட்டையின் அளவு முன்பை விட குறைந்து விட்டதாகவும் அவ்வப்போது எனக்குத் தோன்றியது. அக்கா என் கட்சியில் இருந்து அம்மாவின் கட்சிக்கு போய் விட்டது போல ஒரு ஆதங்கம் உணர்வு கூட தோன்றியது எனக்கு!

கிடக்கட்டும் ராத்திரியில் என்கூட வழக்கம்போல படுக்கையில் படுத்து, கால் போட்டுக்கொண்டு, பேசித் தீர்க்கவேண்டியவைகளையெல்லாம் பேசலாம். இப்போது அம்மா தன் ராஜ்ஜியத்தை நடத்தட்டும்.

அக்காவும் வைத்தியும் பேசிப் பழகுவதைப் பார்ப்பதும் எனக்கு ஒரு சுவாரசியமான விஷயமாயிற்று. வைத்தி குளிக்கப் போகையில் இவள் சோப்பையும், துண்டையும் எடுத்துக்கொண்டு ஓடுவது முதல், அவர் சாப்பிடும்போது தட்டில் பார்த்துப் பார்த்து போட்டு உபசரிப்பது வரை எல்லாமே எனக்குள் ஒருவித கேலியான சிரிப்பை தூண்டியது. என்னவோ அவர் பெரிய ராஜா போலவும், இவள் சேவகி போலவும் இது என்ன ஊழியம்? இவள் அவரிடம் அளவுக்கு அதிகமாகவே உருகி வழிகிறாள்; அந்த அளவுக்கு அவரிடம் இத்தனை பரிவுக்கும் பதில் பரிவு இருக்குமா என்ன? ஏதோ இவள் ஊழியம் செய்யக் கடமைப்பட்டவள் போலவும், அவர் அவற்றையெல்லாம் பெருந்தன்மையாய்ப் பெற்றுக் கொள்வது போலவும்!

விஜி அக்கா ஆனாலும் இப்படி உருகுவது எனக்கு சகிக்கவில்லை; 'அவர் இப்படி, அவர் அப்படி; அவருக்கு இது பிடிக்கும்; அவர் ஆஃபீஸுலே சாமர்த்தியமும் செல்வாக்கும் அப்படி' என்று அம்மாவிடம் அவள் கொஞ்சம் அதிகமாகவே பீற்றிக்கொள்வதாகப் பட்டது எனக்கு.

ராத்திரி சாப்பாடு முடிந்து சமையற்கட்டு வேலைகளும் முடிந்த பின், அக்காவைப் பிடித்து இழுத்துக்கொண்டு எங்கள் அறைக்கு வந்து விட்டேன்.

"ஏதோ கல்யாணம் ஆகி அஞ்சாறு மாசம் குடித்தனம் நடத்திட்டா, நீ பெரிய மனுஷி ஆகிவிட்டதா நினைப்பு போல இருக்கு! எங்கிட்டே சரியாக முகம் கொடுத்துக் கூட பேச மாட்டாய்...." நான் சிணுங்கினேன்.

"குழந்தை மாதிரி உளறாதே; அம்மாவுக்கு என் குடித்தனத்தைப் பத்தித் தெரிஞ்சுக்க ஆயிரத்தெட்டு கேள்வி; அவளுக்கு பதில் சொல்லியே நாள்முழுக்க போயிருத்து.

நாளையிலிருந்து உன் கூடத்தான் அரட்டை. சரியா?" என்றாள் அக்கா.

படுக்கையில் உட்கார்ந்து என் தலையை தூக்கி தன் மடியில் வைத்துக் கொண்டு தலையைக் கோதிவிட்டாள் விஜி அக்கா.

"என்னடி? முடி எல்லாம் ரொம்ப கொட்டியிருக்கு போலிருக்கே?" என்று கரிசனப்பட்டாள்.

"இதோ பார், தாஜா பண்ணாதே! இன்னிக்கி ராத்திரி நீ என் கூடத்தான் படுக்கப் போறே," என்றேன். அக்கா தர்மசங்கடமாகச் சிரித்தாள்.

உள்ளே தண்ணீர் சொம்பை கொண்டு வைத்த அம்மா, "ஏய் விஜி! சின்னதுக்கு புத்தியே கிடையாது; பேச ஆரம்பித்தால் ரா முழுக்க பேசிண்டிருக்கும். அங்கே உன் ஆத்துக்காரர் உன் அப்பாட்ட மாட்டிண்டு போர் அடிச்சுண்டு உட்கார்ந்துண்டிருக்கார். நீ உள்ளே போய், பாலை எடுத்துக் கொண்டு போ," என்று அதட்டிவிட்டு அம்மா போய்விட்டாள்.

அக்காவுக்கு இரண்டும் கெட்டானாய் மனசு குழம்பியது என்பது எனக்குப் புரிந்தது. எத்தனையோ நாட்களாய்ப் பிரிந்திருந்த பின், இன்று சேர்ந்து இருக்கும் தங்கையோடு பேசிக்கொண்டிருக்க புருஷனை ஒரு ராத்திரி பிரிந்து இருக்கக் கூடாதா என எனக்குள் எரிச்சல் முகிழ்த்தது.

"சரி நீ போ அக்கா, அப்புறம் வைத்தி சார் கோவிச்சுக்க போறார்," என்றேன் நக்கலாக.

"அவர் அந்த மாதிரி எல்லாம் இல்லைடீ. அவருக்கு படுக்கை எடுத்துப் போட்டுவிட்டு, படிக்க பழைய 'ரீடர்ஸ் டைஜஸ்ட்' ஏதாவது எடுத்துக் கொடுத்துவிட்டு வர்ரேன். நல்ல புக்கு கிடைச்சிட்டா அர்த்த ராத்திரி வரை படிச்சிண்டு இருப்பார்! கவலை இல்லை," என்று சொல்லி விட்டு படுக்கையிலிருந்து இறங்கிப் போனாள் அக்கா.

== 7 ==

போனவள் திரும்பி வர அரை மணி ஆயிற்று.

"சாரிடி! கோவிச்சிக்கிட்டியா? அவர் கூட ஏதோ பேச ஆரம்பிச்சு, அப்படியே டைம் போயிடுத்து! அப்புறமாத்தான் நீ முழிச்சிண்டிருப்பியேன்னு ஞாபகம் வந்தது," என்றவள், என்னை நகரச் சொல்லிவிட்டு என் பக்கத்தில் படுத்துக்கொண்டாள். லைட்டை அணைத்தாயிற்று. எனக்கு என்னவோ விஜி அக்கா மீது பழைய சுவாதீனத்தோடு கால் போட்டுக் கொள்ள ஒரு தயக்கம் வந்துவிட்டது.

ஆரம்பத்தில் ஒருவித தயக்கத்துடனேயே எங்கள் பேச்சு தொடங்கியது. அக்கா என் படிப்பைப் பற்றி, எதிர்காலத்தைப் பற்றிக் கேட்டுக் கொண்டாள்; சீக்கிரம் வேலைக்கு போய் சம்பாதித்து அப்பாவுக்கு உதவியாக இருக்க வேண்டும் என்று ஆசைப்பட்டாள்; என் கல்யாணத்தைப் பற்றியும் கற்பனைகள் பண்ணினாள். கொஞ்சம் பேச்சு இப்படி அப்படி சுற்றி நான் பேச ஆர்வமாக இருந்த விஷயங்களில் வந்து சேர்ந்தது

"அப்புறம்? வைத்தியநாதன் சார் உனக்கு என்ன சொக்குப்பொடி போட்டார்ன்னு சொல்லு! சும்மா அப்படியே உருகறையே?" என்றேன் இடக்காக.

"என்னடி ஜெயா இது? நானும் வந்ததிலிருந்தே கவனிச்சிட்டு இருக்கேன், அவரை வைத்தியநாதன்னு பெயர் சொல்லியே மென்ஷன் பண்றியே? அத்திம்பேர்ன்னுதான் சொல்லேன்.."

"அக்கா, என்னைப் பத்தி உனக்கு தெரியும். நான் மனசிலே பட்டதை பட்டுப்பட்டுன்னு பேசுகிறவள். எனக்கு அவரை அத்திம்பேர்ன்னு கூப்பிட அளவுக்கு இன்னும் அவர் எனக்கு நெருக்கமா தோண ஆரம்பிக்கலை. தோணும்போது அத்திம்பேர்ன்னு கூப்பிட்டுக்கறேன். அது கிடக்கட்டும்; நான் கேட்டதுக்கு நீ இன்னும் பதில் சொல்லலை," என்றேன்.

"இதிலே என்னடி இருக்கு? ஒரு கணவன் கிட்டே மனைவி பிரியமா பேசி பழகுகிறதிலே என்ன சொக்குப்பொடி சமாச்சாரம் இருக்கு?"

"சும்மா கதை விடாதே! மிஸ்டர் வைத்தியநாதன் கிட்ட அப்படி என்ன பெரிய இதை கண்டு..... என்னக்கா, நான் இப்படி வெடுக்குன்னு கேட்கறேன்னு நீ கோவிச்சுப்பியா?" என்றேன்.

அக்கா ஒரு நிமிஷம் மவுனமாக இருந்தாள்

பிறகு மெதுவாக "ஜெய், நீ இன்னும் குழந்தையாகவே இருக்கியோன்னு எனக்குக் கவலையா இருக்கு; மத்தவா என்ன நெனச்சுப்பா, நீ பேசுறதோட விளைவுகள் என்ன அப்படின்னு புரிஞ்சுக்காமலேயே நீ வார்த்தைகளை கொட்டிடறாய். நீ சொன்னதுக்காகக் நான் கோவிச்சுப்பேன்னு இல்லை. உன் சுபாவம் எனக்குத் தெரியும். ஆனாலும், நீ பேசற விதம் மனசுக்கு கொஞ்சம் சங்கடமாய் தான் இருக்கு..." என்றாள் அக்கா.

எனக்குத் தப்பு பண்ணி விட்டோமோ என்று கொஞ்சம் உறுத்தியது. அக்காவின் கன்னத்தை பிடித்து என் பக்கம் திருப்பினேன்.

அக்கா படுக்கையிலிருந்து எழுந்து உட்கார்ந்து கொண்டாள்.

"உனக்கு எப்படிப் புரிய வைக்கிறதுன்னு தெரியலடி ஜெயா. அவர் என்னை பொண்ணு பார்க்க வந்த போது நீ பார்த்த ஒரு பத்து நிமிஷ அனுபவத்த வெச்சுண்டு, உன்னாலே ஒருத்தரை பத்தி எப்படி ஒரு தீவிரமான அபிப்பிராயத்தை உண்டாக்கிக்க முடியறது? ஒரு ஆம்பளையோட பெர்சனாலிட்டியைப் பத்தி நீ ரொம்ப அபத்தமான கற்பனைகளை வளர்த்து வெச்சிண்டிருக்கேன்னு தோணறது," என்றாள் அக்கா.

"சாரி அக்கா, நான் மட்டுமில்லை கல்யாணத்துக்கு முன்னாடி நீயும் கூடத்தான்; பார்க்கப்போனா, நம்ம ரெண்டு பேரோட எதிர்பார்ப்புகளும் கிட்டத்தட்ட ஒரே மாதிரியாகத்தான் அப்போ இருந்துது," என்று நான் இடை வெட்டினேன்.

"அப்படியே வச்சுக்கோ; ஆனா, நான் 'என் எதிர்பார்ப்புகள் தான் சாஸ்வதம்'ன்னு இருக்கலை. நான் இவரைக் கல்யாணம் பண்ணிண்டு பழகப் பழகத்தான் எனக்கு ஒரு ஆணோட மத்த பரிமாணங்களோட முக்கியத்துவம் அதிகம் புரிய ஆரம்பிச்சுது. ஒரு நல்ல புருஷனுக்கு, மனைவியைவிட அதிகமான மெண்டல் மெச்சூரிட்டி இருக்கணும். உணர்ச்சிகளை அதிகம்

கண்ட்ரோலில் வெச்சிருக்கணும். ஒரு நல்ல கணவனுக்கு மனைவி பெயரில் பூரண நம்பிக்கை இருக்கணும்; முக்கியமா கணவன் மனைவிக்கு இடையே ஈகோ இருக்கக்கூடாது. அர்த்தமில்லாத பிரஸ்டீஜ் இருக்கக் கூடாது; கணவனோட அரவணைப்பு மனைவிக்கு இருக்கணும்; அதைவிட, ஜாஸ்தியா ஒரு மனைவி அவனுக்குத் தன்னோட அரவணைப்பையும் அனுசரணையும் தரணும். அந்த ஆத்மார்த்தமான அரவணைப்பு தனக்கு ரொம்பவே வேண்டியிருக்கு என்பதும் அவனுக்கு அவசியம் புரியணும். இதெல்லாம்தான் ஒரு சந்தோஷமான தாம்பத்தியத்துக்கு அவசியம் அப்படின்னு எனக்கு இப்போ ரொம்ப தெளிவாய் புரிகிறது. நான் இதையெல்லாம் புரிஞ்சுக்கிறதுக்கு அவரோட பேச்சும், பழக்கமும் ரொம்பவே காரணம்..."

நான் பேசாமல் கேட்டுக் கொண்டிருந்தேன். அக்கா ரொம்ப தெளிவாய்த்தான் புரிந்து கொண்டிருக்கிறாள். 'நான் புரிந்து கொண்டது தான் சரி' என்கிற தீவிரம் அவள் பேச்சில் இருந்தது. அதை எனக்கு ஆழமாய்ப் புரிய வைக்கும் மும்முரத்தில் பேசிக்கொண்டிருந்தாள். அவள் சொல்வதில் நிறையவே விஷயம் இருக்கிறது எனக்கு உள்ளூரத் தோன்ற ஆரம்பித்தது. இருந்தாலும் என் விதண்டாவாதக் குணமும், முரட்டுப் பிடிவாதமும் அத்தனை எளிதாய் போய்விடுமா என்ன?

"அதெப்படி? இதெயெல்லாம் புரிஞ்சிக்கணும்னா, முதல்லே, ஒருத்தரை நமக்கு பார்த்த உடனே பிடிப்பு வரணும்; பிடிப்பு வரணும்னா அவர் நம் கண்ணுக்கும் அழகா இருக்கணும் இல்லையா? ஒருத்தரை ஒருத்தர் புரிஞ்சிக்கனும்னா வாய்விட்டு பேசினால் தானே முடியும்? 'ஊமைக் கோட்டான்' மாதிரி இருந்தா எப்படி பேசத் தோணும்?" என்றேன்.

"இவர் என்கிட்ட சொல்லுவார், ஒருத்தனுக்கு மனசு நல்லா இருந்துதுன்னா, முகம் அழகா இருக்குமோ இல்லையோ, நிச்சயமாய் மோசமா இருக்காதுன்னு. அப்படி மனசு நல்லா இருக்கிறவங்க கிட்டே கொஞ்சம் பேசி பழகி, அவங்களோட நல்ல தன்மையை புரிஞ்சிக்கிட்டோம்னா, அவங்களோட முக அழகோ, தோற்றமோ முக்கியமே இல்லாமல் போயிடும்னும் சொல்வார். என் அது எவ்வளவு தூரம் சரின்னு நீ அனுபவத்திலதான் புரிஞ்சுக்கணும்..." என்றவள், தொடர்ந்து,

"வாய் விட்டு நிறையப் பேசணும் அப்படிங்கிறே; இவர் என்கிட்ட சொன்ன இன்னொரு விஷயம், நாட்டிலே பேசறவங்க ஜாஸ்தி, காது கொடுத்துக் கேக்குறவங்கதான் குறைச்சல் அப்படின்னு. மனசு நெருங்கி பழகணும்னா, ரெண்டு பேரும் பேசறவங்களா இருந்தா மட்டும் போறாது; ஒருத்தர் ஆர்வமாய் கேட்பவராவும் இருக்கணும். இவர் அப்படித்தான்; பேச்சு குறைச்சல், ஈடுபாட்டோட கேட்கிறது ஜாஸ்தி. இவரோட பேசிப் பழகித்தான் நான் பேச்சை குறைச்சுட்டு கேட்கிறதே ஜாஸ்தி பண்ண ஆரம்பிச்சிருக்கேன்.பேசுவதிலும் நூறு வார்த்தை படபடன்னு பேசுறது பெட்டரா இல்லை, நறுக்குன்னு தெளிவாய் பத்து வார்த்தை பேசுவது பெட்டரா? நீயே சொல்லு?" என்றாள் அக்கா.

எங்கள் பேச்சு இரவு பன்னிரண்டு வரை தொடர்ந்தது. அக்கா தன் தாம்பத்திய அனுபவங்கள் பலவற்றைச் சொன்னாள். வைத்தியநாதனின் குணாதிசயங்களைப் பற்றி அதிகம் பேசினாள். தன் புருஷனை பற்றி ஆனாலும் தூக்கிவைத்து தான் பேசுகிறாள் என்று எனக்கு தோன்றியது. ஆனாலும் வைத்தியநாதன் வெளிப் பார்வையில் தோன்றுவது போல் அத்தனை சாதாரண மனிதர் இல்லை என்றும், ரொம்பவும் ஆழமானவர், மனமுதிர்ச்சியும் கூடுதல் உள்ளவர் என்றும் புரியத்தான் செய்தது.

ஆனாலும் என்னால் என்னவோ அக்காவைப்போல் அவரை ஏதோ தேவபுருஷனை பார்த்ததுபோலக் கொண்டாட வேண்டும் என்று தோன்றவில்லை. அறிவுபூர்வமாக மெச்சத் தகுந்தவராக இருக்கலாம்; ஆனால் மனிதர்களுக்கு உணர்ச்சிகளும் அவசியம்தானே? குறிப்பாக பெண்களுக்கு?

உணர்ச்சிப்பூர்வமாகப் பார்க்கும்போது, எனக்கு வைத்தியநாதன் மீது எந்தக் கவர்ச்சியும் பெரிதாகத் தெரியவில்லை. அக்காவுக்கு வேண்டுமானால் புருஷன், கொண்டாடிக் கொள்ளட்டும்! எனக்கென்ன தலையெழுத்தா! என்று எனது விதண்டாவாதக் குணம் மனசுக்குள் இன்னும் சொல்லிக்கொண்டிருந்தான் இருந்தது.

== 8 ==

மறுநாள் மத்தியானம் டிபன் சாப்பிடும்போது எனக்கும் அக்காவுக்கும் இன்னொரு சூடான விவாதம் கிளம்பிவிட்டது. வைத்தியநாதன் மெட்ராஸில் இருக்கும் தங்கள் அலுவலகக் கிளையில் ஏதோ காரியம் இருக்கிறது என்று போயிருந்தார். வீட்டில் சும்மா உட்கார்ந்து இருப்பதை விட ஒரு சினிமாவுக்குப் போய் வரலாமே என்று அக்காவை கூப்பிட்டேன்.

"என்னது? கமலின் இந்தப் படமா, ஒரே மசாலாவா இருக்குமே? நான் வரலை," என்றாள்.

"என்னக்கா இது? முன்னெல்லாம் இந்த மாதிரி படம் எல்லாம் வந்தா நீ விடவே மாட்டியே?" என்றேன் ஆச்சரியத்துடன்.

"இப்போதெல்லாம் டேஸ்ட் மாறிடுத்து. இவருக்கு இந்த மாதிரி படமெல்லாம் பிடிக்கவே பிடிக்காது. இப்பவெல்லாம் ஓரளவு நல்ல கதையம்சம், இல்லை நடிப்பு, இல்லை டைரக்ஷன் இதெல்லாம் இருக்கிற படம்தான் போறது," என்றாள் விஜியக்கா.

"இப்போ நீ பேசறது உன்னோட அடிமைப் புத்தியைத்தான் காண்பிக்கிறது, அக்கா! அவர் டேஸ்ட் அவரோட, உன் டேஸ்ட் உன்னோட. அவருக்காக நீ ஏன் உன் டேஸ்ட்டை விட்டுக் கொடுக்கணும்?" என்றேன் சூடாக.

"இதிலே நான் விட்டுக் கொடுத்தேன்னு சொல்றதுக்கே இல்லை; என்னோட டேஸ்ட் மெச்சூர் ஆயிடுத்துன்னு வச்சுக்கோ," என்றாள் அக்கா.

"அவரவர்களுக்கு அவரவர் டேஸ்ட் உசத்தி. இதில் என்ன மெச்சூரிட்டி வந்தது? டேஸ்ட்டிலே வெரைட்டி வேணுமானா இருக்கலாம், 'அவருடைய டேஸ்ட் உசத்தி உன்னுடைய டேட் மட்டம்'ன்னு ஏன் சொல்லணும்?" என்றேன் சூடாக.

"அப்படி இல்லைடி ஜெயா, டேஸ்ட்டிலே நிச்சயம் உயற்சி, தாழ்ச்சி இருக்குன்னு தான் நான் சொல்லுவேன். உதாரணமா சினிமாவிலே கலர்கலராய் டிரஸ் மாட்டிட்டு, சமயத்திலே இடுப்பை ஆபாசமாக ஒடிச்சு ஆடும் டப்பாங்குத்து ஆட்டத்தை

நீ ரசிப்பியா, அல்லது ஒரு பரதநாட்டியம் இருந்தால் அதை ரசிப்பியா?"

"பரதநாட்டியத்தைத் தான்"

"ஏன்?"

"என் என் டேஸ்டுக்கு டப்பாங்குத்து ஆட்டம் பிடிக்கலை..."

"ஏன் படிக்கலை?"

"ஏன் பிடிக்கலைன்னா அது ஒரு மாதிரி சீப்பா, பாமரத்தனமா இருக்கு"

"ஆ! பார்த்தியா? மாட்டிக்கிட்டே! டப்பாங்குத்து ஆட்டம் பாமரர்களுக்கு மட்டுமே பிடிக்கிற ஒரு விஷயம் அப்படின்னும் நீ பாமரர்கள்லே ஒருத்தி இல்லை, மேல் தட்டு அப்படின்னு நினைக்கிறே, அப்படித்தானே?" என்று அக்கா என்னை நன்றாக மடக்கிவிட்டாள்.

நான் சங்கடத்துடன் சமாளிக்கப் பார்த்தேன் "நான் டப்பாங்கூத்து ஆட்டமெல்லாம் பாமரத்தனமா இருக்கு இருக்கேன்னு சொன்னேனே தவிர, பாமரர்களை விட நான் உசத்தின்னு சொல்லலைையே?" என்றேன்.

"சொல்லலை; ஆனா உன் மனசின் ஒரு மூலையில கூட ஒரு அப்படி நினைப்பு கிடையாது அடித்துச் சொல்லு பார்க்கலாம்?" என்றாள்.

"கிடையாது," -- நான் பொய் சொன்னேன். எதிலும் தோல்வியை ஒத்துக் கொள்ள நான் தயாராயில்லை.

"உன்கிட்ட போய் ஆர்க்கியூ பண்ணினேனே, நான் ஒரு மடச்சி! நீ திருந்தவே மாட்டியாடி ஜெயா? ஒன்ன நெனெச்சா எனக்கு இப்போ கவலையா இருக்கு. இப்படியெல்லாம் எடக்கு மொடக்கா 'நான் புடிச்ச மொயலுக்கு மூணே கால்'ன்னு குதிச்சேன்னா, நீ கல்யாணம் பண்ணிண்டா என்னடீ பண்ணுவே? புருஷன்காரனோட, டெய்லி மல்லுக்கு நிப்பியா? பகவானே, எனக்கு கிடைச்ச மாதிரி ஒரு புருஷன் கிடைச்சு அவன் மூலமாகவாவது நீ மெச்சூர் ஆகணும்," என்றாள் அக்கா.

"என்னக்கா, இது வாழ்த்தா, சாபமா?" என்று சிரித்தேன். ஆனால் அக்கா சிரிக்கவில்லை.

அவள் ராத்திரி என் கூட படுத்துக் கொண்டு பேச வரவில்லை. தன் புருஷனுடன் போய்ப் படுக்கப் போய்விட்டாள்.

எனக்கு உள்ளூற படபடப்பாய் இருந்தது. நான் தான் தப்பு பண்ணுகிறேனா? என் மனதில் சரி என்று தோன்றுவதை, நான் வெளிப்படையாய்ச் சொன்னால் உடனே நான் பொல்லாதவள் ஆகிவிடுவேனா? என்ன நியாயம் இது?

அம்மா வழக்கம்போல் தண்ணீர் சொம்பை உள்ளே கொண்டு வைக்க வந்தவள், அதிசயமாய் கட்டிலில் வந்து உட்கார்ந்து கொண்டாள்

"உன்கிட்ட ரெண்டு வார்த்தை சொல்லணுமே?" என்றாள்.

"அம்மா, ப்ளீஸ்! போர் அடிக்காதே. ரெண்டு நாளும் அக்காகிட்ட அட்வைஸ் கேட்டுக் கேட்டுக் காது புளிச்சுப் போயிருக்கு," என்றேன்.

"சனியனே, அது சம்பந்தமாத்தான் உன்கிட்ட நான் பேச வந்ததே. நீ பெரிய்ய மனுஷி மாதிரி மத்தவங்களைப் பத்தி அபிப்பிராயம் சொல்றதை முதலில் விட்டுத்தொலை. நமக்கு விஜியோட வீட்டுக்காரர் மாதிரி ஒரு தங்கமான மாப்பிள்ளை வரத்துக்கு எத்தனையோ கொடுப்பினை வேணும். அவரைப் பற்றி அலட்சியமாய், மரியாதைக் குறைவாய் நீ அபிப்பிராயம் சொல்லிண்டே இருக்கேன்னு விஜி எங்கிட்டே சொல்லி ரொம்ப வருத்தப்படுகிறா. நீ உன் திருவாயை கொஞ்சம் மூடிட்டு இரு. அதை சொல்லத்தான் வந்தேன்," என்ற அம்மா எழுந்திருக்கப் பார்த்தாள்.

"இதோ பாரு அம்மா, என் அபிப்பிராயம் என்னுது. அதே ஓப்பனா வெளியே சொல்றது என் சுபாவம். அது அக்காக்குத் தெரியாத ஒண்ணா என்ன? நான் சொல்றது தப்புன்னா, இந்த காதில வாங்கி அந்தக் காது வழியா விட்டுட்டுப் போக வேண்டியது தானே? உங்கிட்டே வேற வந்து கம்ப்ளைய்ன் பண்றாளாக்கும்," என்றேன் நான் சூடாக

"ஈஸ்வரா, ஈஸ்வரா!" என்று புலம்பிய அம்மா, "உனக்குத் தானாவும் தெரியாது, சொன்னாலும் புரியாது. நீ சொல்றது என்னதான் பொய்யாகவும், அபத்தமாக இருந்தாலும், நீ அதையே திரும்பத் திரும்ப சொல்லிண்டே இருந்தா, அது கேட்கிறவா மனசிலே ஒரு பாதிப்பை ஏற்படுத்தத்தான் செய்யும். 'இப்படியும் இருக்குமோ? இவா சொல்றது நெஜமோ?' அப்படீன்னு மனசு குடைய ஆரம்பிச்சுடும். என்னவோ, காலேஜிலே சைக்காலஜி, கிய்க்காலஜியெல்லாம் படிக்கிறதா

சொல்றாளே, இது மனுஷாளோட அடிப்படை சைக்காலஜி! தெரிஞ்சுக்கோ. அதனாலதான் சொல்றேன், வாயை அடக்கிக்கோன்னு"

அம்மா எழுந்து போய்விட்டாள். நான் யோசிக்க ஆரம்பித்தேன்.

-=()=-

== 9 ==

நான் வேலைக்குச் சேர்ந்து இன்றோடு ஒன்றரை வருஷம் ஆகிவிட்டது. நினைத்துப் பார்த்தால், காலச் சக்கரம் ரொம்ப வேகமாகவே சுழன்றுவிட்டதைப் போலத் தோன்றுகிறது.

இண்டர்காமில் ஜெனெரல் மானேஜர் அனந்தராமன் கூப்பிட்டார். எழுந்து உள்ளே போனேன்.

"ஏம்மா ஜெயா, அந்த 'கிராவிட்டி காஸ்டிங்ஸ்' செல்வகுமார் கிட்டேந்து ஏதாவது தகவல் வந்துதா? ஃப்ளைவீல் காஸ்டிங் ஒரு நூறு நம்பர் அவசரமா வேணும்னு சொல்லி ஆர்டர் கொடுத்து ரெண்டு மாசம் ஆச்சு. ரெண்டே வாரத்திலே போட்டுத் தரேன்னு சொல்லி அட்வான்ஸையும் நேரே வந்து வாங்கிண்டு போனான். இதோ அதோங்கிறான்; சப்ளை வரவேல்லன்னு பர்சேஸ் மானேஜர் பொலம்பறாரே?" என்றார்.

"நான் ஃபோன் பண்ணி ரிமைண்ட் பண்றேன் சார்," என்றேன்.

இந்த செல்வா ஏன் இப்படி அலட்சியமாய் இருக்கிறார்? எனக்குத் தர்ம சங்கடமாக இருக்கிறது.

"நீ ரிமைண்ட் பண்ணா போதாது. நீ லைன் போட்டு எங்கிட்டே குடு. நான் பேசிக்கிறேன் அவன்கிட்டே," என்றார் அனந்தராமன்.

நான் என் சீட்டுக்குத் திரும்பினேன்.

இந்த அனந்தராமன் இன்னும் ஒரு வருடத்தில் ரிட்டையர் ஆகப் போகிறவர். ஆனாலும் கிழத்துக்கு என்ன ஒரு சுறுசுறுப்பு! ஆள் அகப்பட்டால் வறுத்தெடுத்துவிடுவார். போனில் அவர் பேசும்போது, செல்வாவின் முகம் எப்படிப்போகும்? எனக்கு நினைத்துப் பார்க்கவே பாவமாக இருந்தது. "மனசு ரணமாயிடுச்சு ஜெயா! ராத்திரி சாப்பாடே இறங்கல," என்று நாளைக்கு வந்து சொல்லும்.

நானே செல்வாவுக்கு ஃபோன் போட்டு ஜிஎம்மிடம் மாட்டிவிடவேண்டியிருக்கிறதே என்று நினைத்த போது, 'சே! என்ன இந்த பர்ஸனல் செக்ரட்டரி உத்யோகம்' என்று தோன்றியது. எட்டு மாசம் முன்பு இருந்த கிளார்க்கு உத்யோகத்தில் இந்த மாதிரி தலைவலி ஏதும் இல்லை.

வேலையை நொந்தால் எப்படி? ஒன்றரை வருடம் முன்பு, வைத்தி, தன் செல்வாக்கை உபயோக படுத்தி, இந்த பெரிய ஆட்டோமொபைல் கம்பெனியில் கிளார்க் வேலை வாங்கிக் கொடுத்தார். பெரிய கம்பெனியாதலால், கிடைத்த சம்பளமுமோ என் படிப்புக்கும் தகுதிக்கும் மேலே ரொம்பவே அதிகம்.

எனக்கு வைத்தி வேலை வாங்கிக் கொடுத்ததும் அப்பா முகத்தில் வந்த பிரகாசத்தைப் பார்க்க வேண்டுமே! எனக்கும், வேலை கிடைத்தது ஒரு வரவேற்கத்தக்க பெரிய மாறுதலாய்த் தான் இருந்தது.

கல்யாணமாகி ஆறு மாதம் கழித்து அக்கா வந்துவிட்டுப் போன பின் எனக்கு ஒன்று ரொம்பவே தெளிவாகப் புரிந்து விட்டது. விஜி அக்காவுக்கும் எனக்கும் முன் போல் அத்தனை நெருக்கம் இனி சாத்தியமே இல்லை என்பது தான் அது. கல்யாணம் என்பது ஒரு பெண்ணுக்குப் புதிய உறவுகளைத் தருகிறது; பழைய உறவுகள் பலவீனப் பட்டுப் போகின்றன.

எனது 'மன முதிர்ச்சி'யைப் பற்றி அக்காவுக்கு ரொம்பவும் கவலை வந்திருக்கவேண்டும். அப்பாவின் பொருளாதார நெருக்கடியும் தெரிந்ததுதானே. அடுத்து எனக்குக் கல்யாணம் செய்யவேண்டும் என்று ஒரு அடி முன்னால் எடுத்து வைக்கவேண்டுமானால், வீட்டில் பணவரத்து கூடினாலே ஒழிய எதுவும் சாத்தியமில்லை என்று அக்காவுக்குப் புரிந்து கொள்ள ஒரு சிரமமும் இல்லை.

அவள்தான் வைத்தியை முடுக்கி விட்டு, மதுரையில் இருந்த அவரது கம்பெனியின் ஒரு 'சகோதரக் கம்பெனியான' இந்த ஆட்டோமொபைல் கம்பெனியில் எனக்கு வேலையை வாங்கித் தர உடனடி ஏற்பாடு செய்துவிட்டாள்.

இங்கு வேலைக்கு சேர்ந்த புதிதில் 'ஏதோ பெரிய இடத்து சிபாரிசில் வந்து சேர்ந்த பெண்' என்று உடன் வேலை பார்ப்பவர்களிடம் ஒரு இளக்காரம் இருந்ததோ என்று எனக்குத் தோன்றியது. நான் என் திறமையை, நிரூபித்து, இந்த ஜெயா லேசுப்பட்டவள் இல்லை என்று காண்பிக்க வேண்டும் என்று என் ரத்ததிலேயே இருக்கும் தெனாவெட்டு என்னை உசுப்பி விட்டது.

'இந்த ஜெயா, மேலிடத்து அதிகாரத்துக்குப் பயந்து வேலை செய்பவள் இல்லை. சொந்த ஊக்கத்தில், தலை நிமிர்ந்து வேலை செய்பவளாக்கும்' என்று எனக்கு நானே சொல்லிக்கொண்டேன். இங்கு வேலைக்கு சேர்ந்த மூன்று மாதங்களிலேயே, இந்த டிப்பார்ட்மெண்டில் இருக்கும் முக்கால்வாசிப் பேர் சராசரிக்கும் கீழே என்று தெரிந்துவிட்டது. அடுத்தவர்கள் 'ஓவர் டைம்' போட்டு முடிக்கும் வேலைகளை நான் அலுவலக நேரத்திலேயே செய்து முடித்தேன். கூடுதல் பொறுப்புகளைத் தயங்காமல் ஏற்று வாங்கிச் செய்தேன். மேல் மட்டம், கீழ் மட்டம் என்று பார்க்காமல் எல்லாரிடமும் துணிவாக, தன்னம்பிக்கையோடு பேசினேன். நுனி நாக்கால் ஆங்கிலம் அலட்சியமாகப் பேசினேன்.

இப்படித்தான் நான் ஜி எம் அனந்தராமனின் கண்ணில் பட்டேன். அவரிடம் வேலை பார்த்த வயதான ஆங்கிலோ இந்திய செகரட்டரிப் பெண், ரிட்டையர் ஆனபோது, அனந்தராமன் என்னைத் தன் பி ஏ வாக இழுத்துப் போட்டுக்கொண்டார். சம்பளம் இரட்டிப்பாகியது.

அப்பாவுக்கும் அம்மாவுக்கும் இதில் ஏகப் பெருமை. வைத்தி கூட என் திறமை பற்றிக் கேள்விப்பட்டு ஜெயா அக்காவிடம் பாராட்டாகச் சொன்னானாம்.

அக்கா, 'எனக்கு ரொம்ப பெருமையா இருக்குடீ. சீக்கிறம் உன் கல்யாணமும் வரட்டும்' என்று லெட்டர் போட்டிருந்தாள்.

நான் செல்வகுமாரை தொலை பேசியில் அழைத்தேன்.

"ஓ ஜெயா! நானே உங்களுக்கு கால் பண்ணலாமான்னு நெனச்சுக்கிட்டிருந்தேன். கரெக்டா நீங்களே பண்ணிட்டீங்க. இங்கே ப்ரொடக்ஷன் குவாலிடி கண்டிரோல்லே எக்கச் சக்கத் தலைவலி. இந்த டென்ஷன்லே உன் குரலைக் கேட்டடதும் எப்படி இருக்கு தெரியுமா? கோடையிலே ராத்திரி புழுக்கம் தாங்க முடியாம, கரெண்டும் கட்டாகி இருக்கையிலே, ஒரு கோடை மழை பெய்யும் பாத்திருக்கியா? அப்படி இருக்குது..."

வழக்கம் போல் செல்வாவின் அந்த வருடும் குரலில், நடுவில் நம்மைப் பேச இடம் கொடாமல் ஆற்றொழுக்குப் போல் வரும் பேச்சில் நான் ஒரு கணம் கிறங்கி இருந்தேன்.

தணிந்த குரலில் நான் "செல்வா! ப்ளீஸ். இந்த ஐஸ் போதும். நான் சொல்றதைக் கேட்டா, உங்களுக்கு கோடை

மழையெல்லாம் பெய்யாது. கோடை இடி வேணா விழும். ஜி. எம். பேசணுங்கிறாரு. அந்த 100 ஃப்ளைவீல் காஸ்டிங் நீங்க கம்மிட் பண்ணபடி தரலேன்னு ஒரே கடுப்பிலே இருக்காரு," என்று சொல்லிவிட்டு, "இப்பவே கனெக்ட் பண்ணவா?" என்றேன்.

"ஐயையோ, ஜெயா! வேண்டாம். கொஞ்சம் தயவு பண்ணுங்க. ஒரு ஒரு மணி நேரம் டயம் கொடு. கீழே ஓர்க்ஷாப்பிலே யாரு இருக்காங்க தெரியுமா? உங்க கம்பெனியோட குவாலிடி கண்டிரோல் இஞ்சினீயர் சுந்தர் தான். உங்க 100 காஸ்டிங்குக்கு மேலே 120ஆ போட்டு வெச்சுருக்கோம். ஆனா சில பீஸ்கள்ளே 'ஹார்ட்னெஸ்' கொஞ்சம் குறைவா இருக்குன்னு தோணுது. உங்க இஞ்சினீயர் இதை அக்ஸப்ட் பண்ண முடியாதுன்னு தகறாறு பண்றார். அதான் விவாதிச்சிக்கிட்டு இருக்கோம். ஏற்கனே லஞ்ச் சமயம் தாண்டியாச்சு. நான் அவரை முதல்லே ஒரு ஹோட்டலுக்குக் கூட்டிப் போயி பசியாத்தறேன். அப்புறம் அவரோட கடைசி முடிவை தெரிஞ்சுக்கிட்டு உங்க ஜி.எம், கிட்டே பேசறேன். கண்டிப்பா அடுத்த ஒரு மணி, ரெண்டு மணிக்குள்ளே பேசிடறேன். நீ அவர் கிட்டே நான் அஷோக் லைலேண்ட் டி ஜி எம் மோட ஒரு மீட்டிங்லே இருக்கேன்னு ஒரு சின்ன பொய்யை எனக்காக சொல்லி, மீட்டிங் முடிஞ்சவுடனே கால் பண்றேன்னு சொல்லிடு, ப்ளீஸ்," என்றான் செல்வா.

எனக்கு சற்றே சிரிப்பு வந்தது. அவன் சில சமயங்களில் என்னை 'நீங்கள்' என்றும் சில சமயம் 'நீ' என்றும் மாறி மாறிப் பேசுகிறான். எப்படி இந்த செல்வாவுக்கு சின்னச் சின்னப் பொய்களை சட்டென்று சொல்ல வருகிறது! பயங்கர சாமர்த்தியசாலி தான்.

நான் ஜி.எம் கொடுத்த ஒரு டிக்டேஷனை ஷார்ட் ஹேண்ட் நோட்டிலிருந்து பார்த்து மும்முரமாய் டைப் அடித்துக்கொண்டிருக்கையில் , "குட் ஈவினிங்," என்று குரல் கேட்க நிமிர்ந்து பார்த்தேன். செல்வ குமார்!

"செல்வா! நீங்க ஃபோன் பண்றேன்னு தானே சொன்னீங்க? என்ன இப்பிடி திடுதிப்புன்னு நேர்லே வந்து நிக்கறீங்க?" என்றேன் ஆச்சரியத்துடன்.

"ஜி.எம் இருக்காரில்லே? நேரிலேயே பார்த்து 'காஸ்டிங்கெல்லாம் நாளை காலையிலே டெலிவர் ஆயிடும்'னு சொல்லிட்டா, சாரும் கொஞ்சம் கூல் ஆயிருவாரில்லே!

அப்படியே உன்னை தரிசிச்ச மாதிரியும் இருக்கும்!" என்றான் செல்வா தணிந்த குரலில் தனது வசீகரப் புன்னகையுடன்.

"அட! எங்க குவாலிட்டி கண்டிரோல்லே க்ளியர் ஆயிடுத்தா?" என்றேன் ஆச்சரியத்தோடு. செல்வா கட்டை விரலை உயர்த்திக் காட்டிப் புன்னகைத்தான்.

நான் உள்ளே ஜி.எம் அறைக்கு சென்று செல்வா நேரிலேயே வந்திருப்பதைச் சொன்னேன். உடனே உள்ளே வரச்சொன்னார்.

மணி ஐந்து. நான் வீட்டுக்குக் கிளம்பும் சமயம் ஆகிவிட்டது. செல்வா உள்ளே இருக்க, நான் சொல்லாமல் எப்படிக் கிளம்புவது? தலை போகும் வேலை ஏதும் இல்லை என்றால் நான் ஐந்து மணிக்கு டாண் என்று கிளம்பிவிடுவேன் என்று ஜி எம்முக்குத் தெரியும். பெண்களை நேரம் தாழ்த்தி ஆஃபீஸில் இருத்துவது இங்கே வழக்கமில்லை.

நல்ல காலம். அடுத்த ஐந்து நிமிடத்தில் செல்வகுமார் வெளியே வந்தாயிற்று. உதட்டில் சிரிப்பு மின்னியது. பேசிப் பேசியே ஜி எம்மையும் மயக்கியிருப்பானாயிருக்கும்.

"நீ கிளம்பிட்டியா? வா! நானே என் கார்லே உங்க வீட்லே டிராப் பண்ணிடறேன்," என்றான் செல்வகுமார்.

"ஐயோ! உங்க கூட இங்கேயிருந்தே சேர்ந்து போனா, அவ்ளோ தான். ஆபீஸ் பூரா வம்பு பேசுவாங்க. நான் பஸ் ஸ்டாப் தாண்டி நடந்து போயிட்டிருக்கேன். நீங்க ஒரு நாலஞ்சு நிமிஷம் பொறுத்து கிளம்பி வழியிலே என்னை பிக்கப் பண்ணிக்குங்க," என்றேன். செல்வா நல்ல மூடில் இருக்கிறான். அவனுடன் பேசிக்கொண்டிருந்தால் நேரம் போவதே தெரியாது. பஸ்ஸில் வீடு போய் சேரும் நேரமான ஆறே முக்காலுக்கு வீட்டில் படி ஏறினால் போதும்.

எங்கள் அலுவலகத்துக்கு வெளியே இருந்த பஸ் ஸ்டாப்பைத் தாண்டி நான் தொடர்ந்து நடந்து கொண்டிருந்தேன்.

ஜி.எம்மிடம் திட்டு வாங்காமல் செல்வாவின் பிரச்சனை சுமுகமாய் முடிந்து விட்டதை நினைத்து எனக்கு ஒரே குஷியாக இருந்தது. செல்வாவின் கார் வருகிறதா என்று அவ்வப்போது பின்னால் திரும்பிப் பார்த்தவாறே நடந்தேன்.

மதியம் 'ஏனடா இந்த பி.ஏ. வேலையில் வந்து சேர்ந்தோம்' என்று நினைத்தது தேவையில்லாத வீண் சிந்தனை என்று

இப்போது தோன்றியது. அப்போ இருந்த மூடில் அப்படி. இப்போ இருக்கும் மூடில், பி.ஏ வேலையில் சேர்ந்ததால் தானே செல்வாவின் அறிமுகம் கிடைத்தது என்று நினைக்கையில் நெஞ்சு நிறைய சந்தோஷம் பொங்கி வருகிறது.

செல்வாவுடன் அறிமுகம் ஏற்பட்டு, ஐந்து மாசம் ஆகியிருக்குமா? என் மனம் பின்னோக்கி ஓடியது.

-=()=-

== 10 ==

"குட் மார்ணிங்," என்கிற மென்மையான குரலைக் கேட்டு நான் டைப் ரைட்டரிலிருந்து பார்வையை மேலே தூக்கியபோது, எதிரே பளீரென்ற புன்னகையுடனும், பளிச்சென்ற தோற்றத்துடனும் நின்றிருந்த இளைஞன் அந்தக் கணத்திலேயே என்னைக் கவர்ந்தது மறுக்க முடியாத உண்மை. "ஐம் செல்வ குமார், ஃப்ரம் க்ராவிட்டி கேஸ்டிங்ஸ். ஜி,எம். அனந்தராமன் சாரை ஒரு பத்து நிமிஷம் பார்க்கலாமா?" என்றான் அந்த இளைஞன், தன் விசிட்டிங் கார்டை நீட்டியவாறே.

"அப்பாயிண்ட்மெண்ட் ஏற்கனவே வாங்கியிருக்கீங்களா?" என்றேன்.

"இல்லை. இங்கே உங்க பர்ச்சேஸ் மானேஜரை மீட் பண்ண வந்தேன். அவர்தான் ஜி, எம்மையும் மீட் பண்ணிட்டுப் போயிடுங்கன்னு சொன்னார். தான் ஜி எம்முக்கு ஃபோன் போட்டு ஒரு வார்த்தை சொல்லிடறேன்னாரு," என்று அந்த இளைஞன் சொல்லிக்கொண்டிருக்கையிலேயே என் இண்டர்காம் ஒலித்தது.

எடுத்து, "ஜி.எம்ஸ் ஆஃபீஸ், ஜெயா ஹியர்," என்றேன். அந்தப் பக்கம், "ஜெயாவா? நான் பர்ச்சேஸ் மேனேஜர் பேசறேம்மா. சார் ஃப்ரீயா இருந்தா, நான் ஒரு பையனை அங்கே அனுப்பிச்சிருக்கேன், செல்வகுமார்ன்னு பேரு, அவனைக் கொஞ்சம் மீட் பண்ணச் சொன்னேன்னு சொல்லு.. ஃப்ளைவீல் காஸ்ட்டிங் போடறதுக்கு புதுசா சப் கண்டிராக்டர்களைத் தேடிக்கிட்டிருக்கோம்லே? அதுக்குத் தோதுப் படுமான்னு பார்க்க சொல்லு. இல்லே நானே அவர்கிட்டே பேசவா? கொஞ்சம் கனெக்ட் பண்றியா?" என்றார்.

"இல்லே சார். ஜி, எம். புரொடக்ஷன் மீட்டில்ங்லே பிஸி. நீங்க அனுப்பிச்ச பர்ஸன் இதோ என் முன்னாடிதான் இருக்காரு. மீட்டிங் முடிய எப்படியும் அரை மணி ஆகும். ஒக்காத்தி வைக்கிறேன். நீங்க மீட் பண்ண சொன்னதா சொல்றேன். அவசியமானா உங்களைக் கூப்பிடறேன்," என்று சொல்லிவிட்டு, ஜி எம்மின் அறைக்கு வெளியே, என் டேபிளுக்கு

பத்தடி தள்ளியிருந்த சோபாவில் செல்வகுமாரை உட்காரச் சொன்னேன்.

அடுத்தடுத்து வரும் தொலைபேசி அழைப்புகள், ஏதேனும் விவரங்கள் கேட்டு வரும் பிற அலுவலர்கள், இடையிடையே ஜி. எம். என்னை அழைத்துக் கேட்கும் ஃபைல்களை எடுத்துத் தருவது என்று அடுத்த கால் மணி நேரம் மும்முரமாக வேலையில் மூழ்கியிருந்தேன். இதற்கிடையில் அந்த செல்வகுமார், குருகுருவென என்னையே நோட்டம் விட்டுக்கொண்டிருந்ததை என்னால் உணர முடிந்தது.

நான் அவன் மீது என் பார்வையை நேராய் ஒருமுறை செலுத்தினேன். அப்படிச் செய்தால், நோட்டம் விடும் முக்கால்வாசி ஆண்கள் சட்டென்று ஒரு குற்ற உணர்வுடன் தங்கள் பார்வையைத் திருப்பிக்கொள்வார்கள் என்று எனக்குத் தெரியும். ஆனால் செல்வகுமார் நான் எதிர்பாராததைச் செய்தான். என் பார்வையை நேராகச் சந்தித்து அழகாகப் புன்னகைத்தான். இப்போது எனக்கு என்ன செய்வது என்று தெரியாமல் நான் சங்கடத்துடன் அரை குறையாய் புன்னகைத்து விட்டு, டைப்ரைட்டரின் மீது பார்வையைத் திருப்பிவிட்டேன்.

என் மனது படபடபடத்தது. என்ன தைரியம் இவனுக்கு? இப்படி நேருக்கு நேர் கண்ணைப் பார்க்கிறானே? என்னையும் அறியாமல் அவன் பல்வரிசையின் நேர்த்தியும், உதட்டுக்கு மேல் இருந்த அளவான மீசையும், தலையை நேர்த்தியாய் வாரியிருந்த விதமும், கண்கள் பளீரென்று இருந்ததும் ஒரு படம் போல என் மனதில் பதிந்து விட்டன.

அவன் தன் கையிலிருந்த பிரீஃப் கேசைத் திறந்து, ஒரு கவரை எடுத்து அதில் இருந்த காகிதத்தை எடுத்துப் படிக்க ஆரம்பித்த போது நான் மீண்டும் அவனை நோட்டமிட்டேன். வெளிர் சந்தன நிறத்தில் பாண்டும், கருநீலத்தில் முழுக்கை சட்டையும் அணிந்திருந்தான். அந்த 'காண்ட்ராஸ்ட்' அவனுக்கு எடுப்பாகவே இருந்தது. அகலமாய் பெல்ட் போட்டிருந்தான். வட்ட முகம். சற்றே பூசிய கன்னங்கள். மா நிறத்தையும் விடக் கருப்பு சற்று கூடுதல். மோவாய்க் கட்டை நடுவில் எம்.ஜி.ஆருக்கு இருப்பது போல் ஒரு பள்ளம் இருந்தது. அது எனக்கும் பிடிக்கும், அக்காவுக்கும் பிடிக்கும்! முகத்தில் தெரிந்த முதிர்ச்சியிலிருந்து அவனுக்கு முப்பது வயதாவது இருக்கும்

என்று தோன்றியது. மொத்தத்தில் நானும் அக்காவும் ஆண்களைப் பற்றி முன்பெல்லாம் பேசிக்கொள்ளும் விதத்திலான ஒரு 'ஸ்டைல்' அவனிடம் இருந்தது.

நான் அவனை உற்றுக் கவனிப்பதை அவன் உணர்ந்து என்னை நோக்கிப் பார்வையை திருப்புவதற்குள் நான் மீண்டும் டைப் ரைட்டரில் அடிக்க ஆரம்பித்துவிட்டேன். 'என்ன இது, ஜெயா? இப்படியா ஒரு ஆணை உற்று உற்றுப் பார்ப்பது?' என் இதயத் துடிப்பு, டைப் ரைட்டருடன் சேர்ந்து ஒன்றாய் ஒலிப்பது போல் இருந்தது.

அடுத்த ஒரு மாத காலத்தில் அவன் இரண்டு முறை ஜி.எம்மை சந்திக்க வந்தான். ஒவ்வொரு முறையும், அவனோடு அலுவலக ரீதியாய் அளவளாவுவதற்கான அவசியங்கள் வந்தன. அவன் சுபாவமாகவே பெண்களிடம் தயக்கமின்றிப் பேசுபவன் என்றும், எளிதில் நட்பை வளர்த்துக் கொண்டுவிடக் கூடியவன் என்றும், தன் பேச்சுத் திறமையாலேயே அடுத்தவர்களைத் தன்னோடு தயக்கமின்றிப் பேச வைக்கும் திறனுள்ளவன் என்பதும் தெரிந்தது.

இவனோடு ஒரு மீட்டிங் முடிந்து, ஒரு டிக்டேஷன் தர என்னை அழைத்த போது ஜி.எம்.மே என்னிடம், "நல்ல ஸ்மார்ட் பாய்! தன் கம்பெனியை மடமடன்னு வளர்த்து மேலே கொண்டுவரணும்னு ஒரு உத்வேகம் இருக்கு இவன் கிட்டே. ஒரு சாம்பிள் ஆர்டர் கொடுத்துப் பார்ப்போம். 'கியர் பாக்ஸ் கவர்'ன்னு ஒரு காஸ்டிங் பார்ட் இருக்கு. சிம்பிள் பார்ட். அதிலே ஒரு முப்பது பீஸ் ஆர்டர் கொடுக்க சொல்லி, பர்ச்சேஸ் மானேஜருக்கு என் ரெக்கமண்டேஷனை சொல்லி ஒரு இண்டெர்ணல் மெமொ நீயே அடிச்சுக் கொண்டுவா. எண்ணூர் ஃபவுண்டரி ஃபைல்லே இந்த காஸ்டிங்கோட பார்ட் நம்பர் இருக்கும் பாரு. அதை மென்ஷன் பண்ணிடு," என்றார்.

மறு நாள், மதியம் செல்வாவிடமிருந்து தொலை பேசியில் அழைப்பு வந்தது. "ஓ! மிஸ்டர் செல்வகுமாரா? ஜி.எம்க்கு கனேக்ட் பண்ணணுமா? சார் ஒரு மீட்டிங்லே இருக்காரே?" என்றேன்.

"இல்லீங்க ஜெயா மேடம்! எனக்கு உங்க கூட பேசினாலே போதும். நேத்திக்கி ஜி.எம். கிட்டே பேசினபோது ஒரு பைலட் ஆர்டர் தரப் பார்க்கிறேன்னாரு. ஏதாவது டெவலப்மெண்ட்

உண்டான்னு தெரிஞ்சுக்கத்தான்... நீங்களே உங்க வாய் வழியா ஒரு குட் நியூஸ் சொன்னாலே போதும்," என்றான்.

நான் உடனே, "குட் நியூஸ் கண்டிப்பா இருக்கு! ஜி.எம். உங்களை ரெக்கமண்ட் பண்ணி பர்ச்சேஸ் மானேஜருக்கு லெட்டர் கொடுத்திருக்காரு. கியர் பாக்ஸ் கவர்ன்னு ஒரு பார்ட். இருக்கு; 30 பீஸ் வேண்டி வரும். பி.எம். உங்களைக் காண்டாக்ட் பண்ணுவாரு. ஆல் த பெஸ்ட்," என்றேன்.

அவன் மகிழ்ச்சியுடன் சகஜமாய் அடுத்த இரண்டு நிமிடங்கள் ஏதேதோ பேசினான்.

பேசி முடித்ததும் எனக்குள் கிளுகிளுவென்று இருந்தது. செல்வாவுக்குத் தகவல் சொல்லி உதவ முடிந்ததில் ஏதோ ஒரு பரவசம். 'ஜெயா, என்னடி ஆச்சு உனக்கு'?

மனதில் திடீரென்று ஒரு 'சொறேல்' எண்ணம். என்ன அசட்டுத் தனம் செய்தேன்? அலுவலகத்துக்குள் நடக்கும் 'இண்டேர்ணல் மெமோ'வின் தகவலை நான் அவசரப்பட்டு வெளி ஆளான அவனுக்கு எதற்குச் சொல்ல வேண்டும்? பர்ச்சேசிலிருந்து அவனுக்கு ஆர்டர் கொடுப்பார்கள் என்பது என்ன நிச்சயம்? அவ்வளவு தான்; கிளுகிளுப்பு, படபடப்பாகி விட்டது.

நான் பயந்தது போலவே ஆயிற்று. அடுத்த மூன்றாவது நாள் சப்-காண்டிராக்டர்களின் தர நிர்ணயம் பற்றிய ஒரு மீட்டிங் நடந்தது. அதன் நடவடிக்கைக் குறிப்புகளை சுருக்கெழுத்தில் எழுதிக்கொள்ள என்னையும் மீட்டிங்கிற்கு வரச்சொல்லியிருந்தார்கள்.

அப்போது செல்வாவின் கிராவிடி காஸ்ட்டிங் கம்பெனிக்கு ஆர்டர் கொடுப்பது பற்றிப் பேச்சு வந்த போது, தரக் கட்டுப்பாடு மேனேஜர் செபஸ்டியன், "அவுங்க 3 வருசம் முன்னாடி நமக்கு காஸ்டிங்ஸ் சப்ளை பண்ணின கம்பெனிதான். ஆனா குவாலிட்டி மட்டம் சார். அப்புறம் ஆர்டர் கொடுக்கிறதை நிறுத்திட்டோம்," என்றார்.

அப்போது ஜி.எம்., "எனக்கும் லேசா அது ஞாபகம் இருந்துது. இப்போ, செல்வகுமார்ன்னு ஒரு யெங்மேன் மானேஜிங் பார்ட்னரா சேர்ந்திருக்கான். ஆளு நல்ல ஸ்பார்ட். அவன் என்னை வந்து மீட் பண்ணான். 'முன்ன மாதிரி இல்லாமே, எங்க ஒர்க் கல்ச்சரையே மாத்தி, பெரிய அளவிலே தரமான

கேஸ்டிங்ஸ் உற்பத்தி பண்றதிலே தீவிரமா இருக்கோம் சார்'ன்னான் எங்கிட்டே. சரி, ஒரு சான்ஸ் கொடுப்பமேன்னு நெனச்சேன். அப்புறம் உங்க சௌகரியம்," என்று ஜி.எம் மேம்போக்காகச் சொல்லிவிட்டு அடுத்த பேச்சுக்கு மாறிவிட்டார். செபஸ்டியன் ஒன்றும் உற்சாகம் காட்டியது போலத் தோன்றவில்லை.

இரண்டு நாளில் மீண்டும் செல்வாவிட்மிருந்து எனக்கு தொலை பேசி அழைப்பு வந்தது. "குட் நியூஸ் வந்ததும் உங்களுக்கு ஒரு பொக்கேயும் ஸ்வீட் பாக்கெட்டும் வாங்கி அனுப்பணும்னு வெயிட் பண்ணிக்கிட்டே இருக்கேன், மிஸ் ஜெயா! ஆனா, உங்க பர்ச்சேஸ் மானேஜர் பிடி கொடுக்க மாட்டேங்கிறாரே?" என்றான்.

நான் என்னையும் மீறி அடுத்த அசட்டுத் தனம் செய்தேன். தரக் கட்டுப்பாடு மேனேஜர் செபஸ்டியன்தான் முட்டுக்கட்டை போடுவதாகவும், அவரை சந்தித்துப் பேசினால் நிலைமை மாறலாம்," என்றும் தகவல் தந்தேன். பேசிய பிறகு நாக்கைக் கடித்துக் கொண்டேன்.

ஒரு பத்து நாட்கள் போயிருக்கும்.

நான் உட்லண்ட்ஸ் டிரைவ்-இன் ஓட்டலில் வெளியே செல்வாவுக்காகக் காத்து நிற்கிறேன். உள்ளூற ஒரே படபடப்பாய் இருக்கிறது. என்ன துணிச்சலில், அலுவகம் இல்லாத இந்த சனிக்கிழமை மதியம் என்னை அங்கு சந்திக்க வற்புறுத்தினான்? என்ன அசட்டுத் துணிச்சலில் நானும் வீட்டில் ஏதோ சாக்குப் போக்கு சொல்லிவிட்டு, பஸ் பிடித்து இங்கே வந்து நிற்கிறேன்?

அவன் சொல்லியிருந்த படி, ஐந்து மணிக்குக், கரெக்டாக அவனது அம்பாஸிடர் காரில் அங்கே வந்து என்னைப் பார்த்துக் கை அசைத்தான். காரின் பின் கதவை மரியாதையாகத் திறந்து விட்டு என்னை உட்கார வைத்து விட்டுத் தான் முன் பக்கத்தில் உட்கார்ந்து கொண்டு பாதி உடம்பைத் திருப்பி என்னோடு, அவனுடைய வழக்கமான பளீர் சிரிப்புடன் பேச ஆரம்பித்தான்.

"பயங்கர பன்க்சுவலா இருக்கீங்களே? எப்போ வந்தீங்க?" என்றான்.

"நான் ஒரு 10 நிமிஷம் முன்னாடியே வந்திட்டேன். பார்க்கப் போனா, நீங்கதான் சொன்ன டயத்துக்கு டாண்ணு வந்திருக்கீங்க," என்றேன்.

"அப்படி ஒரு பழக்கங்க. எங்கப்பாக்கிட்டேர்ந்து வந்த பழக்கம். எந்த ஒரு அப்பாயிண்ட்மெண்டுக்கும் லேட்டாப் போகமாட்டேன். என்னைப் பார்க்க வர்ரவங்க யாரையும் காக்க வைக்கவும் மாட்டேன்," என்றான் செல்வா.

"சரி, எதுக்கு என்னை இங்கே வரச்சொன்னீங்க? நானும் வருவேன்னு எப்படி நம்பினீங்க?" என்றேன்.

"தனியா வர்ற பொண்ணுகிட்டே தப்பா நடக்கற ஆளா நீங்க என்னை எடை போட்டிருக்க மாட்டீங்கன்னு ஒரு நம்பிக்கைதான். சரிதானே?" என்று சிரித்தவன், சட்டென்று தன் பக்கத்திலிருந்த ஒரு பையிலிருந்து ஒரு பூங்கொத்து, ஒரு பெரிய பாக்கெட் நிறைய ஜாங்கிரி இரண்டையும் எடுத்து நீட்டினான்.

"இதைக் கொடுத்துட்டுத் தான் உங்க கிட்டை ஸ்வீட் நியூசை சொல்லணும்னு தான் சஸ்பென்ஸ்! நேத்திக்கு சாயந்திரம் நீங்க வீட்டுக்குக் கிளம்பிப் போனப்புறம், உங்க பர்சேஸ் மானேஜரை மீட் பண்ணி, அவர் கையிலேர்ந்து உங்க கம்பெனியோட் முதல் ஆர்டர் -- அதான் அந்த கியர் பாக்ஸ் கவர் கேஸ்டிங் சப்ளை பண்றதுக்கான ஆர்டரை வாங்கிட்டேன்," என்றான் செல்வா.

"அட! எப்பிடி? செபஸ்டியன் சார் ஒத்துக்கிட்டாரா?"

"ஒத்துக்க வெய்ப்போம்லே! நாம எப்படி அப்ரோச் பண்ணி, எப்படி பேசி, எப்படி கன்வின்ஸ் பண்றோம்கிறது தானே முக்கியம்? அது தெரியாம கம்பெனி ரன் பண்ண முடியாதுங்களே?" என்றான் செல்வா. பேச்சில் தெரித்த தன்நம்பிக்கை என்னை ஆச்சரியப் படுத்தியது.

"சொல்ல மறந்திட்டேனே, இந்த ஜாங்கிரி எங்க வீட்டுக்குப் பக்கத்திலே இருக்கிற மாமி ஒருத்தங்க சுத்தபத்தமா செஞ்சு தந்தது. அதனாலே உங்க வீட்டிலே எல்லாரும் தயக்கமில்லாமே சாப்பிடலாம்," என்றான்.

இப்படித் தான் செல்வா என்னைக் கவர்ந்தான். அதற்கப்புறம் நான்கைந்து தனி சந்திப்புகள். இதே டிரைவினில், மெரீனா பீச்சில், கன்னிமாரா லைப்ரரியில், 'செத்த காலேஜ்' எனும் மியூசியம் வளாக மரத்தடிகளில்.

இப்படியாக சந்தேகத்திற்கிடமின்றி நான் செல்வாவின் மீது காதல்வயப்பட்டிருந்தேன். இரவு தனியே படுக்கையில் மனம் முழுக்க அவனது தோற்றமும், பேச்சும், சிரிப்புமே சுற்றிச் சுற்றி வந்தன.

விஜி அக்காவைப் பற்றிய நினைப்புகளையெல்லாம் அனேகமாக பெருக்கித் தள்ளிவிட்டு, சுத்தமாய் என் மனதில் செல்வா மட்டுமே உட்கார்ந்திருப்பது போல சில சமயங்களில் தோன்றும். அதில் ஒரு குற்ற உணர்வும் எனக்கு உண்டு.

மனதுக்குள் அக்காவின் தேர்வான வைத்தியையும், என்னுடைய தேர்வான செல்வாவையும் ஒப்பிட்டுப் பார்த்து, என் தேர்வைப் பற்றி கர்வமும், பெருமையும் கொள்வதையும் தவிர்க்க முடியவில்லை.

ஆனால், ஆனால் -- இந்தக் காதல் கல்யாணத்தில் வந்து முடியவேண்டுமே என்கிற நினைப்பு வந்துவிட்டாலோ, ஒருவித பயத்தில் உடம்பு நடுங்கும். நம் ஜாதி, நம் சம்பிரதாயம் என்று ஊறிவிட்ட அப்பா அம்மாவிடம் எப்படி இந்த விவகாரத்தை எழுப்புவது? வீட்டில் பூகம்பமே வெடிக்கும் என்பதில் எனக்குத் துளியும் சந்தேகமில்லை.

-=()=-

== 11 ==

செல்வாவைப் பற்றிய பழைய நினைவுகளில் மூழ்கி நடந்து கொண்டிருந்த என்னை உரசுவது போல அவனது அம்பாசடர் கார் வந்து நின்றது.

காரின் பின் கதவைத் திறந்து நான் உள்ளே ஏறிக்கொண்டதும் சர்ரென்று கார் புறப்பட்டு சாலையில் வேகமெடுத்தது. இதுவரை செல்வாவுடன் காரின் முன் சீட்டில் அமர்ந்து சென்றதில்லை. அப்படிச் செல்ல ஒரு தயக்கம் இருக்கவே இருக்கிறது. "யாராவது பார்த்துவிட்டால்?" என்கிற பயம்தான் கூடுதல்.

கன்னிமாரா ஓட்டலில் அமர்ந்து ஐஸ் கிரீமை சுவைத்துக் கொண்டிருந்தோம். "இன்னிக்கு காஸ்டிங்ஸ் டெலிவரி பிரச்சனை தீர்ந்ததுக்கான ட்ரீட் இது. 'நோ'ன்னு சொல்லக் கூடாது," என்று சொல்லித்தான் செல்வா என்னை இங்கே அழைத்துவந்தது. என் வாழ்க்கையில் முதல் முறையாக ஒரு ஐந்து நட்சத்திர ஓட்டலின் டைனிங் ஹாலுக்கு வந்திருந்தேன். அதன் விசாலமும், மங்கலான வெளிச்சமும், ஆங்கிலம் பேசும் சீருடை வெயிட்டர்களும் எனக்கு வியப்பைத் தந்தன. கூட்டமே இல்லாது இங்கொன்றும் அங்கொன்றுமாக, அதிலும் வெள்ளைக் காரர்களே பெரும்பாலும் அமர்ந்து முள் கரண்டியாலும் ஸ்பூனாலும் சாப்பிடுவதைக் காண்பது எனக்கு வித்தியாசமான அனுபவம்.

"ஏதோ குவாலிடி பிரச்சனைன்னு சொன்னீங்களே செல்வா? எப்படி க்ளியர் பண்ணீங்க?"

"எல்லா பிரச்சனைக்கும் ஒரு தீர்வு உண்டு ஜெயா! எல்லா தடங்கல்களுக்கும் ஒரு சுத்து வழி உண்டு; எல்லா மனிதருக்கும் ஒரு விலை உண்டு. இதுக்கு மேலே நீ நோண்டிக் கேட்காம இருந்தீன்னா அதிலே நன்மை உண்டு!" என்று வார்த்தைகளால் விளையாடினான் செல்வா. நான் அவன் பேச்சை, ஐஸ் கிரீமோடு சேர்த்து சுவைத்துக்கொண்டிருந்தேன்.

செல்வாவுக்குப் பேசப் பிடிக்கும்; அவனுக்குப் பேசவும் தெரிந்திருந்தது வார்த்தைகளைப் பூச்சரம் போல் கோர்த்து, ஒரு பூமாலையில் பல வண்ண மலர்கள் அலங்கரிப்பது போல் அவன் பேச்சு இருக்கும்.

தமிழிலக்கியம், ஆங்கில இலக்கியம் என்று ஓய்வு நேரங்களில் எப்போதும் புத்தகமும் கையுமாகத் தான் இருப்பானாம். "ஒரு நாள் என் ரூமுக்கு வந்து பாரு; ஒரு பெரிய்ய அலமாரி நிறைய புஸ்தகங்கள்தான். அப்புறம் என் படுகையிலே, படுக்கையை சுத்தின்னு ஏதாவது புத்தகம் தான் இறைஞ்சு கிடக்கும்," என்பான்.

அவன் பேச்சின் ஊடே, அப்துல் ரகுமான், மு மேத்தா என்று புதுக்கவிதைகள் வந்து கொட்டும். ," 'மார்த்தா நஸ்பாம்' பெண்கள் உரிமை பத்தி என்ன சொல்றாங்க தெரியுமா, ஜெயா?" என்பான். "வாழ்க்கையிலே 'நியோ-பிராக்மாடிஸம்' ரொம்ப அவசியம். கார்னெல் வெஸ்ட் என்ன சொல்றாருன்னா..." என்று பேச்சுக்கு நடுவே எடுத்துவிடுவான். அவன் பேச்சு போரடிக்காது. நான் 'ஆ'வென்று கேட்டுக்கொண்டிருப்பேன். வாழ்க்கையில் இத்தனை காலம் நுனிப்புல் மேய்ந்தே ஓட்டியிருக்கிறேனே என்று என்னைப் பற்றித் தாழ்வாய்க் கூடத் தோன்றும்.

"நாம கல்யாணம் பண்ணிக்கிறதைப் பத்தி எப்பவாவது யோசிப்பீங்களா, செல்வா?" என்றேன் திடீரென்று.

ஒரு நாள் இல்லை ஒரு நாள் இந்தப் பேச்சை எடுத்துத் தானே ஆகவேண்டும்?

நிதானமாய் ஒரு ஸ்பூன் ஐஸ்கிரீமை வாயில் நுழைத்து ருசித்து விட்டு, "நெஜத்தை சொல்லணும்னா, எனக்கு அதைப் பத்தி யோசிக்கவே நேரமில்லை, ஜெயா! சரக்கு முத்தினா சந்தைக்கு வந்து தானே ஆகணும்னு எங்கம்மா ஒரு பழமொழி சொல்லுவாங்க! சரக்கு முத்திடிச்சான்னு நீ தான் சொல்லணும்!," என்றான் முறுவலித்தவாறே.

"எத்தன நாள் இப்படி பயந்து பயந்து மீட் பண்றது செல்வா?"

"நீ பெர்ட்ராண்ட் ரஸ்ஸல்லோட 'மேரேஜ் அன் மாரல்ஸ்' படிச்சிருக்கியா, ஜெயா?"

"ரஸ்ஸல்ன்னு பேரை எங்கோ கேள்விப்பட்டிருக்கேன். அதுக்கு மேலே அவர் யாரு என்னன்னு கூடத் தெரியாது"'

"அவர் ஒரு பிரிட்டீஷ் தத்துவவாதி. அவரோட அந்த மேரேஜ் அன்ட் மாரல்ஸ்' புஸ்தகத்தை உன்ன மாதிரி நல்ல குடும்பத்துப் பொண்ணுங்கள்ளாம் படிக்காம இருக்கிறதே நல்லது! படிச்சீங்கன்னா கல்யாணம் பத்தின உங்க

கற்பனைக்கெல்லாம் ஆபத்து வந்துடும்! ஏதோ திடீர்ன்னு அவர் ஞாபகம் வந்துச்சு. சரி, அவர் சொன்னது ஒண்ணை மட்டும் சொல்லிடறேன்; என்ன? 'உணர்ச்சி வேகமும், கற்பனையும், மென்மையும் நெறஞ்ச ரொமான்ஸ் இருக்கே, அதை போல தீவிரமான ஆனந்தம் தர்றது வாழ்க்கையிலே வேற எதுவுமே கிடையாது. ஆனா அந்த அற்புதமான காதல், பொறக்கப் போற கொழந்தைக்கு இவங்கதான் அம்மா-அப்பான்னு ப்ரூவ் பண்றதுக்காக கல்யாணத்திலே போய் முடியும்போது நாசமாப் போயிடுதுன்னு சொல்றாரு!" என்றான் செல்வா, முகத்தில் விஷமப் புன்னகையுடன்.

"நீங்க மானாவாரியா கண்ட புஸ்தகத்தையும் படிக்கிறதை நிறுத்திக்கிறது நல்லதுன்னு நெனைக்கிறேன்," என்றேன் நான் வெடுக்கென்று.

செல்வா, நாற்காலியில் பின்னால் சாய்ந்து கொண்டு வாய்விட்டு சிரித்தான்.

பின், முகத்தை சீரியஸாக வைத்துக்கொண்டு, "நான் இப்போ இருக்கிற நிலைமைலே கல்யாணத்தைப் பத்தி யோசிக்கவே முடியாது ஜெயா! இப்போ நஷ்டத்திலே ஓடிக்கிட்டிருக்கிற 'கிராவிட்டி காஸ்டிங்க்ஸை'ஐ லாபத்துக்குக் கொண்டுவரணும். அதுவும் ரெண்டு வருஷத்துக்குள்ளே. அது தான் இந்த கம்பெனியோட சொந்தக்காரரான என்னோட சித்தப்பா எனக்குக் கொடுத்திருக்கிற கெடு. அதுலே நான் ஜெயிச்சேன்னா, பாதிக் கம்பெனி எனக்கு சொந்தமாகும். அதான் எங்களுக்குள்ள அக்ரீமெண்ட். அது வரைக்கும் நான் மாச சம்பளக்காரன்தான். எங்க குடும்பப் பரம்பரையிலே யாருமே மாச சம்பளம் வாங்கிறவங்க கிடையாது. இருந்தா மொதலாளியா இருக்கணும். சோழர் காலத்தில காவிரிப்பூம்பட்டினத்திலே கடல் வாணிகம் பண்ணின குடும்பம் எங்களுதுன்னு எங்க தாத்தா சொல்லுவார். எங்க குடும்பத்துக்கு அதுனாலேயே 'திரையாளர்' ஒரு பட்டப்பேரே உண்டாம். திரைன்னா அலைன்னு அர்த்தம். எங்க தாத்தா பேரே 'செல்வநாதத் திரையாளர்' தான்."

செல்வா, பேசும் மூடுக்கு வந்து விட்டான். நடுவில் நான் இடை வெட்டவே வாய்ப்புக் கொடுக்காமல் பேசிக்கொண்டே போனான்.

அவன் ஊர், குடும்பம், படிப்பு பற்றியெல்லாம் முன்பே கொஞ்சம் சொல்லியிருந்தாலும், இன்றுதான் ரொம்பவே விரிவாகப் பேசினான்.

கோவையில் எஞ்சினீயரிங் படிக்கையில் கம்யூனிச சித்தாந்ததில் ஈடுபாடு வந்தது, தன் குடும்பத்தின் மேல்தட்டுப் பாரம்பரியத்தில் இருந்த செயற்கையும், ஆடம்பரமும், அதிகார தோரணையும் பிடிக்காமல் போனது, படிப்பு முடிந்ததும் வீட்டில் சொல்லாமல் கேரளாவில் ஒரு டெக்ஸ்டைல் கம்பெனியில் வேலைக்கு சேர்ந்தது எல்லாம் கதை போலச் சொன்னான். நான் சுவாரசியத்துடன் கேட்டுக்கொண்டிருந்தேன்.

தொடர்ந்து, அங்கே வேலை செய்த ஒரு பெண் தொழிலாளியிடம் முதலாளியின் மகன் தப்பாக நடந்து கொண்டதைக் கண்டிப்பதில் தான் கம்யூனிஸ்டு டிரேட் யூனியன்காரர்களுக்கு சார்பாய் நின்றது, அதனால் தான் கம்பெனி முதலாளியால் பழிவாங்கப் பட்டது, பின் தன் அப்பாவின் உதவியால் எப்படியோ மீட்கப்பட்டது, அப்பா அவனைத் தன் தம்பிக்கு சொந்தமான கிராவிடி கேஸ்ட்டிங்ஸில் வேலை பார்க்ககவும், தன் திறமையை நிரூபித்து தலை நிமிரவும் ஒரு வாய்ப்பு அளித்தது -- என்று மீதிக் கதையும் சொல்லி முடிக்கையில் கிட்டத்தட்ட ஒரு மணி நேரம் போயிருந்தது.

"சாரி, ஜெயா. நான் என் சொந்தக் கதையே பேசி போரடிச்சிட்டேன் இல்லே? உங்களுக்கு லேட் ஆயிருக்குமே? ரொம்ப சாரி," என்றான் செல்வா.

காரில் எங்கள் தெரு முனையில் இறக்கிவிட்டுவிட்டுப் போய் விட்டான். நான் வீட்டில் நுழையும்போது மணி ஏழே முக்கால். வாசலில், அம்மாவும் அப்பாவும் ஒரே கவலையுடன் நிற்பது தெரிந்தது.

காதலில் சிக்கிக்கொண்டு விட்டால், நன்றாகப் பொய் சொல்ல வந்துவிடும். வீடு வருவதற்குத் தாமதம் ஏன் என்று நான் ஜோடித்துத் தயாராய் வைத்திருந்த காரணத்தை சொல்லிவிட்டு உள்ளே நுழைந்தேன்.

-=()=-

== 12 ==

இரவு சீக்கிறமே சாப்பிட்டுவிட்டு, எட்டரைக்கெல்லாம் போய்ப் படுத்துக்கொண்டு விட்டேன். எனக்குள்ளே என்னன்னவோ குடைச்சல். செல்வாவைத் தனியே சந்தித்துவிட்டு வரும் ஒவ்வொரு நாளும் மனதில் ஓர் அசாதாரணமான கிளுகிளுப்பும், கூடவே 'தப்பு செய்கிறோமோ' என்கிற ஒரு படபடப்பும் எப்போதும் இருக்கும்.

இன்று ஏனோ படபடப்பும், அச்சமும் தான் இருந்தது. கிளுகிளுப்பு அறவே இல்லை. ஏன் இப்படி?

செல்வா பேசிய தன் சுயசரிதையா? இல்லை ரஸ்ஸலின் தத்துவ முத்துக்களா?

செல்வாவுக்குத் என் மீது இருப்பது காதல்தானா? அப்படித்தான் என்று சென்ற முறை மியூஸியம் தியேட்டர் படிகளில் அமர்ந்து பேசியபோது ஒரு கவிதையைச் சொல்லி அழகாகக் கோடிட்டுக் காட்டினானே?

அவன் எங்கள் திருமணத்தைப் பற்றி என்னதான் நினைக்கிறான்? எதற்காக இடக்கு முடக்காய் ரஸ்ஸல் சொல்வதைப் பற்றிப் பேச்செடுத்தான்? தான் தொழிலில் தலை நிமிர 2 வருடங்கள் வேண்டும் என்கிறானே? அப்படியாலால் அதற்குள் திருமணம் சாத்தியமில்லை என்கிறானா? எதற்காகத் தன் பரம்பரைப் பணக்காரத்தனத்தைப் பற்றி சொன்னான்? எங்கள் திருமணப் பேச்சு வந்தால் அவன் வீட்டிலும் பயங்கர எதிர்ப்பு வர சாத்தியம் என்று கோடி காட்டுகிறானா?

எனக்கு அதைவிட ஆதங்கமாகத் தோன்றிய வேறொரு விஷயம் உண்டு. நானே எப்போதாவது பேச்சுவாக்கில் என் குடும்பம் பற்றி ஓரிரு விஷயங்கள் அவனிடம் சொல்லியதைத் தவிர அவன் ஆழமாய் எங்கள் குடும்பப் பின்னணி, என் உறவுகள், நட்புகள், ஆசைகள், கனவுகள் என்று எதையுமே விசாரித்ததில்லை. தெரிந்து கொள்ளப் பெரிய ஆர்வம் காட்டியதாகவும் தெரியவில்லை. அது ஏன்? அக்கறையின்மையா? அலட்சியமா? இல்லை, அவன் சதா தன்னைப் பற்றி மட்டுமே சிந்திப்பதாலா?

நான் அவனிடம் கிறங்கியிருப்பதைப் போல அவனுக்கு என்னிடம் எந்தக் கிறக்கமும் இல்லையோ? 'ஒண்ணும்

இல்லாததுக்கு ஒரு பொண்ணு' என்று ஒரு பொழுதுபோக்குக்காக என்னை வைத்துக் கொண்டிருக்கிறானோ? தான் பேசுவதை வாயைப் பிளந்துகொண்டு கேட்கும் ஒருத்தி என்கிற விதத்தில் மட்டும் தான் அவனுக்கு என் மீது ஈடுபாடோ?

வாசற்புரம் பேச்சுக் குரல் ஏதோ கேட்டது. "ஜெயா!" என்று அப்பா கூப்பிட்டதும் அவசரமாய் எழுந்து வாசலுக்கும் போனேன். மூன்றாவது வீட்டுப் பையன் நின்றிருந்தான். "அக்கா! உங்க ஆஃபீஸ்லேர்ந்து செல்வகணபதின்னு ஒருத்தரு ஃபோன்லே கூப்பிடறாரு. ஏதோ அர்ஜெண்டான ஆஃபீஸ் மேட்டராம்."

நான் அந்தப் பையனுடன் அவன் வீட்டுக்கு விரைந்தேன். செல்வகணபதியா? யாரது? ஓ! செல்வாவோ? திருடன்! பொய் சொல்வதில் மன்னனாயிற்றே!

"தொலை பேசியை எடுத்து, ஹலோ, ஜெயா ஹியர்," என்றேன் படபடப்புடன். "ஐ, ஐ லவ் யூ ஜெயா!" என்று சற்றே குழறலுடன் செல்வாவின் குரல் கேட்டது.

எனக்கு என்ன சொல்வது என்று தெரியவில்லை. உடம்பு ஒரு கணம் சிலிர்த்தது. இந்த வீட்டுக் காரர்கள் என்னை கவனித்துக் கொண்டிருக்கிறார்கள். நான் எச்சரிக்கையாகப் பேசவேண்டும். "குட் ஈவினிங் சார்! என்ன ஏதோ அர்ஜெண்ட் மேட்டர்னீங்களாம்?" என்றேன்.

"ஜெயா! சாரி. சாயந்திரம் பேசும்போது ஏதேதோ சொல்லி நான் உன்னைக் குழப்பிட்டேன்னு நினைக்கிறேன். போகும் போது உன் முகமே நல்லா இல்லே. என் முன்னாடி நீ உட்கார்ந்து ஐஸ்கிரீம் சாப்பிட்டபோது, நீ எவ்ளோ அழகா இருந்தே! நெஜமா சொல்றேன். நான் ஐஸ்கிரீமை சாப்பிடலே. என் கண்ணாலே உன்னைத்தான் சாப்பிட்டுக்கிட்டிருந்தேன். நீ கல்யாணத்தைப் பத்தி ஏதோ சீரியஸாப் பேச விரும்பினே. எனக்குப் புரியிது ஜெயா. அது நடக்கும். நீ கவலைப் படாதே. உன் குடும்பத்திலிருந்தோ என் குடும்பத்திலிருந்தோ எத்தனை எதிர்ப்பு வந்தாலும் சரி! அது நடக்கும். நான் நடக்க வைப்பேன். உன் சந்தோஷம் மட்டும் தான் எனக்கு முக்கியம். சரியா? பீ ஹாப்பி!" என்றான்.

எனக்கு ஜிவ்வென்று இருந்தது. என்ன சொல்வது? எப்படிச் சொல்வது?

"ஓக்கே சார்; நோ ப்ராப்ளம் சார். நீங்க கேட்கிற ஃபைல் லெப்ட் சைட் கப் போர்டிலே தான் இருக்குது. கப் போர்ட் சாவி என் டேபிள் ரெண்டாவது டிராயரிலே தான் இருக்கும். டிராயர் பூட்டியிருக்காது. ஓக்கே சார்; வெச்சிடறேன் சார்," என்றேன். அந்தப் பக்கம் செல்வா என் பதிலை ரசித்துச் சிரிப்பது காதில் ஒலிக்கையிலேயே ஃபோனை வைத்தேன். வீட்டுக் காரர்களுக்கு நன்றியைத் தெரிவித்து விட்டுத் திரும்பினேன்.

எனக்கு கிளுகிளுப்பு திரும்பக் கிடைத்துவிட்டது! அடப்பாவி! என் அழகைக் கண்களால் பருகினானாமே? இத்தனை நாளில் இப்போது தான் ரொமாண்ட்டிக் ஆக முதல் தடவை என் அழகைப் பத்திச் சொல்கிறான்! சொல்லும்போது அவன் வாய் குளறியது!

எனக்குத் தூக்கம் வரவில்லை. அவனும் கல்யாணம் பற்றிப் பேசி ஒரு தைரியம் கொடுத்தவுடன் எனக்குப் பரபரவென்று அடுத்து என்ன செய்ய வேண்டும் என்று மனதில் எண்ணங்கள் ஓட ஆரம்பித்துவிட்டன. அப்பா அம்மாவிடம் எப்படி இந்தப் பேச்சை எடுப்பது? பேசாமல் ஒரு நாள் செல்வாவையே வீட்டுக்கு வரச்சொல்லலாமா? என் ஆஃபீஸில் வேலை பார்ப்பவர் என்று அறிமுகப் படுத்தலாமா? ஒருக்கால் செல்வா தன் பேச்சு சாமர்த்தியத்தால் அப்பா அம்மாவையும் அசத்திவிட்டால், பிரச்சனையின் வீரியம் பெரிதும் குறையுமோ?

என்னென்னவொ யோசித்ததில், முதலில் அக்காவிடம் என் காதல் விவகாரத்தை விலாவாரியாய்ச் சொல்லி, அவளை முதலில் என் கட்சிக்கு இழுத்து, அப்புறம் அப்பா அம்மாவிடம் அவள் வழி தூது போவதுதான் சரியாக இருக்கும் என்று தோன்றியது.

எழுந்து மேஜை அருகே உட்கார்ந்து, டேபிள் லாம்ப் வெளிச்சத்தில் அக்காவுக்குக் கடிதம் எழுத ஆரம்பித்தேன். யோசித்து யோசித்து நீளமாய், விரிவாய் எழுதினேன். முடித்துவிட்டுப் படுக்கும் போது இரவு மணி ஒன்று.

அடுத்த மூன்றாவது நாள் ஆஃபீசில் இருக்கையில் அக்காவிடமிருந்து ஃபோன் வந்துவிட்டது.

"என்னடி ஜெயா, இப்படி ஒரு குண்டைத் தூக்கிப் போடறே? ஐயோ, உன்னை நெனச்சா எனக்கு ஒரே பயமா இருக்குடீ. ஏதையானும் அசட்டுப் பிசட்டு, எடுத்தேன் கவிழ்த்தேன்னு பண்ணித் தொலைச்சிறப் போறடி. அப்பா, அம்மா இந்த ஜாதி விட்டு ஜாதி கல்யாணத்துக்கெல்லாம் லேசிலே ஒத்துக்கவே மாட்டா! ஏண்டி உனக்கு இந்த வம்பு? நான் ஒனக்கு விரிவா லெட்டர் போட்டிருக்கேன். அதைப் பாரு. ஆஃபீஸ்லே வெச்சு நீ விரிவா ஒண்ணும் இதைப் பத்தி பேச வேண்டாம்," என்று அவசர கதியில் பேசி, என் விளக்கம் எதற்கும் காத்திருக்காமல் ஃபோனை வைத்துவிட்டாள்.

எனக்குக் சட்டென்று கோபம்தான் பொங்கியது. இதைக் கேட்கத்தானா ராத்தூக்கத்தைத் தொலைத்து பத்துப் பக்கம் கதை போல் லெட்டர் எழுதினேன்? நான் செல்வாவைப் பற்றியும் அவன் குணாதிசயத்தைப் பற்றியும் மாங்கு மாங்கென்று எழுதி விளக்கியது ஒன்றுமே அவளுக்கு அப்பீல் ஆகவில்லையா? ஜாதிப் பிரச்சனை ஒன்றே எல்லாவற்றையும் விழுங்கிச் சாப்பிட்டுவிடுமா? ஒரு நடுத்தர வர்க்கத்தும்ப் பெண்ணின் உணர்வுகளுக்கும், ஆசைகளுக்கும், எதிர்பார்ப்புகளுக்கும், சுதந்திர உணர்வுக்கும் இவ்வளவுதானா மதிப்பு?

எனக்குத் தலை வலித்தது. அரை நாள் லீவு சொல்லிவிட்டு, வீட்டிற்கு வந்து படுத்துவிட்டேன். "ஏண்டி? என்ன ஆச்சு?" என்று கேட்ட அம்மாவிடம் வள்ளென்று விழுந்தேன்.

-=()=-

== 13 ==

அடுத்த ரெண்டு நாளில் அக்காவின் கடிதம் வந்துவிட்டது. வீட்டிற்குத் தெரியவேண்டாம் என்பதால் ஆஃபீஸுக்கு அனுப்பியிருந்தாள்.

கடிதத்தின் ஒரு பக்கம் புலம்பல், அடுத்த பக்கம் என் 'மெச்சூரிட்டி' பற்றிய ஐயங்கள், மூன்றாம் பக்கம் 'ஜாக்கிறதை, ஜாக்கிறதை' என்கிற அட்வைஸ், கடைசி பக்கத்தில், 'நீ இன்னும் உன் தீர்மானம் சரிதான் என்று உறுதியாக இருந்தால், ஒன்று மட்டும் சொல்றேன். உன் அத்திம்பேர் வைத்தி அந்த செல்வகுமாரை சந்திக்கட்டும். மனிதர்களை எடை போடுவதில் அவர் ரொம்பவே கெட்டி. அவருக்கும் அந்தப் பையன் பரவாயில்லை என்று தோன்றினால் அவரே அவன் வேலை, வருமானம், குடும்பப் பின்னணி, சொத்து, அவனோட பழக்க வழக்கங்கள் எல்லாத்தையும் பத்தி விஜாரிப்பார்; அவருக்கு நிறைய காண்டாக்ட்ஸ் உண்டு; எப்படியும் ஆள் வெச்சு தரோவா விஜாரிச்சுடுவார். அதெல்லாம் திருப்தியா இருந்தா, உன் தல்லெழுத்து அப்படித்தான்னு இருந்தா, நானும் உன் அத்திம்பேரும் நேர்ல வந்து உன் சார்பா அம்மா அப்பாகிட்டே பேசுவோம்," என்று எழுதியிருந்தாள். வைத்திக்கு அடுத்த ஓரிரு வாரத்தில் ஆஃபீஸ் காரியமாக எங்கள் கம்பெனிக்கே வர வேண்டியிருக்கிறதாம். அப்போது செல்வாவை அறிமுகப் படுத்தி வைக்கவேண்டுமாம்.

எனக்கு என்னவோ, அந்த வைத்தியின் தீர்மானத்தில் பெரிய நம்பிக்கை ஒன்றும் இல்லை. அக்காதான் வழக்கம் போல் அவரைப் பற்றி ஆஹா ஊஹூ என்று சொல்லிக்கொள்கிறாள். அவர் பச்சைக் கொடி காட்டினால்தான் என் கல்யாணமே என்பது எனக்கு மனதுக்குப் பிடித்தமாக இல்லைதான். ஆனாலும், யதார்த்தத்தில் வேறு வழியில்லை என்று தோன்றியது. எங்கள் ஜாதியிலேயே கல்யாணம் என்றாலும் பையனின், குடும்பம், சம்பாத்தியம், இன்ன பிறவற்றை தெரிந்தவர்கள் மூலம் விசாரிப்பது சகஜம் தானே? அது அவசியமும் தானே?

அடுத்த வாரத்தில் செல்வாவும் ஊரில் இல்லை. அவன் கம்பெனியில், வார்ப்பு இரும்பை உருக்கும் 'குப்போலா'

ரொம்பப் பழசாகிவிட்டதாகவும், வேறு புதிதாய் வாங்குவதற்கான ஒரு தேடலுக்காக ஆமதாபாத், பம்பாய் என்று போவதாக என்னிடம் சொல்லிவிட்டுத் தான் போனான்.

எனக்கும் அது ஒரு விதத்தில் நிம்மதியாகத் தான் இருந்தது. அக்காவின் 'ஜாக்கிறதை, ஜாக்கிறதை' எச்சரிக்கை எனக்குப் பிடிக்காவிட்டாலும் அது மனதுக்குள் புகுந்து கொள்ளத்தான் செய்தது.

ஜி,எம்மின் அறையில் இன்னொரு சப்-காண்டிராக்டர்களின் தர நிர்ணயம் பற்றிய மீட்டிங் நடந்த போது குறிப்புகள் எடுக்க என்னையும் கூப்பிட்டிருந்தார்கள்.

திரும்பவும் ஃப்ளைவீல் காஸ்டிங் பற்றிய பேச்சு வந்தது. இந்த முறை பிராடக்ட் மானேஜர், "இந்த பார்ட்டோட டிசைனை கொஞ்சம் மாத்தி எடையை 100 க்ராம் குறைக்கப் போறோம். ஆனா கிரே காஸ்ட் அயர்ண் மெடீரியலோட தரத்தைக் கூட்டப் போறோம். இப்பொதுள்ள கிரேடு 20 இலிருந்து கிரேட் 30க்கு கூட்டணும்," என்றார்.

அப்போது பர்ச்சேஸ் மானேஜர், "அப்படீன்னா, நம்ம சப் காண்டிராக்டர்களை கொஞ்சம் உசுப்பி விட வேண்டியிருக்கும். நமக்கு ரேட்டு ரொம்ப கம்மியா தர கம்பெனியெல்லாம் கிரேடு 15, 20 தரவே முக்குறானுங்க. போன தடவை இந்த கிராவிடி காஸ்டிங் கம்பெனிக்காரங்க நல்ல சீப் ரேட்டிலே கொடுத்தாங்க. ஆனா கிரேடு 20 தான். அதிலேயே, நம்ம தேவையோட அவசரம் காரணமா கொஞ்சம் குவாலிட்டி கன்செஷன் கொடுக்க வேண்டி வந்துது. கிரேடு முப்பதுன்னா இவனுகளை நம்ப முடியாது; ரொம்ப கூடுதல் ரேட்டுலே பெரிய்ய கம்பெனிகளுக்குத்தான் ஆர்டர் கொடுக்க வேண்டியிருக்கும்.," என்றார்,

ஜி.எம். உடனே, "சின்ன கம்பெனிகளையும் கூப்பிட்டுப் பேசுங்க. தரத்தை கூட்டித் தா, நானும் ரேட்டைக் கூட்டித் தரரேன்னு சொல்லுங்க. எப்படியும் பெரிய கம்பெனியான எண்ணூர் ஃபவுண்டரியோட ரேட்டு நமக்கு கட்டுப்படியாகாது. சின்ன ஃபவுண்டரிகளைத் தான் முடுக்கி விடணும்," என்றார்.

எனக்கு இந்த டெக்னிகல் விவகாரங்களின் நுணுக்கங்கள் புரியாவிட்டாலும், மேம்போக்காகப் புரிந்தது. இதையெல்லாம் செல்வாவிடம் சொல்லலாம். இந்தத் தகவல்கள் அவனுக்குக்

கண்டிப்பாக உபயோகமாக இருக்கும். எனக்கு முன்பு இருந்தது போன்ற குற்ற உணர்வெல்லாம் இப்போது இல்லை. இதெல்லாம் பெரிய சிதம்பர ரகசியமா என்ன?

செல்வா, ஆமதாபாத்திலிருந்து திரும்பி வந்ததும் இருவரும் சந்தித்தோம். வைத்தியை அவன் சந்திக்க வேண்டிய விஷயத்தை சொன்னேன்.

செல்வாவுடன் பழகும் இந்த ஆறு மாத காலத்தில் இப்போதுதான் முதன் முறையாக அவனிடம் எரிச்சலைப் பார்த்தேன்.

"என்ன இது ஜெயா? இப்பிடி அவசரப்படறியே? நாம கல்யாணம் பண்ணிக்கிறதுலே எனக்கு சந்தேகம் ஏதும் இல்லைன்னாலும், அது எப்போங்கிறது ரொம்பவே முக்கியம். அது நிச்சயமா, அடுத்த ஆறு மாசத்திலேயோ ஒரு வருஷத்திலேயோ சாத்தியமே இல்லை. ஏன்? அதைவிட கொஞ்சம் தள்ளிப் போனாலும் ஆச்சரியமில்லை. எனக்கு என் கம்பெனியை முதல்லே நிமிர்த்தியாகணும். அது பெரிய்ய சாலஞ்ச். அதிலே நான் ஜெயிச்சுக் காட்டியாகணும். அதுக்கப்புறம் தான் மத்ததெல்லாம். ..." என்றான்.

"செல்வா! என்ன இப்படி கட் அண்ட் ரைட்டா சொல்றீங்க? நான் ஒரு பொண்ணு செல்வா! நம்ம காதல் வெவகாரம் வெளியே தெரிஞ்சு நாலு பேர் என் ஆஃபீஸ்லேயோ, எங்க தெருவிலேயோ கசமுசன்னு பேச ஆரம்பிச்சா, எங்க வீட்லே பெரிய்ய பிரச்சனை ஆயிடும். நம்ம ரெண்டு குடும்பத்தையும் சம்மதிக்க வெய்க்கிறதே ஒரு பெரிய்ய சாலஞ்சா இருக்கும். அதுக்கு இப்போலேர்ந்தே ஸ்டெப் எடுத்தாத் தான் ஏதாவது நடக்கும்," நான் படபடப்புடன் பேசினேன்.

"டு ஹெல் வித் ஃபேமிலீஸ அண்ட் த சொசைட்டி," என்றான் செல்வா கோபத்துடன்.

"நம்ம கல்யாணம்ங்கிறது நம்ம ரெண்டு பேரோட தீர்மானமா மட்டும் தான் இருக்கணும் ஜெயா. என் வீட்டு மனுசங்க இதிலே மூக்கை நொழைக்க நான் அலவ் பண்ண மாட்டேன். எந்தத் தருணத்திலே நம் காதல் கல்யாணத்திலே முடிஞ்சாகணும்ன்னு நாம ரெண்டு பேரும் முழு மனசோட தீர்மானிக்கிறமோ அப்போ, நாம அதை நடத்திப்போம். நான் இதிலே திடமா இருக்கேன். பெத்தவங்க சம்மதம் அப்போ

வந்தாலும் சரி, வராட்டியும் சரி. நீ இந்தக் காலத்துப் பொண்ணு. நீ தைரியசாலிதான். எங்கூட பழகறதிலேர்ந்தே எனக்கு அது தெரியும். பழமைவாதிகள் உன்னைப் பின்னாடி இழுக்க நீ அலவ் பண்ணாதே. ஆமாம்," என்றான் செல்வா திடமான குரலில்.

நான் ஒருவிதத்தில் ஆடிப்போனேன். மற்றொரு விதத்தில் குழம்பிப் போனேன். ஒரு பெண்ணாக நான் சுயமாய் பலமுறை சிந்தித்த சுதந்திர உணர்வுக் கருத்துக்களைத் தானே செல்வாவும் சொல்கிறான்? அது எனக்கு தைரியத்தையும், தன்னம்பிக்கையையும் அல்லவா தரவேண்டும்? ஆனால் ஏன் ஏதோ ஒரு பயம் வந்து அடி வயிற்றைக் கலக்குகிறது?

"எனக்குள்ளிலிருந்து அக்காவின் குரல் ஒன்று "ஏய் ஜெயா, ஜாக்கிறதை, ஜாக்கிறதை..." என்று ஒலிக்க ஆரம்பித்தது.

எப்படியோ ஒரு வழியாய்ப் பேசி, வைத்தியை ஒரு முறை சந்திக்க அவனை சம்மதிக்க வைத்தேன். வைத்தி என்னமாதிரி ஆசாமி, அவரைப் பற்றி என் அபிப்பிராயம் என்ன என்றெல்லாம் செல்வா விசாரித்துக் கொண்டான். வைத்தி மீது எனக்கொன்றும் பெரிய மதிப்பில்லை என்பதை நான் பேசிய விதத்திலேயே அவன் புரிந்து கொண்டுவிட்டான் என்பது தெரிந்தது. அது அவனுக்கு சற்று ஆசுவாசம் தருவது போலவும் தெரிந்தது. ஆளுக்குத் தகுந்தாற்போல் பேசும் கெட்டிக்காரனான செல்வா, வைத்தியைக் கவரும் வித்தையையும் செய்வான் என்று எனக்கு நம்பிக்கை வந்தது.

அடுத்த நான்கைந்து நாட்களில் வைத்தி சென்னை வந்தாயிற்று. அம்மாவும் அப்பாவும் அவருக்கு வழக்கம்போல் ராஜோபசாரம் செய்தார்கள். வைத்தி உள்ளே வரும்போது நானும் வரவேற்றேன். எங்கள் ரெண்டு பேர் முகத்திலும் தர்ம சங்கடச் சிரிப்பு.

அப்பா, காய்கறி வாங்க வெளியே போயிருந்தார். "வென்னீர் ரெடியாருக்கு; மாப்பிள்ளை குளிக்கப்போறாரா கேளு; இல்லை இன்னொரு டோஸ் காப்பி வேணுமான்னு விஜாரி," என்றாள் என்னிடம் அம்மா.

வராந்தாவில் பேப்பர் படித்துக் கொண்டிருந்த வைத்தியிடம் போனேன். "என்ன சார், இன்னொரு கப் காஃபி வேணுமான்னு அம்மா கேக்கறா," என்றேன்.

"வேண்டாம்; குளிக்கணும்," என்ற வைத்தி, "வேலையெல்லாம் எப்படி இருக்கு?" என்று கேட்டார்.

"ஒண்ணும் பிராப்ளம் இல்லை; ஸ்மூத்தா போயிண்டிருக்கு," என்றேன்.

வைத்தி உள் பக்கம் எட்டிப் பார்த்துவிட்டு தணிந்த குரலில், "உன் லெட்டரை நானும் படிச்சேன். உங்க ஆஃபீஸ்லே லஞ்ச் டயத்திலே பேசுவோம்," என்றார்.

"அக்காவுக்கு நான் எழுதின பர்ஸனல் லெட்டரை நீங்க ஏன் படிச்சீங்க?" என்றேன் வெடுக்கென்று.

"ஏன்னா, எங்க ரெண்டு பேர் நடுவிலே ரகசியம் ஏதும் கிடையாது," என்று வைத்தி அழுத்தமாகவும், நிதானமாகவும் சொல்லிவிட்டு 'ஹிண்டு'வில் கவனத்தைத் திருப்பிவிட்டார். வைத்தியை சங்கடப் படுத்த எண்ணி, நான் மூக்குடைபட்டுக்கொண்டு உள்ளே வந்தேன்.

ஆஃபீஸில், காலியாயிருந்த ஒரு ஒரு தனி கேபினை வைத்திக்கென கொடுத்திருந்தார்கள். உணவு இடை வேளை முடிந்ததும் வைத்தியைப் போய்ப் பார்த்தேன்.

"அந்த பையனைப் பத்தி டீட்டைலா சொல்லு," என்ற வைத்தி, நான் சொன்னவற்றையெல்லாம் நடு நடுவே கேள்விகளும் விளக்கங்களும் கேட்டு கவனமாய் கேட்டுக்கொண்டார். கேரளாவிலே எந்த ஊரிலே வேலை பார்த்தார்? அந்த டெக்ஸ்டைல் கம்பெனி பேரென்ன தெரியுமா? இப்போ என்ன சம்பளம் எடுத்துக்கிறார் தெரியுமா? சித்தப்பா கம்பெனின்னா இவர் எப்படி பார்ட்னர் ஆவார்? இவரோட அப்பாவோட ஷேர்ஸ் இருக்கா?" இப்படி எத்தனையோ கேள்விகள். சிலவற்றிற்கு எனக்குத் தெரிந்த பதிலைச் சொன்னேன்.

மறு நாள், பர்ச்சேஸ் மானேஜரை சந்திப்பதாக ஒரு முகாந்திரம் உண்டாக்கிக்கொண்டு செல்வா எங்கள் அலுவலகத்துக்கு வந்தான். வைத்தியை அவருடைய கேபினில் வைத்து சந்திக்க நான் ஏற்பாடு செய்துவிட்டு, படபடப்புடன் என் சீட்டுக்கு வந்துவிட்டேன். ஒரு வேலையும் ஓடவில்லை.

== 14 ==

வைத்தியை வீட்டில் விட, ஆஃபீசில் கார் அனுப்பியிருந்தார்கள். வைத்தியுடன் நானும் சேர்ந்து கொண்டேன்.

"என்ன, ஒரே டென்ஷனா இருக்கா?" என்றார் வைத்தி, காரில் வரும்போது. பின் டிரைவர் பக்கம் கண்ணைக் காட்டிவிட்டு, "காப்பி சாப்பிடும் போது பேசிக்கொள்ளலாம்," என்றார். வழியில் தாசப்பிரகாஷ் ஓட்டலில் காப்பி சாப்பிட நிறுத்தச் சொன்னார் வைத்தி.

உள்ளே போய் மூலையில் தனியாய் இருந்த ஒரு டேபிளில் சென்று அமர்ந்தோம்.

"ஸோ? நான் என்ன சொன்னா உனக்குப் பிடிக்கும்?" என்றார் வைத்தி, காப்பிக்கு சொல்லிவிட்டு.

"நல்ல சேதி," என்றேன்.

"உனக்கு அவன் பேர்லே இருக்கிற தீவிரமான இண்ட்டரஸ்ட் அவனுக்கு உன் பேர்ல இருக்கா?"

"கண்டிப்பா கல்யாணத்திலே தான் நம் உறவு முடியணும். முடியவைப்பேன். ஆனா டயம் வேணும்னு தான் அவர் சொல்றார்," என்றேன்.

"எத்தனை காலம்?"

"ரெண்டு வருஷம் கூட ஆகலாம்னு சொல்றார்," என்றேன்

"அது வரைக்கும்?"

"எனக்குத் தெரிலை சார். அவருக்கென்ன? ஆம்பிளை. ரொமாண்டிக்கா நம்ம லவ் தொடரட்டுமேன்னுதான் சொல்வார். ஆனா, எனக்கு பேர் கெட்டுடக் கூடாது இல்லையா?"

"அதுக்கு சொல்யூஷன்?"

"ரெண்டு குடும்பமும் சம்மதிச்சு, ஒரு நிச்சயதார்த்தம் பண்ணிட்டா, அப்புறம் கவலையில்லே," என்றேன்.

"நீ நிச்சயதார்த்தம் வரை போயிட்டியா? எனக்கு அந்த அளவுக்குப் போறதே சரியாப்படலையே?" என்றார் வைத்தி.

"ஏன், உங்களுக்கு செல்வாவைப் பிடிக்கலையா?" என்றேன். என் குரல் சற்று உயர்ந்துவிட்டது.

"நான் அவனைப் பத்தி, இன்னிக்கி என் அபிப்பிராயம் எதை சொன்னாலும் அதை உனக்கு ஏத்துக்கக் கஷ்டமாத்தான் இருக்கும். அதனாலே, நான் அதை சொல்ல விரும்பலை. ஆனா, அவனோட 'பேக்கிரௌண்ட்' பத்தி தரோவா விஜாரிச்சே ஆகணும். அப்போ இன்னும் கொஞ்சம் தெளிவாவும், நிச்சயமாவும் பேச முடியும். நான் அவனை எடை போட்டது தப்புன்னு ஆயிட்டா எனக்கும் நிம்மதி, உனக்கும் சந்தோஷம். சரிதானே? அவனைப் பத்தி விசாரிக்கக் கூடாதுன்னு நீ தடுக்க மாட்டேயில்லே?" என்றார் வைத்தி.

"மாட்டேன் சார்," என்றேன். இருவரும் மௌனமாய் காப்பியைக் குடித்துவிட்டுக் கிளம்பினோம். எனக்குள் குடைச்சலும், படபடப்பும் தொடர ஆரம்பித்து விட்டன.

வைத்தி அன்று இரவே பாண்டியன் எக்ஸ்பிரஸில் மதுரைக்குத் திரும்பி விட்டார்.

மறு நாள் நான் அலுவலகத்திலிருந்து செல்வாவைக் கூப்பிட்டேன். அவன் குரல் நன்றாக இல்லை. "நேரிலே பேசுவோம்," என்றான்.

செல்வா பூடகமாகச் சொல்லியதிலிருந்து நான் புரிந்து கொண்டது இதுதான்: செல்வாவின் சாமர்த்தியமான பேச்சு வலையில் மயங்கி விழாத முதல் ஆள் வைத்திதான். வைத்தி கடைசி வரை ஒரு முறுக்கில் தான் இருந்தாராம். குடைந்து குடைந்து கேள்விகள் கேட்டாராம். ஏதோ போலீஸ் விசாரணையில் இருப்பது போல தர்மசங்கடமாகவே இருந்ததாம்.

"நான் சொன்னா நீ கோவிச்சுக்கக் கூடாது ஜெயா. அந்த ஆளுக்கிட்டே ஒரு ஜாதீயத் திமிரு இருக்கிறமாதிரி தோணுது. இந்தக் கல்யாணம் நடக்கக் கூடாதுன்னுதான் அந்த ஆளுக்கு எண்ணம்னு தான் எனக்குத் தோணுது. அதை விடு. என்னைப் பத்தி என்ன சொன்னாரு அந்த ஆளு?" என்றான்.

நான் என்னத்தைச் சொல்ல? ஏதாவது சொல்லி சமாளிக்கணுமே? "கல்யாணம்ங்கிறது ஆயிரம் காலத்துப் பயிரு; நாலையும் யோசிச்சிட்டுத் தான் செய்யணும். அவசரப்படாதே. அந்த செல்வாவும் கல்யாணத்துக்கு டயம் வேணும்னு தானே சொல்றாரு? நீயும் நல்லா யோசிச்சுக்கன்னு சொன்னாரு," என்றேன்.

அப்போது செல்வா, நான் எதிர்பாராத ஒரு காரியத்தை செய்தான். சட்டென்று என் கையைப் பிடித்து, "நீ என்னை விட்டு விலகிப் போயிடுவியா ஜெயா? நம்ம காதலை கேவலம் சாதியும், வர்க்கமும் சேர்ந்து புதைச்சிடுமா? அதுக்கு நீயும் உடந்தையா இருப்பியா? என் வாழ்க்கையிலே இருக்கிற சோதனைகளுக்கும் வேதனைகளுக்கும் நடுவே ஒரு தேவதை மாதிரி வந்து எனக்கு ஆறுதலையும் சந்தோஷத்தையும் கொடுத்தவ நீ. உன்னை நான் இழக்கமுடியாது ஜெயா! நீ இந்த நிமிஷம் வீட்டை விட்டு ஓடி வரேன்னு சொல்லு. நான் உன்னை பொக்கிஷமா என் கூட வெச்சுப் பார்த்துப்பேன்! கல்யாணம் கில்யாணமெல்லாம் நடக்கும்போது நடக்கட்டும். நீ எனக்கு வேணும்," என்றான். அவன் கண்கள் ஈரத்தில் பளபளத்தன; உதடு துடித்தது.

எனக்கு ஒரே சமயத்தில் பரவசமாகவும், பயமாகவும் இருந்தது. இது நான் பார்த்திராத ஒரு செல்வாவின் முகம். அவன் இத்தனை உணர்ச்சி வசப்பட்டு நான் பார்த்ததே இல்லை. எனக்கும் அந்தக் காதல் உணர்ச்சி வெள்ளத்தில் கரைந்து அழ வேண்டும் போல் இருந்தது. ஆனால், இந்த சனியன் பிடித்த அக்காவின் குரல் ஒன்று என் உள்ளே இருந்து "டீ ஜெயா, ஜாக்கிரதை, ஜாக்கிரதை," என்று சொல்லிக்கொண்டே இருந்தது.

இரவு சாப்பாட்டுக்கு உட்காரும் சமயத்தில், மூன்றாவது வீட்டுப் பையன் ஓடி வந்து, "ஜெயாக்கா! உங்களுக்கு விஜியக்காட்டேர்ந்து ஃபோன்," என்றான். அவனுடன் ஓடினேன்.

அக்கா, "ஜெயா, ப்ளீஸ், அந்தப் பையன் கிட்டே ஜாக்கிறதயாய் இருடீ. அவசரப்படாதே. உன் அத்திம்பேருக்கு அவனைப் பத்தி நல்ல அபிப்பிராயமே இல்லை. 'அவன்கிட்டே ஒரு போலித்தனம் இருக்கு; ஆளு உள்ளே இருக்கான்; வெளிலே காட்டற மூஞ்சியே வேறன்னு தோணுதுங்கிறார். அதனாலே, நான் கெஞ்சிக் கேட்டுக்கிறேன்; உன் அத்திம்பேர் அவனைப் பத்தி நல்லா விஜாரிக்கிறவரைக்கும் ரொம்பவே எச்சரிக்கையா இரு. அவனை முடிஞ்ச அளவு மீட் பண்ணாதே; எங்களுக்கெல்லாம் தலைகுனிவு வர மாதிரி எதுவும் பண்ணிடாதேடீ," என்று அவசர அவசரமாய் சொல்லிவிட்டு ஃபோனை வைத்துவிட்டாள்.

எனக்கு இரவு தூக்கம் வரவில்லை. பயங்கரமான குழப்பத்தில் இருந்தேன். செல்வாவின் அந்தத் தொடலும், உணர்ச்சி மயமான பேச்சும் எனக்கு ஒரு வித பரவசத்தைத் தந்தன என்றால், அக்காவின் பேச்சு எனக்குள் ஒரு கிலியையும் தந்தது. செல்வா என்னை மயக்கித் தன் மோக வலைக்குள் வீழ்த்தப் பார்க்கிறானா? அவன் பேச்செல்லாம் செயற்கையா? எது நிஜம், எது செயற்கை என்று பகுத்தறியும் அளவுக்கு, அக்கா சொல்வது போல எனக்கு 'மெச்சூரிட்டி' இல்லையோ? என் வழக்கப்படி 'நான் பிடிச்ச முயலுக்கு மூணே கால்' என்று நிரூபிப்பதில் பிடிவாதமாய் இருந்து என் தலையில் நானே மண்ணை வாரிப்போட்டுக்கொள்கிறேனா?

அடுத்த மூன்று வாரங்களில் செல்வாவை நேரில் சந்திக்க வாய்ப்பே வரவில்லை. அவனும் புதிய கஸ்டமர்களைப் பிடிப்பதற்காக பெங்களூர், ஹைதராபாத் என்று சுற்றிக்கொண்டிருந்தான்.

புதிய ஃப்ளைவீல் காஸ்டிங்குக்ளை கிரேடு 30 இல் தங்களால் போட்டுத் தரமுடியும் என்று எங்கள் பர்ச்சேஸ் மானேஜரிடம் உத்தரவாதம் தந்திருப்பதாகவும், அவரும் ஒரு 100 பீஸ் சப்ளை செய்ய என்ன ரேட்டு என்று கொட்டேஷன் தரச் சொல்லியிருப்பதாகவும் ஒரு நாள் தொலை பேசியில் சொன்னான்.

இரண்டு நாள் கழித்து மீண்டும் தொலை பேசியில் அழைத்து, "ஜெயா, உன் ஹெல்ப் ஒண்ணு வேணும். இந்த கிரேடு-30 காஸ்டிங்குக்கு எண்ணூர் ஃபவுண்டரீஸ் என்ன ரேட்டுக்கு கொட்டேஷன் கொடுத்திருக்காங்கன்னு தெரியுமா?" என்று கேட்டான். அந்தக் கொட்டேஷனின் காப்பி, ஏற்கனவே ஜி.எம்மின் பார்வைக்கு வந்திருந்ததால், நான் ஃபைலில் அதைத் தேடிப்பிடித்து அந்த தகவலை சொன்னேன். கூடவே வேறு இரண்டு சப்ளையர்களின் ரேட்டும் அதே கோப்பில் இருந்ததால், அதையும் செல்வாவுக்கு சொன்னதில் அவனுக்கு ஏக குஷி!

அடுத்த வாரக் கடைசியில், நான் எவ்வளவோ, சாக்குப் போக்கு சொல்லியும் விடாமல், செல்வா என்னை வலுக்கட்டாயமாக சவேரா ஹோட்டலுக்கு வரவழைத்துவிட்டான்.

உணவகத்தின் இருண்ட ஒரு மூலையில் அமர்ந்தோம். இந்த முறை செல்வா எதிரில் அமராமல் என் பக்கத்திலேயே அமர்ந்து

கொண்டான். என்னைப் பார்த்தவுடன், "யூ லூக் ஸோ பியூட்டிஃபுல் டுடே!" என்று சொல்லி என் கையைப் பிடித்துக் குலுக்கினான். நான் சற்று சிரமத்துடனேயே விடுவித்துக்கொள்ள வேண்டியிருந்தது. அவனது பாராட்டும், தொடலும் எனக்குப் பிடித்தே இருந்தாலும், எச்சரிக்கை உணர்வு இருக்கவே செய்தது.

பிறகு பாக்கெட்டிலிருந்து ஒரு சிறிய நகைப்பெட்டியை எடுத்துப் பிரித்து நீட்டினான். அதில் மெல்லிய, நளினமாய் வடிவமைக்கப்பட்ட ஓர் வெள்ளிச்சங்கிலியும், ஒரு ஜோடி தொங்கட்டான்களும், ஒரு வெள்ளி பிரேஸ்லெட்டும், சலங்கைகள் இல்லாத ஒரு கொலுசும் செட்டாக இருந்தன.

"ஐயோ! எதுக்கு செல்வா இதெல்லாம்?" என்றேன் வியப்புடனும் சங்கடத்துடனும்.

"ஜெயா, நீ செஞ்ச உதவிகளுக்கான என் அன்புப் பரிசு இது. நேத்திக்கு உங்க கம்பெனியிலிருந்து புதிய கிரேடு 30ல் ஃப்ளைவீல் நூறு சப்ளை செய்ய ஆர்டர் வந்துடுச்சி. உங்க கம்பெனியிலேர்ந்து இதுவரை வந்திருக்கிற ஆர்டர்களிலேயே பெரிய்ய ஆர்டர் இது தான்! நான் எப்படியும் இந்த ஆர்டரைப் பிடிக்க ஒரு அடி மாட்டு ரேட்டை 'கோட்' செய்திப்பேன். ஏன்னா எங்களுக்கு இப்போ வேண்டியது இன்னும் இன்னும் கூடுதல் பிசினஸ். அதனாலே, லாபம் ரொம்பவே குறைவா இருந்துருக்கும். ஆனா, நீ, மத்த கம்பெனிகள் கொடுத்துள்ள கொட்டேஷன் ரேட்டைப் பத்தித் தகவல் கொடுத்தே. அதன் பலனா, நான் மனசிலே வெச்சிருந்த ரேட்டைவிட 20% கூட்டி, அதே சமயம், மத்தவங்க ரேட்டை விடக் கொஞ்சம் கம்மியா இருக்கிறமாதிரி கொட்டேஷன் கொடுத்தேன். ஆர்டரும் கிடைச்சிடுச்சு!" என்றவன் "தேங்க் யூ ஜெயா," என்று என் முதுகுக்குப் பின்னால் கையைக் கொண்டு சென்று, என் மறு தோளில் கைவைத்துத் தன்னை நோக்கி இழுத்து, அவன் தோளில் பதியும்படி ஒரு சின்ன அணைப்பை ஒரு நொடி செய்துவிட்டு, நான் திகைப்படையும் முன்பு கையை எடுத்துவிட்டான்.

"ஜெயா! இப்போ என் கம்பெனி லாபத்திலே ஓடலை; என்னாலான முயற்சியிலே நஷ்டத்தை குறச்சுக்கிட்டே வர்ரேன். இப்போ என் சக்திக்கு உட்பட்டு இந்த கிஃட் சில்வர்லே தான் வாங்க முடிஞ்சுது. கம்பெனி லாபம் பார்க்க

ஆரம்பிக்கட்டும். அப்போ உனக்கு தங்கத்திலேயே வாங்கித் தருவேன். ஷ்யூர்!" என்றான்.

நான் வழக்கம்போல், நெகிழ்ச்சி, படப்படப்பு, ஒரு வித அச்சம் இவற்றில் ஆட்பட்டு, "தேங்க் யூ, செல்வா," என்று கரகரத்த குரலில் சொன்னேன். "ஆனா, இதை என் வீட்டிலே யாருக்கும் தெரியாமதான் நான் வெச்சுக்கணும். எப்படிக் கிடைச்சுதுங்கிறதுக்கு காரணம் என்னத்தை சொல்லுவேன்?" என்றேன்.

"பெட்டிக்குள்ளே ஒளிச்சு வைக்கவா நான் வாங்கிக்கொடுத்தேன்? நீ போட்டுக்கிட்டு, அதிலே நீ எவ்ளோ கூடுதல் அழகாத் தெரியறேன்னு நான் பார்க்க வேணாமா? வீட்டிலே என்ன சொல்லணும்னு நான் உனக்கு சொல்லித்தறேன். டோண்ட் ஒர்ரி," என்று சிரித்தான் செல்வா.

-=()=-

== 15 ==

அன்று இரவு கனவில் செல்வா எனக்கு தங்கத்தில் ஒவ்வொன்றாக அட்டிகைகளை அணிவித்து அழகு பார்க்கிறான். கடைசியில் என்னைக் கட்டி அணைத்து உதட்டில் முத்தம் பதிக்கிறான். நான் படபடப்புடன் விழித்துக் கொண்டேன்.

மீண்டும் சிரமப்பட்டு உறங்கிய போது மற்றொரு கனவு வந்தது. ஜி எம் இன் ஆஃபீஸில் ஒரு விசாரணை மீட்டிங் நடக்கிறது. அந்த மீட்டிங்கில் விசாரணை அதிகாரியாக வைத்தி அமர்ந்திருக்கிறார். "நம்ம சப்-காண்டிராக்டர் செல்வகுமார் கிட்டே லஞ்சம் வாங்கிண்டு நம்ம ஆஃபீஸ் ரகசியங்களை இந்தப் பொண்ணு அவனுக்கு தந்து கிட்டே இருந்திருக்கா மிஸ்டர் வைத்தி. அதன் மூலமா நம்ம கம்பெனிக்கு நஷ்டம் ஏற்படுத்தி இருக்கா! அதுக்கான ஆதாரங்கள் எங்கிட்டே இருக்கு," என்கிறார் ஜி.எம். வைத்தி என்னைக் கேவலமாகப் பார்க்கிறார், நான் அழுதுகொண்டே கனவிலிருந்து விழித்துக் கொண்டேன்.

அடுத்த சில நாட்கள் இந்தக் கனவுகள் இரண்டும் என் நினைவில் சுற்றிச் சுற்றி வந்ததால் எனக்கு உள்ளூற உதறலாகவே இருந்தது. செல்வாவுடன் பேசுவதையும், சந்திப்பதையும் முடிந்த அளவு தவிர்த்தேன். அவன் சந்தேகப் படாதவாறு சாக்குப் போக்குகளையும் சொன்னேன். ஆனால் என்னுள்ளே அவனை சந்திக்க முடியாததில் ஓர் வருத்தமும், விளக்கமுடியாத ஒரு பரிதவிப்பும் இருந்தன.

ஒரு நாள் செல்வா என்னைத் தொலைபேசியில் கூப்பிட்டு, "இன்னொரு குட் நியூஸ் ஜெயா! உங்க கம்பெனியிலே உள்ள ஒரு பர்ச்சேஸ் எஞ்சினீயர் எனக்கு ஒரு முக்கியமான தகவல் கொடுத்தாரு. அந்தப் புண்ணியத்திலே, நான் ரேட்டைக் கொறச்சு பழைய டிசைன் கிரேடு-20 இலே ஒரு 100 ஃளைவீல் போட்டுத்தறதுக்கும் ஆர்டர் வாங்கிட்டேன்! கிரேடு-20 இனிமே தேவை இருக்காதுங்கிறதனால இதை ஸ்பேர் பார்ட்டா ஸ்டாக்கிலே வெச்சுப்பாங்களாம். எது எப்படியோ, இதுவும் ஒரு பெரிய ஆர்டர்தான். ரெண்டு கிரேடு ஃளைவீலையும் ஒரே சமயத்திலே ஒட்டுமொத்தமா டெலிவர் பண்ண

சொல்லியிருக்காங்க!" என்று தகவல் சொன்னான். "உன்னை சந்திச்ச நாள் முதலா, எனக்கு அதிர்ஷ்ட தேவதையோட கடாட்சமும் கெடெச்சிடுச்சி, ஜெயா!" என்று வழக்கம் போல் ஐஸ் வைத்தான். எனக்கும் கேட்டுக்கொள்ள சந்தோஷமாய்த் தான் இருந்தது.

மாலை வீட்டுக்கு வந்த போது அம்மா ஒரே குஷியாக இருந்தாள். "விஜி லெட்டர் போட்டிருக்கா பாரு. ஒடனே படிச்சுப் பாரு. எல்லாம் பகவான் கிருபை!" என்று கையைக் கூப்பினாள் அம்மா.

நான் காப்பியை உறிஞ்சியவாறே அக்காவின் லெட்டரைப் படித்தேன். முதல் நல்ல செய்தி, அவளுக்கு நாள் தள்ளிப் போயிருக்கிறதாம். 'அம்மா, உங்கிட்டே தான் முதலில் சொல்றேன்; நீ தானே நொய் நொய்ன்னு என்னைப் புடுங்கிண்டே இருந்தே; கல்யாணம் ஆயி ஒண்ணரை வருஷம் ஆச்சேடி, நல்ல சேதி எப்போ சொல்லுவேன்னு ஒவ்வொரு லெட்டர்லையும் கேட்டுண்டே இருந்தியே? இன்னும் ஒரு வாரம் பார்ததுட்டு இவர் கிட்டையும் சொல்லிட்டு டாக்டரைப் போய்ப் பார்க்கலாம்னு இருக்கேன்' என்று எழுதியிருந்தாள். எனக்கு ஜிவ்வென்று ஒரே சந்தோஷமாக இருந்தது.

அடுத்த குட் நியூஸ், வைத்திக்கு ஆஃபீஸில் கார் ஒன்று பரிசளித்திருக்கிறார்களாம். அவர் முனைந்து ஆஃபீசில் பல நல்ல உத்திகளை செயலாக்கி, ஒரு வருடத்தில் கிட்டத்தட்ட அரை கோடி ரூபாய்கள் வீண் செலவுகளைத் தவிர்த்து சிக்கன நடவடிக்கைகளை எடுத்ததன் பலனாய் இந்தப் பரிசாம். 'ஆனாலும், இவருக்கு ரொம்பவே துணிச்சல் அம்மா! இதனாலே ஒண்ணு ரெண்டு பெரிய தலைகளுக்கு ஆஃபீஸ்லே வேலை போயிடுத்தாம். பல பேருக்கு இவர் மேலே பொறாமை, வயத்தெரிச்சல் வந்திருக்கு. என்ன செய்ய? திருஷ்டி படாதிருக்கணும்' என்று அக்கா எழுதியிருந்தாள்.

அம்மாவுக்கும் அப்பாவுக்கும் மாப்பிள்ளையின் பெருமையைப் பேசி மாளவில்லை. எனக்கும் கூட வைத்தி சாதாரணமான ஆசாமி இல்லை; அவர் வேறே லெவல் என்று கொஞ்சம் உறைக்க ஆரம்பித்துவிட்டது.

ராத்திரி அக்காவிடமிருந்து ஃபோன் என்று மூன்றாவது வீட்டினர் அழைக்க, நான் ஓடினேன். "டீ ஜெயா, உனக்கு ஒரு சர்ப்ரைஸ் நியூஸ்! நாங்க எல்லாரும் -- என் மாமனார் மாமியார்

உட்பட, கார்லே நாளை ராத்திரி கிளம்பி, நாளன்னிக்கு விடி காலை அங்கே வரோம். வைத்திக்கு ஒரு வாரம் அபூர்வமா லீவு கெடச்சிருக்கு. மாமனார்-மாமியார்க்கு திருப்பதி போணுமாம். புதுக்காருக்கு டிரைவர் போட்டுண்டு வரோம்," எனறு சேதி சொன்னாள்.

வீட்டில் வந்து நான் தகவல் சொன்னதும் அப்பாவுக்கு ஒரே சந்தோஷம்! அம்மாவுக்கு முதலில் சந்தோஷம் வந்தது என்றாலும், பிறகு ஏனோ, "இப்படி வயத்திலே மெய்யோ பொய்யோன்னு இருக்கிறப்போ இவ எதுக்கு கார்லே பிரயாணப்பட்டு வரணும்? குலுக்கல் ஜாஸ்தியிருக்குமே? இந்த சமயத்திலே ஜாக்கிறதையா இருக்கணும், பிரயாணம் பண்ணாதேன்னெல்லாம் சொல்லுவாளே? என்னவோ, திருப்பதி வேங்கடேசா! நீதான் துணையிருந்து ஜாக்கிறதையா கூட்டி வரணும்," என்று உண்டியலில் காசைப் போட்டு வேண்டிக்கொண்டாள்.

அடுத்த நாள் இரவு ஒன்பது மணிக்கு, "நாங்கள் கிளம்பிட்டோம்," என்று அக்காவிடமிருந்து ஃபோன் வந்தது. அப்பா மனசுக்குள் கணக்குப் போட்டு, 'காலம்பற ஆறு மணிக்கெல்லாம் வந்து சேர்ந்துடுவா," என்றார்.

அக்கா வருவது எனக்கும் ஒரே சந்தோஷமாகத்தான் இருந்தது. எல்லாம் சரியாக இருந்தால், அடுத்த பத்து மாதத்தில் வீட்டில் ஒரு குட்டிப்பாப்பா வரும் என்று நினைத்தாலே எனக்கு ஆனந்தம் பொங்கியது. செல்வாவைப் பற்றிய சிந்தனைகளும், குழப்பங்களும் பின்னால் போயின.

நான் ஐந்து மணிக்கே அலாரம் வைத்து எழுந்து விட்டேன். அம்மா ஏற்கனவே குளித்துவிட்டு பூஜை அலமாரி முன்னால் ஸ்லோகங்கள் சொல்லியவாறு இருந்தாள்.

என்னைப் பார்த்ததும். "ராத்திரி சரியாத் தூகமே இல்லடி. மூணு மணிக்கெல்லாம் முழிப்பு வந்துடுத்து. என்னவோ மனசுக்குள்ளே நம நமன்னு ஒரே கொடச்சல். பகவானே, எல்லாரும் நல்லபடியா வந்து சேரணும்," என்றாள் அம்மா.

"ஒண்ணும் இல்லாததுக்கெல்லாம் உனக்கு டென்ஷன் தான்," என்று சொல்லிவிட்டு, "காப்பிக்கு டிகாக்ஷன் நீ போடறியா, நான் போடட்டுமா?" என்றேன். "நீயே செத்த

போட்டுடுறீ. நான் இந்த ஸ்லோகத்தை சொல்லி முடிச்சிடறேன்," என்றாள் அம்மா.

பொழுது விடிந்தாயிற்று. மணி ஆறு, ஏழு, எட்டு என்று எகிறிக்கொண்டே இருந்தது. அக்கா இன்னும் வந்து சேறவில்லை. அப்பா வாசலிலேயே பழியாய்க் கிடந்தார். அம்மா வாசலுக்கும் உள்ளுக்குமாக, ஏதேதோ ஸ்லோகங்கள் சொல்லியவாறே போய்வந்து கொண்டிருந்தாள். எனக்கும் அடிவயிற்றில் ஏனோ கலக்க ஆரம்பித்தது.

மணி ஒன்பதரை. யாருக்கும் சாப்பிடத் தோன்றவில்லை.

மூன்றாவது வீட்டிலிருந்து பையன் வந்து கூப்பிட, மூன்று பேருமே அங்கே ஓடினோம்.

வைத்திதான் பேசினார். குரலில் ஒரு கரகரப்பு, நடுக்கம்.

கார் மாமண்டூர் அருகே வந்தபோது ஒரு பெரிய விபத்து நேர்ந்துவிட்டதாம். எங்களை உடனே ஒரு டாக்ஸி பிடித்துக்கொண்டு நேரே செங்கல்பட்டு அரசாங்க ஆஸ்பத்திரிக்கு வரச்சொல்லி சொன்னார். மற்ற விவரங்கள் நேரில் பேசிக்கொள்ளலாம்; நிலைமை கவலைக்கிடம்தான்; மேற்கொண்டு கேட்காதீர்கள். நேரில் வாருங்கள் என்று சொல்லி வைத்துவிட்டார்.

எங்கள் எல்லாருக்கும் தலையில் இடி விழுந்தது போல் ஆயிற்று. "ஐயோ, நான் பயந்தபடியே ஏதோ ஆயிடுத்தே, பகவானே காப்பாத்து," என்று அம்மா பெரிய குரலில் அழ ஆரம்பித்து விட்டாள். அப்பா பதற்றத்துடன், சைக்கிளில் கிளம்பிச் சென்றார்; டாக்ஸி ஒன்றைப் பிடிக்க.

-=()=-

== 16 ==

டென்ஷனும், அழுகையும், புலம்பலும், பிரார்த்தனையுமாக அடுத்த இரண்டு மணி நேரம் டாக்ஸியில் பயணித்து செங்கல் பட்டு அரசாங்க ஆஸ்பத்திரிக்கு வந்து சேந்தோம்.

எமர்ஜென்ஸி வார்டின் முகப்பில் இருந்த பெஞ்சியில் வைத்தியும் அவர் அப்பாவும் உட்கார்ந்திருந்தார்கள். வைத்தியின் அப்பா வாயில் துண்டைப் பொத்தியவாறே அழுது கொண்டிருந்தார். வைத்தி கண்கள் சிவந்திருக்க முகம் வெளிறி ஒரு சிலை போல அமர்ந்திருந்தார்.

எங்களைப் பார்த்ததும் வைத்தியின் அப்பா, "சம்பந்தி....என்னத்தை சொல்லுவேன், என் ஆம்பிடையாளும் போயிட்டா, உம்ம பொண்ணும் போயிட்டா! நான் என்ன செய்வேன், நாராயணா, கோவிந்தா!" என்று பெரிய குரலெடுத்து அழுதார்.

நிஜமாகவே எங்கள் தலையில் இடி விழுந்தது போல் இருந்தது.

வைத்தியின் கண்களில் கண்ணீர் இல்லை. அழுது முடித்துவிட்டாரோ, இல்லை அவர் மலை முழுங்கி மகாதேவனோ தெரியாது. ஆனால் முகத்தில் தாங்க முடியாத சோகமும் வேதனையும் தெரிந்தன.

நடுங்கும் குரலில் அவர் சொன்னதன் சாராம்சம் இதுதான்: விடியற்காலை சுமார் நாலு மணிக்கு, மாமண்டூர் அருகே வந்து கொண்டிருந்த போது, டிரைவர் சிறு நீர் கழிக்க ரோடோரமாய் வண்டியை நிறுத்தினானாம். விழிப்பு வந்த வைத்தியும் அவர் அப்பாவும் காரிலிருந்து இறங்கி அவர்களும் சிறு நீர் கழிக்க ஒரு 30,40 அடி தள்ளிப்போய் ஓரமாய் ஒதுங்கினார்களாம். பெண்கள் இருவரும் பின் சீட்டில் ஆழ்ந்த உறக்கத்தில் இருந்திருக்கிறார்கள்.

அந்த சமயத்தில் கட்டுப்பாடற்று தாறு மாறாய் ஓடி வந்த ஒரு லாரி, நின்றிருந்த காரின் பின் பக்கம் 'டமார்' என்று காது பிளக்கும் ஒலியோடு வந்து மோதியதாம். ஆண்கள் மூன்று பேரும் காரை நோக்கி ஓடியிருக்கிறார்கள். லாரிக்காரன்

எப்படியோ சமாளித்துக்கொண்டு வெளியே வந்து ஸ்தலத்தை விட்டு ஓடிப் போய்விட்டானாம்.

முன் சீட்டுக்கும் பின் சீட்டுக்கும் இடையே சிக்கி, வைத்தியின அம்மா ஸ்தலத்திலேயே இறந்துவிட்டார். ஆனால் விஜியக்காவுக்குக் கால்கள் சிக்கியிருந்தனவாம். மண்டையில் பலமான அடி; ரத்தம் போய்க்கொண்டிருந்ததாம்; ஆனால் உயிர் இருந்திருக்கிறது.

சாலையில் போய்வந்த மற்ற வாகனக் காரர்கள் போகும் வழியில் செங்கல்பட்டு போலீஸ் ஸ்டேஷனுக்கும், ஆம்புலன்ஸுக்கும் தகவல் சொல்லிவிட்டுப் போயிருக்கிறார்கள். போலீசும் ஆம்புலன்ஸும் வந்து சேர முக்கால் மணி ஆகிவிட்டது. அக்காவை செங்கல்பட்டு அரசாங்க ஆஸ்பத்திரியில் கொண்டு சேர்க்கும் போது உயிர் பிரிந்து விட்டது. ஆம்புலன்ஸில் பயணிக்கையில் அக்கா கண் திறந்து வைத்தியைப் பார்த்து விட்டு, "அம்மா, அப்பா, ஜெயா, நீங்க...காப்பாத்து; ஜெயா...ஜாக்கிறத...நீங்க...பார்த்து," என்று உளறலாகச் சொல்லிவிட்டு கடைசி மூச்சை விட்டாளாம்.

தாள முடியாத துக்கத்தில் முழுகி நாங்கள் அழுவதைத் தவிர எங்களால் செய்யக் கூடியது எதுவுமில்லை. வைத்திதான் பாவம். தன் சோகத்தை மூட்டை கட்டிவிட்டு அடுத்து ஆகவேண்டியவற்றைப் பார்த்துக்கொண்டார். அவர் அலுவலகத்தின் மேலதிகாரிகளின் செல்வாக்கினால், போலீஸிலிருந்து பெரிய தலைகள் வந்து, போஸ்ட் மார்ட்டம் போன்ற காரியங்களை விரைவுபடுத்தி மதியம் இரண்டு மணிக்கெல்லாம் உடல்களை ஒப்படைத்து விட்டார்கள். சென்னை அலுவலகத்திலிருந்து உதவிக்கு வந்திருந்தவர்களும், தொலை பேசி மூலம் செய்தி கேள்விப்பட்ட சென்னை உறவினர்களும், வைதிக காரியங்கள் செய்து முறைப்படி தகனம் செய்ய முன்னேற்பாடு செய்துவிட்டார்கள். நாங்கள் உடல்களை எடுத்துக்கொண்டு வீடு வந்து சேர்ந்ததும் மள மளவென்று அன்று மாலைக்குள்ளேயே தகனம் செய்து முடித்தாயிற்று.

இறந்த ஆத்மாக்களுக்கு செய்யவேண்டிய பதினான்கு நாள் வைதிக சடங்குகளை செய்வதற்காக வைத்தியும் அவர் அப்பாவும் இங்கேயே தங்கிவிட்டார்கள். நானும் அலுவலகத்துக்கு 15 நாட்கள் லீவு போட்டுவிட்டேன்.

மாம்பலத்தில் இந்த மாதிரி சடங்குகளைச் செய்யவே இருந்த ஒரு இடத்துக்கு தினமும் அம்மா உட்பட எல்லாரும் காலையில் கிளம்பிப் போய்விட்டு, மதியம் திரும்பி வருவார்கள். நான் மட்டும் வீட்டில் தனியாய் இருப்பேன்.

அக்கா இறந்த ஐந்தாவது நாள் செல்வாவிடமிருந்து கால் வந்தது, தனக்குத் துக்க செய்தி அன்றுதான் தெரியவந்ததாகச் சொன்னான். வருடுவது போன்ற மெல்லிய குரலில் பேசி என் துக்கத்தை ஆற்ற முயன்றான். வீட்டில் வேறு யாருமில்லை என்பதை உறுதி செய்து கொண்டு, தான் நேரில் வருவதாகச் சொல்லிவிட்டு கட் செய்துவிட்டான். எனக்கு என்ன சொல்வதென்றே தெரியவில்லை.

செல்வா வீட்டுக்குப் பதினோறு மணிக்கெல்லாம் வந்துவிட்டான். நமக்கு நெருங்கியவர்களிடம் யாரிடமாவது துக்கத்தை சொல்லி அழுவதால் பெரும் ஆறுதல் ஏற்படும் அல்லவா? எனக்கு செல்வா வந்தபோது அப்படித்தான் தோன்றியது. அவனிடம் அக்காவைப் பற்றியும், சின்ன வயதிலிருந்து எங்களுக்கு இருந்த நெருக்கத்தைப் பற்றியும் விரிவாக சொல்ல ஆசைப்பட்டேன்.

எனக்குப் பேச முடியாமல் அழுகை பொங்கி வந்தது. செல்வா எழுந்து வாயிற்கதவை சார்த்தினான். என் அருகே வந்து நின்று தன் கைகளை விரித்து "வா, ஒரு குரல் அழுதுவிடு," என்றான். அப்போது நான் அந்த முட்டாள்த்தனமான காரியத்தை செய்தேன். ஓடிப்போய் அவன் மார்பில் சாய்து அவனைக் கட்டிக்கொண்டு குலுங்கக் குலுங்க அழுதேன். அவன் கரங்கள் என் தோள்களையும் முதுகையும் வருடிய படியே இருந்தன.

நான் அவன் முகத்தை நிமிர்ந்து பார்த்து, "என் அக்கா எனக்கு அக்கா இல்லே, செல்வா! அவள் எனக்கு அம்மாவா இருந்தா..." என்று கேவியவாறே நான் பேச ஆரம்பித்த போது, செல்வாவின் கண்களிலிருந்து கண்ணீர் வழிந்தது. என் துக்கத்தை அவனும் உணர்ந்து கண்ணீர் விடுகிறானா என்ன?

செல்வா, "எனக்குப் புரியுது ஜெயா; ரொம்பவே நல்லாப் புரியிது உன்னோட துக்கம். ஏன்னா நானும் அதே துக்கத்தை அனுபவிச்சவன்; எனக்கும் ஒரு அக்கா இருந்தா. அவ என்னைவிட பத்து வயசு மூத்தவ; நான் எங்கம்மாவுக்கு வேண்டாத கொழந்தையா லேட்டா வந்து பொறந்தவன்.

அதனால அம்மாவுக்கு என் மீது பாசம் இல்லே; ஆனா என் அக்காவுக்கு என் மீது தாளமுடியாத பாசம்! ....”

செல்வா பேசிக்கொண்டே போனான். அவனுக்கும் அவன் அக்காவுக்கும் இடையே இருந்த உறவு, அவர்களது இருவர் வாழ்விலும் நடந்த சில உணர்ச்சிகரமான சம்பவங்கள், அவனுக்கு எட்டு வயதாக இருக்கையில் அவன் அக்காவுக்கு மஞ்சள்காமாலை வந்தது, அதை சரியாகக் கவனித்து மருத்துவம் செய்யாததால் அக்கா செத்துப் போனது, அது அவனை மனதளவில் எவ்வளவு ஆழமாகப் பாதித்தது என்றெல்லாம். அவன் பேசிய நேரம் முழுவதும் நான் அவன் அணைப்பில் இருந்தேன். தலையைத் தலையை ஆட்டி அவன் சொன்னதையெல்லாம் கேட்டுக்கொண்டிருந்தேன்.

பேச்சின் இடையே ஒரு சிறு இடைவெளி வந்த போது எனக்கும் சொரணை வந்து அவன் அணைப்பிலிருந்து என்னை விடுவித்துக் கொண்டேன். என்ன காரியம் செய்தேன்? சீ! துக்கம் வெட்கம் அறியாது என்று கிராமத்தில் எங்கள் பாட்டி சொல்லுவாள். அது தானா நடந்தது? இல்லை, என் உடம்பு அவன் அணைப்புக்காக ஏங்கியிருந்ததா?

மாம்பலம் சென்றிருந்தவர்கள் வந்துவிடுவார்கள் என்று எனக்குள்ளே அலாரம் அடித்ததால், ஒரு வழியாக செல்வாவை வற்புறுத்தி அனுப்பி வைத்தேன்.

என்னைக் குற்ற உணர்வு அரித்தது.

இரவு படுக்கையில் புரண்டு புரண்டு படுத்திருந்தேன். உறக்கம் வரவில்லை. முதுகிலும் தோளிலும் செல்வாவின் கரங்கள் வருடிய இடங்கள் மீண்டும் மீண்டும் மனதில் எழும்பின. இடையே ஒரு முறை அவன் கரங்கள் என் பின்பக்கம் இன்னும் கீழே இறங்கினவோ? உள்ளங்கையை விரித்து சதையை அகலப் பற்றி, தன் உடம்பு மீது ஒரு முறை அழுத்திக்கொண்டானோ? சீச்சி! அப்படியெல்லாம் இருக்காது. 'இல்லை; அப்படி நிகழ்ந்தது' என்று என் உள் மனம் குரல் கொடுத்தது.

ஏனோ எனக்கு மீண்டும் கிராமத்தில் இருந்த என் பாட்டியின் நினைவு வந்தது.

ஒரு கோடை லீவு. நான் நாலாவதோ ஐந்தாவதோ படித்துக்கொண்டிருந்தேன். லீவுக்கு என் பெரியம்மா

பிள்ளைகள், அத்தை பிள்ளைகள் என்று அங்கே பலரும் வந்திருந்தனர்.

ஏழாவது படிக்கும் என் அத்தை பிள்ளை ஒருவனுடன் நான் தனியாக விளையாடிக்கொண்டிருந்தேன். அவன் என் கரத்தைப் பிடித்து, உள்ளங்கையில் தன் விரல்களால் குறுகுறு பண்ணியவாறே, "சாதம் போட்டு, நெய்யி குத்தி, பருப்புப் போட்டு, பிசிஞ்சு, காக்காவுக்கு ஒரு வாய், குருவிக்கு ஒருவாய், அப்புறம் கையை அலம்பி,அலம்பி, பாம்பு வருது, பல்லி வருது, தேளு வருது ...."என்றவாறே தன் விரல்களால் என் கையின் மேல் குருகுரு செய்தவாறே மேலே மேலே நகர்த்தி என் கழுத்தில் கிசுகிசு மீட்ட, நான் சிரிப்பை அடக்க முடியாமல் நெளிந்து கொண்டிருந்தேன்.

"டே வாசு! பொம்மனாட்டிப் பொண்ணைத் தொட்டு தொட்டு விளையாடறையா ராஸ்கல்? "என்று பாட்டியின் அதட்டல் கேட்ட அத்தை பிள்ளை எழுந்து ஓடிவிட்டான்.

பாட்டி என்னிடம் வந்து "ஏண்டி, உனக்கு புத்தி கிடையாது? சொரண கிடையாது? ஆம்பளப் பையனைத் தொடல்லாம் விடப்படாது. ஒனக்கு யாரும் சொல்லித் தரலையா? ரெண்டு மூணு வர்ஷத்திலே நீயும் பெரியவளாயிடுவே. எவனையும் தொடவிடப்பிடாது பார்த்துக்கோ!" என்று அதட்டினாள். அந்த வயதில் ஏனென்று புரியவில்லை. ஆனால் இப்போது புரிந்தது. பாட்டிக்குப் பெண் உடம்பின் பலவீனம் என்ன என்று தெரிந்திருக்கிறது.

ஒரு வேளை, செல்வாவும் அது தெரிந்த சாமர்த்தியசாலியோ? சே! இருக்காது. என் அழுகையைப் பார்த்து அவன் கண்ணிலும் நீர் வந்ததே?

அது சரி; நான் செல்வாவிடம் என்ன சொல்ல ஆசைப்பட்டேன்? என் அக்காவைப் பற்றி, அவளது அன்பைப் பற்றி, என் மீது அவளுக்கிருந்த அளவில்லா அக்கறை பற்றி, எங்கள் சிறு வயது நினைவுகள் பற்றியெல்லாம் செல்வாவிடம் மனம்திறந்து பகிர்ந்து கொள்ள ஆசைப்பட்டேன். ஆனால் சொன்னேனோ? செல்வா கேட்க ஆர்வம் காட்டினானோ? மாறாக அவனல்லவா தன் அக்காவின் கதையை வாய் மூடாமல் சொல்லிக் கொண்டிருந்தான்? நானல்லவா கேட்டுக்கொண்டிருந்தேன்?

'ஜெயா, நீ என்ன செய்கிறாய்? எதைக் கவனிக்கிறாய்? எதை உள்வாங்கிக்கொள்கிறாய்? புத்தியும், இதயமும் இயங்காமல், உன் இளமை உடம்பும், பக்குவமில்லாத உன் மனமும், ஆட்டுவிக்கிறபடி தான் நீ ஆடப்போகிறாயா? ' - என்கிருந்தோ அக்காவின் குரல் என்னை அதட்டுவதுபோலத் தோன்றியது. இல்லை. அது என் உள்ளிலிருந்தே வந்த குரல்தான்.

-=()=-

== 17 ==

பதினைந்து நாட்கள் லீவு முடிந்து நான் மீண்டும் வேலைக்கு வந்துவிட்டேன். வைத்தி, தன் அப்பாவை தாற்காலிகமாக எங்கள் வீட்டிலேயே தங்க வைத்துவிட்டு மதுரைக்குப் போய் வேலையில் சேர்ந்துவிட்டார்.

எனக்கு என் மீதே பயமாக இருந்ததால், செல்வாவை சந்திப்பதைத் தவிர்த்தேன். அவ்வப்போது தொலை பேசியில் தொடர்பு கொள்வதோடு சரி. செல்வாவும் கூடுதல் பிஸியாகத்தான் இருந்தான். இப்போது ஆர்டர்கள் நிறையவே வந்திருக்கின்றனவாம். ஆர்டர்களை விரைவில் முடிப்பதற்கு, புதிய 'குப்போலா' வாங்க கம்பெனி சொந்தக்காரரான சித்தப்பா ஒப்புக்கொள்ள வில்லையாம். 'இப்போது உள்ள வசதிகளை வைத்துக்கொண்டு முதலில் நஷ்டத்திலிருந்து கம்பெனியை லாபத்துக்குக் கொண்டுவா, அப்புறம் புதிய இயந்திரங்கள் வாங்க செலவு செய்யலாம்' என்று சொல்லிவிட்டாராம்.

அதனால் உற்பத்தியில் தலைவலிகள் கூடுதலாயும், கேஸ்டிங்குகளின் தரம் பற்றிய பிரச்சனைகள் கூடுதலாலகவும் இருக்கிறதாம். பெற்ற ஆர்டர்களை டெலிவரி செய்யக் காலதாமதமும் ஏற்படுகிறதாம். "உன்னைப் பார்த்தாலே எனக்கு ஒரு சமாதானமும் சந்தோஷமும் கிடைக்கும். ஆனா அதுக்குக் கூட நேரம் கிடைக்க மாட்டேங்குது பாரு! கொடுமை!" என்று ஒரு நாள் தொலை பேசியில் புலம்பினான் செல்வா. எனக்குப் பாவமாக இருந்தது.

இரண்டு வாரம் கழித்து வைத்தி திரும்பி வந்திருந்தார். இரவு சாப்பாட்டு நேரம். ஆண்கள் மூவரும் சாப்பிட்டுக் கொண்டிருந்தார்கள். அம்மாவுக்கு உதவியாய் நானும் உணவு பரிமாறிக்கொண்டிருந்தேன்.

"அப்பா, மாமா. ஒங்களுக்கு ஒரு விஷயம் சொல்லணும். ஜெயா, நீயும் கவனி. நான் மதுரையில என் கம்பெனியில் வேலையை ரிசைன் பண்ணி லெட்டர் கொடுத்துட்டேன்," என்றார் வைத்தி.

அப்பாவும், வைத்தியின் அப்பாவும் அதிர்ந்து போனார்கள். "ஏண்டா?" என்று கேட்டார் அவர் அப்பா.

"எனக்கு ஆஃபீஸ்லே கார் கொடுத்ததிலிருந்தே என் நேரம் சரியில்லைப்பா. நான் ஆஃபீஸிலே மேலிடத்தில் உள்ள் சில புள்ளிகள் கம்பெனியை சுரண்டி சாப்பிடுவதைக் கண்டு பிடிச்சு ஆதாரத்தோட எம்.டிக்கு தகவல் சொன்னேன். அது அவருக்கு ரொம்பவே பிடிச்சிருண்டுது. ஆனா அவர் ஒய்ஃபுக்குப் பிடிக்கலே. ஏன்னா, சொரண்டினது அவங்களோட உறவுக்காரங்க. எம்.டி உடனே ஆக்ஷன் எடுத்தாரு. மூணு பேருக்கு வேலை போச்சு. அவங்க கொதிச்சுப் போனாங்க. எனக்கு எதிரா வேலை பண்ண ஆரம்பிச்சாங்க. கார் ஆக்ஸிடெண்ட் ஆனதும், விஜியும் அம்மாவும் செத்துப் போனதும், அவங்களுக்கெல்லாம் குரூரமான சந்தோஷம் கொடுத்துதுன்னு கேள்விப்பட்டேன்.

"எனக்கு தொடர்ந்து அங்கே வேலை பார்க்கப் பிடிக்கலை. ஆனா எம்டிக்கு என்னை விட மனசில்லை. நான் பம்பாய், பெங்களூர்னு போனா பெரிய பெரிய கம்பெனிகள் என்னை வளச்சுப் போட்டுப்பாங்கன்னு அவருக்குத் தெரியும். அதனாலே அவர் தன்னோட அண்ணாவோட கம்பெனிலே, அதான், ஜெயா வேலை பார்க்கிற அதே கம்பெனியிலே வேலைக்கு சேர்ந்துக்க சொல்லியிருக்கார். ' டெபுடி ஜெனரல் மானேஜர் போஸ்ட் உனக்குத் தரச்சொல்லியிருக்கேன். இங்கே செஞ்ச அதே நல்ல காரியத்தை அங்கே போய் செய்யி. அங்கேயும் வெட்டிச் செலவையும் ஊழலையும் குறைக்க ஆள் வேணும்னு அண்ணாவே உன்னை அங்க அனுப்பச் சொல்லிக் கேட்டுண்டான். உன்னை மாதிரி நேர்மையான ஆளுங்க எங்களுக்கு அவசியம் வேணும்'னு சொன்னார். ஸோ, வர்ர ஒண்ணாந்தேதி நான் இங்கே ஜாயின் பண்ணணும்," என்றார் வைத்தி.

"அடடா! ரொம்பவே நல்லதாப் போச்சு! மதுரைலே தனியா அப்பாவும் புள்ளையுமா சோத்துக்குத் திண்டாட வேண்டாம். இதோ எதிர் சாரிலே மூணாவது வீட்டிலே மாடி போர்ஷன் காலியா இருக்கு. அங்கே தங்கிக்குங்கோ, நம்மாத்திலே சாப்டுக்குங்கோ," என்றார் அப்பா. அம்மாவுக்கும் முகம் மலர்ந்தது. எனக்கும் அப்பா சொன்னது ரொம்பவே சரி என்று பட்டது.

"சரி! யோசிக்கறேன்," என்றார் வைத்தி, பிகு ஏதும் செய்யாமல். ஆசாமி கௌரவம் பார்த்துக்கொண்டு

'வேண்டாம்' என்று சொல்வார் என்று நினைத்தேன். ஆனால் அப்படி ஆகவில்லை. ஆச்சரியம்தான்.

மறு நாள் அப்பாவுடன் போய் வைத்தி அந்த மாடிப் போர்ஷனைப் பார்த்துவிட்டு வந்தார். "கொஞ்சம் பொறுங்கோ; யோசிச்சு சொல்றேன்," என்றார். அவருக்கு அந்த மாடி போர்ஷன் பிடிக்கவில்லை போலும்.

அடுத்த நான்கைந்து நாட்களில் வைத்தியின் புத்திசாலித் தனம் தெரிந்தது. எங்கள் அலுவலகத்திற்கு சற்று கிட்டே இருக்கும் ஒரு குடியிருப்புப் பகுதியில், எங்களை விட சற்று மேல் தட்டு மக்கள் வசிக்கும் ஓர் லொக்காலிடியில், மாடியும் கீழுமாய் இரண்டு போர்ஷன்கள் உள்ள வீட்டைத் தேடிப் பிடித்திருந்தார். கீழே இரண்டு படுக்கை அறைகளும் மேலே இரண்டு படுக்கை அறைகளும் உள்ள வீடு. புதிய கட்டிடம். எங்கள் இப்போதைய வீட்டைவிட விசாலமானது. கார் பார்க்கிங் செய்ய இடம் இருந்தது. கீழ் வீடு எங்களுக்கு. எங்கள் எல்லாரையும் கூட்டிக்கொண்டு போய்க் காண்பித்தார். எல்லாருக்கும் பிடித்திருந்தது.

"ஒரே வீடுன்னா ரொம்பவே சௌரியம். சாப்பாட்டுக்குன்னு தினம் அங்கையும் இங்கையும் போய்வர வேண்டாம்," என்று காரணம் சொன்னார் வைத்தி.

மாசக்கடைசியில் இங்கே குடிவந்துவிட்டோம். நாங்கள் பழைய வீட்டுக்குக் கொடுத்த அதே வாடகையைக் கொடுத்தால் போதும், மீதியைத் தாம் பார்த்துகொள்வதாகவும் பேசி வற்புறுத்தி அப்பாவை சம்மதிக்க வைத்துவிட்டார் வைத்தி. எனக்கு வைத்தியின் மீது மதிப்பு கூடிக்கொண்டே வந்தது.

வைத்தி வேலைக்கு சேர்ந்த ரெண்டாவது வாரம், பர்ச்சேஸ் எஞ்சினீயர் ஒருவனை வேலையை விட்டுத் தூக்கினார். அவன் லஞ்சம் வாங்கிக்கொண்டு தரமற்ற பொருள்களை வாங்குவதற்கு உதவியதை அவர் கண்டுபிடித்துவிட்டது தான் காரணம்.

அன்று மாலையே செல்வாவிடமிருந்து எனக்கு ஃபோன் வந்தது. "ஜெயா, பர்சேஸ் இஞ்சினீயர் குமாரை ரிசைன் பண்ண வெச்சிட்டாங்களாமே நெஜமா?" என்றான் என்னிடம்.

"ஆமாம், உங்களுக்கு அதுக்குள்ளே நியூஸ் எப்படி தெரிஞ்சுது?"

"நாலு நியூஸ் தெரிஞ்சுக்காம பிஸினஸ் பண்ணமுடியாது ஜெயா," என்றவன், "உன் அக்கா புருஷன் தான் அவனுக்கு வேட்டு வெச்சாராமே? நெஜமா?" என்றான். நான் ஆமாம் என்றேன்.

"ஜெயா! நாம அர்ஜெண்டா மீட் பண்ணனும்; என் மனசிலே ஒரு முக்கியமான விஷயம் கொடஞ்சுக்கிட்டிருக்கு; உங்க்கிட்ட அதைப் பத்திப் பேசியாகணும். அது உன் எதிர்காலம் பத்தினது. எனக்கு உன்னை நெனச்சா கவலையா இருக்கு, ஜெயா! ப்ளீஸ்; சாக்குப் போக்கு சொல்லாதே..." என்றான்.

எனக்கு மீண்டும் குடைச்சல். சரி, என்னாதான் ஆகிவிடும்; சந்தித்துத்தான் விடலாமே?

சந்தித்தோம்.

"அந்த பர்சேஸ் இஞ்சினீயர் குமார் எனக்கு ஒரு நல்ல ஃபிரண்ட் ஜெயா. இங்கே உங்க ஆஃபீஸுக்கு வந்தப்புறம் தான் பழக்கம். எங்க ஊர்க்காரன்னு அப்புறமதான் தெரிஞ்சுது. நீ எனக்கு கொஞ்சம் தகவல்கள் சொல்லி உதவி பண்ணமாதிரி அவனும் பண்ணினான். அவன் வேற இடத்திலே லஞ்சம் வாங்கினானோ என்னவோ எனக்குத் தெரியாது. ஆனா, உங்க வைத்தியனாதன் என்கொயரி பண்ணினப்போ, என் கம்பெனியோட அவனை சம்பந்தப் படுத்திக் கேள்வி கேட்டுக் கொடஞ்சிருக்காரு. எதுக்கு? அவருக்கு என்ன நோக்கம்?"

"எனக்கு எப்படித் தெரியும் செல்வா?"

"நான் சொல்லட்டா? அந்தாளுக்கு என்னை ஒங்கிட்டேர்ந்து பிரிக்கணும். அதுக்கு என்னை எங்கேயாவது மாட்டிவிடணும்; அப்போத்தான் உனக்கு என் பேர்ல இருக்கும் காதல் போகும். அப்புறமா அவரு போட்டிருக்கிற ப்ளானை நிறைவேத்திக்க முடியும்னு பார்க்கிறாரு. அதான் என் சந்தேகம்," என்றான் செல்வா. அவன் முகம் இறுகியிருந்தது.

"அவருக்கு என்ன ப்ளான் இருக்க முடியும், செல்வா?"

"ஜெயா! ஒனக்கு சூட்சுமம் போறாது. அந்தாளுக்கு உன் மேலே ஒரு கண்ணு. 'பொண்டாட்டி செத்தா புது மாப்பிளை'ன்னு நீ கேள்விப்பட்டதில்லையா? நீ வேற

ரொம்பவே அழகாயிருக்கே; செத்துபோன உன் அக்காவைவிட இளமை வேறே"

"சீச்சீ! அவரைப் பத்தியெல்லாம் இப்படிப் பேசாதீங்க செல்வா. அவர் ஒரு பக்கா ஜெண்டில்மேன்," என்றேன் நான் ரோசத்தோடு.

"என்னவோ, எனக்குத் தோணினதை நான் சொல்லிட்டேன் ஜெயா. நானும் நாலு மனுசங்களோட பேசிப் பழகறவந்தான்; மனுசங்களை எடை போடத் தெரிஞ்சவன்தான். நீ எச்சரிக்கையா இரு. சரி, இப்போ அந்தாளூ எங்கே தங்கியிருக்கான்?"

"எல்லாரும் ஒண்ணா ஒரே வீட்டில் தான் இருக்கோம். அவர் தன் அப்பாவோட மாடி போர்ஷன்லே இருக்கார்; எங்க வீட்டிலே சாப்பிட்டுக்கிறார்."

"பாரு, பாரு! நான் சந்தேகப்படுறது சரியா இருக்கு பாரு!"

செல்வா என்னை நன்றாகக் குழப்பிவிட்டான். எனக்கு எதை நம்புவது என்றே தெரியவில்லை. வைத்தியின் பார்வையிலும் பேச்சிலும் எந்த ஒரு கெட்ட நோக்கத்தையும் நான் இது நாள் வரை கண்டதேயில்லை. ஆனால் இவன் இப்படிச் சொல்லும்போது சந்தேகம் வந்து தொலைக்கிறதே?

செல்வா வேண்டுமென்றே இதை செய்கிறானோ? அவன் எதற்காக வேலை போன பர்ச்சேஸ் இஞ்சினீயர் பற்றி இத்தனை கவலைப் படுகிறான்? இவனும் அவனுக்கு லஞ்சம் கொடுத்து வளைத்துப் போட்டிருப்பனோ?

-=()=-

== 18 ==

செல்வா என்னைக் குழப்பிய பத்தாவது நாள் வைத்தி ஆஃபீஸில் தன் அறைக்கு வரச்சொன்னார்.

"ஜெயா, நீ வழக்கம்போல அந்த செல்வகுமாருடன் பேசிப் பழகிட்டுத்தான் இருக்கியா?" என்று கேட்டார்.

எனக்கு சுள்ளென்று எரிச்சல் வந்தது. இருந்தாலும் அடக்கிக்கொண்டேன்.

"நாங்க மீட் பண்றதும், பேசறதும் ரொம்பவே கொறஞ்சு போச்சு சார்," என்றேன்.

"நல்லதுதான். நீ அவன் கூட ஆஃபீஸ் போன் வழியா பேசறது உண்டுன்னா, அதையும் முடிஞ்ச அளவு தவிர்க்கறது நல்லது. அவனை நீ லவ் பண்றதுங்கிறது வேறே. ஆனா அவன் நம்ம கம்பெனியோட சப் காண்டிராக்டர் என்கிற விதத்திலே பார்க்கும்போது நீ ரொம்பவே எச்சரிக்கையா இருக்கணும். உன் கம்பெனி பேரிலே உனக்கு இருக்கிற லாயல்டி கேள்விக்குரியதாக ஆகறதுக்கு நீ ஒரு நாளும் அனுமதிக்கக் கூடாது.,"

"நீங்க என்னை சந்தேகப்படறீங்களா சார்?" என்று கேட்டேன். என் குரல் உயர்ந்து விட்டது. என் உள்ளே ஒரே படபடப்பு. முன்பு ஒரு நாள் வந்த கனவு எனக்கு உடனே நினைவுக்கு வந்தது.

வைத்தி சற்று மௌனமாய் இருந்தார். பிறகு,

"தோ பாரு ஜெயா. நீ விஜிக்கு உயிரான தங்கைங்கிறது வேற; அதனாலேயே எனக்கு உன் மேல இருக்கிற கூடுதல் அக்கறையும் வேற. ஆனா, இப்போ இந்த ஆஃபீஸிலே எனக்கிருக்கிற ரோல் பிரகாரம், நான் உன்னை சந்தேகிக்கவேண்டியது அவசியமானா சந்தேகிச்சுத் தான் ஆகணும். அதுனாலே தான் இந்த எச்சரிக்கை," என்றார் வைத்தி.

"சரி சார்; நான் போகலாமா?" என்றேன்.

"நீ போகிறதுக்கு முன்னாடி இதையும் கேட்டுட்டுப் போ. கிர்லோஸ்கர் மோட்டார்ஸ் கம்பெனி, செல்வாவோட கம்பெனிய போன மாசம் பிளாக்லிஸ்ட் பண்ணியிருக்காங்க.

காரணம் என்ன தெரியுமா? அக்கவுண்ட் டிபார்ட்மெண்டிலேயும், ஸ்டோர்ஸ் டிபார்ட்மெண்டிலும் லஞ்சம் கொடுத்து ஒரே பில்லுக்கு ரெண்டு பேமெண்ட் வாங்கியிருக்காங்க"

நான் அதிர்ந்து போனேன்.

நான் அவசரமாக என் சீட்டுக்கு வந்து எனது மேஜையின் மூன்றாவது டிராயரைத் திறந்து நோக்கினேன். அங்கே செல்வாவின் கிராவிட்டி காஸ்டிங்ஸ் கம்பெனியின் ஒரு ஒரிஜினல் பில் -- நான் அங்கே வைத்திருந்தது -- காணவில்லை. பரபரவென்று என் எல்லா டிராயர்களிலும், என் அலமாரியிலும் தேடினேன். எங்கும் இல்லை. எப்படி அது காணாமற் போகும்? யார் அதை எடுத்திருப்பார்கள்? ஏன் எடுக்க வேண்டும்?

ஒரு பத்து நாட்களுக்கு முன்பு நடந்த நிகழ்வு என் மனத்திரையில் ஓடியது.

நாங்கள் மதிய உணவு உட்கொள்ளும் சிறிய ஹாலில், நான் சாப்பிட ஆரம்பித்தபோது, அக்கவுண்ட்ஸ் டிபார்ட்மெண்ட்டில் 2 மாதம் முன்பு சேர்ந்திருந்த சித்ரா எனும் பெண் என் எதிரில் வந்து உட்கார்ந்து கொண்டாள். அவளுடன் அதிகப் பழக்கமில்லை. பார்த்தால் நட்பாய் சிரிப்பது, அலுவலக விஷயமாக ஒரிரு வார்த்தைகள் பரிமாறுவது என்பதோடு சரி. பெரிய அழகு என்று சொல்ல முடியாது; ஆனால் நல்ல கவர்ச்சியாய் இருப்பாள்; கவர்ந்திழுக்கும் பெரிய கண்கள். தடித்த உதடுகள். அடர்த்தியான தலை முடி.

"ஒங்களுக்கு, கிராவிட்டி காஸ்டிங்ஸ் செல்வகுமார் பழக்கம் உண்டா?" என்று கேட்டாள்.

நான் எச்சரிக்கையானேன். "இப்பிடி ஜி எம்மை சந்திக்க அடிக்கடி வருவார்; அதனாலே தெரியும். ஏன்?" என்றேன்.

"வெரி ஸ்மார்ட் மேன், இல்லே? ரொம்ப அழகா பேசறார். நேத்திக்கு அவர் எங்க ஆஃபீசுக்கு வந்திருந்தார். 2 மாசம் முன்னாடி அவர் சப்மிட் பண்ணின ஒரு பில்லுக்கு இன்னும் பேமெண்ட் வரல்லை; அந்த பில்லு சம்பந்தமா ஜி.எம் ஏதோ விவரம் கேட்டதாகவும் ஒரிஜினல் பில்லை ஜி எம் பார்வைக்கு அனுப்பணும்னு சொன்னார். நான் பில்லைத் தேடி எடுக்க டயம் வேணுமேன்னு சொன்னேன்; அவர் 'நோ ப்ராப்ளம்; டேக் யுவர் டைம். நான் வெயிட் பண்றேன்'னார். அப்போ

பேசிக்கிட்டிருந்ததிலே. அவரும் எங்க அண்ணனும், காரைக்குடி எஞ்சினீரிங் காலேஜிலே ஒண்ணாப் படிச்சவங்கன்னு தெரிஞ்சுது: அன்ஃபாரசுனேட்லி, அன்னிக்கு அந்த பில் எனக்கு உடனே கிடைக்கலே. அவர், அந்த பில் கிடைச்சவுடனே ஜி எம்மோட செக்ரட்ரி ஜெயாகிட்டே கொடுத்திடுங்க. நான் அவங்க கிட்டே சொல்லிட்டுப்போறேன். ஜி எம்கிட்டே பேசினப்புறம், அந்த பில்லை ஜெயாவே ஒங்களுக்கு திருப்பி கொடுத்திடுவாங்க. டோண்ட் ஒர்ரி"ன்னு சொல்லிட்டுப் போனார். இதோ அந்த பில். நீங்க ஜி எம்க்கு காமிச்சப்புறம் ஞாபகமா திருப்பிக் கொடுத்திருங்க; என்ன?" என்றாள்.

நான் குழப்பத்துடன் அதை வாங்கிக்கொண்டேன். செல்வா இதைப் பற்றி என்னிடம் ஏதும் சொல்லவில்லையே? செல்வா காரைக்குடியில் படித்தானா? என்னிடம் கோவையில் படித்ததாக அல்லவா சொல்லியிருந்தான்?

பிற்பகல் நான் செல்வாவைக் கூப்பிட்டு விஷயத்தைத் தெரிவித்தேன். "அந்தப் பொண்ணு அப்படியா சொன்னா? இல்ல ஜெயா! ஜி எம்க்கு அதில் பார்க்க ஒண்ணுமில்லை. அந்த பில்லுலே ரெண்டு தப்பு இருக்கு; அதாவது உங்க பர்ச்சேஸ் ஆர்டர் நம்பரையும், எங்க டெலிவரி நோட் நம்பரையும் எங்க ஆஃபீஸ்லே தப்பா அடிச்சு அனுப்பியிருக்காங்க முட்டாப்பசங்க. அதுனாலதான் பேமெண்ட் நின்னு போச்சு. நாங்க இப்போ மிஸ்டேக்கெல்லாம் கரெக்ட் பண்ணி ஒரு டியூப்ளிகேட் பில் ரெடியாக்கிட்டோம். நாளைக்கு உங்க அக்கவுண்ட்ஸ் மானேஜர்கிட்டே எனக்கு அப்பாயிண்ட்மெண்ட் இருக்கு. அவர்கிட்டே அதைக் கொடுத்து பேமெண்ட் வாங்கிக்கிறேன். நீ அந்த ஒரிஜினல் பில்லை உங்கிட்டேயே வெச்சுக்க. அதுக்கு இனி வேலை கிடையாது. நான் அப்புறமா அதை வாங்கிக்கிறேன்," என்றான்.

எனக்கு சந்தேகமாக ஏதும் தோன்றாததால் அதை என் மேஜை டிராயரில் போட்டு வைத்தேன். இப்போது வைத்தி ஏதோ சொல்லி வயிற்றைக் கலக்குகிறாரே?

நான் வைத்தியின் அறைக்கு உடனே ஓடினேன்.

பயத்தில் வாய் குழற நடந்ததையெல்லாம் வைத்தியிடம் சொன்னேன்.

வைத்தி சொன்னார்: "டியூப்ளிகேட் பில்லை ஆதாரமா வெச்சு ஐஞ்சு நாள் முன்னாடி அவங்களுக்கு பேமெண்ட் கொடுத்தாச்சு. இப்போ எல்லா பேமெண்டும் என் கவனத்துக்கு வந்தப்புறம்தான் போகிறதாலே எனக்குத் தெரியும். அந்த செல்வகுமார் சொன்ன பிரகாரம், அந்த ஒரிஜினல் பில்லுக்கு இனிமே வேலை கிடையாது. ஒரு வேளை செல்வகுமார் உங்கிட்டே கேட்டா, அக்கவுண்ட்ஸ் ஆஃபீஸிலே பில்லைத் திரும்பக் கேட்டாங்க; அதனாலே கொடுத்திட்டேன்னு சொல்லிடு," என்றார் வைத்தி, மோவாயைத் தடவியவாறே.

"ஐயோ, நான் கொடுக்காமலேயே எப்படி பொய் சொல்றது சார்?" என்றேன்.

வைத்தி தம் டிராயரைத் திறந்து ஒரு காகிதத்தை என்னிடம் நீட்டினார். அது கிராவிட்டி காஸ்டிங்ஸின் அதே பில் தான்! "நெஜமாவே கொடுத்துடு!" என்றார் நமுட்டுச் சிரிப்புடன்.

"இது எப்படி உங்க கைக்கு வந்துது?" என்றேன் அதிர்ச்சியுடன்.

"நீ எந்த வம்பிலேயும் அசட்டுத்தனமா மாட்டிக்காம இருக்கணுமே? அதுக்காக நான் சிலது செய்துதான் ஆகணும். அந்த அக்கவுண்ட் கிளார்க்கு பொண்ணு பேரு என்ன சொன்னே? சித்ரா, இல்லே? சி...த்..ரா. ஓக்கே. அவ கிட்டே கொடுத்திடு. மறந்திடாதே," என்று சொல்லி என்னை அனுப்பி வைத்தார்.

இப்படி ஒரு மாதம் போயிற்று. அனேகமாக எனக்கு செல்வாவுடன் தொடர்பே இல்லை. நான் அவனுக்கு, வைத்தி எனக்குத் தந்திருந்த எச்சரிக்கை பற்றிக் கோடி காட்டிவிட்டு, ஆபீஸிலிருந்த் ஃபோன் செய்து பேசுவதும் சிரமம் என்று சொல்லி, இதனால் நம் காதல் பலவீனமாகிவிட்டதாய் அர்த்தம் இல்லை என்றும் விளக்கி செல்வாவுக்குக் கடிதம் எழுதினேன்.

அடுத்து எங்கள் வீட்டில் நடந்த ஒரு எதிர்பாராத சம்பவம், நானே செல்வாவை நேராக சந்திக்கவேண்டும் என்கிற ஒரு வேட்கையை உருவாக்கிவிட்டது.

-=()=-

== 19 ==

அன்று இரவு சாப்பாட்டிற்கு மாடியிலிருந்து வைத்தியின் அப்பா கீழே வரவில்லை. வைத்தி, அன்று இரவு தனக்கு கம்பெனி டைரக்டர்களோடு ஒரு முக்கியமான மீட்டிங் இருப்பதால் அலுவலகத்திலிருந்து திரும்பி வர இரவு 10 மணி ஆகிவிடும் என்றும் இரவு சாப்பாட்டுக்கு வர முடியாது என்றும் என்னிடம் சொல்லியனுப்பியிருந்தார்.

நாங்கள் சாப்பிட்டானதும் அம்மா என்னிடம் வந்து ஒரு ஃபிளாஸ்க்கைத் தந்து, "மேலே சம்பந்தி மாமா, ராத்திரி வெறும் பால் போறும்ன்னு சொல்லியிருந்தார். அவர் ஓங்கிட்டே ஏதோ பேசணும்னு ஆசப்படறார். நீ இதை அவர் கிட்டெ கொடுத்துட்டு, அவர் என்ன சொல்றார்னு கேட்டுட்டு வா. எங்க கிட்டையும் அவர் இதைப் பத்தி சொன்னார். பெரியவர் சொல்றது எங்களுக்கும் சரிதானேன்னு பட்டுது. இதை அவர் வாயாலேயே நீ கேட்டுக்கிறது நல்லது. வயசிலே பெரியவர்; ரொம்ப நல்ல மனுஷர்; அவர் மனசு புண்படறமாதிரி நீ எதையாவது படபடன்னு பேசாமே, அமரிக்கையா பேசிட்டுவா. என்ன?" என்று சொன்னார் அம்மா.

நான் குழம்பியவாறே மாடிக்குப் போனேன்.

"வாம்மா, கொழந்தே! எப்பிடி இருக்கே? ஆஃபீஸ்லே வேலையெல்லாம் எப்டி இருக்கு? அங்கே நீயும் வைத்தியும் பேசிக்கறது உண்டோ?...." என்றெல்லாம் பொதுவாய் விசாரித்துவிட்டு, "நான் ஓங்கிட்டே என் ஒரு ஆசையைச் சொல்லப்போறேன். நீ காது கொடுத்துக் கேக்கணும். நன்னா யோசிச்சுட்டு பதில் சொன்னாப் போரும்..." என்றார் வைத்தியின் அப்பா..

"சொல்லுங்கோ மாமா," என்றேன்.

"அது .. வந்தும்மா... வைத்தியும், உன் அக்காவும் 'மேட் ஃபார் ஈச் அதர்'ன்னு வாழ்ந்தா. ஏனோ பகவானுக்குப் பொறுக்கலை. அவளைக் கூட்டிண்டு போயிட்டார். இதோ அவ போய்ச்சேர்ந்து விளையாட்டா 5 மாசம் ஓடிப்போச்சு. காலம் எல்லாத்தையும் முழுங்கி சாப்டுடறது. அன்னிக்கு நாம பட்ட துக்கமும், வேதனையும் இன்னிக்கி அதே அளவு இருக்கோ? இல்லே. மனசு

எல்லாத்தையும் ஏதோ ஒருவிதத்திலே ஜீரணிச்சுண்டு அடுத்தது அடுத்ததுன்னு போக ஆரம்பிச்சுடறது. இல்லாட்டா ஒலகம் ஓடாதுன்னு வெச்சுக்கோ. வைத்திக்கு ஒண்ணும் வயசாகலை. அவனுக்கு வாழ்க்கை நெறையவே பாக்கி இருக்கு, அவனுக்கு எப்படியும் இன்னொரு கல்யாணம் பண்ணத்தான் வேணும். அவனும் 'வேண்டாம்ப்பா'ன்னு ஒண்ணும் சொல்லலை. 'கொஞ்சம் நாள் போகட்டும்; பார்க்கலாம்'ன்னு தான் சொல்றான்.

"எனக்கு என்ன தோணித்துன்னா, நீ நல்ல பொண்ணு; பார்க்க லக்ஷணமாவும் இருக்கே. உன் அக்காவுக்கு ஒன் பேர்லே ரொம்பவே உசிருன்னும் கேள்விப்பட்டேன். ஒனக்கும் வைத்தியைத் தெரியும் வைத்திக்கும் ஒன்னைத் தெரியும். வைத்தி தங்கமான பையன்னு பெத்தவன் நானே பீத்திக்கக் கூடாது; அது உங்க அப்பா அம்மாவுக்கு ரொம்ப நன்னாவே தெரியும். ஆக, ஏன் வெளிலே போய் அவனுக்குப் பொண் தேடணும்ன்னு நெனச்சேன். ஒங்கப்பா அம்மாவுக்கு இருக்கிற பொருளாதாரப் பிரச்சனையும் எங்களுக்குத் தெரியும். நீ மட்டும் சரின்னா, ஒத்தப் பைசா அவாளுக்கு செலவில்லாமே மங்களகரமா முடிச்சுடலாம். ஒரு ஜோசியனுக்கு மூணு ஜோசியன் கிட்டே ஒங்க ரெண்டுபேர் ஜாதகமும் காட்டியாச்சு. பொறுத்தம் ரொம்ப நன்னாருக்குன்னு எல்லாருமே சொல்றா. நீ என்னம்மா சொல்லுவே? டயம் எடுத்துக்கோ; நன்னா யோசிச்சு சொல்லு. ஏதோ இந்த வயசானவனோட ஒரு நியாயமான ஆசை..." என்று முடித்தார்.

எனக்குள்ளிருந்து கோபம் அலை போலப் பொங்கியது. 'ஆகா! செல்வா எத்தனை சரியாக ரெண்டு மாசம் முன்பே யூகித்து சொல்லிவிட்டான்! அப்பனும் பிள்ளையுமாய் சேர்ந்து திட்டம் போட்டுக் காய் நடத்துகிறார்களா?"

என் வழக்கப்படி பட்டாசு போல் வெடிக்காமல் எப்படி என் கோபத்தை வெளிக்காட்டாமல் மறைத்தேன் என்று எனக்கே தெரியவில்லை.

"எனக்கு ரொம்பவே யோசிக்கணும் மாமா. வைத்திக்கு உங்க எண்ணம் தெரியுமா? நீங்க என்னோட இப்படிப் பேசப்போறீங்கன்னு தெரியுமா?" என்றேன்.

"ஆகா! அவன்கிட்டே கேக்காம இருப்பேனா? 'அவ சுதந்திரமான எண்ணப்போக்கு உள்ள பொண்ணுப்பா. அவள்

நன்னா யோசிச்சுட்டு சொல்லட்டும். இஷ்டமில்லேன்னா நீங்க அதை அப்படியே ஏத்துக்கணும். அவளை வற்புறுத்தற மாதிரி ஏதும் சொல்லாதீங்கோ"ன்னு மட்டும் தான் சொன்னான்.

"நான் வறேன் மாமா!" என்று பட்டென்று சொல்லிவிட்டுக் கீழே வந்து விட்டேன்.

அம்மாவும் அப்பாவும் பயங்கர ஆவலுடன் என் வரவை எதிர்பார்த்துக்கொண்டு ஹாலில் உட்கார்ந்து கொண்டிருந்தார்கள். "என்னடி, என்ன சொல்றே?" என்று அம்மா ஆவல் பொங்கக் கேட்க, "ஒரு வார்த்தை பேசாதே அம்மா! அப்புறம் நான் கன்னாபின்னான்னு கத்துவேன்!" என்று சீறிவிட்டு நான் படுக்கையறைக்குள் நுழைந்து படார் என்று கதவை அடைத்துக்கொண்டேன்.

மறு நாள் காலை நான் காப்பியை உறிஞ்சிக்கொண்டிருகையில் அம்மா என் முகத்தை உற்று நோக்கிவிட்டு, அதில் கோபம் குறைந்திருப்பதைத் தெரிந்துகொண்டுவிட்டாள். என்னிடம் வந்து மெல்லிய குரலில், "வைத்தியோட அப்பா ஆசைப்படறதோ, ஓங்கிட்டே கேட்கிறதோ ஒரு தப்பும் இல்லே ஜெயா. எங்களுக்கும் அது நல்ல யோஜனைன்னு தான் பட்டுது. ஆனா முடிவு என்னவோ உன்னோடது தான். நீ நாலையும் நன்னா யோசிச்சிட்டுத் தீர்மானி. நீ வேண்டவே வேண்டாம்னா யாரும் வற்புறுத்தப் போறது இல்லை. அதுதான் பகவான் இச்சைன்னு எடுத்துண்டு அடுத்து ஆகவேண்டியதைப் பார்ப்போம். ஆனா ஒண்ணு, நீ கண்டிப்பா, வைத்திகிட்டே போய் இந்த விஷயத்தைக் கௌப்பி அவர் மனசு நோகற மாதிரி பேசவே கூடாது. அப்படிப் பண்ணியோ, உன்னை விட நன்னிகெட்ட ஜென்மம் எதுவும் இருக்க முடியாது...." என்று சொல்லிவிட்டு அம்மா குளியல் அறைக்குள் புகுந்து கதவைச் சார்த்திக்கொண்டாள்.

நல்ல காலமாய் அம்மா சொன்னது எனக்கு உறைத்தது.

* * *

"கிட்டத்தட்ட ஒண்ணரை மாசம் கழிச்சு நேரிலே மீட் பண்றோம்; என் அழகு தேவதையை எப்படா கண்ணாலே பார்ப்போம்னு ஏங்கிக்கிட்டுக் கிடந்தேன்; ஆனா நீ என்ன இவ்வளவு டென்ஷனா இருக்கே? என்ன பிராப்ளம்? நேர்லே தான்

சொல்வேன்னு வேற சொல்லிட்டே?" என்றான் செல்வா என் புறங்கையை வருடியவாறே.

நாங்கள் டிரைவின் உட்லண்ஸில் அவன் காரின் பின் சீட்டில் உட்காந்திருந்தோம். அவன் ஆர்டர் செய்த ரோஸ் மில்க் இன்னும் வரவில்லை.

"முதல்லே, மனுஷாளை கரெக்டா எடை போடற உங்க திறமைக்கு என் பாராட்டை சொல்லித்தான் ஆகணும், செல்வா! அந்த வைத்தியைப் பத்தி நீங்க அன்னிக்கு ஒண்ணு சொன்னீங்களே அது நூத்துக்கு நூறு சரின்னு ஆயிப்போச்சு!" என்றேன்.

செல்வா, தன் கைகளைப் தலைக்குப் பின் கோர்த்துக்கொண்டு "ஹாஹ்ஹா!" என்று சிரித்தான். பின், "நான் ஹீரோ, நீ ஹீரோயின்; வில்லன் இல்லாம கதை சுவாரசியமா இருக்காதும்மா! குட் குட்! சொல்லு, சொல்லு! வைத்தி என்ன பண்ணினான்? ஆஃபீஸுலே தன் கேபினுக்குள்ளே வெச்சு உன்னைக் கட்டிப்புடிச்சு முத்தம் தரப் பார்த்தானா?" என்றான் வாயைக் கோணிப் புன்னகைத்துக் கொண்டே.

"சீச்சி! அவர் அப்படிப்பட்டவர் இல்லே. அவர் ஒரு ஜெண்டில்மேன் வில்லன்! தன் அப்பா மூலமா, என்னைக் கல்யாணம் பண்ணிக்கிறதுக்கு தூது விட்டிருக்கார்," என்றேன்.

"ம்..ம்... ஆசை வெக்கம் அறியாதும்பாங்க. உங்க அக்கா போய்ச்சேர்ந்து என்ன, ஒரு ஆறுமாசம் இருக்குமா? அதுக்குள்ள இவன் தங்கைக்கு ரூட் போடறான்! என்ன மனுசன் இவன்? தானே செகண்ட் ஹாண்டு, அதனாலே, புதுப் பொண்டாட்டியும் செகண்ஹாண்டா இருந்தா பரவாயில்லேன்னு நெனைக்கிறானா? தூ!" என்றான்.

செல்வா அப்படிப் பேசியது எனக்கு ரசாபாசமாக இருந்தது. நான் எப்படி செகண்ட் ஹாண்ட் ஆவேன்? செல்வாவைக் காதலித்ததால் அப்படிச் சொல்லிவிட்டானா?

"சாரி செல்வா! நீ இப்பிடி சொல்றது கேட்க நல்லா இல்லை," என்றேன்.

"ஏன் நல்லா இல்லே? நானும் நீனும் காதலர்கள்; ரெண்டு பேரும் சந்தேகத்துக்கு இடமில்லாமே ஒருத்தர்கிட்டே ஒருத்தர் கம்மிட் பண்ணியிருக்கோம். அது அவனுக்கும் நல்லாவேத்

தெரியும். . நாம கட்டிப்புடிச்சுக்கிட்டு இருந்திருக்கோம். நாளைக்கு முத்தம் கூடப் பரிமாறிக்கலாம். ஏன்? அதைத் தாண்டிக் கூடப் போகலாம்! ஏன்னா அது படைப்பின் இயற்கை. ஓஷோ என்ன தெரியுமா சொல்றாரு? அன்புங்கிறது முதல்ல உடம்பு வழியா செக்ஸ் உணர்வாத்தான் வெளிப்படுது; அப்புறமாத்தான் மனசு வழியா காதல்ங்ககிற ரூபத்திலே வருது; அப்புறம் ஜீவாத்மாவிலிருந்து பிரார்த்தனையா' அப்படீங்கிறாரு. அவரு கிரேட். நிஜத்தை உடைச்சு சொல்லிட்டாரு. ஆனா யாரும் இதை அவ்வளவு ஈசியா புரிஞ்சுக்கிட்டு ஏத்துக்க மாட்டாங்க! அந்த வைத்திக்கு உன் உடம்பு மேலே காமம் வராமலா அப்பன் வழி தூது விடுவான்? கமான், ஜெயா, பீ ய ஸ்போர்ட்! உண்மையத் துணிச்சலா ஏத்துக்கோ!" என்றான்.

எனக்குள்ளே அக்காவின் குரல் ஒலிக்க ஆரம்பித்துவிட்டது. நான் எச்சரிக்கையானேன். செல்வாவின் பிடியிலிருந்த என் கரத்தை விடுவித்துக் கொண்டேன்.

"ஏன் ஜெயா, உனக்கு என் பேர்லே பயமா இருக்கா?" என்றான்.

"இல்லை, செல்வா. எனக்கு என் பேர்லேயே பயமா இருக்கு," என்றேன்.

"ஹஹ்ஹா! அப்போ ஓஷோ சரியாத்தானே சொல்லியிருக்காரு?" என்று சிரித்தான் செல்வா.

பின் என் முகத்தில் வந்துவிட்ட இறுக்கத்தைக் கண்டு அவன் சுதாரித்துக்கொண்டான். "போகட்டும். ஒங்கிட்டேயும் பயப்படாதே; எங்கிட்டையும் பயப்படாதே. அந்த வைத்திக்கிட்டேயும் பயப்படாதே. வைத்தியை சமாளிச்சு ஓரம் கட்ட நான் வழி பண்ணறேன். எல்லாப் பிரச்சனைக்கும் ஒரு தீர்வு உண்டு; எல்லாருக்கும் ஒரு விலை உண்டு," என்றான். "சரி, நான் அந்த பழைய பில்லைக் கொண்டு வரச்சொன்னேனே, அதைத் தா," என்றான்.

"நான் கொண்டு வரலை செல்வா," என்றேன் தயங்கி.

"ஏன்? ரெண்டு தடவை சொன்னேனே? மறந்திட்டியா?"

"இல்லை செல்வா! அக்கவுண்ட்ஸிலே அந்த பில்லைத் திருப்பித் தர சொல்லிக் கேட்டாங்க. கொடுக்கும்படி ஆயிடுத்து"

"யார் கிட்டே கொடுத்தே?"

"எங்கிட்டே தந்த அந்த சித்ரா கிட்டத்தான்," என்றேன்.

"ஓ! அப்ப பிராப்ளம் இல்லே. நான் அவ கிட்டேயிருந்து வாங்கிக்கறேன். நல்ல பொண்ணு. அவ அண்ணன் என்கூடப் படிச்சவன்," என்றான் செல்வா.

"உங்க கூட அந்த அண்ணன் காரைக்குடி இஞ்சினீரிங் காலேஜிலே படிச்சானாமே? நீங்க கோயம்பத்தூர்லே படிச்சதா இல்லே என் கிட்டே சொன்னீங்க?" என்றேன் வெடுக்கென்று.

"அப்படியா சொன்னா அந்த சித்ரா? தட்டுகிட்டு சொல்லியிருப்பா. அன்னிக்கு பில்லைக் கொடுக்கும்போது கூட ஜி எம் கேட்டார்ன்னு உங்கிட்ட சொன்னா இல்லே? அவள் கிட்டே ஏதோ மெமரி பிராப்ளம் இருக்கு!" என்றான் செல்வா.

-=()=-

== 20 ==

ஒரு வாரம் போயிருக்கும்.

அன்று நான் என் டிபன் பாக்ஸை எடுத்துக்கொண்டு மதிய உணவு அறைக்குப் போனபோது கொஞ்சம் லேட்டாகிவிட்டது. அனேகமாக எல்லா டேபிள்களிலும் அலுவலகப் பெண்கள் சாப்பிட்டுக்கொண்டிருந்தார்கள்.

உதவி கேஷியர் காமாட்சியக்காவின் எதிரே தான் இடம் காலியாயிருந்தது. நான் தயங்கினேன். சரியான வம்பி அவள்! மாட்டினால் ஏதாவது நோண்டி நோண்டி வம்பு கேட்பாள்; இல்லை யாரைப்பற்றியாவது வம்பு சொல்லுவாள். நான் அவளை எப்போதும் தவிர்த்துவிடுவேன்.

என்னைப் பார்த்துவிட்ட காமாட்சியக்கா, 'வா, வா' என்று கை காட்டினாள். வேறு வழியில்லை. போய் அமர்ந்து, என் டப்பாவைத் திறந்து சாப்பிடத் தொடங்கினேன்.

"பார்க்க பளிச்சுன்னு லட்சணமா இருந்தாலே பொண்களுக்கு கஷ்டம் தான்; என்னை மாதிரி சுமாரா இருந்துட்டாலே பத்திரம்ன்னு தோணறது; என்ன சொல்றே?" என்று ஆரம்பித்துவிட்டாள்.

"அக்கா, ஓங்களப்பார்த்தா ஒண்ணும் சுமார்ன்னு சொல்றமாதிரி எனக்குத் தோணலியே?" என்றேன் இடக்காக.

"அப்பிடியாடி சொல்றே? என்னவோ போ! என் இள வயசிலே ஒரு பய என்னைப் பார்த்து வழிஞ்சதில்லே. ஒரு பய லவ் லெட்டர் கொடுத்ததில்லே. உனக்கெல்லாம் அப்பிடியா? எத்தன பேர் ஒன்னப்பாத்து ஜொள்ளு உடறாங்கன்னு எனக்குத் தெரியாதா? நான் மட்டும் ஒரு பையனா இருந்தா, நானே கூட ஒனக்கு ஒரு லவ் லெட்டர் கொடுத்திருப்பேன்!" என்றாள் காமாட்சியக்கா.

"கிண்டலாக்கா?" என்றேன் முகத்தை கடுமையாக வைத்துக்கொண்டு.

"ஏண்டி அப்படி சொல்றே? அது சரி, அந்த வைத்யநாதன் சார், உன் அத்திம்பேராமே? நெஜமா? ஒரு ஆறு மாசம் முன்னாடி கார் ஆக்ஸிண்ட்லே செத்துப்போனாளே உன் அக்கா, அவ புருஷனா?"

"ஆமாம்".

"ஓ அதானா? அடிக்கடி அவர் ரூமுக்கு போயிட்டு வர்றியேன்னு பார்த்தேன்."

"ஸோ வாட்? ஆஃபீஸ் மேட்டர்ஸ் இருக்காதா?" என்றேன் கடுப்பாக.

"கோவிச்சுக்காதேடி. ஆம்பிளைகளுக்கென்ன? பொண்டாட்டி செத்தா புது மாப்ளைதானே? ஒங்காத்து மாடிலேதானே குடியிருக்காராம்?" என்றாள்.

நான் கஷ்டப்பட்டு ஒன்றும் சொல்லாமல் சாப்பிடுவதில் கவனமாயிருந்தேன்.

"ஜாக்கிறதையா இருந்துக்கோ, எங்கேயாவது அந்தப் பையன், அதான், ஸ்மார்ட்டா டிரெஸ் பண்ணிண்டு, ஜி எம்மைப் பார்க்க அடிக்கடி ஒருத்தன் வருவானே? ஒங்கிட்டே சிரிச்சு சிரிச்சுப் பேசுவானே? செல்வனாதனோ, செல்வகணபதியோ என்னவோ, அவனுக்கு வருத்தமாயிடப்போறது!" என்றாள் அடுத்து.

என் முகம் இறுகியது. பளார் என்று ஒரு அறை விடலாம் போலிருந்தது.

ஆனால் காமாட்சியக்கா வாயை மூடவில்லை. "ரெண்டு மாசம் முன்னாடி, பர்ச்சேஸ்லே ஒரு இஞ்சினீயர் இருந்தானே, அவனை வேலையைவிட்டு வைத்யனாதன் தானே தூக்கினாராம்? அவனுக்கு உன் பேர்லே இண்டரஸ்ட் இருந்துதுன்னு அவருக்குத் தெரிஞ்சு போனதாலே தான் இப்படி ஆச்சுன்னு சில பேர் பேசிக்கறா. அடுத்தபடி குவாலிட்டி கண்டிரோல்லே சுந்தர்ன்னு ஒரு பையன் இருக்கான்; அவன் உன்னைப் பார்த்து ஜொள்ளு விடறதை நானே கவனிச்சிருக்கேன்; நீ அவனைக் கவனிச்சியோ இல்லையோ தெரியாது..."

"அக்கா, போறும் நிறுத்திக்குங்கோ. எவனெல்லாம் என் பின்னாடி ஜொள்ளுவிட்டுண்டு சுத்தறான்னு எனக்கு ஒண்ணும் தெரியாது,"

"அதாண்டி சொன்னேன்; நீ கவனிச்சிருக்க மாட்டேன்னு. ஆனா வைத்யனாதன் சார் கவனிச்சுட்டார்ன்னு தோணறது; அடுத்தபடி அவன் வேலைக்குத் தான் வேட்டுன்னு பேசிக்கிறா"

"யாரு பேசிக்கிறா? யாரு இப்படி ஒங்க கிட்ட சொன்னது?"

"பொதுவாத் தாண்டி சொன்னேன்."

"யாரு உங்க கிட்டே சொன்னான்னு இப்பவே எனக்குத் தெரிஞ்சாகணும். இல்லேன்னா, நீங்கதான் இப்படி என்னைப் பத்தி அவதூறா பேசிக்கிட்டு அலையறீங்கன்னு நான் வைத்யநாதன் சார் கிட்டியே புகார் கொடுத்துடுவேன்," என்றேன் திடமாக.

காமாட்சியக்கா சற்று மிரண்டுவிட்டாள். "இருடி, இருடி. என்னை மாட்டிவுட்டுடாதடீ. எனக்கு இதை சொன்னது அக்கவுண்டிலே இருக்காளே அந்த சித்ரா! அவளுக்கு அந்த செல்வகணபதி என்ன உறவுன்னு தெரீலே. அவன் கூட அவள் ஒரு நாள் கார்லே போறதைப் பார்த்தேன்," என்றாள்.

நான் அதிர்ந்துதான் போனேன்.

என்னைப் பற்றி இந்த ஆஃபீஸில் இத்தனை வம்புகளா? எப்படி இதைப் பற்றி எந்த சொரணையும் இல்லாமல் ஆஃபீஸில் வளைய வந்து கொண்டிருக்கிறேன்? இதில் இந்த சித்ரா விவகாரம் -- இது என்ன புதிய பூதம் கிளம்புகிறது?

நான் அவசர அவசரமாய் சாப்பிட்டுவிட்டு என் சீட்டுக்கு ஓடினேன். ஜி.எம் இன்று ஆஃபீஸ் வரவில்லை. அதனால் எனக்கு வேலை ஒன்றும் பெரிதாக இல்லை. எனக்கென்னவோ இதையெல்லாம் வைத்தியிடம் சொல்லிவிடவேண்டும் என்று தோன்றியது. உடனே அவரை இண்டர்காமில் கூப்பிட்டேன்.

"நீ நேரே என் ரூமுக்கு வா. உள்ளே முக்கியமான விசிட்டர் இருக்கார். என் ரூமுக்கு வெளியே கொஞ்ச நேரம் உட்கார்ந்திரு. அப்புறம் நான் உன்னை உள்ளே கூப்பிடறேன். உனக்கும் இங்கே கொஞ்சம் வேலை இருக்கு," என்றார் வைத்தி.

நான் கிளம்பிப் போனேன்.

வைத்தியின் அறையில் அவரது குரல் சற்று பெரிதாகவே ஒலிப்பது போலக் கேட்டது. நான் வெளியே உட்கார்ந்திருந்த 10 நிமிடங்களில் அவர் அறையிலிருந்து வெளியேறியவன், குவாலிட்டி கண்டிரோல் எஞ்சினீயரான சுந்தர்! அவன் முகம் பேயறைந்தது போல் இருந்தது. என்னைப் பார்த்ததும் பெரும் தர்ம சங்கடத்துடன் முகத்தைத் திருப்பிக்கொண்டு வெளியேறினான்.

இங்கே என்ன நடக்கிறது? காமாட்சியக்கா சொன்ன வம்பு இங்கே நிஜமாகவே அரங்கேறுகிறதா?

அடுத்த இரண்டாவது நிமிடம், வைத்தி தம் அறைக்கதவைத் திறந்து எட்டிப் பார்த்தார். "ஜெயா, கம் இன்," என்றார்.

நான் உள்ளே சென்றபோது வைத்தியின் எதிரே வெள்ளை வேட்டி, வெள்ளை சட்டை போட்ட அறுபது வயதுப் பெரியவர் ஒருவர் அமர்ந்து பேசிக்கொண்டிருந்தார்.

வைத்தி, பக்கவாட்டில் இருந்த ஒரு நாற்காலியைக் கை கண்பித்துவிட்டு, "ஜெயா, சார்தான் கிராவிட்டி காஸ்டிங் கம்பெனியோட சொந்தக் காரர்; அதாவது செல்வகுமாரோட சித்தப்பா. மிஸ்டர் குமாரசுவாமி! இவங்க ஜி.எம்.மோட செக்ரட்டரி ஜெயா. உங்க செல்வகுமாருக்கு நல்லாவே இவளோடு பழக்கம். இவ இருக்கட்டும். நீங்க மேற்கொண்டு சொல்லுங்க. கிரேடு 20, கிரேட் 30 ரெண்டு காஸ்ட் அயேணுக்கும் எந்த வித்தியாசமும் தெரியாத அளவுக்கா உங்க கம்பெனியிலே ஆளுங்க வேலை செய்றாங்க?" என்று அவரைக் கேட்டார்.

"என்ன செய்ய சார்? கம்பெனி பழைய கம்பெனி. 30 வருஷமா வார்ப்பிரும்பு தொழில்லே இருக்கோம். கிரேடு 15, கிரேடு 20 தாண்டி வேற இதுவரை காஸ்டிங்கு போட்டது கிடையாது. குப்போலாவிலே மெட்டல் உருக்குற மெயின் ஆளுங்க எல்லாரும் 60க்கு மேலே வயசாவங்க; இத்தனை வருஷமா காஸ்டிங் உருக்கி ஊத்தறதிலே இருக்கிற அனுபவம் தவிர டெக்னிகலா ஒண்ணும் பெரிசா தெரியாது. அதையெல்லாம் இம்புரூவ் பண்ணனும்னு தானே செல்வாவைக் கொண்டு வந்து வெச்சோம்?

"அவன் தான் மொத மொதல்ல இப்படி கிரேடு 30க்கு ஆர்டர் வாங்கிக்கிட்டு வந்தான். வாங்கினவன் மெட்டல் உருக்கி ஊத்தற அன்னிக்கு பக்கத்திலே இருந்து கெயிட் பண்ணவாண்டாம்? கிரேடு 20க்கு தனியா உருக்கி ஊத்து, கிரேடு 30க்கு காம்போஸிஷனை மாத்தி தனியா உருக்குன்னு கூட இருந்து சொல்லிக்கொடுக்கணும். இவன் அன்னிக்கிப் பார்த்துக் கெளம்பி புது ஆர்டர் பிடிக்கிறேன்னு ஐதராபாத் போயிட்டான்.

"எங்க ஆளுங்க ஒட்டுமொத்தமா மெட்டலை உருக்கி ரெண்டு கிரேடு காஸ்டிங்க்கையும் ஒரே நாள்ள ஊத்திட்டாங்க. திரும்பி வந்து விஷயத்தைக் கேட்டு தாட் பூட்டுன்னு குதிச்சிருக்கான்; 'நான் ஆர்டர் வந்த அன்னிக்கே உங்க கிட்டே

சொன்னேனே'ன்னு வயசான சூப்பர்வைசர்கிட்டே சத்தம் போட்டிருக்கான்; 'ஒரு மாசம் முந்தி நீ சொன்னது எனக்கு எப்பிடி நியாபகம் இருக்கும், உருக்கறத்துக்கு முன்னாடி நீ ஞாபகப்படுத்த வேண்டாமா'ன்னு சூப்பர்வைசர் திரும்பக் கத்தியிருக்கான்; நீங்க நேத்திக்கி எனக்கு ஃபோன் போட்டு கேட்டப்புறம்தான் நான் வந்து எல்லாம் விசாரிச்சு தெரிஞ்சுக்கிட்டேன்...."

"இவ்வளவு விஷயம் ஒங்க கம்பெனியிலே நடந்திருக்கு; ஒங்களுக்கு ஒண்ணுமே தெரியாதா?" என்றார் வைத்தி.

"எனக்கு ஒடம்பிலே பல பிரச்சினை இருக்கு சார்; வாரத்துக்கு ரெண்டு நாள் தான் கம்பெனிக்கு வர்றது; அப்பவும் ஒரு பயலும் வந்து இந்த விவகாரத்தை சொல்லலை," என்றார் பெரியவர்,

"ஸோ, உங்க செல்வகுமார் எப்படி சாமர்த்தியமா செயல் பட்டிருக்கான்னு இப்போ இந்த சுந்தர் கிட்டே நான் பேசினப்போ தெரிஞ்சுதா? இவன் இன்ஸ்பெக்ஷனுக்கு வந்தபோது ரெண்டு கிரேடு காஸ்டிங்க்கும் ஒரே ஹார்ட்னெஸ் இருக்கிறதப் பார்த்து சந்தேகப்பட்டு கேட்டுருக்கான். விஷயம் வெளிலே வந்ததும், உங்க செல்வா இவனோட பொண்டாட்டிக்கி 4 பவுன்லே வளையல் வாங்கிக் கொடுத்திருக்கான் சார்! லஞ்சம்! இந்த சுந்தர், சத்தம்போடாமே வாங்கிக்கிட்டு கையெழுத்துப் போட்டு மெட்டீரியலை அக்சப்ட் பண்ணியாச்சு..." என்றார் வைத்தி.

"சார், இது நடந்து 2 மாசம் ஆயிப்போச்சு. இப்போ எப்படிக் கண்டு பிடிச்சீங்க?" என்று கேட்டார் பெரியவர்.

"இந்த புதிய ஃபிளைவீல்களை நிறைய எஞ்சின்லே பொறுத்தி அனுப்பியாச்சு. அப்புறமா கஸ்டமர் கம்ப்ளைண்ட் வந்திருக்கு. 30 எஞ்சின்களே 14 லிலே ஃப்ளைவீல்லே விரிசல் வந்திருக்கு; ஒண்ணு ரெண்டு ஒடஞ்சும் போயிருக்கு; என்ன ஏதுன்னு ஆராய்ச்சி பண்ணினதிலே, ஒங்க கம்பெனி சப்ளை பண்ண வீலுங்க மட்டும்தான் ஒடஞ்சிருக்குன்னு தெரிஞ்சுது. மெட்டலர்ஜி டெஸ்ட் பண்ணினதிலே அல்லாய் அளவெல்லாம் கிரேடு 20க்கு உள்ளது தான் இருந்துது தெரிஞ்சு போச்சு..." என்ற வைத்தி,

"சார், ரொம்ப ரொம்ப ஸாரி. என் முதுகுக்குப் பின்னாடி இவ்வளவு நடந்திருக்குன்னே தெரியாது. இதை எப்படி

சரிபண்ணனும்னு சொல்லுங்க. செஞ்சிடுவோம்..," என்றார் பெரியவர்.

-=()=-

== 21 ==

நான் எல்லாவற்றையும் கேட்டுக்கொண்டுதான் உட்கார்ந்திருந்தேன். வைத்தி நான் இதையெல்லாம் கேட்கவேண்டும் என்று தானே மெனக்கெட்டு உள்ளே கூப்பிட்டு உட்கார வைத்திருக்கிறார்! என் கண்முன்னே செல்வாவின் நிஜ ரூபத்தை உரித்துக் காட்டும் வேலை இது. எனக்கு இதயம் படபடவென்று அடித்துக்கொண்டிருந்தது

"அதை நீங்க ஜி.எம் கிட்டே தான் பேசணும். எங்கிட்டே நீங்க பேச வேண்டிய இன்னொரு விஷயமும் இருக்கு..." என்றவர், "மூணு மாசம் முன்னாடி, கிர்லோஸ்கர் மோட்டார் கம்பெனி, உங்க கம்பெனியை பிளாக்லிஸ்ட் ஏன் பண்ணாங்க?"

"அது வந்து சார்.... அங்கே குவாலிட்டி பிரச்சனை ஒண்ணும் கிடையாது சார். ஒரு பில் பேய்மெண்ட்டிலே ஒரு கசாமுசா ஆயிடிச்சி. ஒரே சப்ளைக்கு ரெண்டு பேமெண்ட் கொடுத்திட்டாங்க. நாங்களும் சரியாக் கவனிக்காம வாங்கிகிட்டு சும்மா இருந்திட்டோம். ஒரு ஆறு மாசம் போனதும், அவுங்க கம்பெனி ஆடிட்டிலே கண்டுபிடிச்சு சொன்னாங்க; நாங்களும் பணத்தை திருப்பக் கட்டிட்டோம். நானே நேரே போயி பேசி சரி பண்ணிட்டேன். அடுத்த மாசத்திலேர்ந்து அவங்களுக்கு காஸ்ட்டிங் பழையபடி சப்ளை பண்ணுவோம்," என்றார் பெரியவர்.

"ஆனா இந்த விவகாரத்திலே அங்கேயும் லஞ்சம் கை மாறியிருக்குன்னு தெரியாதா உங்களுக்கு?"

பெரியவர் நெளிந்தார்.

வைத்தி, தம் டிராயரைத் திறந்து ஒரு பில்லும் அதனுடன் இணைத்த ஒரு செக்கும் எடுத்து என்னிடம் காட்டினார். "இந்த பில்லைப் பார்த்த ஞாபகம் இருக்கா உனக்கு?" என்றார்.

"ஓ! இது அந்த பழைய பில்லு. இது தான் கேன்சல் ஆயிடுச்சே சார்? நீங்கதானே அப்பவே டியூப்ளிகேட் பில் பேர்லே பேமெண்டு கொடுத்தாச்சுன்னு சொன்னீங்க?" என்றேன்.

"ஆனா, இப்போ அக்கவுண்ட்ஸ் வழியா, இந்த பில்லுக்கு பழையபடி பேமெண்ட்டுக்கு ரிக்வெஸ்ட் போயிருக்கு. ஃபைனான்ஸ் டிப்பார்ட்மெண்ட் காரங்க, சரியா வெரிஃபை

பண்ணாம இதுக்கும் பழையபடி செக் போட்டிருக்காங்க. என் கவனத்துக்கு வந்ததும் பிடிச்சு வெச்சுக்கிட்டேன். ஜெயா! நீ பெரிவருக்கு சொல்லு, இந்த விவகாரத்திலே 2 மாசம் முன்னாடி என்ன நடந்துதுன்னு," என்றார் வைத்தி.

நான் தயங்கித் தயங்கி நடந்ததை சொன்னேன். நான் சொல்லி முடித்ததும், வைத்தி,

"உங்க செல்வகுமார் கிட்டே இவ இதைக் கொடுக்கணும்னு தான் ஏற்பாடு. ஆனா, நாந்தான் நடுவிலே பூந்து இந்த பில்லை பழையபடி அந்த அக்கவுண்ட் கிளார்க்கு -- பேரு சித்ரா -- அவ கிட்டே கொடுக்கச் சொன்னேன். தப்பு நடக்காம இருக்கிறதுக்காக. ஆனா என்ன ஆச்சு? உங்க செல்வகுமார், அந்தப் பெண்ணை வளச்சுப்போட்டிருக்கான். அவளுக்கு என்ன கிஃப்ட் கொடுத்தானோ தெரியாது. ஆனா அவளைத் தன் கார்லே கூட்டிக்கிட்டு மகாபலிபுரம் போனான்னும், ஒரு நாள் ராத்திரி ரெண்டு பேரும் அங்கே ஓட்டல்லே தங்கினாங்கன்னும் எனக்குத் தெரியும்," என்றார் வைத்தி.

என் வயிற்றில் யாரோ கத்தியை சொறேல் என்று செறுகியது போல் இருந்தது.

"ஆக, மிஸ்டர் குமாரசாமி! ஒரே பில்லுக்கு ரெண்டு பேமண்ட் வாங்கிறது தட்டுக்கிடல் இல்லே. திட்டமிட்டு செய்யற கிரிமினல் காரியம். ஒண்ணு ரெண்டு வருஷம் கழிச்சு ஆடிட்டிலே கண்டுபிடிச்சா உண்டு. அப்போ "சாரி கவனிக்கலே"ன்னு சமாளிச்சு பேமெண்டை திருப்பித் தரலாம். ஆனா கவனிக்காமலே போயிடும்ங்கிற நம்பிக்கையிலே தானே இந்த ஃப்ராடே நடக்குது!"

பெரியவர் குமாரசாமி தலை குனிந்து உட்கார்ந்திருந்தார். பின் மெதுவாக, "சார், இவ்வளவு வெவகாரமும் என் முதுகுக்கு பின்னாலே நடந்திருக்குது. சொந்த அண்ணன் பையன், நல்ல படிப்பாளி, புத்திசாலி, கம்பெனிய நிமித்திக் கொண்டுவந்திருவான்னு தான் நான் அவனை கூட்டு சேர்த்துக்கிட்டேன். இப்படி ஆகும்னு தெரிலை. இப்பவே அவனை வேலைலேர்ந்து தூக்கிடறேன். உங்க கம்பெனிக்கு எங்களால் ஆன நஷ்டத்தை எப்படி சரி செய்யமுடியும்னு உங்க ஜி எம் கிட்டேயும் பேசறேன். எங்களை மன்னிச்சிடுங்க. வேற என்ன சொல்றது நான்..." என்றார் குமாரசாமி.

அவர் கும்பிட்டுவிட்டுக் கிளம்பியதும், வைத்தி என்னிடம் திரும்பினார்.

அப்போது நான் கர்ச்சீபால் என் முகத்தை மூடிக்கொண்டு அழுதுகொண்டிருந்தேன். வைத்தி என்னை சமாதானம் ஏதும் செய்ய முயலவில்லை. இண்டர்காமில் காண்டீனை அழைத்து "ஸ்டிராங்கா ரெண்டு காஃபி அனுப்புப்பா," என்றார்.

நான் ஒருவாறு என்னை சமாதானப் படுத்திக்கொண்டு அவரைப் பார்த்தேன்.

"ஒனக்கே இப்போ பிக்சர் நல்ல தெளிவாயிடுத்து இல்லையா? உனக்கு இன்னும் கொஞ்சம் கொசுறு நியூஸூம் இருக்கு. அதையும் சொல்லி முடிச்சா, செல்வாவுக்கு நீயும் மங்களம் பாடிடலாம். செல்வாவைப் பத்தி விஜாரிக்கிறதுக்கு பிரைவேட்டா துப்பறியற ஒரு கம்பெனிக்கு நான் கொடுதத பணத்துக்கு தரோவா வேலை செஞ்சு ரிப்போர்ட் தந்திருக்காங்க. செல்வா சித்ராவை மகாபலிபுரம் தள்ளிக்கிட்டுப் போன தகவல் அவங்க மூலமாத்தான் எனக்குத் தெரிஞ்சுதுன்னு இப்போ புரிஞ்சிருக்கும் உனக்கு. ஆனா, இதைவிட இண்ட்டரஸ்டிங் இன்னொண்ணு இருக்கு! அதைத்தான் சொல்லவந்தேன்..."

நான் வைத்தியையே கண் கொட்டாமல் பார்த்தேன்.

"அவன் கேரளாவிலே டெல்ஸ்டைல் கம்பெனியிலே வேலை பார்க்கிறச்சே மொதலாளியோட பையன், அங்கே வேலை பார்த்த பொண்ணுக்கிட்டே தப்பா நடந்து கிட்டதை கண்டிச்சதாலே பிரச்சனையாயிடுத்துன்னு தானே அவன் ஒங்கிட்ட சொல்லியிருந்தான்?"

நான் ஆமாம் என்று தலையாட்டினேன்.

"அது கதை! தப்பா நடந்து கிட்டது இவன்! பட்டப் பகல்லே, பஞ்சுப் பொதியெல்லாம் மூட்டை மூட்டையா வைக்கிற ஒரு கோடவுனிலே இவனும் அந்த மலையாளிப் பொண்ணும் தப்பான காரியம் பண்ணிக்கிட்டு இருந்ததை ஒரு செக்கியூரிட்டி பார்த்து மேனேஜ்மெண்டிலே சொல்லிட்டான். அந்தப் பொண்ணு என்னவோ வயசுக் கோளாறிலே இவம்மேலே இஷ்ட்டப்பட்டுத்தான் இவனுக்கு எடம் கொடுத்திருக்கா.. ஆனாலும் தன் பேரைக் காப்பாத்திக்க, அந்தப் பொண்ணு, 'இவன் என்னை கற்பழிக்கப் பார்த்தான்னு' யூனியன்லே போய்

கம்பிளைண்டு கொடுத்ததுட்டா. பயல் எசகு பிசகா மாட்டிக்கிட்டான். போலீஸ் கேசு அது இதுன்னு ஆகாம இவன் அப்பா தன்னோட அரசியல் செல்வாக்கை யூஸ் பண்ணி பையனை மீட்டுக்கொண்டுவந்துட்டார். இது தான் நிஜக்கதை!" என்றார் வைத்தி.

நான் பட்டுபட்டென்று தலையில் அடித்துக்கொண்டேன். "விஜியக்கா படிச்சு படிச்சு சொன்னா, எனக்குத் தான் புத்தியில்லை; 'உனக்கு மெச்சூரிட்டி பத்தாது; உன் அத்திம்பேர் அந்தப் பையன் சரியான ஆளு இல்லேன்னு சொல்றார்டி. அவர் சொன்னா சரியா இருக்கும், ஜாக்கிறதைடீன்னு எவ்ளோ சொன்னா; நான் மடச்சி!" என்று சொல்லி இன்னொரு தரம் முகத்தைப் பொத்திக்கொண்டு அழுதேன்.

"இட்ஸ் ஒகே. ஏதோ ரொம்ப முக்கியமா எங்கிட்டே ஏதோ சொல்லணும்னு சொன்னியே, அதை சொல்லு," என்றார்..

நான் இன்று மதியம் கேள்விப்பட்ட வதந்திகளைப் பற்றிச் சொன்னேன்.

வைத்தி, "ம்..ம்...ம்," என்று யோசித்தார். பின் சட்டென்று, "அந்த செல்வகுமார் கிட்டே என் அப்பா நம்ம கல்யாணப் பேச்சை எடுத்தது பத்தி எப்பவாவது சொன்னாயா?"

"ஐம் சாரி, அத்திம்பேர்; நான் லூசு மாதிரி அவன் கிட்டே அதைச் சொன்னேன். ரொம்ப சாரி அத்திம்பேர்," என்றேன்.

என்னையறியாமலேயே நான் வைத்தியை 'அத்திம்பேர்' என்று அழைத்ததில் இரண்டு பேருமே திகைத்தோம்!

"தட்ஸ் குட்! அட் லாஸ்ட்," என்ற வைத்தி, "நீ அப்படிக் கூப்பிட்டதை சொன்னேன். அவனிடம் சொன்ன விஷயத்தைப் பத்தி இல்லே!" என்றார் நமுட்டுச் சிரிப்புடன். "நீ சொன்னதுக்கு அவன் என்ன சொன்னான்?"

"உங்களை சமாளிக்கிற விதத்திலே சமாளிச்சு ஓரம் கட்டறேன்னு சொன்னான். 'எல்லா பிரச்சனைக்கும் ஒரு தீர்வு உண்டு; எல்லாருக்கும் ஒரு விலை உண்டு' அப்படீன்னான்.,"

"ஓ! என் விலை என்னவாம்?"

"எனக்கு என்ன தெரியும் அத்திம்பேர்? அவன் சொன்னதை சொன்னேன்," என்றேன்.

"இப்போ இந்த வதந்தி எங்கேயிருந்து எப்படி கிளம்பிச்சுன்னு புரியறதா?"

நான் விழித்தேன்.

"அந்த சித்ரா. அவள் மூலமாத்தான் அவன் இந்த வதந்தியை நம்ம ஆஃபீஸிலே பறப்பறான். என்னோட விலை, என்னோட சுய கௌரவம்; நேர்மை. அதுக்கு டேமேஜ் உண்டாக்கிறது மூலம் எனக்கு செக் வைக்கிறான். இதிலே கூடுதல் லாபம், உனக்கும் செல்வாவுக்கும் இருக்கிற தொடர்பை பப்ளிசிட்டி பண்றது. அதன் மூலமா உன்னை அவன் வலையிலே ஸ்ராங்கா சிக்க வைக்கிறது; அடுத்தபடி நான் எப்படியும் அந்த சித்ராவையும் வேலையிலிருந்து தூக்கியாகணும். அப்போ அவ என்ன கிளப்பிவிடுவா தெரியுமா? 'வைத்தி சார் எங்கிட்டே தப்பான நோக்கத்திலே பழகப் பார்த்தாரு; நான் ஒத்துக்காததாலே பழிவாங்கறாரு' அப்படீன்னு எம் டிக்கிட்டே போய் சொல்லுவா!" என்றார் வைத்தி.

நான் அதிர்ச்சியில் உறைந்தேன்.

கதவு தட்டப்பட்டது. ஆஃபீஸ் பையன் காப்பியைக் கொண்டு வைத்துவிட்டுப்போனான். மௌனமாய் இருவரும் அருந்தினோம்.

"தேங்க்ஸ் ஃபார் எவ்ரிதிங் அத்திம்பேர்," என்று சொல்லிவிட்டு எழுந்தேன்.

"இன்னும் ஒரு காரியம் இருக்கு. நீ உடனே உன் ராஜினாமா கடிதத்தைத் தரணும்.," என்றார் வைத்தி.

எனக்கு இது அதிர்ச்சியாகவே இல்லை. என் மனதில் ஏற்கனவே நான் எடுத்திருந்த தீர்மானம்தான் அது. "ஷ்யூர் அத்திம்பேர்," என்று சொல்லிவிட்டுக் கிளம்பினேன்.

நான் எடுத்த சரியான தீர்மானம் அது மட்டோடு நிற்கவில்லை.

-=()=-

== 22 ==

நான் அம்மாவின் படுக்கையறையில் இருந்த கண்ணாடியில் கடைசியாய் என் மேக்கப், புடவை எல்லாம் சரியாக இருக்கிறதா என்று பார்த்துக்கொண்டேன்.

அம்மா பரபரவென்று உள்ளே வந்தாள். "சரி, சரி. நீ உன் ரூமுக்குக் கிளம்பு," என்றவள், "என்னடீ இது பட்டுபுடவைக்கு பதில் இந்தப் புடவையைக் கட்டிண்டு இருக்கே? இது போன தீபாவளிக்கு கட்டிண்டதில்லையோ?" என்றாள் அம்மா.

"பட்டா இருந்தா என்ன இல்லாட்டி என்னம்மா? இது நன்னா இருக்கா இல்லையா, அதைச் சொல்லும்மா," என்றேன்.

"ரொம்ப அழகா, உனக்குப் பொறுத்தமா இருக்குடி! என் கண்ணே பட்டுடும்போல் இருக்கு. நீ கிளம்பு. பதவிசா, அனுசரணையா நடந்துக்கோ, சந்தோஷமா இருங்கோ," என்று சொல்லும்போது அம்மாவின் கண்ணில் நீர் தளும்பியது. "வெளிலே அப்பாவும், சம்பந்தி மாமாவும் உட்கார்ந்திருக்கா. அவாளுக்கு நமஸ்காரம் பண்ணிட்டு இந்த பால் சொம்பை வாங்கிக்கோ," என்றாள் தொடர்ந்து.

நான் ஹாலில் இருந்த இருவருக்கும் நமஸ்காரம் செய்து பால் சொம்பை வாங்கிக்கொண்டேன். அம்மா, "மாப்பிள்ளை கையிலே கொடுத்து நமஸ்காரம் பண்ணு; அவசியம் பண்ணணும். ஆமாம்," என்று சொல்லி என் கன்னத்தை அன்புடன் வருடி அனுப்பினாள்.

உள்ளே. அப்பா தன் ஆசைக்காக, வைத்தி 'இதெல்லாம் வேண்டாம்' என்று சொல்லியிருந்தும் கேளாமல் கட்டிலின் மேலே கொஞ்சமாய் பூவலங்காரங்கள் செய்திருந்தார்.

உள்ளே வைத்தி என் அறையில் சுவரில் தொங்கிய ஃபோட்டோவைப் பார்த்தவாறு நின்றிருந்தார். அது நானும் விஜியக்காவும் சேர்ந்திருக்கும் சின்ன வயசுப் போட்டோ. நான் வைத்திக்கருகில் சென்றேன். அவர் கையில் பால் சொம்பைக் கொடுத்து, நமஸ்காரம் செய்தேன்.

"ஏய்! என்ன இந்த ஃபார்மாலிட்டியெல்லாம்? எனக்குப் பிடிக்காது!" என்றார் வைத்தி.

"எனக்குப் பிடிச்சிருக்கே! நமஸ்காரம் பண்ணப் பண்ணத்தான் கொழுப்பு குறையும்னு எங்க அம்மா சொல்லியிருக்கா அத்திம்பேர்!" என்று சொல்லி நான் வைத்தியின் புஜத்தைப் பற்றிக்கொண்டேன்.

"அத்திம்பேரா?" என்று சிரித்தவாறே கேட்ட வைத்தியிடம் ஏதும் சொல்லாமல் நானும் அந்த ஃபோட்டோவை ஏதோ புதிதாய்ப் பார்ப்பது போல் பார்த்தேன். நானும் அக்காவும் ஆளுக்கு ஒரு குடையை விரித்து வைத்துக்கொண்டு மொட்டை மாடியில் பற்கள் தெரியச் சிரித்தவாறே நிற்கும் கருப்பு வெள்ளை ஃபோட்டோ.

"ஃபோட்டோலே என்ன பார்த்தேள்?" என்றேன்.

"உன் அக்கா; அவளோட தொடர்ச்சியா எனக்குக் கிடைச்ச நீ"

"அந்த போட்டோலே நான் வெச்சிருக்கிற குடை அக்காவோடது; அவ வெச்சிண்டிருக்கிற குடையிலே ஓரத்திலே லேசா கிழிஞ்சு இருக்கு பாருங்கோ, அது என்னோட குடை.," என்றேன். என் குரல் கம்மியது.

நான் வைத்திக்கு நேரே நின்றவாறு, "என் இந்தப் புடவை எப்படி இருக்கு?" என்றேன்.

"ஏன்? ரொம்பவே அழகாயிருக்கு. உனக்கு ரொம்பவே பொறுத்தமாயிருக்கு," என்றார் வைத்தி.

"நானும் அக்காவும் கடை கடையா ஏறி இறங்கி, மணிக்கணக்கா தேடி அலசி ஆளுக்கு ஒரு புடவை எடுத்துண்டு வந்தோம். வீட்டுக்கு வந்ததும், அக்காவோட புடவையை எடுத்து என் மார்மேலே குறுக்காப் போட்டுண்டு கண்ணாடிலே பார்த்தேன். 'அக்கா, உன் இந்தப் புடவைய எனக்குத் தருவியா?"ன்னு ஒரு வார்த்தை கேட்டேன். "எடுத்துக்கோடி, உனக்குத் தான் இந்தப் புடவை ரொம்ப சரியாயிருக்கும்னு உடனே கொடுத்துட்டா!" என் கண்கள் பொழிய ஆரம்பித்துவிட்டன.

"எனக்கு இதான் சரின்னு அவள் தந்த இந்தப் புடவை, எனக்குப் பாதுகாப்பா அவள் தந்த அந்தக் குடை, எனக்கு சரியாவும், பாதுகாப்பாவும் இருக்கும்னு அவளா இப்போ எனக்குத் தந்துட்ட நீங்க..." என்று சொல்லி முடிக்கும் முன் அழுதுவிட்டேன்.

வைத்தியின் முகமும் இளகியது. "அவ, என்னை மட்டும் சும்மா விட்டாளா? கடைசி மூச்சை விடும்போது சொன்னது 'ஜெயாவைப் பாத்துக்குங்கோ'ன்னு. நான் மறந்துறப்போறேனேன்னு, சும்மா சும்மா கனவிலே வேறே வந்து, 'ஜெயா ஒரு லூசு, அதுக்குக் கொஞ்சம் போறாது, நீங்கதான் அவளைப் பார்த்துக்கணும்னு சொல்லிண்டே இருந்தா," என்றார் வைத்தி.

"லூசு, கிறுக்குன்னு தெரிஞ்சப்பறமும், நான் பண்ணின அசட்டுத்தனம் எல்லாம் தெரிஞ்சப்பறமும் ஏன் என்னைக் கல்யாணம் பண்ணிக்கணும்? நான் அந்த பொறுக்கி செல்வா கூட தப்புத் தப்பா பழகியிருக்க மாட்டேன்னு ஒங்களுக்கு என்ன நம்பிக்கை?"

"ஜெயா, நம்ம குடும்பம், பின்னணி, பாரம்பரியம், கலாசாரம் எல்லாம் இருக்கே? அது தடுக்கும்; அசட்டுத் தனம் செஞ்சாலும் ஒரு நாளும் எல்லையைத் தாண்ட விடாதுன்னு தெரியும். அதுக்கப்புறம் இன்னொண்ணும் இருக்கு...." என்றார் வைத்தி.

வைத்தி பால் சொம்பை ஸ்டூல் மீது வைத்து விட்டு என் தோள் மீது கை வைத்து என்னைத் தன்னைத் தன்னை நோக்கி இழுத்தார்.

"அதென்னவாம்?" என்றேன் நான் வாய் குழற.

"நீ ரொம்ப அழகா வேற இருக்கியே?"

"சீ, ஆம்பிள புத்தி," என்று நான் சொல்லி முடிப்பதற்குள் வைத்தியின் உதடுகள் என் உதடுகளில் அழுந்திப் பேசமுடியாமல் செய்து விட்டன. என் கரங்கள் அவர் முதுகை இறுக்கப் பற்றிக்கொண்டு அவரை என் மார்போடு அழுத்தின.

-=(0)=-

3. புத்தம் புது கனவுகள்

(கதை நிகழ்வின் காலம் 1978-81)

[*ஆகஸ்ட் 1989 சாவி வார இதழில் வெளி வந்த கதை*]

== 1 ==

செங்கோட்டை பாசஞ்சர் குத்தாலம் ஸ்டேஷனில் நின்றபோது அந்தப் பெரியவர் குழந்தையைத் தூக்கிக்கொண்டு ஏறியதை கவனித்தேன். ஆனாலும், நான் மேல் பர்த்தில் படுத்துக்கொண்டு புத்தகத்தில் மூழ்கி இருந்ததால், மாயவரம் ஜங்ஷனில் வண்டி நின்று, கீழே இறங்கிய போதுதான் அவர்களை சரியாக பார்க்க முடிந்தது.

“தாத்தா இறங்கிப் போய் உனக்குப் பால் வாங்கிண்டு வருவேனாம். நீ இங்கேயே சமர்த்தாய் உட்கார்ந்திருப்பியாம்,” - பெரியவர் சொல்லிக்கொண்டிருந்தார்.

குழந்தையோ தலையை பலமாக ஆட்டி ஏதோ சொல்லியது. அதன் பேச்சு புரியாததால் உற்றுக் கவனித்தேன். பெண் குழந்தை, மூன்று அல்லது நான்கு வயது இருக்கும்.

மெலிந்த உடல், உடலுக்குப் பொருந்தாத பெரிய தலை, சற்றே இரட்டை மண்டை என்று கூட சொல்லலாம். அவள் மூக்குக்கு கீழே மேலுதடு இரண்டாய் பிளந்திருந்தது. கவர்ச்சியற்ற முகம். உதட்டால்தானோ என்னவோ அந்த குழந்தையின் பேச்சு தெளிவாயில்லை.

"சரி, நீயும் என்கூட இறங்கி வா. ரெண்டு பேருமாய்ப் போகலாம்."

குழந்தை அதற்கும் வர மறுத்தது. பெரியவர் செய்வதறியாது சற்று நேரம் நின்றார். நான் தொண்டையைக் கனைத்துக் கொண்டேன்.

"பிளாஸ்க்கை எங்கிட்டே கொடுங்க சார், நான் போய் வாங்கி வறேன். நானும் பால் சாப்பிடத்தான் கிளம்பினேன்."

பெரியவர் சிநேகமாய் என்னைப் பார்த்துச் சிரித்தார். அந்தச் சிரிப்பில் ஏதோ ஒன்று என்னை வசப்படுத்தியது. அவரது பறங்கிப் பழ நிறத்திலும், முற்றிலும் வெளுத்த தலையிலும், முன் நெற்றிச் சுருக்கத்திலும், நீண்ட நாசியிலும் ஒரு வசீகரம் இருந்தது. ஒல்லியான அவர் உடல் வாகுக்கு அவர் உயரம் ஒரு கம்பீரமாகவே இருந்தது. அவருக்கு வயது சுமார் ஐம்பைத்தைந்து இருக்கக் கூடும். ஆனாலும், சற்றே வயதைக் கூட்டிக் காட்டும் முகவாகு.

பால் வாங்கிக் கொண்டு வந்து கொடுத்த பின்பு நான் பேச்சை ஆரம்பித்தேன்.

"குழந்தைக்கு உதடு ஏன் இப்படி ...."

"இவள் என் முதல் பெண் வயித்துப் பேத்தி. என் பெண் தன் தாய் மாமனையே பிடிவாதமாய்க் கலியாணம் பண்ணிண்டாள். நான் தடுத்துச் சொன்ன எச்சரிக்கைகளை காதில் போட்டுக்கலை.. நெருங்கிய உறவுக்குள் கலியாணம் செய்ததன் விளைவுதான் இந்தக் குழந்தை, பிறவிக் கோளாறு."

அவர் இத்தனை வெளிப்படையாக பேசியது எனக்கு ஆச்சரியமாக இருந்தது.

"இதைச் சரிப்படுத்த முடியாதா?"

"முடியும். அதற்கு ஆப்பரேஷன் பண்ணத்தான் இவளை அழைச்சிண்டு மெட்ராஸ் போகிறேன். இந்தப் பிளவைச் சேர்த்துத் தைக்கணுமானால், குழந்தைக்கு ஜலதோஷம்,

தும்மல் இல்லாமல் ஆரோக்கியமா இருக்கணும். இவள் அம்மாவுக்கு, தன் பெண்ணின் ஆரோக்யத்தைவிட, இவள் தன்னைப் போல் அழகாகப் பிறக்கலயேங்கிற குறைதான் பெரிசா இருக்கு.. பெண்ணைப் பேணி வைச்சுக்க அத்தனை நாட்டமில்லை. அதனலதான் குழந்தையை என் சின்னப் பெண் கிட்டே அழைத்துப் போகிறேன். அவளிடம் போயிருந்தால் இவள் ஒரே மாதத்தில் ஜம்முனு ஆயிடுவாள். பிறகு ஆபரேஷன் பண்ணிவிடலாம்," - பெரியவர் சொல்லிக் கொண்டு போனார்.

இருவருக்குமிடையே தயக்கம் குறைந்து நிறைய பேசினோம். பூர்வீகங்களைப் பகிர்ந்து கொண்டோம். முப்பத்தைந்து வயதில் நான் கட்டை பிரம்மச்சாரியாக இருப்பதையும், திருவிடைமருதூரில் தனியாய் இருக்கும் அம்மாவைப் பார்த்துப் போக அவ்வப்போது சென்னையிலிருந்து வந்து போவதைப் பற்றியும் சொன்னேன்.

அவருக்கு மனைவி காலமாகி இருபத்தி மூன்று வருஷங்களாயிற்றாம். இரண்டு பெண்களில் மூத்தவள் குத்தாலத்தில் தாய்மாமனைக் கல்யாணம் செய்து கொண்டு திருப்தி இல்லாத ஒரு வாழ்க்கை வாழ்கிறாளாம். கல்யாணம் பண்ண வேண்டிய வயதில் இளையவள் இவரோடு சென்னை வேளச்சேரியில் இருக்கிறாளாம்.

"இவ்வளவு சின்னக் குழந்தை அம்மா அப்பாவை விட்டுவிட்டு உங்களோட தனியாய் வரது ஆச்சரியம்தான். சமர்த்தாகவும் இருக்கிறாள்," - நான் அபிப்பிராயம் சொன்னேன்.

"இவளா சமர்த்து? உங்களுக்கு தெரியாது. இவள் பிடிவாதம் பிடித்து ரகளை செய்ய ஆரம்பிச்சா யாராலேயும் அடக்க முடியாது -- என் சின்ன பெண்ணைத் தவிர. இப்போது கூட இவ தன் சித்தியைப் பார்க்கிற ஆசையில்தான் பெட்டிப் பாம்பாக அடங்கி வந்துண்டிருக்கா!"

பெரியவரின் பேச்சு அவரது இளையப் பெண்ணை பற்றி வரும் போதெல்லாம் அவர் கண்களில் ஒரு வெளிச்சம், குரலில் ஒரு நெகிழ்வு.

"இவள் சித்திக்கு இவளிடம் ரொம்ப ஆசையா?" என்று கேட்டேன் மனதுக்குள் கூடவே சில வக்கிரமான கேள்விகள் - 'இந்த கோரமான குழந்தையை எப்படி ஒருவருக்கு பிடிக்கும்?

அதுவும் பெற்ற தாயே வெறுக்கும்படி இருக்கும் இவளை? வெறும் ரத்தபாசம் என்ற வட்டத்துக்குள் காட்டும் சாதாரண பரிவுக்கு மேல் அப்படி என்ன பாசம் ஒரு சித்திக்கு இந்த குழந்தை மேல் தோன்ற முடியும்?'

பெரியவர் தீர்க்கமாய் பார்த்தார். குரல் சின்னதாயிற்று, "என் சின்ன பெண்ணின் பெயர் என்ன தெரியுமா சுவாமி? பிரியதர்சனி. நான் தான் பேரு வெச்சேன். வெச்ச பேருக்கு ஏத்தவ அவ; சொன்னா நம்பமாட்டீர். இன்னும் ஒரு மாசம் கழிச்சு நீங்க இந்த குழந்தையை பார்க்க முடிஞ்சா நான் சொன்னதன் அர்த்தம் உமக்குப் புரியும்."

நான் வெறுமனே தலையை ஆட்டினேன். பெரியவர் தன் இளைய பெண்ணை பற்றி சொல்லிக் கொள்வதில் ஒரு நியாயமான கர்வம் தெரிந்தது. வீண் பீற்றலாகப் படவில்லை. அப்படி அவர் சிலாகித்துக் கொள்ளும் அளவுக்கு ஒரு பெண் அன்பின் வடிவமாகவே இருத்தல் சாத்தியமா? அவரிடம் கேட்க எனக்குள் பல கேள்விகள் முகிழ்த்துக் கிளம்பின.

ஊஹூம், சரியில்லை. கல்யாணமாகாத ஒரு பெண்ணைப் பற்றி ஒரு பிரம்மச்சாரி துருவித் துருவிக் கேட்பது அநாகரிகம்.

பாலைக் குடித்துவிட்டு கொட்டாவி விட ஆரம்பித்த குழந்தையை பெரியவர் படுக்க விட்டு விட்டு முதுகை தடவிக் கொடுத்தவாறே பேச்சை தொடர்ந்தார். பேச்சு எங்கெங்கோ திசை திரும்பிற்று, உத்தியோகம் பற்றி, நாட்டு நடப்பு பற்றி, தத்துவார்த்தமான விஷயங்களைப் பற்றி என்றெல்லாம். வண்டி சிதம்பரம் தாண்டும் வரை பேசிக் கொண்டிருந்தோம்.

அவரோடு என் அதிர்வலைகள் ரொம்பவும் ஒத்துப்போவதாக பட்டது எனக்கு. நான் சந்திக்கும் பல ஓய்வு வயதுக் கிழங்களிலிருந்து அவர் முற்றிலும் மாறுபட்டிருந்தார். சுப்ரபாதம், சந்தியாவந்தனம், கந்தர் சஷ்டி கவசம். இந்து பேப்பர், டெஸ்ட் கிரிக்கெட், அரசியல், விலைவாசி என்ற வட்டத்துக்குள் சுற்றி வரும் நடுத்தர வர்க்கப் 'பெரிசு' போல் இவர் தோன்றவில்லை. தன்னைப் பற்றியே பழங் கதைகள், பெருமைகள் பேசாமல், மற்றவரைப் பற்றி தெரிந்துகொள்ளும் ஆர்வம் அவருக்கு இருந்தது.

காலையில் மாம்பலத்தில் நான் இறங்க ஆயத்தமாகும் முன் அவர் பெயரை தெரிந்து கொண்டேன், ராமாமிர்தம். பெயரும் எனக்கு பிடித்துத்தான் இருந்தது.

“உங்களை சந்தித்ததில் ரொம்ப சந்தோஷம் சார். மாம்பலம் பக்கம் வந்தால் அவசியம் வீட்டுக்கு வரணும். அட்ரஸ் தரட்டுமா?” பேனாவுக்குகாக பையை துழாவினேன், அவர் சிரித்தார்.

“அதெல்லாம் எதற்கு சுவாமிநாதன்? ரயில் சிநேகிதத்தின் நெருக்கம், இறங்கும் ஸ்டேஷன் வரும் வரைதானே? பார்க்கப்போனால் பூமியில் நம் வாழ்க்கையும், உறவுகளும் நட்புகளும் கூட ரயில் பிரயாணம் மாதிரிதான். அவரவர் பிரயாணம் முடிந்ததும் போய்ச் சேர வேண்டியதுதானே?” என்றார் ராமாமிருதம்.

நான் சற்றே அசடு வழிந்தேன்.

"கவலைப்படாதேயும், நானும் நீரும் மறுபடியும் சந்திக்கணும்னு பிராப்தம் இருந்தால் நிச்சயம் சந்திபோம். உலகம் ரொம்பச் சின்னது சுவாமி!” என்றவாறு, பெரியவர் என் தோளில் தட்டி விடை கொடுத்தார்.

இறங்கிய பிறகு நினைத்துக் கொண்டேன். அந்தக் குழந்தையின் கன்னத்தைத் தட்டி, ஒரு புன்னகையோடு தலையாட்டி விட்டு வந்திருக்கலாம். ஏனோ தோன்றவில்லை.

-=()=-

== 2 ==

கன்னிமரா நூலகத்தில் 'ஃபிலாசஃபி' பக்கத்து அலமாரிகளை நோண்டிக் கொண்டிருந்த போது யாரோ தோளை தட்டினார்கள். திரும்பினேன். அட! ராமாமிர்தம்!

"என்ன சுவாமி, உலகம் ரொம்ப சின்னது என்று சொன்னேனே, நெஜமாயிடுத்து பார்த்தீரா?"

எனக்குள் சட்டென்று ஒரு சந்தோஷம் வியாபித்தது. ரயில் பிரயாணத்தில் சந்தித்தபின் கிட்டத்தட்ட இரண்டு மாதம் கழித்து இப்போது பார்க்கிறோம். ஒருவரை ஒருவர் நலம் விசாரித்துக் கொண்டோம்.

" என்ன புஸ்தகம் தேடுகிறீர்?"

"விவேக சூடாமணிக்கு சின்மயானந்தர் விளக்கவுரை ஒரு புத்தகம் இருக்கு. அதைத்தான்."

"அவ்வளவுதானே, என்னிடம் அந்த புஸ்தகம் இருக்கு, நான் உமக்கு ஓசி தருகிறேன் இப்போ வெளியே வாரும்."

என் தோளில் கைபோட்டு அன்போடு இழுத்துக் கொண்டு வெளியே வந்தார். இருவரும் மியூசியம் தியேட்டரில் உயரப் படிகளில் ஏறி உட்கார்ந்து கொண்டோம். மாலைக் காற்று தண்ணென்று வீசியது. ஆள் நடமாட்டம் இல்லாத அந்த சூழல் எனக்கு எப்போதுமே ரொம்ப பிடிக்கும்.

"சாமிநாதன், உம்மகிட்டே ஒரு உண்மையை சொல்லியே ஆகணும். அன்னிக்கி ரயிலில் பேசிப் பழகியதிலிருந்தே எனக்கு உம்மேலே ஏதோ ஒரு ஈர்ப்பு. ஏன் எதுக்குன்னு சரியா சொல்லத் தெரிலே. நீர் மாம்பலத்திலே இறங்கறச்சே பெரிய தோரணையாய் தத்துவம் பேசினானே தவிர, உம்மிடம் அட்ரஸ் வாங்கிண்டு இருக்கலாமோன்னு அப்புறமா தோணிண்டே இருந்துது. அன்னிக்கி உம் மனசை புண்படுத்திட்டேனோ?"

தணிந்த குரலில் மன்னிப்பை தேடும் விதத்தில் அவர் கேட்டபோது நான் நெகிழ்ந்தேன். "என்ன சார்! பெரியவங்க நீங்க இப்படியெல்லாம் கேட்டுக்கிட்டு! சரி, குழந்தை எப்படி இருக்கா? ஆப்பரேஷனெல்லாம் ஆயிடுத்ததா?"

"ஓ! போன வாரம் ஆச்சு. ஜம்முனு இருக்கா.. நீர் வந்து பார்த்தால் உமக்கு அடையாளமே தெரியாது. பிரியாவின் கை அமிர்தமில்லையோ?"

மீண்டும் இளைய பெண்ணைப் பற்றிய பெருமை. அவர் கண்களில் ஒளிக்கீற்று; எனக்குள் மேலும் ஆர்வக் குறுகுறுப்பு.

நிறைய பேசினோம். இருவருக்கும் ஒத்த சுவைகள் இருந்தன. ஆன்மிக விசாரத்தில் இருவருக்குமே நாட்டம் இருந்தது. மதங்களின் அடிப்படையான விஷயங்களைப் பற்றி கருத்து பரிமாற்றம் செய்து கொண்டோம். சமஸ்கிருத ஸ்லோகங்களை அர்த்தம் புரியாமல் இறைந்து சொல்லி பிறரைக் கவர முயலும் போலித்தனமில்லாது, ஆழ்ந்த அர்த்தத்துடன் அவரால் பேச முடிந்தது.

இருள் நன்றாக சூழ ஆரம்பித்துவிட்டது. அவர் கிளம்ப ஆயத்தமானார். அடுத்தவாரம் இதே இடத்தில் மீண்டும் சந்திக்கலாம் என்று சொல்லிவிட்டு அவர் பஸ் பிடிக்கக் கிளம்பினார்.

அடுத்த சனிக்கிழமை மாலை, சரியாக ஐந்து மணிக்குப் பெரியவர் வந்து விட்டார்.

"சார், எதிர்த்தாப்பிலே கொஞ்சம் தள்ளி ஒரு ஓட்டல் இருக்கு. ஒரு காப்பி சாப்பிட்டுக்கிட்டே பேசலாமா?" என்றேன்.

காப்பிதானே, தாராளமா சாப்பிடலாம்! ஆனா, ஓட்டல்லே இல்லே. இங்கயே. காப்பி குடிக்கிறதுக்கு முன்னாடி கொஞ்சம் பக்கோடாவும் உண்டு, கொறிக்க!" என்றவர் தம் ஜோல்னாப் பையிலிருந்து ஒரு ஃபிளாஸ்க்கையும், இரண்டு பொட்டலங்களையும் வெளியே எடுத்தார். கூடவே ஒரு பாட்டிலில் குடி நீர் வேறு!

"என் பொண்ணு பிரியா, ரொம்ப ஸ்ரிக்ட். ரெண்டு மாசம் முன்னாடி ஏதோ ஓட்டல்லே சாப்டு கண்ட தண்ணியக் குடிச்சதிலே அமீபியாஸிஸ் வந்து திண்டாடினேன். "ஓட்டல் பக்கம் போகப்படாது"ன்னு அதட்டல் போட்டு உங்களுக்கும் சேர்த்து பாக் பண்ணி கொடுத்திட்டா!" என்றார்.

மியூசியம் தியேட்டர் படிகளில் உட்கார்ந்து கொண்டு பொட்டலங்களைப் பிரித்தோம்.

"சூப்பர் சார்! பக்கோடா பிரமாதம்," என்றேன்.

"எல்லாம் பிரியா கை மணம் தான். பின்னே சும்மாவா? அவளுக்கு சமையல் குரு நானில்லையோ?" என்று சொல்லிச் சிரித்தார்.

அருமையான டிகாக்ஷன் காப்பியையும் குடித்துவிட்டுப் பேச ஆரம்பித்தோம்.

"உம்மைப் பார்த்தால் எனக்கு உள்ளுக்குள் ஏதோ குடையறது சுவாமி. நீர் வயசுக்கு மீறி வளர்ந்துட்டீர்... இந்த வயதில் உமக்கு இத்தனை தத்துவ ஆராய்ச்சி அநாவசியம், எங்கோ 'சைக்காலஜி' உதைக்கறதே! உம் வயதை ஒத்தவர்களுடன் ஃபைவ் ஸ்டார் ஹோட்டலில் போய் உட்கார்ந்து கொண்டு பீர் குடிப்பதை விட்டுவிட்டு இந்த கிழத்தோடு பதஞ்சலியின் யோக சாஸ்திரம் பற்றி பேச உமக்கு என்ன தலையெழுத்து? உம்மைப் பத்தி எனக்கு இன்னும் தெரிஞ்சு கொள்ள வேண்டியது ரொம்ப அவசியமாய்ப் படறது. இப்போது சொல்லும், நல்ல உத்தியோகத்தில் பிக்கல் பிடுங்கல் இல்லாமல் இருக்கும் நீர் ஏன் இன்னும் கல்யாணம் பண்ணிக்கலை?" ராமாமிர்தம் குறுஞ்சிரிப்புடன் கேட்டார்.

நான் ஒரு முறை மூச்சை இழுத்து விட்டேன்.

"ஏன், எதனாலன்னு எனக்கு கோவையாகச் சொல்லத் தெரியலை சார். வயசாய் ஞாபகமறதி வந்த ஒருவன் கை தவறுதலாய் எங்கியோ வெச்ச மூக்கு கண்ணாடியை தேட ஆரம்பிச்சு, தேடித் தேடிக் கடைசியில் எதை தேடறோம்னே மறந்து போனானாம். அதை போலத்தான் என் நிலைமையும்னு சொல்லலாம்..."

ராமாமிர்தம் என்னை தீர்க்கமாக பார்த்தவாறே கேட்டுக்கொண்டிருந்தார்.

"என்னோட வாழ்க்கையின் தாத்பரியம் எனக்கே பிடிபடலை சார். உள்ளுக்குள் ஏதோ ஒரு பெரிய 'வேக்குவம்' இருப்பது போலப் படுகிறது. இப்போ நான் உங்ககிட்டே பேசறது போல யாரு கிட்டேயும் மனம்விட்டு மனம் பேசியது கிடையாது..."

"உம், சொல்லுங்க..."

"என் வீட்டுக்கு நான்தான் மூத்த பிள்ளை சார். மூணு தங்கைகள் ஒரு தம்பி. என் குழந்தைப் பருவம் சந்தோஷமாகத்தான் போச்சுன்னு நெனைக்கிறேன்;. ஏன்னா

குழந்தைகளுக்கு சிந்திக்க பொழுதேது? சிந்திக்க ஆரம்பிக்கும் போதுதானே பிரச்சனைகளும் ஆரம்பிக்குது?"

ராமாமிர்தம் புன்னகைத்தவாறே தலையாட்டினார்.

"ஆனா, இப்போது யோசிச்சுப் பார்க்கும் போது, சின்ன வயதில தோணாதது பலதும் இப்போ தெளிவா தோண்றது. எங்க அம்மா அப்பா சந்தோஷமான தம்பதிகள் இல்ல. அடுத்தடுத்து ஒவ்வொரு குழந்தை பிறக்கும் போதும் அவங்க ஒருத்தரை விட்டு ஒருத்தர் அதிகம் விலகிப் போனாங்கன்னு படறது. அந்த காலத்துல அவங்க ரெண்டு பேருக்கும் நடுவிலே ஒரு ஆரோக்கியமான கம்யூனிகேஷனே இல்லன்னு தோண்றது...."

அவர் புரிந்து கொண்டதன் அறிகுறியாய் தலையாட்டினார். நான் தொடர்ந்தேன்.

"எனக்கு ஏனோ புரியலை சார். என் அம்மாவுக்கும் அப்பாவுக்கும் குழந்தைகளை பிடிக்கவில்லை என்று சொல்ல மாட்டேன். ஆனாலும் அவர்களுக்கு ஏன் அன்பையும் பாசத்தையும் வெளிப்படுத்த தெரியவில்லை? அதில் என்ன அவர்களுக்கு ஒரு தயக்கம்? அது அந்தத் தலைமுறையின் கோளாறோ? ஒருக்கால் குடும்பத்தில் உருப்படிகள் அதிகமாகிவிட்டதால் பாசத்தில் 'ரேஷன்' அமலாயிடுத்தோ? பிள்ளை வளர்ப்பு அவர்களுக்கு ஒரு கடமையாய்ப் பட்டதே தவிர ஒரு பாசத்தின் வெளிப்பாடா இல்லை சார் அதிலே. நாங்களும் பெத்தவங்களுக்கு மரியாதை செலுத்தவும், பயப்படவும் கத்துக்கிட்டோமே தவிர, ஸ்வாதீனமா, பிரியமா, பாசமா இருக்கக் கத்துக்கலை சார்...."

"வாஸ்தவம், ரொம்ப சரி. உம் கருத்தை ஒட்டி சொல்ல எனக்கு நிறைய விஷயம் இருக்கிறது. பின்னால் சொல்கிறேன். நீர் மேலே சொல்லும்," என்று ராமாமிர்தம் தூண்டினார்.

"பிறகென்ன? வீட்டுக்கு மூத்த பிள்ளையாய் பொறுப்பாய் வளர்ந்தேன். சீ.ஏ படிச்சு வேலையில் உட்காருவதற்கும் அப்பா காலமாவதற்கும் சரியாக இருந்தது. குடும்பப் பொறுப்பு முழுவதும் என் தலைமேலே விழுந்தது. மூணு தங்கைகளுக்கும் கல்யாணம் பண்ணிக் கடையேத்தணுமே? அதுக்குப் பணம் வேணுமே? அதுனாலே ஆபீஸிலே மாடாய் உழைக்க

ஆரம்பித்தேன். வெளிலே பிரைவேட்டா வேற பார்ட்டைம் பண்ணி சம்பாரிச்சேன்...

"இள ரத்தம் தந்த வேகத்தில மேலும் மேலும் பதவி உயர்வு, பண வேட்டை இவையே குறிக்கோளாய் ஆயிப்போச்சு. 'கடமை' வியாதி என்னையும் பிடிச்சுக்கிட்டுது. தங்கைகளுக்கு வரன் பார்க்கும் பொறுப்பை அம்மாகிட்டே விட்டுட்டு, கல்யாணத்திற்கு பணம் சேர்க்கும் வேலையை மட்டும் நான் பார்த்துக்கிட்டேன். அம்மா ஜாதகங்களை மட்டும் ஜோடி சேர்த்தாள். பெண்களின் விருப்பு வெறுப்புகளை யார் கேட்டாங்க? ஒருத்தியோட கடமை முடிஞ்சுதா? உம், அடுத்தவ. இப்பிடி பலியாடுகளை அனுப்பிவிட்டு, தம்பியை மெடிக்கலில் சேர்த்துவிட்டு அப்பாடின்னு முதுகு நிமிரும் போது, எனக்கு முப்பத்திரெண்டு வயதில் காதோரம் இளநரை!"

ராமாமிர்தம் சிரித்தார். தொடர்ந்தேன்.

"ஆக வாழ்க்கையில் நான் தலை தெறிக்க ஓடி வந்துவிட்டுத் திரும்பிப் பார்த்தால் பின்னால் யாரையும் காணோம்! நாய் இறைப்பு மட்டும் மிச்சம்! அப்போதுதான் முழிச்சுக்கிட்டேன். ஏன் இப்படி ஓடுகிறோம்? எங்கே ஓடுகிறோம்? எதைத் தேடி? எதுக்காக? இறைப்பு நின்னுது. பதிலை தேட ஆரம்பிச்சேன். மத சடங்குகள்ளேயா? கோவில்கள்ளேயா? புராணங்களிலா? சாஸ்திரங்களிலா? உபநிஷத்துக்களிலா? யோகத்திலா, கீதையிலா, பைபிளிலா? எதில்? இன்னும் தேடிக் கிட்டே இருக்கேன் சார்," என்று பேசி சற்று மூச்சு வாங்கினேன்..

"உம்மோட கடமை முடிஞ்சதும் கல்யாண பேச்சு கிளம்பியிருக்குமே?" என்றார் ராமாமிருதம்.

"கிளம்பாமலா? நான் ரொம்பவே குழம்பிப் போயிருந்தேன் சார். எனக்கு கல்யாணத்திலே இறங்க தைரியமில்லை. கல்யாணம் பண்ணிண்டு யார் சந்தோஷமாக இருந்தாங்க? என் அப்பா, அம்மா சந்தோஷமாய் இல்லை. என் தங்கைமார்கள்? ஊஹூம். அம்மாவிடம் சமையல் கத்துக்கிட்டதோட அவங்க தவறாமல் அம்மாவோட சிடுசிடுப்பையும் அதிருப்தியையும் கத்துக்கிட்டாங்க. கணவன்மார்களோடு சதா மல்லுக்கு நிக்கிற பாரம்பரியத்தையும் எடுத்துண்டு போனாங்க!" என்றேன்.

ராமாமிருதம் வாய்விட்டுச் சிரித்து ரசித்தார்.

"கல்யாணம் ஆனாலும், ஒருத்தரோட ஒருத்தர் போட்டிப் போட்டுண்டு அவ்வப்போது பொறந்த வீட்டிலிருந்து முடிந்தவரை கறந்து கொண்டும் போனாங்க. அதற்கு பிரதியுபகாரமா அண்ணாவுக்கு வரங்களும் சொல்லிவிட்டுப் போவாங்க. என் அம்மாவைப் போலவோ, தங்கைகள் போலவோ எனக்கும் ஒருத்தி வாய்த்து விட்டால்? ஐயையோ வேண்டாம் சாமி....!"

"கல்யாணமோ வேண்டாம், நிறையவோ சம்பாதிக்கிறீர், பணத்தை என்னதான் செய்கிறீர்?"

"பண ஆசை விட்டுப் போச்சு சார். எனக்கு என்ன வேணும்னு தேடிண்டிருக்கேனே தவிர இப்போ தேடறது இந்த காகித பணம் இல்லைங்கிறது நிச்சயமாயிடுத்து. வருகிற வருமானம் ஏதோ அனாதை விடுதிகளுக்கும், குருடர் பள்ளிகளுக்கும் கணிசமாய்ப் போறது. நெஜத்தைப் பச்சையா சொல்லணும்னா, அதிலேயும் ஒரு ஆத்மார்த்தமான நேயம் இல்லை சார், தங்கைகளுக்கு கல்யாணம் செஞ்சது போல, மனசிலேயே ஒட்டாம, ஒரு சந்தோஷமோ பெருமையோ இல்லாத ஒரு தருமம். "

ராமாமிர்தம் மௌனமாய் என்னைப் பார்த்துக் கொண்டிருந்தார்.

அப்புறம், "நீர் உம் அப்பா அம்மாவைப் பற்றி என்னிடம் சொன்ன போது ஒரு விஷயம் என் மனசில் நன்னா பதிஞ்சிது. உம் அப்பா அம்மாவுக்கு இடையே ஒரு ஆரோக்கியமான 'கம்யூனிகேஷனே' இல்லையோ என்று நீர் நினைச்சதாச் சொன்னீர் இல்லையா? அது ரொம்பவே சரியான கணிப்பு தான்னு எனக்குத் தோணறது. காரணம் நானும் அந்த ஜெனரேஷனைச் சேர்ந்தவன் தானே? .அந்தக் கால சூழ்நிலையே அப்படித்தான் சுவாமி."

"சார், இருட்டிப் போச்சே? நீங்க பஸ் பிடிச்சு அவ்ளோ தூரம் போகணுமே?" என்றேன்.

"ஆமால்லே? பேசினதிலே நேரம் போனதே தெரிலை. மேற்படி விஷயம் பத்தி நானும் சொல்றதுக்கு நிறைய விஷயம் இருக்கு. உமக்குக் கேட்கிறதுக்கு காது இருக்கா? அப்படீன்னா பழையபடி எங்கியாவது அடுத்த வாரக் கடைசியிலே மீட் பண்ணுவோம்," என்றார்.

சைதாப்பேட்டை காரணீசுவரர் கோவிலில் சந்திக்கலாம் என்று தீர்மானித்தோம். ஓரளவு பெரிய கோவில். அமைதியான இடம்.

-=()=-

== 3 ==

சிவனையும் அம்பாளையும் தரிசித்துவிட்டு, பிராகாரத்தில் ஒரு சௌகர்யமான இடம் பார்த்து இருவரும் உட்கார்ந்து கொண்டோம். வழக்கம் போல் பிளாஸ்க்கில் டிகாக் ஷன் காப்பி!

ராமாமிருதம் பேச ஆரம்பித்தார்.

"கணவன் மனைவிக்கு நடுவுலே ஒரு ஆரோக்கியமான கம்யூனிகேஷன் வரணும்னா அவங்களுக்குன்னு ஒரு பிரைவஸி இருக்கணும் சுவாமி. எங்க ஜெனரேஷன்லே, கிராமத்து கூட்டு குடும்பத்தில 'பிரைவஸி'யாவது மண்ணாங்கட்டியாவது? நான் அடிக்கடி நினைச்சுப் பார்ப்பதுண்டு. கிராமத்து வீட்டை முதன் முதலில் வடிவமைச்ச 'மகானுபாவன்' யாராயிருக்கும்? திண்ணை, ரேழி, கூடம், தாழ்வாரம், முற்றம், சமையலறை என்று பெரிது பெரிதாய் வைத்த அவனுக்கு வீட்டுலே 'காம்ரா உள்ளு', அதான் ஓய், படுக்கை ரூம், ஒண்ணு 'மட்டும் போறும்ன்னு ஏன் தோணிவிட்டது? நம் ஜனங்களோ ஆட்டுமந்தைகள், காலம் காலமாய், கிராமம் கிராமமாய் இதே வீட்டு வடிவமைப்பை அலுக்காமல் சலிக்காமல் பின்பற்றிக் கொண்டு...."

பெரிதாய்ச் சிரித்தார் ராமாமிர்தம்.

"ஆக, இருக்கும் அந்த ஒரே அறைதான் வீட்டில் இருக்கும் தம்பதிகளுக்கெல்லாம் ஷிஃப்டு முறை பள்ளியறை. அவ்வப்போது கல்யாணம் ஆன பெண்கள் கணவனோடு பிறந்த வீட்டுக்கு வந்தால், பள்ளியறைக்கு அவர்களுக்கு 'பிரிபரென்ஸ்' வேறு!"

என்னால் சிரிப்பை அடக்க முடியவில்லை "உங்கள் ஆராய்ச்சி சுத்த மோசம் சார்!" என்றேன்.

"மோசமானது ஒண்ணாவது! அதுதான் சுவாமி உண்மை நிலைமை! இப்போது சொல்லும், கட்டின பெண்டாட்டியோடு தனியாய் முழுதாய்ச் செலவிட ஒரு ராத்திரி எப்போதாவதுதாங்கிற நிலைமையிலே, 'காஞ்ச மாடு கம்பிலே பூந்த மாதிரி'ன்னு ஒரு பழமொழி சொல்லுவாங்க இல்லே, அது மாதிரி இயற்கையா ஒடம்போட வேட்கைக்குத் தான்

முதலிடம்னு ஆயிப்போயிடுது. மனப்பரிமாறலுக்கு ஏது நேரம்? சொல்லும்?"

"சரி, சரி, ஒப்புக்கறேன். இன்னும் உங்கள் கதைக்கே வரலை நீங்க"

"நான் இப்போ சொன்னதெல்லாம் என் கதைக்கு முன்னுரைதான். என் கல்யாண வாழ்க்கையும் இப்படிப்பட்ட சூழ்நிலையில்தான் ஆரம்பிச்சுது. போதாக்குறைக்கு நான் ரயில்வே டிக்கெட் பரிசோதகர் வேலையில இருந்தேன். அதனால் மாசத்திலே முக்காவாசி நாள் வெளியூர் பயணம்தான். பெண்டாட்டியைத் தனியே சந்திக்கும்போது என் நிலைமை நான் முன்பு சொன்னது போலத்தான். ஆம்பளைக்கு உடல் பசி தீர்ந்ததும் தூக்கம்தான் முக்கியமாகப் படுது. ஆனால் பெண்ணுக்கோ மனசு விட்டுப் பேசி நெருங்கி வரத் தோணுது; இங்கே மீண்டும் பிரச்சினை முளைக்கறது. எப்போ புருஷங்காரன் பேச ஆர்வம் காட்டலையோ அப்போ மனைவிக்கு மனசு கொந்தளிக்க ஆரம்பிக்கிறது. எரிச்சலும் கோபமும் சிடுசிடுப்பும் அவங்களுக்குத் தானாவே வர ஆரம்பிச்சுடறது. என் பொண்டாட்டியும் அப்படித்தான் ஆனாள்...,"

"கொஞ்சம் நில்லுங்க; எப்ப மனைவிக்கு எரிச்சலும் கோபமும் வந்துடுத்தோ, அப்போது உடல் நெருக்கம் மட்டும் எப்படி சாத்தியம்?"

ராமாமிர்தம் சிரித்தார்.

"உடல் பசியைப் பொருத்தவரை ஆணுக்கும், பெண்ணுக்கும் பேதமில்லை சுவாமி. பார்க்கப் போனா, கணவன் மனைவிக்கிடையே உடல் சம்பந்தமும் ஒரு அன்பின் வெளிப்பாடுதானே? கணவனின் அன்புக்காக ஏங்கும் மனைவிக்கு இதன் மூலமாவது அந்த அன்பு கிடைக்கிறதில்லையா? ஒண்ணு கிடைச்சதும் அடுத்ததற்காக மனசு ஏங்கறது. தலை, வாலைப் பிடிக்க முயலும் இடைவிடாத மாயச்சுழற்சிதான் இது," - பெருமூச்சு விட்டார் ராமாமிர்தம்.

"என் மனைவி முதன் முறை கர்ப்பவதியான போதிலிருந்துதான் எனக்குப் பிரச்சனை ஜாஸ்தியாக ஆரம்பிச்சுது. எப்போ உடல் நெருக்கம் தடைபட்டுடுத்தோ, அப்போ மன நெருக்கம் ரொம்பவே அவசியமாகறது. கர்ப்ப

காலத்தில் பெண்களுக்கு கணவனின் அன்பும் அரவணைப்பும் ரொம்பத் தேவையாய் இருக்கு. ஆனால் அப்போது எனக்கு அதைப்பற்றியெல்லாம் ஒரு அறிவும் கிடையாது. கூட்டுக்குடும்பத்தில் வதவதவென்று குழந்தைகளைப் பார்த்துவிட்ட எனக்கு, ‘என்னோட வாரிசு’ன்னு மனைவியின் வயித்திலே வளரும் குழந்தையைப் பற்றி ஒண்ணும் பெரிய ஆர்வமேயில்லே..”

சற்று மௌனமான பிறகு குரலைத் தணித்துக் கொண்டு, “உம்மிடம் வெட்கத்தை விட்டு சொல்றேன். அந்த வயசிலே, என் பொண்டாட்டி கர்ப்பவதி ஆனதாலே, என்னோட உடல் சந்தோஷங்களுக்கு வடிகால் இல்லைன்னு ஆனதாலே எனக்கு என் சம்சாரத்தின் பேரில் எரிச்சலும் கோபமும் கூட வந்துது. அதனாலே நான் அவளை அவாய்ட் பண்ண ஆரம்பிச்சேன். என் வெளியூர் பிரயாணங்களை ஜாஸ்தி பண்ணிக்கிட்டேன். வீட்டுக்கு வந்து போறதை கொறச்சுக்கிட்டேன். என் அன்புக்கும் அரவணைப்புக்கும் ஏங்கி ஏங்கியே என் சம்சாரம் சிடுமூஞ்சியாய் ஆனாள், என் பேரில் ஏற்பட்ட கசப்பை அவள் கூட்டுக்குடும்பத்திலே இருந்த எல்லார் பேரிலும் காண்பிக்க ஆரம்பிச்சாள்.,”

நான் குறுக்கிடாமல் ஆர்வமாய்க் கேட்டுக் கொண்டிருந்தேன்.

“கர்ப்ப காலத்தில் தாயின் மனநிலை குழந்தையை பாதிக்கிறது என்பது எத்தனை ஆச்சரியமான உண்மை! என் முதல் பெண் பிறந்தா; பிறந்தது முதலே ஆரோக்கியம் கம்மியான குழந்தை அவள், சதா ஜலதோஷமும், ஜுரமும், வயித்துப்போக்கும் அவளை மாத்தி மாத்திப் படுத்திக்கிட்டே இருந்துது. எப்போதும் அழுகை, கத்தல், பிடிவாதம், கோபம் தான். அவ அம்மாவோ ஏற்கனவே பாதி மெண்டல் மாதிரி எல்லார் மேலையும் எரிஞ்சுவிழுந்து கிட்டு இருக்கா; மொத்தத்திலே தாயும் மகளுமாய்ச் சேர்ந்து வீட்டிலே ஒரு குட்டி நரகத்தை சிருஷ்டி பண்ணாங்க.”

“குழந்தை பிறந்த கொஞ்ச நாட்களுக்கு அப்புறம் உங்களுக்கு பழைய நெருக்கம் வரவில்லையா?”

“இங்கேதான் சுவாமி பெண்களின் குணாதிசயம் குறுக்கே வருது. ஒரு குழந்தை பிறந்துட்டா, பெண்களுக்கு கணவனின் முக்கியத்துவம் கொறஞ்சு போயிடறது. முக்கியமாக,

அரவணைப்போ, அனுசரணையோ இல்லாத புருஷன் அவளுக்கு கிட்டத்தட்ட குடும்பத்தின் கடைசி பட்சமாகவே ஆயிடறான்!

"அப்போத்தான் இன்னிக்கி நீர் இருக்கிற நிலையைப் போலவே நான் என்னையே தேட ஆரம்பிச்சேன், மத விஷயங்களை ஆராய்ஞ்சேன், தத்துவங்க சாஸ்திரங்க்களைப் படிச்சேன், தாடி சாமியார்கள் பின்னால் கொஞ்ச நாள் அலைஞ்சு பார்த்தேன்."

"அப்புறம் என்ன ஆச்சு?"

"இதக்குள்ள என் பொண்டாட்டி, வீட்டிலே ஒரு பெரும் பிரச்சனை ஆயிட்டா. அப்போல்லாம் யாருக்கு டிப்ரெஷன், சீஸோபெர்ணியாவோட ஆரம்ப அறிகுறி அது இதுன்னு தெரியும்? துணியக் கிழிச்சுக்கிட்டு ஓடாத வரை, பைத்தியமெல்லாம் கிடையாது! பார்க்கப்போனா வீட்டுக்கு வீடு வாசப்படின்னு அங்கே இங்கே இந்த மாதிரி ராட்சசியா ஆன பொம்பளைங்க கிராமத்திலே சர்வ சகஜம். என் அம்மாவுக்கும், வீட்டிலே இருந்த மத்த லேடீஸ்களுக்கும் என் பொண்டாட்டி சிம்ம சொப்பனமாய் ஆயிட்டா. நான் கூட்டுக் குடும்பத்தை விட்டு பிரிஞ்சு தனிக்குடித்தனம் போக வேண்டிய நிர்பந்தம் வந்தாச்சு.

"அப்போ நான் விரக்தியின் உச்சத்திலே இருந்தேன். காசி, இமய மலைன்னு ஓடி சாமியாராப் பூடலாம்னு கூட ஒரு எண்ணம். அப்போ, ஒரு நாள் பாருங்க, ரயில் பயணத்திலே நான் படிச்சிண்டிருந்த ஒரு புத்தகத்தில் இருந்த ஒரு வாக்கியம் என்னை ரொம்பவே சிந்திக்க வைச்சுது. '*இந்த உலகை வெறும் அறிவைக்கொண்டு அணுகிப் பார்த்தால் வாழ்க்கையில் எந்தவித அர்த்தமும் இல்லை என்று தோன்றலாம். ஆனால் உள்ளத்தில் அன்பைக் கொண்டு அணுகிப் பாருங்கள். இவ் வாழ்க்கையில் இல்லாதது ஒன்றுமில்லை என்பது தெரியும்.*' நான் அதையே திரும்பத் திரும்பப் படிச்சேன்.

"எனக்கு யாரோ புதுசாக் கண்ணைத் தொறந்து விட்டாப்புல இருந்தது. எத்தனை சத்தியமான வார்த்தைகள்! அன்பு மட்டும் இல்லையானால் இந்த உலகம் என்னிக்கோ நசிஞ்சு வெறும் சுடுகாடாய் இல்லையா போயிருக்கும்...?

"அந்த ரயில் பிரயாணத்திலே ரொம்பவே யோசிச்சேன். கல்யாணமான ஆரம்பகாலத்திலே நாங்க எப்படி இருந்தோம்? ஒருத்தர் மேலே ஒருத்தருக்கு எவ்வளோ கவர்ச்சியும் ஈடுபாடும் இருந்துது? ஒரு பார்வை, ஒரு தொடுகை, ஒரு சிரிப்புன்னு ஒவ்வொண்ணிலேயும் எத்தன ஆனந்தம் இருந்துது! அவ என் பேர்லே எத்தனை பிரியமா, ஆசையா இருந்தா? ஓடி ஓடி எனக்கு எப்படி பணிவிடை பண்ணினா? எல்லார் கூடேயும் சிரிச்சு கலகலப்பாப் பேசி எவ்ளோ சகஜமா இருந்தா? அதெல்லாம் எப்படி மாயமாப் போச்சுன்னு யோசிச்சேன்..."

"சார், 'ஆசை அறுபது நாள், மோகம் முப்பது நாள்'ன்னு சொல்லுவாங்களே? அது வெறும் உடம்புக் கவர்ச்சியா மட்டும் இருக்கலாமில்லே?" என்றேன் நான் குறுக்கே புகுந்து.

"அது இல்லாமே இது இல்லே, சுவாமிநாதன்! இங்கிலீஷ்லே உடம்பு சேர்க்கையை டீசெண்ட்டா என்ன சொல்வாங்க? 'லவ் மேக்கிங்' -- இல்லையா? அதிலே ஆழ்ந்த அர்த்தம் இருக்குன்னு நான் நெனைக்கறேன். 'காதல் உண்டாக்குதல்'ன்னு தானே அதன் அர்த்தம்? உடம்பிலே அன்னியோன்னியம் ரொம்பவே நன்னா அமைஞ்சு போச்சுன்னா, அது மனசிலே காதலை கண்டிப்பா உண்டு பண்ணும். 'அரேஞ்சுடு மேரேஜ்' எல்லாம் பெரும்பாலும் நெலை நிக்குதுன்னா இது தான் காரணம்," என்றார்.

"சார், இப்படி ஒரு ஆங்கிள்ளே நான் யோசிச்சதே இல்லே!"

"நீர் ஃபிலாசபி படிக்கிற ஒரு வறட்டு பிரம்மச்சாரி. அதான் யோசிக்கலை!," என்று சொல்லி சிரித்தவர், "என்ன, நான் இப்படி சொல்றதினாலே கோவிச்சுப்பீரா?" என்றார். "சேச்சே! இல்ல சார்! நீங்க மேற்கொண்டு சொல்லுங்க," என்றேன்.

-=()=-

== 4 ==

மாலை சுமார் நாலரை மணி இருக்கும்.

அன்று என் அலுவலகத்தில் வேலை மும்முறம் ஒன்றும் பெரிதாய் இல்லை. போய் ராமாமிர்தத்தை சந்திக்கலாமா என்று தோன்றியது.

எனக்கும் ராமாமிர்தத்துக்கும் உண்டாகிவிட்ட அந்த ஒரு பந்தம் எனக்கு யோசிக்கையில் ஆச்சரியமாய் இருந்தது. எனக்கும் அவருக்கும் கிட்டத்தட்ட 25 வயது இடைவெளி. ஒருக்கால் எனக்கு அப்பா இல்லாத குறை ஒன்று என் அடி மனதில் தங்கி, அது ராமாமிருதத்தை ஒரு அப்பா ஸ்தானத்தில் கண்டு நிவர்த்தியாகிறதோ?

அவருக்கும் என் மேல் ஏன் இந்த ஈர்ப்பு? ஏதாவது பூர்வ ஜன்ம பந்தமோ? அவரைக் காரணீசுவரர் கோவிலில் வைத்து சந்தித்து ஒரு வாரம் கூட முடியவில்லை. அவர் தமது அந்தரங்கம் எதையுமே மறைக்காது தம் சொந்தக் கதையை இவ்வளவு விரிவாக என்னிடம் சொல்கையில் எனக்கு அவரது கதையைத் தொடர்ந்து கேட்க ஆர்வம் கூடி வந்தது. அது ஒன்றும் விறுவிறுப்பான, சுவையான திருப்பங்கள் கொண்ட கதை இல்லை தான். ஆனால் அதில் ஆழமான வாழ்க்கைப் பாடங்கள் இருக்கின்றன.

"சார், உங்களைப் பார்க்க ஒரு பெரியவர் வந்திருக்கார்; ராமாமிருதம்னு பேர் சொன்னார்," ஆபீஸ் பையன் வந்து சொன்னான். நான் பரபரப்பானேன். என்ன ஆச்சரியம் இது! உடனே வரச்சொன்னேன்.

"முன்னே பின்னே அறிவிக்காமே வந்துட்டேன். நீங்க பிஸியாயிருப்பீங்களோ, தொந்தரவு செய்யறோமோன்னு இங்க வந்தப்புறம் தான் உறச்சுது," என்றார் என் அறையில் நுழைந்ததும் நுழையாததுமாக.

"என்ன சார்! ஒங்களுக்காக நேரம் ஒதுக்க முடியாதா என்ன? என்ன சர்ப்ரைஸ் விசிட் இது? பிரச்சனை ஒண்ணும் இல்லையே?" என்றேன்.

"ஒண்ணும் இல்லை. இங்கே இதே வெங்கட் நாராயணா ரோட்டிலே இருக்கிற கல்யாண மண்டபத்திலே ஒரு

உறவுக்காரர் வீட்டுக் கல்யாணம்; வந்தேன். உங்க ஆஃபீஸ் இந்த ரோட்டிலேதான் இருக்குன்னு அன்னிக்கி ஒரு நாள் சொல்லியிருந்தீரா, சரி, இவ்வளவு தூரம் வந்தாச்சு, உம்மையும் எட்டிப் பார்த்துட்டுப் போவோமேன்னு பொடி நடையா வந்தேன்," என்றார்.

"ரொம்ப சந்தோஷம் சார்! நெஜத்தை சொல்லட்டுமா? இப்போ, ஜஸ்ட் நீங்க உள்ள வர்றதுக்குக்கு முன்னாடி உங்களைப் பத்தித் தான் நெனச்சுண்டிருந்தேன்," என்றேன்.

"அட!" என்றார் ராமாமிருதம்.

நான் தருவித்த காப்பியை உறிஞ்சியவாறே, அறையை நோட்டம் விட்டார். "ம்..ம்.. ஏசி, கீஸியெல்லாம் போட்டு, ரூமெல்லாம் நல்ல 'பாஷ்"ஆத்தான் வெச்சுண்டிருக்கீர். பலே!" என்றார்.

சொந்தமா ஆஃபீஸ்னா கஸ்டமர்களுக்கு கொஞ்சம் ஷோவும் காட்டவேண்டியுருக்கே சார்!" என்றேன்.

"வருமானமெல்லாம் நல்லா இருக்கோன்னோ?" என்றார்.

"பெரிய கம்பெனியிலே சம்பளம் வாங்கிண்டு கொத்தடிமை மாதிரி வேலை செஞ்சப்போ வருமானம் இன்னும் ஜாஸ்தி இருந்துது. இப்போ சொந்த ராஜ்ஜியம். மூணு பேருக்கு சம்பளம் கொடுக்கறேன். நல்லா வேலை வாங்கிக்கிறேன். நான் ரிலாக்ஸ்டா இருக்கேன். எனக்கு புடிச்சமாதிரி என் நேரத்தை செலவழிக்கறேன். அதிலே ஒங்களோட அரட்டை அடிக்கிறதையும் சேர்த்து! ஒங்க கதையை அன்னிக்கு பாதியிலே சுவாரசியமான கட்டத்திலே விட்டுட்டுப் போயிட்டீங்க..."

"இப்போ தொடரலாமா? இல்லே பிஸியா?"

"அட, வேலை கிடக்கட்டும். நீங்க சொல்லுங்க சார்!"

"எங்கே விட்டேன்?"

"லவ் மேக்கிங் பத்தி உங்க வியாக்கியானம்...."

"ஆங்.... சரி சரி. இப்படி உடம்ப ஆதாரமா வெச்சுக் கிளம்பற காதல், அன்யோன்னியமாகி, பந்தமாகி, பாசமாகி, அப்புறமா காமத்தைத் தாண்டியும் நிற்கிற பியூரான பிரேமமா பரிணமிச்சுதுன்னா அது தான் சரியான தாம்பத்தியம். எங்க உறவுலே அப்படி ஆகாம கெடுத்தது எது? ஒண்ணு, என்

உத்தியோகம். மாசத்துக்கு பாதி நாளுக்கு மேலே நான் வீட்டிலே இருக்க முடியாத உத்தியோகம். ரெண்டு, கூட்டுக்குடும்பத்திலே கிட்டாத பிரைவஸி. ஆனா, கூட்டுக்குடும்பமா இருந்ததினாலே அதுக்குள்ள அட்வாட்டேஜும் இருந்துதுன்னு வெச்சுகோங்க.

"இனிமே நான் செய்ய வேண்டியது என்னன்னு ஒரு தெளிவு உண்டாச்சு. ஊருக்கு வந்த முதல் காரியமாய் தனிக்குடித்தனம் போக ஏற்பாடு செய்தேன். வறண்டு போன என் மனைவியின் மனசில் பழையபடி ஈரம் சுரக்கணும், அதற்கு அடிப்படையாய் அவ கூட நான் பக்கத்திலே இருக்கணும். அவளுக்கு என் மேல் பழையபடி நம்பிக்கையும், பிடிப்பும் வரணும். அதனலே ரொம்பத் துணிச்சலா நான் என் ரயில்வே டி.டி.ஈ உத்தியோகத்தைக் கை கழுவினேன். உள்ளூர் பெரிய மனுஷர் ஒருத்தர் தயவிலே, அவரது அரிசி மில்லில் கிளார்க்காய்ச் சேர்ந்தேன். என் வேலைக்கேத்த சம்பளம் கொடுத்தார். வேலை நேரம் ரொம்பவே கம்மி. அது போக மத்த நேரமெல்லாம் மனைவி குழந்தையோடு செலவிட ஆரம்பிச்சேன்... ,"

“நீங்கள் எதிர்பார்த்த பலன் கிடைச்சுதா?”

ராமாமிர்தம் உதட்டைப் பிதுக்கினார். “கிடைக்கலை, உடனடியாய் கிடைக்கல்லை. எங்களிடையே கொஞ்சம் சுமுகம் அதிகமானாலும், என் மனைவிக்கு என் பேர்ல பூரண நம்பிக்கை வரல்லை...” என்றவர், சற்று நிறுத்திவிட்டு,

"மனுஷர்களுக்கு நடுவுலே அன்னியோன்யம் அதிகமாகணும்னா ஒரு விதத்தில் வியாதி கூட உதவி பண்ணுகிறது சுவாமி...”

“புரியலையே சார்.”

“சொல்றேன். ஏற்கனவே மனத்தளர்ச்சியும், கோபமும் என் பொண்டாட்டியப் பாடாய்ப் படுத்தினதாலே அவளுக்கு ரத்தக்கொதிப்பு ஆரம்பிச்சிருந்தது. இப்போ, தனிக்குடித்தனத்தால அவள் வேலைகளும், பொறுப்பும் அதிகமானதாலே அது முத்திப்போச்சு. படபடப்பும், தலை சுற்றலும், மயக்கமும் அவளுக்கு அடிக்கடி வர ஆரம்பிச்சது. வாரத்துக்கு மூணு, நாலு நாள் படுக்கையிலேயே இருக்க வேண்டிய நிலைமை. இது எனக்கு நல்ல வாய்ப்பா அமைஞ்சுது. நானே சமையல் முதலான மத்த வீட்டு காரியங்கள் வரை கவனிச்சிண்டு, என் மனைவிக்கு வேண்டிய

சிஷ்ருஷைகளையும் செஞ்சேன். குழந்தையை கவனிச்சுக்கிறது எனக்கு கை வராததுனாலேயும், குழந்தை எங்களை விட தன் பாட்டிகிட்டே அதிகம் ஒட்டிக்கிட்டதாலும் என் மாமியார் குழந்தையை வளர்க்க எடுத்துக்கொண்டு போனார்.

நானும் அவளும் தனியானோம். பெண்களுக்கு அடி மனசிலே எப்போதும் இருக்கிற கழிவிரக்கம் இப்போ கொஞ்சம் கொஞ்சமாய் அவளுக்கு மேலே வர ஆரம்பிச்சுது. நான் அவள் மேலே செலுத்தற அன்பும் அக்கறையும் நெஜமானதுதான்னு அவளுக்குப் பிடிபட ஆரம்பிச்சுது. அவ மூஞ்சிலே கொஞ்சம் கொஞ்சமா சிரிப்பும் சந்தோஷமும் வர ஆரம்பிச்சுது. அடுத்து என்ன வரும்னு நெனைக்கிறீங்க?"

"பழையபடி காமம்?"

புன்னகைத்தவாறே தலையை ஆட்டினார் ராமாமிருதம்.

"ஆமாம்; ஆனா, இது வெறும் காமம் மாத்திரம் இல்லை. காதலோட ஒண்ணா கொழஞ்சு போயிட்ட காமம். எங்களுக்கு நடுவே திரும்பி வந்த அந்த அந்நியோனியத்திலும் நெருக்கத்திலும் அவ வயத்திலே அடுத்த குழந்தை உருவாக ஆரம்பிச்சுது. அன்போட மகாத்மியம் எனக்கு இப்போ ரொம்ப தெளிவாய் தெரிஞ்சது, சுவாமிநாதன்! எனக்குப் பிறக்கப் போகிற அந்தக் குழந்தை பொண் குழந்தையாக இருக்கணும், அது எங்களோட பிரியம் அத்தனைக்கும் அடையாளமாய் இருக்கணும்னு ஆசைப்பட்டேன். கர்ப்பகாலத்தில் என் மனைவிக்கு எந்த குறையும் வராம அவளை பூரண சந்தோஷமாக வெச்சுண்டேன். ஆனால் ரத்தக் கொதிப்போட பாதிப்பு அவளோட பிரசவ நேரத்தில் தெரிஞ்சு போச்சு; மருத்துவ வசதி அதிகம் இல்லாத பக்கத்து டவுன் ஆஸ்பத்திரியில் பிரசவ நேரத்தில் அவளைக் காப்பாத்தற திறமை அங்கே இல்லை, பெண் குழந்தையைப் பெத்துக் கொடுத்துவிட்டு அவ கண்ணை மூடிட்டா...

"அடடா, என்ன கொடுமை சார் இது...."

"பகவான் இச்சை! நம்மாளாலே என்ன செய்ய முடியும்? பிறந்த குழந்தைக்கு பிரியதர்சனின்னு பெயர் வெச்சேன். பழையபடி கூட்டுக் குடும்ப சந்தடிக்கு போக எனக்கு மனசில்லே; அந்தக் கூட்டுக்குடும்பத்திலே என் அத்தை ஒருத்தி

இருந்தா; என்னவிட 10 வயசு பெரியவ. சின்ன வயசிலேயே புருஷன் போய் சேர்ந்துட்டதாலே எங்களோட வந்து ஒண்டிண்டவ; ரொம்ப நல்ல மாதிரி; சாது. அவளை அங்கேருந்து என் வீட்டுக்குக் கூட்டிக்கிட்டு வந்திட்டேன். பொண் குழந்தையை, ஒரு அப்பனால தனியா வளக்க முடியாதே? ஆனா, பூராப் பூரா என் நேர் கண்காணிப்பிலே அவளை வளர்த்தேன். என் அன்பு, அனுசரணை, பாசம் எல்லாம் கொட்டி வளர்த்தேன்..."

"சார், ஒரு கேள்வி. அம்மா இல்லாமே வளர்ற பொண்ணு; அப்பன் முழு செல்லம்னா அப்போ எப்படி சார் சரியா வரும்?"

"நோ...நோ. கண்டிக்கிற நேரத்திலே கண்டிக்கத்தான் செய்வேன். அதோட அத்தை கூடவே இருந்தாளே! அவ ரொம்பவெ கண்டிப்பாத்தான் இருப்பா. நல்ல காலம், என் பொண்ணு பெரியவளானப்புறம், அவளுக்கு 17 வயசானப்போ தான் அத்தை காலமானா. அப்புறம் அப்பாவும் பொண்ணும் தான். ஆச்சு; அவளுக்கு கல்யாணம் பண்ணணும், பண்ணணும்னு நெனெச்சு நெனச்சு காலத்தைத் தள்ளினேனே தவிர பண்ணலை; அவளுக்கும் 23 வயசாயிப்போச்சு. 'அப்பா, ஒன்னைத் தனியா விட்டுட்டு நான் ஒண்ணும் கல்யாணம் பண்ணிண்டு போகமாட்டேன்'னு ஏக பிடிவாதம்.,"

நான் மௌனமாயிருந்தேன்.

-=()=-

== 5 ==

ஸ்கூட்டரை நிறுத்திவிட்டு வீட்டை ஒரு நோட்டம் விட்டேன். ராமாமிர்தம் ரசனை மிக்கவர்தான். சின்னதானாலும் வீட்டின் அமைப்பு நேர்த்தியாகயிருந்தது. வீட்டிற்கு முன்னால் இருந்த குட்டித் தோட்டம் ரொம்பவே அழகு. வேளச்சேரியில் அவரது வீட்டுக்கு வரும் வழியை அவர் தெளிவாய் சொல்லியிருந்ததால் யாரையும் கேட்காமல் நேராகவே வந்து சேர்ந்துவிட்டேன்.

கேட்டைத் திறந்து கொண்டு உள்ளே நுழைந்தேன். வீட்டு வாசலில் அந்தப் பெண் உட்கார்ந்திருந்தாள். அவள் மடியில் ஒரு சின்னப்பெண், அதன் கண்களை பெரியவள் பொத்திக் கொண்டிருக்க, சின்னது 'ஒண்ணு, ரெண்டு....' என்று எண்ணி முடித்து "ரெடியா? வரலாமா?" என்று கத்தியது.

நான் வருவதை பார்த்ததும் "இருடி, யாரோ வரா...," என்று சொல்லிக்கொண்டே மடியிலிருந்து சின்னப் பெண்ணை இறக்கிவிட்டு விட்டு என்னைச் சற்றே தயக்கமாய்ப் புன்னகைத்தவாறே பார்த்தாள் அவள். இவள் தான் பிரியதர்சினி என்று என் உள்ளுணர்வு எனக்குச் சொல்லிவிட்டது. ஒரு ஆர்வக் குறுகுறுப்புடன் அவளை கவனித்துப் பார்த்தேன்.

வயது இருபத்து மூன்று என்றாலும், இன்னும் பாவாடை தாவணியில் இருந்ததால் சின்னப் பெண்ணாய் தோன்றினாள் அவள். திட்டமான உயரம், சற்றே மொழுமொழுவென்று பூசினாற் போல் உருவம், குண்டு கன்னங்களிலும், துறுதுறுத்த கண்களிலும் ஒரு குழந்தைத்தனம் தெரிந்தது. புன்னகையில் தெரிந்த வரிசைப்பற்கள் முகத்திற்கு மேலும் களை சேர்த்தன. மாநிறம். அழகி என்று வர்ணிக்கும் வகையில் சேர்ந்தவள் இல்லை என்றாலும், பார்ப்பவர்களை உடனே ஈர்க்கும் வசீகரம் அவளிடம் இருந்தது.

"அப்பா இல்லையா? நான் அவரோட ஃப்ரெண்ட் சுவாமிநாதன்."

"ஓ! சுவாமி அங்கிளா? வாங்கோ, வாங்கோ, நீங்க வருவீங்கன்னு அப்பா சொன்னார். உள்ளே வாங்கோ."

பளிச்சென்று தயக்கமில்லாமல் என்னை அவள் வரவேற்றாள்.

"அப்பா இதோ வந்துவிடுவார், கறிகாய் வாங்க கடைக்கு போயிருக்கார், இதோ காப்பி கொண்டு வரேன். நீங்க உட்காருங்கோ."

உள்ளே போனாள் பிரியா. நான் ஹாலில் அமர்ந்து வீட்டை நோட்டமிட்டேன். வீடு வெகு சுத்தமாக பளிச்சென்று இருந்தது. பூனை ஒன்று சாவதானமாக குட்டிகள் புடைசூழ ஹாலுக்குள் வந்து சோபாவில் படுத்துக் கொண்டது.

"அங்கிள்! படிக்க புஸ்தகம் ஏதாவது வேணுமா? அப்பாவின் அலமாரி, டிவிக்குப் பக்கத்தில் இருக்கு பாருங்கோ," சமையல் கட்டிலிருந்து குரல் கொடுத்தாள் பிரியா.

நான் எழுந்து அலமாரிக்குப் போனேன். மூடியிருந்த அலமாரியின் ஒரு கதவு எளிதாக திறந்து கொண்டது. அடுத்த கதவை திறக்க முயன்றபோது அது அத்தனை எளிதாய் இல்லை. உள்ளே தாழ்ப்பாள் ஏதும் இருக்கிறதா என்று சோதித்து விட்டு இல்லாது போகவே, சற்றே பலத்தை பிரயோகித்து இழுத்தேன். எதிர்பாராமல் பட்டென்று கதவு திறந்து கொள்ள, என் கவனக் குறைவால், திறந்த கதவு வேகமாய் என் முன் நெற்றியில் டமால் என்று மோதிவிட்டது.

என்னையும் அறியாமல் நான் 'அம்மா' என்று கத்த, சமையலறையிலிருந்து, "அச்சச்சோ, என்ன ஆச்சு?" என்றவாரே ஓடிவந்தாள் பிரியா.

"கதவு இடிச்சுடுத்தா? எங்கே காட்டுங்க?"

என் அருகில் வந்தவள் எந்த தயக்கமும் இல்லாமல் என் கன்னத்தை ஒரு கையால் பிடித்துக்கொண்டு நெற்றியை ஒரு கணம் ஆராய்ந்துவிட்டு மறு கையால் நெற்றியை சூடுபறக்கத் தேய்த்து விட ஆரம்பித்தாள்.

"இந்த கதவே இப்படித்தான், அப்பாவை சரிசெய்யச் சொல்லி எத்தனையோ நாளாச்சு, அவருக்கு இதை கவனிக்க முடியவில்லை, சாரி அங்கிள், ரொம்ப வலிக்கிறதா? தேய்த்து விட்டால் புடைக்காது. சீக்கிரம் வலி போய்விடும்."

"இல்லே, இல்லே, பரவாயில்லே," நான் தடுமாறினேன். முப்பத்தைந்து வயதான கட்டை பிரமச்சாரியான எனக்கு ஒரு இளம் பெண்ணின் முதல் ஸ்பரிசம் ஒரு படபடப்பைக் கொடுத்தது. மிக நெருக்கத்தில் நின்றதால் பிரியாவின் மூச்சுக்காற்று என்மேல் பட்டதிலும், வேகமாய்த்

தேய்க்கையில் எழுந்த வளையொலியிலும் எனக்கு எழுந்த கிளுகிளுப்பை எண்ணி எனக்கே என் மீது கோபம் வந்தது. ஆனால் பிரியாவின் முகத்தில் அடிபட்டவனுக்கு உதவும் ஒரு காருண்யம் தவிர வேறு ஒரு உணர்ச்சியும் தெரியவில்லை.

"அடடே, என்ன ஆச்சு! வாங்க சுவாமி எப்ப வந்தீங்க?" விசாரித்த வாறே உள்ளே நுழைந்தார் ராமாமிர்தம். நான் திடுக்கிட்டு விலகினேன் பெரிய தவறு நடந்து விட்டதுபோல் கூசிக்குறுகினேன்.

"பாருப்பா; நான் அலமாரி கதவை சரிசெய்யச் சொல்லி உங்கிட்டே சொன்னேனா இல்லையா? பாவம், இப்போ அங்கிளுக்கு நன்னா அடிபட்டுடுத்து..."

பிரியா சாவதானமாய் அப்பாவிடம் புகார் செய்தாள். ராமாமிர்தம் முகத்திலும் அடிபட்ட வருத்தம் தெரிந்ததேயோழிய அவர் மகள் என்னை தொட்டு தேய்த்து விட்டதைப் பற்றி அவர் ஒன்றும் அதிர்ந்ததாக தெரியவில்லை.

இரவில் எனக்கு சுத்தமாக தூக்கம் பிடிபடவில்லை. என்ன முயன்றாலும் திரும்ப திரும்ப பிரியாவின் சிரித்த முகமும், கரிசனமும் அவளது ஸ்பரிசமும் மனதில் வந்து வந்து அலைக்கழித்தன. இவளை விட எத்தனையோ அழகிகளுடன் அலுவலகத்தில் பழகும் வாய்ப்பு இருந்தும் சலனப்படாத என் மனது இப்போது ஏன் இப்படி தடுமாறுகிறது? திருமண பந்தமே வேண்டாம் என்று தள்ளி, பிரம்மச்சாரியாய் காலத்தைத் தள்ளிவிட வேண்டும் என்று செய்த தீர்மானங்களுக்கு இது என்ன சோதனை?

கிட்டத்தட்ட இரண்டு மாதங்கள் கழிந்தன. வாராவாரம் ஞாயிறில் நான் ராமாமிர்தம் வீட்டுக்குப் போவது வாடிக்கையாகிவிட்டது. ராமாமிர்தத்துடன் சேர்ந்து இருக்கும்போதும், தனியாகவும் பிரியாவுடன் பழக எனக்கு வாய்ப்புகள் அதிகம் கிடைத்தன. பழகப் பழக, எனக்கு ஆச்சரியமும் மன நெகிழ்வும் அதிகமாயின. நான் சந்தித்த பெண்களில் பிரியாவைப் போல் அன்பே வடிவமாய் ஒரு பெண்ணை நான் கண்டதில்லை.

குழந்தைகளோடு குழந்தையாய் அவள் அடிக்கும் கொட்டம், பிராணிகளிடத்தில் அவள் காட்டும் அன்பு,

அக்கம்பக்கத்து வீட்டு கிழவர், கிழவியரிடம் பிரியா காட்டும் பரிவு இவையெல்லாம் எனக்கு புதிய கண் திறப்புகள். என்னுள்ளும் பல ரசாயன மாற்றங்கள் தொடங்க ஆரம்பித்தன. பிரியா எனக்கு மனைவியானால் எப்படி இருக்கும் என்ற கற்பனைக்கும், கனவுகளுக்கும் என்னால் கடிவாளம் போட இயலவில்லை.

ஒவ்வொரு தடவையும் ராமாமிருதத்தைப் பார்க்க நான் ஏன் அவர் வீட்டுக்குப் போக வேண்டும்? இப்போதெல்லாம் உண்மையில் அவரைப் பார்க்கப் போகிறேனா, இல்லை, பிரியாவைப் பார்க்கும் ஆசையில் போகிறேனா?

பிரியாவை விட நான் 12 வயது மூத்தவன். அவள் என்னை 'அங்க்கிள்' என்று கூப்பிடுகிறாள். அவளது இயற்கை சுபாவப்படி என்னிடம் சகஜமாகத் தயக்கமின்றிப் பேசுகிறாள்; சிரிக்கிறாள். எப்போதாவது இரவு சாப்பாட்டைத் தங்களுடன் சேர்ந்து சாப்பிட்டுவிட்டுப் போகும்படி ராமாமிருதம் சொல்லி, நான் தட்டிக்கழிக்கப் பார்த்தால் , என்னை உரிமையோடு அதட்டுகிறாள். வேறு எந்தவித விகல்பத்தையும் நான் அவளிடம் காணாதபோது, என்னுள்ளில் மட்டும் இருக்கும் அந்த விபரீத ஆசை என் பார்வையிலோ, செயலிலோ, பேச்சிலோ வெளியே தெரிந்துவிட்டால், அதன் விளைவு என்ன ஆகும்? பிரியாவும் ராமாமிர்தமும் என்னைப் பற்றி என்ன நினைப்பார்கள்?

எனக்குள் ஒரு பயம் பிடித்துக்கொண்டது.

-=()=-

== 6 ==

அன்று என்னை சந்திக்க ராமாமிர்தம் என் ஆபீஸுக்கு வந்துவிட்டார்.

"நான் நேரே விஷயத்துக்கு வந்துடறேன். சுவாமி, எங்க பேர்லே உங்களுக்கு மனவருத்தம் வர்ற மாதிரி, நானோ, பிரியாவோ ஏதாவது நடந்துண்டுட்டோமா?" என்றார்.

நான் அதிர்ந்து போனேன். "என்ன சார் நீங்க! இப்படியெல்லாம் கேட்டுண்டு? இப்படிக் கேட்டுத்தான் நீங்க என்னை மனசு வருத்தப்பட வெக்கிறீங்க," என்றேன்.

"அதில்லே, சுவாமி, நீங்க வீட்டுப்பக்கம் வந்து 3 வாரம் ஆச்சு. நடுலே நான் ஒங்க ஆஃபீஸுக்கு ஃபோன் பண்ணினேன்; வீட்டுக்கு ஒரு தடவை ஃபோன் பண்ணேன். நீங்க ஏதோ காரணம் சொன்னேள். அப்போ அது சரியா இருந்தமாதிரி இருந்துது. ஆனாலும் எனக்குள்ளே ஏதோ ஒரு உதைப்பு. என்னவோ எங்கேயோ ப்ராப்ளம்னு. மனசு கேட்கலை. பிரியா வேற, "என்னப்பா? சுவாமி அங்கிள் ஏன் வர்றதே நின்னு போச்சு? அன்னிக்கு நான் அவரை சாப்பிடாம போறதுக்காகக் கோவிச்சிண்டேனே அதுனாலையா? என் சமையல் அவருக்கு பிடிக்கலையோ என்னவோ?"ன்னெல்லாம் சொல்லிண்டிருந்தா. அதான் நேரே பார்த்தே கேட்டுடலாமேன்னு..." என்றார்.

எனக்கு தொண்டை அடைத்தது. கண்கள் சற்றேனும் ஈரமாவதை தடுக்க முடியவில்லை.

"சார், எனக்கு ஒங்க பேர்லே அணுவளவும் எந்த கசப்பும் கிடையாது. இது சத்தியம். எனக்கு என் பேர்லே தான் கசப்பு. அதனாலே தான் வராம இருந்தேன்..."

ராமாமிருதம் என்னை வியப்புடன் பார்த்தார்.

நான் சற்று மௌனம் சாதித்துவிட்டு, "சார். நீங்க வயசிலே சின்னவனான, ஒரு மூணாவது மனுஷனான எங்கிட்டே எந்த ஒளிவு மறைவும் இல்லாமே உங்க அந்தரங்க வாழ்க்கையைப் பத்திக்கூட சொல்லியிருக்கீங்க. அதனாலே, நானும் உங்க கிட்டே ஒளிவு மறைவு இல்லாமே ஒரு விஷயத்தை சொல்லிடறேன். நீங்க என்னைப் பத்தி மட்டமா நெனச்சாலும் பரவாயில்லை..."

நான் ஏன் வருவதைத் தவிர்த்தேன் என்று தயங்கித் தயங்கி சொல்லிவிட்டேன்.

ராமாமிருதம் கேட்டு முடித்துவிட்டு பகபகவென்று சிரித்தார்.

"ஒரு பெண்ணைப் பெத்த அப்பன், பொண்ணு மேலே பயங்கர பாசம் உள்ளவன், மனசுக்குள்ளே ஒரு கணக்கு போட்டு, ஒரு ரிஸ்க் எடுத்து, வேலை மெனக்கெட்டு பஞ்சையும் நெருப்பையும் பக்கத்திலே வெச்சு என்ன நடக்குதுன்னு பார்த்தாக்க, நீர் 'ஐயோ, புகை வர்ற மாதிரி தோணறதே, பயமாயிருக்கே'ங்கிறீர்!"

நான் 'பே'என்று விழித்தேன்.

"சரி, நாளைக்கு சனிக்கிழமை; சாயந்திரம் பெசண்ட் நகர் பீச்சில் 5 மணிக்கு சந்திப்போம். வர்றேன்," என்று சொல்லிவிட்டு என் அறையைத் திறந்து கொண்டு விடுவிடுவென்று போய் விட்டார் ராமாமிருதம்.

வழக்கம்போல் வரும் பெசண்ட் நகர் கடற்கரைக்கு தான் என்றாலும், முற்றிலும் புது சூழலில் இருப்பது போலிருந்தது எனக்கு. மனதில் ஓடும் கிளுகிளுப்பு விரல் நுனிகளில் தெரிந்தது. சற்றுமுன் பிரியாவின் தோள்களைப் பிடித்து அலையின் கால் மணல் அரிப்பில் அவள் விழுந்து விடாமல் திடப்படுத்தியபோது, இனி இந்த தோள்களின் அணைப்புதான் எனக்கு சாஸ்வதம் என்று ஒரு தீவிரம் நெஞ்சில் உருவானது.

நேற்று ராமாமிருதம் என் ஆபீஸுக்கு வந்து போனதிலிருந்தே எனக்கு கால்கள் தரையில் பாவவில்லை. "நெருப்பு- பஞ்சு," என்று பூடகமாகப் பேசிவிட்டு அவர் விடுவிடுவென்று போனவுடனேயே நான் மனதுக்குள் கூத்தாட ஆரம்பித்து விட்டேன். ஆனாலும் பிரியாவின் விருப்பம் தெரிய வேண்டாமா? அதை நான் தெரிந்துகொள்ள வேண்டும் என்றுதான் ராமாமிர்தம் அவளை தன்னுடன் கூட்டிக்கொண்டு வந்து என்னோடு தனியே அவளை விட்டுவிட்டு, 'அஷ்டலக்ஷ்மி கோவில் வரை போயிட்டு இங்கேயே திரும்பி வந்துடறேன்," என்று சொல்லிவிட்டுப் போய்விட்டார்..

மணலில் உட்கார்ந்திருந்த பிரியாவின் முகத்தை கவனித்தேன். அவள் கன்னத்தில் இதுவரை நான் கண்டிராத ஒரு நாணச் சிரிப்பு மெருகேறியிருந்தது.

“பிரியா, இதிலே இருக்கிற பின்விளைவுகளை நீ யோசித்து பார்த்துட்டாயா? என்னை அங்கிள் என்று கூப்பிடுகிற வயசில் நான் இருக்கேன்; உன்னை விட 12 வயசு ஜாஸ்தி.”

“நான் யோசிக்கறத்துக்கு இனிமே ஒண்ணுமே இல்லை. அப்பா சரின்னு நினைச்சார்னா நிச்சயம் அது சரிதான்.,” என்றாள் பிரியா.

“குழந்தைபோல் பேசாதே, நீ பெரியவள். உனக்குன்னு ஒரு அபிப்பிராயம் கிடையாதா? இதோ பார், காதுக்குக்கிட்டே எனக்கு நரைக்கக் கூட ஆரம்பித்துவிட்டது.”

“சீச்சீ..... அதெல்லாம் ஒண்ணுமில்லே; நீங்க பார்க்க சினிமா ஹீரோ மாதிரிதான் இருக்கீங்க,” என்று சட்டென்று சொன்ன பிரியா தான் கொட்டிவிட்ட வார்த்தைகளின் வேகத்தை அறிந்து, நாணத்தால் முகம் மூடினாள்.

"நான் அவள் கரத்தைப் பிடித்து முகத்திலிருந்து விலக்கினேன். "அதாவது எம்.ஜி.ஆர், சிவாஜி மாதிரி கெழமா இருக்கேன்னு சொல்றே? அதானே?” என்று அவளைச் சீண்டினேன்.

"சீ.. ஒண்ணுமில்லே!” என்றாள் இன்னும் நாணத்தால் சிவந்து.

என்னுள் ஆனந்தம் பிரவாகம் எடுத்தது. ராமாமிர்தம் சாமானியமானவரா என்ன? தன் பெண்ணின் உள் மனதையும் அறிந்து கொள்ளாமலா இங்கே கூட்டி வந்திருப்பார்? அவருக்கு நான் ஆத்மார்த்தமாய் நமஸ்கரித்தேன்.

-=()=-

== 7 ==

ஆயிற்று கல்யாணமாகி மூன்று வருஷங்கள், போன வேகம் தெரியாமல்.

பிரியாவுடனோ, தனியாகவோ எப்போது கோவிலுக்குப் போனாலும் எனக்கு எதையும் பிரார்த்திக்கத் தோன்றுவதில்லை. 'இறைவா, இப்படிப்பட்ட ஒருத்தியை நீ எனக்குத் துணைவியாய்த் தர நான் எந்த பெரிய புண்ணியத்தையும் இந்தப் பிறவியில் செய்ததில்லையே. உனக்கு எப்படி நன்றி சொல்வேன்?' என்பதாய்த் தான் இருந்தது என் மனவோட்டம். அதன் கூடவே அவளை எனக்காகவே கொண்டு தந்த ராமாமிருதத்தையும் மனதால் வணங்குவேன்.

பிரியா என் மீது இத்தனை அன்பையும், காதலையும், அக்கறையையும் சொரிவதற்கு என்னிடம் என்ன தகுதி இருக்கிறது என்று பல சமயம் தோன்றும். பொதுவாகவே யாருடனும் எளிதாய் ஒத்துப் போகாத என் அம்மாவுக்குப் பிரியாவிடம் எப்படி ஒத்துப் போகிறது? யாருடைய சமையலையோ, காரியத்தையோ, சிச்ரூஷையையோ குற்றம் சொல்லாமல் ஏற்றுக்கொள்ளவே தெரியாத அவளுக்கு எப்படி பிரியா எதைச் செய்தாலும் ஏற்றுக்கொள்ளவும் பாராட்டவும் முடிந்தது?

"போயும்போயும் உனக்குப் போய் எப்பிடிடா இவ்வளவு நல்ல பொண்டாட்டி கிடைச்சா?' என்று என் தங்கைகள் பாதி ஜோக்காகவும் பாதி சீரியஸாகவும் எப்படிச் சொல்ல வைத்தாள்?

ஆஃபீஸில் 'சரியான டெர்ரர்' என்று பெயர் வாங்கிய நான், எப்படி என் கீழே வேலை பார்ப்பவர்கள் ஆச்சரியப்படும்படி மிருதுவாகிப்போனேன்?

எங்கள் தெருவில் அக்கம் பக்க வீட்டுப் சிறு பிள்ளைகளும் குழந்தைகளும் எப்போதும் பிரியாவை மொய்த்துக்கொண்டிருப்பார்கள். யார் வீட்டிலாவது புதிதாய்க் குழ்ந்தை பிறந்து விட்டால், குழந்தை நான்கு மாதம் ஆனால் பிரியா அதை வீட்டுக்குத் தூக்கிக்கொண்டு வந்துவிடுவாள். எனக்கும் காட்டிவிட்டு, ஆசை தீரக் கொஞ்சிவிட்டு கொண்டுபோய்க் கொடுப்பாள். மாலை நேரங்களில் வீட்டு

மொட்டை மாடியில் எப்படியும் ஏழெட்டு குழந்தைகள் விளையாடிக்கொண்டிருக்கும். பிரியாவும் அவர்களோடு ஒருத்தியாய் ஓடுவாள், ஆடுவாள், சண்டை போடுவாள், சமாதானம் செய்வாள். தெருவில் பல தாய்மார்கள் அவளுக்கு வைத்திருந்த செல்லமான பட்டப் பெயர், "பிள்ளை பிடிக்கிற ராட்சஸி"

குழந்தைகளோடு பழகவே தெரியாத எனக்கு இப்போது தெருவில் "அங்கிள், அங்கிள்," என்று கூப்பிடும், "பிரியா அக்கா மார்க்கெட்லேர்ந்து வந்தாச்சா? விளையாட வரலாமா?" என்றெல்லாம் கேட்கும் 'நட்பு வட்டம்' வந்து விட்டது.

பெண்ணைக் கடமையுணர்வோடு எனக்குக் கன்னிகாதானம் செய்து தந்துவிட்டு, வைராக்கியம் வளர்த்துக்கொள்வதாக சொல்லிக்கொண்டு பிடிவாதமாய் வேளச்சேரி வீட்டில் தனித்து வாழ்ந்தார் ராமாமிருதம். ஆனால் பெண்ணைப் பிரிந்த தாபத்தால் ஆறே மாதங்களில் என்னென்னவோ உடம்புக்கு வந்து படுத்த, நானும் பிரியாவும் அவரை வலுக்கட்டாயமாய் மூட்டையாய் கட்டிக் கூட்டி வந்து எங்கள் வீட்டு மாடிப் போர்ஷனில் குடிவைத்துவிட்டோம். அவருக்கு வந்த வியாதியெல்லாம் போயே போயிற்று.

"குறையொன்றும் இல்லை மறை மூர்த்தி கணணா," என்று மனதாரப் பாடிக்கொண்டு நானும் பிரியாவும் இருந்தாலும், இந்த கிழங்கட்டைகளுக்கு மனசு கேட்கிறதா என்ன?

"ஒரு பேரனை எடுத்து மடியில் கொஞ்சினால்தான்டா என் கட்ட வேகும், எத்தனை காலம் தான் அவள் குளிச்சிண்டே இருப்பது? அவளை அழைச்சிண்டு நாலு கோவில் குளம் சுத்திட்டு வா. இல்லை ஒரு டாக்டரையாவது பார்," என்று அம்மா புலம்ப ஆரம்பித்துவிட்டாள்.

ராமாமிர்தம் கூட அந்த ஆசையை ஜாடைமாடையாக கோடி காட்ட ஆரம்பித்து விட்டார்.

பிரியாவும் வெளியே சொல்லாவிட்டாலும், உள்ளே அந்த ஆசையை முகிழ்வித்துக் கொண்டிருந்தாள்.

குடும்ப டாக்டர் ராமனாதனைப் போய் பார்த்தேன். அவர் வழிகாட்டிய படி எல்லாச் சோதனைகளும் நடந்தன. என்னிடம் குறையில்லை என்பது தெளிவாயிற்று. அடுத்து பிரியாவும் அடுத்த மருத்துவ சோதனைகளுக்கு உள்ளானாள்.

"உங்க ஒய்ஃபோட ரிப்போர்ட் வந்துடுத்து; நீங்க மட்டும் வந்து என்னைப் பாருங்க," என்றார் டாக்டர் ராமனாதன். போனேன்.

பெசண்ட் நகர் கடற்கரை; அலைவீச்சருக்கே தன்னந்தனியாக உட்கார்ந்து கொண்டிருந்தேன். டாக்டர் சொன்ன வார்த்தைகள் சுற்றிச் சுற்றி வந்தன. என்னென்னவோ மருத்துவ ரீதியான பெயர்கள், காரணங்கள் சொல்லி விளக்கினார். என்ன காரணம் எப்படி இருந்தால் என்ன? நிதரிசனம் இது தான்: பிரியா தாயாக வழியில்லை.

இதை நான் எப்படி பிரியாவிடம் எடுத்து சொல்வேன்? அவளது குழந்தை உள்ளத்துக்குப் புரியவைப்பேன்?

தன்னோடு எந்த ஒரு சரீரத் தொடர்பும் வைத்துக்கொள்ளாத ராமகிருஷ்ண பரமஹம்ஸரிடம் தனக்குத் தாய்மைப் பேறு கிடைக்காத வருத்ததை சாரதா தேவி ஒரு தரம் வெளியிட்ட போது, ராமகிருஷ்ணர் சொன்னாராம், "இதற்கா வருத்தப்படுகிறாய்? வருங்காலத்தில் உன்னை 'அம்மா, அம்மா'வென்று கூப்பிட்டுக்கொண்டு உன் பின்னாலேயே எத்தனையோ நூற்றுக் கணக்கில் ஜனங்கள் வரப்போகிறார்கள்," என்றாராம்.

பிரியாவிடம் இருப்பது ஒரு அமுதசுரபியல்லவா? அள்ள அள்ளக் குறையாத அன்பு அல்லவா அவளது? அவளும் எல்லா பெண்களைப்போல ஒரு சராசரி தாயாக ஆகிவிட்டால் அத்தனை அன்பும் பரிவும் இயற்கை நியதிப்படி அவளது குழந்தைக்கு மட்டுமே ஏகபோக சொத்தாகி விடும் அல்லவா?

அப்படி ஆகிவிடக் கூடாது என்பதுதான் இறைவனின் இச்சையோ? அப்படித் தான் இருக்க வேண்டும்.

எவ்வளவோ செய்யலாம்! சின்னதாய் ஒரு ஆசிரமம் தொடங்கி அனாதைக் குழந்தைகளை வளர்க்கலாம். உடல் ஊனமுற்றோர்களுக்கு உதவும் நிறுவனம் ஒன்றை உருவாக்கலாம்; இன்னும் எவ்வளவோ.

என் மனசு தெளிவாய் இருந்தது. பிரியா இந்த செய்தியை எவ்வாறு எதிர்கொள்வாள்? அவள் புரிந்து கொண்டு ஏற்றுக்கொள்வாளா?

நான் விளக்கம் தருவேன். அனுசரணையுடன் அவளுக்கு எடுத்துச் சொல்வேன். தக்கத் துணையாய் உடன் இருந்து, சின்னச் செடி ஆலவிருட்சமாய் வளரப் பாடுபடுவேன்.

நான் மணலைத் தட்டிவிட்டுக் கொண்டு எழுந்தேன். புத்தம் புதிய கனவுகளுடன் வீட்டை நோக்கி நடந்தேன்.

-=(0)=-

(சாவி – 1989)

நூலாசிரியரைப் பற்றி

'சாந்தீபிகா' எனும் புனைப்பெயரில் தமிழில் சிறுகதைகளும் குறுநாவல் களும், சி.வி. ராஜன் எனும் பெயரில் ஆங்கிலத்தில் கதை கட்டுரை நூல்களும் எழுதும் சி. வரதராஜன், ஒரு ஓய்வு பெற்ற இயந்திரப் இயந்திரவியல் எஞ்சினீயர். ஓய்வு பெற்ற பின், தம் மனைவியுடன் கேரளாவிலுள்ள அமிர்தபுரி ஆசிரமத்தில் தமது சத்குருவான (அம்மா) மாதா அமிர்தானந்தமயி தேவியின் திருவடி நிழலில் வாழ்ந்துகொண்டு ஆன்மீகத் தேடலில் ஈடுபட்டு வருகிறார்.

படிப்பதும் எழுதுவதும் இவரது பொழுதுபோக்குகள். தமது இருபதாம் வயதிலிருந்தே தமிழில் சிறுகதைகள் எழுத ஆரம்பித்தார். பிரபல தமிழ் வார, மாத இதழ்களான கலைமகள், கல்கி, ஆனந்த விகடன், சாவி, மங்கையர்மலர் போன்றவற்றில் இவரது சிறுகதைகள் 1976-90களில் வெளிவந்தன.

இந்த நூலில் உள்ள எல்லாக் கதைகளையும் பிரபல பந்நாட்டு ஒலி நூல்கள் வெளியிடுவோரான Storytel' நிறுவனத்தார் ஒலி நூல்களாக வெளியிட்டுள்ளனர்.

இவரது '*வால்மீகி ராமாயணம் – இளம் பிள்ளைகள் படிக்க, படித்துக் கேட்க*' எனும் நூலும், '*ஆழமாய் அறிவோம் சனாதன தர்மம் காட்டும் ஆன்மிகம்*' எனும் தொகுப்பும், '*கதையில் வராத பக்கங்கள்*' எனும் சுவையான வாழ்க்கை அனுபவங்களும், 'கதை ஓசை', 'Storytel ஒலிநூல் தளங்களில் தொடர்களாக ஒலி வடிவில் வந்துள்ளன.

தவிர இவரது நான்கு ஆங்கில நூல்களும் பிரசுரமாகியுள்ளன.

இவரது முப்பதாவது ஆவது வயது தொடங்கி இவருக்கு இந்து மதம் காட்டும் ஆன்மீகத்தில் ஆழ்ந்த ஈடுபாடும் வந்தது. காஞ்சி மஹா சுவாமிகள், ஸ்ரீ ராமகிருஷ்ண பரமஹம்சர், பகவான் ரமணமகரிஷி போன்ற மகான்களின் வாழ்வும், வாக்கும் இவரில் ஏற்படுத்திய தேடல், இவரை அம்மாவின் திருவடி நிழலில் கொண்டு சேர்ப்பித்தது.

இவரது கதைப் படைப்புகள் பலவற்றிலும் ஆன்மிகத்தின் ஒரு சிறு தாக்கமாவது இருப்பதைக் காணமுடியும்.

இவரது 50+ வயதில் இவர் எழுதிய தமிழ் கட்டுரைகள் ஸ்ரீ ராமகிருஷ்ணா மடத்தினரின் 'ஸ்ரீ ராமகிருஷ்ண விஜயம்' ஆன்மிக மாத இதழ்களில் அவ்வப்போது வெளி வந்தன. அம்மடத்திற்கு சில ஆங்கில நூல்களைத் தமிழில் மொழிபெயர்த்தும் தந்தார்.

சமீப காலத்தில் இவர் பிரபல 'கேள்வி-பதில்' இணைய தளமான' Quora.com (கோரா) - இல் ஆங்கிலத்திலும் தமிழிலும் தலா ஆயிரத்துக்கும் மேலான பதில்களை எழுதியுள்ளார்.

இந்து மதத்தின் பற்பல பக்கங்களைப் பற்றி இக்கால இளைஞர்களும் ஆழமாக அறிந்து கொள்ள உதவும் வகையில் இவர் hinduismwayoflife.com எனும் இணைய தளத்தையும் உருவாக்கியுள்ளார்.

ஆங்கிலம்-தமிழ்-மலையாளம் இம்மொழிகளுக்கிடையே இவர் மொழிபெயர்ப்புப் பணிகளும் தொடர்ந்து செய்து வருகிறார்.

இவரது நூல்களைப் பற்றி அறிய:

https://books2read.com/ap/RWl5pN/CV-Rajan-Sandeepika

Other books by C.V. Rajan

துணிவைத் தேடி
சாந்தீபிகா
சிறுகதைத் தொகுப்பு

வால்மீகி
ராமாயணம்
இளம் பிள்ளைகள் படிக்க,
படித்துக் கேட்க

ஆழமாய் அறிவோம்
சனாதன தர்மம்
காட்டும் ஆன்மீகம்
சி.வி. ராஜன்
பாகம் 1
(மதமும் ஆன்மீகமும், இந்துமதத்தின்
பன்முகங்கள், நான்கு வேதங்கள்)

புத்தம் புது
கனவுகள்
சாந்தீபிகா

நீ வேண்டும், 'அது'
வேண்டாமே!
ஒரு தாம்பத்திய
உளவியல் கதை
சாந்தீபிகா

அக்காவின் குடை
சாந்தீபிகா

www.ingramcontent.com/pod-product-compliance
Lightning Source LLC
LaVergne TN
LVHW010644051026
849532LV00001B/172